NGÔN NGỮ
TẠP CHÍ VĂN HỌC NGHỆ THUẬT
SỐ ĐẶC BIỆT
TRẦN VẤN LỆ
THÁNG 8 NĂM 2024

NHÓM CHỦ TRƯƠNG:
Luân Hoán - Song Thao - Nguyễn Vy Khanh - Hồ Đình Nghiêm - Lê Hân

CỘNG TÁC TRONG SỐ NÀY:
Châu Thạch, Diễm Lệ Kiều, Đặng Xuân Xuyến, Đỗ Hồng Ngọc, Hạ Thái-Trần Quốc Phiệt, Hai Trầu – Lương Thư Trung, Hoàng Xuân Sơn, Hoàng Vĩnh Thao, Hồ Đình Nghiêm, Kiều Minh Mạnh, Lâm Trung Châu, Lê Tam Anh, Lê Thị Mỹ Công, Mùi Quý Bồng, Nguyễn Hữu Thời, Nguyễn Mạnh Trinh, Nguyễn Thành, Nguyễn Thị Thanh Thúy, Nguyễn Thiên Nga, Phạm Hiền Mây, Phạm Mai Hương, Phạm Tương Như, Phan Bá Thụy Dương, Phan Đồng Lý, Phương Điền Nguyên, Thái Lý, Tịnh Thủy, Trần Hoài Thư, Trần Minh Hiền, Túy Hà, Uyên Nguyên, Vĩnh Hảo

BÌA: Uyên Nguyên Trần Triết
HÌNH BÌA: Nhà thơ Trần Vấn Lệ (tác giả cung cấp)
ĐỌC BẢN THẢO: Nguyễn Thiên Nga
DÀN TRANG: Lê Nguyễn Minh Quân

LIÊN LẠC:
Thư và bài vở mời gởi về:
-Luân Hoán: lebao_hoang@yahoo.com
-Song Thao: tatrungson@hotmail.com

TOÀ SOẠN & TRỊ SỰ:
Lê Hân: (408) 722-5626 han.le3359@gmail.com

Mục Lục
Ngôn Ngữ Số Đặc Biệt
Trần Vấn Lệ

PHẦN IV: BẰNG HỮU VIẾT VỀ TRẦN VẤN LỆ

NGON NGU

THƯ ĐẦU SÁCH

Căn cứ bài nhận qua email mỗi ngày, tôi đoán chừng nhà thơ Trần Vấn Lệ, là người làm thơ liền tay, đều tay và thơm tay vào hàng số một tại hải ngoại hiện nay. Ông cũng là người có đầu thi phẩm mỗi năm gởi đến bạn đọc nhiều nhất. Trên trang mạng Vuông Chiếu, mỗi tháng số thơ của ông phổ biến không hạn chế, và dĩ nhiên, hầu hết những trang văn thơ Việt ngữ khác, không trang nào thiếu vắng những bài thơ giàu chủ đề của ông.

Trần Vấn Lệ, Bằng Hữu và Thơ Văn, là một tuyển tập bề thế, hy vọng tập trung đầy đủ những điểm đáng ghi nhớ về một thi sĩ cả đời trân trọng và chung thủy cùng thi ca.

Sách được chia nhiều phần, để bạn đọc cũng như những người muốn tìm hiểu, khảo cứu, có đủ tư liệu để viết về một nhà thơ Việt Nam sau này; cụ thể gồm:

– Tiểu sử tác giả

– Tác phẩm đã ấn hành

– Ảnh, tranh

– Một số thơ tiêu biểu

– Những bài văn xuôi chọn lọc, đa phần là những nhận định về nhà văn nhà thơ cũ, mới qua những bắt gặp khá lạ từ Trần Vấn Lệ.

– Những bài của nhiều tác giả nhận định, giới thiệu về thơ cùng con người Trần Vấn Lệ.

Để đọc được những thú vị trên về một nhà thơ tài hoa đương đại, kính mời quí bạn không thể không dành một chỗ đứng cho cuốn sách quí này trong tủ sách gia đình của quí bạn.

Chân thành cảm ơn nhà thơ Trần Vấn Lệ đã dành cho chúng tôi thực hiện sách. Đa tạ quí bạn đọc khắp nơi đã và sẵn sàng tiếp tay cùng tạp chí Ngôn Ngữ cũng như nhà xuất bản Nhân Ảnh trong phần việc góp tay khiêm nhường nuôi dưỡng chữ Việt tại hải ngoại.

Thân tình,

Luân Hoán

PHẦN I

TÁC GIẢ

Trần Vấn Lệ

TÁC GIẢ
TRẦN VẤN LỆ

Tên thật Trần Vấn Lệ. Sinh ngày 31/05/1942 tại làng Xuân Phong, Phủ Hàm Thuận, Tỉnh Bình Thuận. Ông rời Phan Thiết từ năm 1958, lên Đà Lạt học tiếp Đệ Nhị Cấp Trung Học.

Ông học Sư Phạm tại Nha Trang, dạy học tại Đà Lạt từ năm 1961 (trường công lập: *Tiểu học Đa Lợi*, *Trần Bình Trọng*, *Phan Chu Trinh*, *Nữ Trung Học Bùi Thị Xuân*; trường tư thục: *Việt Anh*, *Bán Công Quang Trung*, *Thánh Phao Lồ*, *College d'Adran*, *Kỹ Thuật La San*). Năm 1962, ông lập gia đình. Vợ ông là một cô giáo người Đà Lạt trẻ, đẹp và giỏi giang. Ông có 2 người con gái xinh xắn và đều học rất giỏi.

Đang dạy học, nhà thơ Trần Vấn Lệ phải nhập ngũ (khóa 24/SQBB Thủ Đức). Đơn vị phục vụ: Tiểu Khu Bình Thuận, Trung Tâm Quản Trị Trung Ương. 9 năm quân vụ, cấp bậc cuối cùng là Trung Úy. Thâm niên dạy học, tính chung cả quân sự là 14 năm.

Sau 30/04/1975, ông phải đi cải tạo (từ tháng 06/1975 đến 06/1981). Tháng 11/1989 ông cùng vợ con đến Mỹ và chính thức nhập quốc tịch Mỹ vào năm 1995.

Hiện nay ông cùng gia đình định cư tại Temple City, Los Angeles.

Ngoài tên thật được sử dụng thường xuyên trên thi đàn, nhà thơ Trần Vấn Lệ còn có các bút danh: *Trần Trung Tá*, *Lê Phụng An*, *Lê Nhiên Hạo*, *Lê Bang Ích*, *Trần Trung Thuần*, *Trương Nghĩa Kỳ*,...

TÁC PHẨM:

I. THƠ

1. *Bỏ Hết Mà Đi* (1991); 2. *Áo Dài Trắng Em Bay Trong Gió, Nón Lá Bài Thơ Chuyện Của Chàng* (1992); 3. *Bay Về Đâu Đó Ở Quê Hương* (1992); 4. *Hồn Tan Trong Thơ* (1993); 5. *Nắng Rớt Vườn Xuân* (1995); 6. *Chữ Gì Mang Không Nổi Chữ Gì Gió Thổi Không Bay* (1996); 7. *Mai Sau Kiếp Khác* (1997); 8. *Gửi Em Một Đóa Hoa Hồng* (1998); 9. *Gửi Bạn Mừng Xuân Người* (1999); 10. *Hỏi Sao Không Buồn Cho Được* (2000); 11. *May Mà Có Em Đời Còn Dễ Thương* (2001); 12. *Ta Nhớ Người Xa Cách Núi Sông* (2002); 13. *Từ Lúc Đưa Em Về Là Biết Xa Ngàn Trùng* (2003); 14. *Nếu Bước Chân Ngà Có Mỏi* (2004); 15. *Trăm Năm Để Lại* (2005); 16. *Nói Thầm Với Thơ* (2006); 17. *Chiều Bên Sông Đứng Trông Làn Khói* (2007); 18. *Thư Cho Em Và Những Giây Phút Tản Mạn* (2008); 19. *Trưa Buồn Bát Ngát Con Sông* (2009); 20. *Hình Như Từ Trong Chiêm Bao* (2010); 21. *Em Ơi Nhẹ Cuốn Bức Rèm Tơ* (2011); 22. *Ngày Xuân Không Nắng* (2012); 23. *5 Năm Ngàn* (2012); 24. *Mấy Ai Biết Mình Sống Một Thời Trong Trang Thơ* (2013); 25. *Tùy Bút Trần Trung Thuần*(2013); 26. *Con Trao Trảo Bờ Ao Bay Đi Buồn Lẳng Lặng* (2014); 27. *Em Về Ngang Ngõ Hoa Vàng Nở* (2014); 28. *Ngàn Thu Hội Lại* (2014); 29. *Dã Quỳ Thương Nhớ* (2015); 30. *Áo Dài Ơi Thương Quá Nhớ Về* (2016); 31. *Quán Cóc Bên Đường* (2016); 32. *Ở Chi Xa Xa Mút Chỉ Chân Trời* (2017); 33. *Cảm Ơn Em Tình Yêu* (2018); 34. *Duyên* (2019); 35. *Mênh Mông Nào Biết Biển Trời Nơi Nao* (2020); 36. *M* (2020); 37. *Em Là Quê Hương* (2020); 38. *Ăn Của Rừng Rưng Rưng Nước Mắt* (2021); 39. *Vời Vợi* (2021); 40. *Viết Những Dòng Này* (2022); 41. *Thơ* (2022); 42. *Mỗi Ngày Mây Bay Qua* (2023); 43. *Từ Khi Em Là Nguyệt* (2023); 44. *Cũng Đành Gió Lạc Mùi Hương* (2023); 45. *Thơ Và Cuộc Đời* (2024); 46. *Em Một Mình Thơm Bao Ý Thơ* (2024).

II. VĂN: *Tùy bút, Tạp văn*

1. *Dương Huệ Anh – Nhà Thơ Ấy Đàn Bà Hay Đàn Ông, Trẻ Hay Già?*; 2. *Bài Tống Biệt Hành Của Thâm Tâm Thừa Một Khổ*; 3. *Đọc Thơ Thanh Chương – Tình Buồn Nhớ Mãi*; 4. *Đọc Tác Phẩm Cuối Cùng Của Nhà Văn Võ Phiến*; 5. *Luân Hoán – Một Nhà Thơ Xưa Nay Hiếm*; 6. *Thầy Tôi Ông Trần Quý Tuệ*; 7. *Đọc Thơ Đỗ Hồng Ngọc (Đỗ Nghê)*; *Mừng Bạn Tôi Đỗ Hồng Ngọc*; 8. *Má Ơi Má, Con Về Đây Má Ơi!*; 9. *Dạy Môn Văn Là Mở Đường Đi Đến Trái Tim*; 10. *Áo Dài Thương Nhớ*; 11. *Con Chim Nhặt Hạt Ngô Đồng...*; 12. *Đọc Thơ Đặng Toản: Xếp Màu Cho Tuổi*; 13. *Đọc Tập Thơ Lục Bát Tản Thần Của Thi Sĩ Nguyễn Hàn Chung*; 14. *Cảm Ơn Đà Lạt Cho Tôi Thương Nhớ Gửi Về*; 15. *Một Chặng Đường Đã Qua, Một Chặng Đường Vẫn Nhớ*; 16. *Dòng Sông, Con Sông*; 17. *Thơ Tôi, Cuộc Đời Tôi*; 18. *Màu Trăng Trong Thơ Loang Loang*.

Trần Vấn Lệ
(Nguyễn Quang Chơn 2016)

Trần Vấn Lệ
(Họa sĩ Đinh Cường 2015)

Trần Vấn Lệ
(Duyên 2016)

Trần Vấn Lệ
(Bác sĩ Đỗ Hồng Ngọc 2014)

Trần Vấn Lệ
(Nguyễn Hữu Thời 2019)

PHẦN II

THƠ

TRẦN VẤN LỆ

TRẦN VẤN LỆ

"Áo Dài Trắng Em Bay Trong Gió"
Thi Tập, 1991

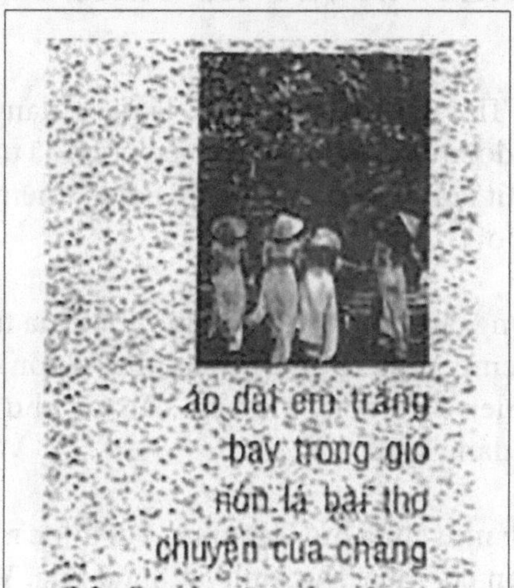

Con Đường Anh Về Như Thác

Như vậy mùa Thu đã tới... Vài chiếc lá vàng đang rơi. Chân trời mây đen đang đợi một cơn mưa nhẹ trên đồi. Giã từ mùa Hè không lẽ bây giờ... chút lạnh bay hơi? Nói với em gì, thêm nữa? Bây giờ... mình sắp hai nơi!

Khi ở phi trường, anh nói: Em nhìn kìa chỗ chia tay. Anh vào, cởi giày, gỡ kính; em... mưa chợt tới chân mày! Buồn ơi khi anh quay lại... chân trời đen đậm bóng mây, em bàn tay như cánh nhạn, anh chờn vờn ngỡ đang say...

Trời buồn hình như chưa đủ. Gặp nhau vui được mấy giờ.. Em anh giống như ngọn cỏ, mùa Thu lành lạnh gió đùa. Vài chiếc lá vàng bỡ ngỡ, se lòng Chức Nữ Ngưu Lang, rớt, bay, nằm im trên cỏ, mai chiều sao nhỉ trong sương?

Mai chiều, hoàng hôn em đứng chỗ đây – một chốn ta lìa. Mùa Thu ùa về rét lạnh, em làm sao nhỉ, đôi mi? Anh biết là em đang khóc, nói chi mai mốt vô cùng? Con đường anh về như thác nỗi buồn trút xuống con sông...

Em Đọc Giùm Đi Thơ Của Tôi

Gặp em hồi đó thời chinh chiến, ngày phép bao nhiêu mà nhớ hoài. Cũng muốn nán thêm cho đỡ nhớ. Súng đồn xa vọng bước chân trai.

Mấy năm làm tính không xong nợ, thêm những năm tù nợ chất thêm. Khi trở về thăm thành phố cũ, hỏi thăm người cũ... Mất rồi em!

Nhà em vẫn tựa bên sườn núi, mây trắng, cà phê vẫn trắng hoa. Tôi cứ đi xuôi rồi trở ngược. Đi vòng con phố đuổi tôi xa.

Tôi xa Tổ Quốc. Xa thời lính. Xa tắp bờ đây: xứ sở người. Em cứ còn nguyên là nỗi nhớ, là vì sao sáng chẳng thay ngôi.

Là yêu em mãi, cô em Huế, giọng Huế Ban Mê khó giãi bày, em hỏi làm chi hồi mới gặp: "Này anh lính chiến đã thương ai?"

Hồi đó, làm sao, em nhớ không? Khi tôi đáp lại má em hồng: "Thưa em, tôi ước làm Vua Núi, Hoàng Hậu là em tôi bế bồng..."

Ôi một câu trao rồi lỡ cuộc. Hòa Bình như một giấc chiêm bao! Nghe em đã dắt con ra biển. Tôi quyết tìm em, biết chỗ nào?

Tôi đi tìm em, hỏi nguyệt Thu, hỏi mây mùa Hạ, hỏi sương mù. Đêm đêm tôi ngó sao trên núi – em đó! Tôi còn Yêu Dấu xưa!

Em, một vì sao sáng giữa trời, giữa lòng tôi mãi chẳng thay ngôi! Huế – Ban Mê Thuột đầy trang mộng, em đọc giùm đi, Thơ Của Tôi!

DỐC NHÀ LÀNG

Nhớ sao Đà Lạt – Dốc Nhà Làng
Con hẻm đi vào như cái hang
Vài cấp lên cao, vài cấp xuống
Buồn chân tới đó, hợp rồi tan!

Mười năm chưa chuyến về thăm lại
Non nước, người xưa gợi chút tình
Cũng biết xót xa mà lỡ cuộc
Tuổi đời thêm nữa, tóc mong manh...

Đà Lạt chẳng gì con dốc đó
Biết còn nhiều chỗ để lang thang
Tuổi xưa có lẽ chừ xanh cỏ
Rồi mỗi mùa Thu lại úa vàng?

Người hãy nhìn tôi như thế nhé
Đừng lau phiến đá đã rong rêu
Có ngồi bên dốc nhìn sương tản
Lấy áo lau giùm đĩa muối tiêu!

Năm Nay Thu Về Sớm

Một bầy chim se sẻ
xé sương mù bay lên
chiếc lá vàng rơi nhẹ
Thu đã về, sao em?

Sáng nay, anh buồn quá
trời mù sương, tạnh tanh
nói với em... thật lạ:
"cái gì cũng mong manh!"

Con bướm bay. Chao đảo
một vòng sân rồi xa
tiếng chân ai rào rạo
hay sỏi đá khóc òa?

Năm nay Thu về sớm
cây lựu hết khoe khoang
Những đóa hoa màu đỏ
nở chi vậy, để tàn?

Nếu có em bên cạnh
chắc anh choàng tay ôm
nhìn mắt em lóng lánh
anh thấy em cũng buồn...

CHIỀU VỀ TRONG MƯA

Chiều về trong mưa thấy buồn chi lạ hình như hoa lá cũng buồn như tôi?

Những giọt mưa rơi tiếng cười ma quỷ. Lá hoa ủy mị nằm dưới chân người. Buồn ơi mưa rơi và tôi đếm bước...

Con đường dài thượt không có tận cùng. Phố nắng thì đông. Chiều mưa quạnh quẽ. Cỏ hoa run khẽ theo cơn gió lùa. Tôi đứng lại đùa từng dòng nước chảy. Hình như tôi thấy tuổi thơ xa xăm?

Hình như tôi thấy tình yêu trăm năm như dòng nước rẽ về đâu về đâu, mà lối cỏ sầu quấn chân tôi mãi. Chỗ đi không lại. Chỗ về chiều nay.

Quê người là đây. Giọt mưa. Giọt lệ... Từ khi dâu bể em à em à, tôi hôn cỏ hoa tưởng mình tình tự.

Con sông quá khứ chảy vòng Thới Sơn, tôi nhớ gì hơn chiều mưa vương vương trên vườn cau biếc, chiều mưa thắm thiết sợi tóc em dài...

Chiều về nhớ ai hơn người xa lắm? Chiều về tôi đắm chìm trong mắt em. Một thời không quên nghĩa là đang nhớ. Một đời dang dở là tôi với em?

Giọt mưa như mềm trong lòng tay nắm.
Cái gì ướt đẫm cũng mềm như nhung...

"Nắng Rớt Vườn Xuân"
Thi Tập, 1995

NẮNG RỚT VƯỜN XUÂN

Người nằm ngửa mặt ngó xuân sang
ngó nắng rơi trên nhánh mộng vàng
ngó nỗi quạnh hiu mình trải rộng
thơ tình không muốn lật sang trang

Người nằm như thế bao lâu nữa?
suốt một mùa Xuân ba tháng ư!
hay buổi mai, rồi trưa nhắm mắt
rồi chiều lạnh mặt một cơn mưa?

Người nằm ngửa mặt, mùa Xuân đứng
ngoài cổng vườn hoa không bấm chuông
tiếng pháo giao thừa không thể vọng
qua làn mây khói, lớp mù sương!

Người nằm như thế, nằm yên nhé!
tôi, áng mây Xuân thấp, lững lờ...
cổng nắng then cài con bướm đậu
là hồn tôi đó, nắng không xua!

Người mà nhỏm dậy vài ba phút
đời đã chẳng buồn như tiếng than!
người ngó mùa Xuân hay nín thở?
tôi chìm đâu nhỉ cõi nhân gian?

Sao người không nói lời chi cả?
một tiếng cuối cùng tôi muốn nghe!
mấy chục năm quen, chừ mặt lạ
răng ngà khít rịt tiếng mô tê!

Người nằm nước mắt đang tuôn chảy
suối lệ lòng tôi phát tự đâu?
Tổ quốc Quê hương không kịp thấy
cổng vườn Xuân nắng, rớt, ai lau?

Gió Buổi Sáng

Sáng hôm nay gió. Gió nhẹ thôi. Buồn buồn. Lạnh đâu từ núi non bay về đây theo gió. Lạnh như từ đồng cỏ bay về thành phố anh. Gió không có màu xanh nhưng lung linh màu lá. Gió của ngày cuối Hạ về muốn nhắn gì chăng? Gió mong manh mong manh? Không em à, gió nhẹ! Gió như là đứa bé người Mẹ bồng lên hôn. Ôi gió thơm gió thơm...

Anh nhớ em, nói bâng quơ về gió.

Anh biết gì nói nữa? Chuyện tình yêu muôn thuở không ngoài gió ngoài trăng, không núi cao muôn trùng thì mênh mang biển cả! Khi người ta yêu quá lấy núi non ra thề, lấy biển khơi hò hẹn. Đó là lời thề nguyện: Mình yêu nhau muôn năm... Muôn năm là bao lăm? Đếm đi em, chút gió!

Chút gió thôi, mà cỏ, nằm rạp xuống, kìa, em! Em có nghe trái tim vừa rung rung tiếng gió? Em có nghe em thở, gió thơm bay nồng nàn?

Sáng hôm nay mơ màng như là chưa thức dậy. Hình bóng em còn thấy trong giấc chiêm bao dài. Không nói chuyện với ai, ngoài em thôi, duy nhất. Em, tóc thề gió phớt nhẹ như làn mây vương... Em có biết gì không? Anh nhớ em nhiều lắm. Có thể lát nắng ấm, bây giờ thì heo may. Sắp mùa Thu rồi đây. Mùa Thu nào cũng thế, kỷ niệm nhiều khôn kể, anh sẽ nói về Thu...

Gió vi vu vi vu. Anh hôn em qua gió. Anh nói này, nho nhỏ: Mình Yêu Nhau Muôn Năm!

Tôi Có Về Tất Cả Thiên Thu

Ôi Sài Gòn với những con đường me...
Tôi nhớ quá đi, mà vẫn chưa về!

Những con đường tôi đi trong khuya
Mưa tí tách và lá me lác đác...

Những buổi trưa nắng bao nhiêu trời vẫn mát
Lá me xanh thơm ngát tóc người...

Ôi Sài Gòn với những nụ cười
Chào đón tôi khi tôi về từ mặt trận...

Em má hồng chỉ thoa chút phấn
"Anh hôn em nhè nhẹ thôi nha!"

Bao nhiêu năm xa...
Sài Gòn có một ngôi nhà lòng tôi rất nhớ...

Có một người đàn bà tuổi Xuân đang lỡ
Lỡ Xuân Thì, trời ạ, em ơi!

Đường Trình Minh Thế nay đã đổi đời
Tôi khóc ngất thấy máu xương mình bỏ, uổng!

Làm một ly trà đá tôi bưng lên uống
Không có lá me nào bay rớt vào ly...

Ly là chia ly. Ly là ly biệt. Không về
Tôi nhớ Ba Má tôi, sống thì năm nay hơn trăm tuổi thọ

Mà làm gì có chuyện đó, nhiều nghĩa trang đã bị khỏa bằng...
Ôi những con đường me, đường dọc đường ngang!

Lá me lạ ghê ít thấy lá vàng
Sài Gòn mãi mãi trong lòng tôi yêu quý!

Em có thể trách tôi là người con trai ủy mị
Nhưng em hãy nhìn này: ngực tôi đầy huy chương!

Em là người tôi yêu tôi thương
Tôi cúi xuống trước em vì Em Là Quê Hương Tôi, đó!

Tôi nói gì đây? Bây giờ đã lỡ
Tôi có về: Tất Cả Thiên Thu!

Người Lính Không Có Tuổi Già

Bạn tôi than rằng: "Mình đã già...". Tôi ra vườn hái một cành hoa, đem vào đưa bạn: "Này! Ôm lấy! Thấy tuổi Xuân mình đâu đã xa!"

Bạn mắng tôi: "Đồ thi sĩ dỏm! Sáng mày chắc chẳng có soi gương? Tao già, mày cũng không son nhé. Hãy nói như tao... để đỡ buồn!"

Không biết đứa nào "thi sĩ" nhỉ! Bộ yêu hoa chẳng thật lòng sao? Tôi yêu hoa, biết đời hoa ngắn, tôi ngắm hoa khi hoa úa màu...

Tôi thấy tôi trong từng hạt phấn hoa từ lúc nở đến tàn phai, người ta vẫn nói "Hoa Xuân Sắc", tôi tự hào tôi có thuở trai!

Nước non còn đó, tôi còn sống, có một ngày tôi sẽ trở về, chống gậy tôi đi trên lối sỏi, nhớ hồi tôi trẻ giữa đường tre...

Nếu có một ngày tôi gục xuống, quê người, tôi vẫn lính-ngày-xưa! Tôi chưa xong nợ thời mơ mộng, tàn một đời... không phải bởi già!

*

Tôi ra vườn hái cành hoa khác, tôi ấp vào lòng tôi... nhớ nhung: *Ai áo dài bay trưa gió Huế, hồi xưa... tôi có một thời Xuân!*

Hồi xưa, mãi mãi, hồi xưa lắm, tôi đã là trai Lính-Bốn-Vùng, tôi dẫu bây giờ đi tứ xứ... Hồn Nhiên Tôi Vẫn Ở Non Sông!

Vớt Lên Giọt Nước Mắt

Người ngồi soi cái bóng, thấy bóng người như mình. Đưa tay chụp cái bóng, cái bóng vỡ tan tành.

Người ngồi chải tóc nắng. Tóc mấy sợi rơi rơi. Người nhặt tóc lên cắn, răng cắn chạm vào môi.

Người ngồi rót ánh trăng đổ vào ly rượu cạn. Quanh người không bè bạn, trăng đầy một ly không!

Người ngồi bên bờ sông ngó hoài dòng nước chảy. Hai mắt người rưng rưng, có con sông trong mắt?

Ai theo chồng mười bảy, mười tám trăng khuyết nhiều. Mười chín người vào lính, chụm chân chào núi sông...

Người yêu là Núi Sông. Người Yêu là Tổ Quốc. Người nào không biết khóc... thì không phải Người Yêu!

Người ngồi soi cái bóng, thấy bóng người như mình. Giọt nước mắt rơi xuống. Vớt lên. Lòng lạnh tanh!

T

"Gửi Em Một Đóa Hoa Hồng" Thi Tập, 1998

Thơ ông là niềm hoài vọng tha thiết với quê hương đã xa nghìn trùng; là niềm đau của những giấc mộng (hay những trách nhiệm) chưa tròn; là ca dao, là khúc hát "đẫm lệ" (*) *cho quê hương, tình yêu và kỷ niệm.*

Có một nỗi gì da diết, quặn thắt tận bên trong, nơi từng câu thơ, từng con chữ của ông--như thể chúng được kết tinh từ những giọt lệ sầu đau của kiếp người, mà ông là một nhân chứng của cuộc gãy đổ, phân ly, tang tóc, thống hận... trên quê hương và ngoài quê hương của mình.

Nhưng không vì vậy mà chìm khuất. Tình yêu và thi ca đã cứu lấy ông. Và thơ ông đã góp phần cứu lấy cuộc đời.

Vĩnh Hảo

(*) Chữ dùng trong lời tự bạch của ông cho thi tập Gửi Em Một Đóa Hoa Hồng.

Quê Hương Ơi Mưa Bay

Như nước con sông bỗng thở dài
ta buồn không biết ngỏ cùng ai
rồi nghe trong gió điều ta nhớ
mưa thuở tràn lan lối cỏ cây...

Một thoáng Quê Hương hình ảnh hiện
những bầy ma vỗ cánh đêm trăng
và mưa như thể vầng trăng khóc
ta lạnh bao giờ nỗi Núi Sông?

Ta đứng dưới dòng mưa mái ngói
con chim rừng rụt cổ nhìn mưa
nhìn con sông chảy bên bờ giậu
chim nhớ rừng chăng? Ta nhớ thơ!

Ơi hỡi bạn bè khi bó gối
đồi sim hoa tím vượt ngàn lau
thèm sao chút nắng hừng đông rọi
để thấy đồng xa những ngọn cau!

THẤY TRONG HOA CỎ NGHE TRONG HOA CỎ

Ở trong cỏ ở trong hoa
em ơi con nhện mù lòa bởi em
những đường tơ chẳng giăng thêm
bởi trong vũ trụ buồn tênh lối về...
anh, người lính trấn sơn khê
một hôm bỗng thấy bốn bề tịch liêu
em ơi, đó, một buổi chiều
súng ngưng, gió lặng, đìu hiu núi rừng!

Rồi thì tất cả mênh mông
rồi thì tất cả là dòng lệ tuôn!

Em và hình ảnh Quê Hương
cùng câu ước nguyện, giữa đường tan hoang
thấy trong từng vệt nắng vàng
máu tanh cùng đống xương tàn tạ bay...
rừng xanh lối cỏ chen dày
hoa mai nở, rụng, rơi, đầy Việt Nam!
anh hôn cây súng, nói thầm
một câu từ giã những tầm đạn xưa... Bây giờ...
trong gió trong mưa
em ơi có biết anh vừa ra sao?
hình như con nhện mới lao
đường tơ cuối cuộn lời chào Nước Non
đường xa hết tiếng câu giòn
nghe trong hoa cỏ tiếng buồn tỉ tê
một mai, em sống, em về
cắm cho anh với, bên lề, nén nhang...

Biển Chiều

Chiều. Em ra bãi biển
thấy mây bay ngoài khơi
không còn hải âu liệng
không thấy ai cuối trời...

Dĩ nhiên trong thăm thẳm
chỉ còn nỗi nhớ thôi
rồi buổi chiều ảm đạm
rồi anh ơi anh ơi!

Tình yêu như thế đó
như nhúm cát rã rời
như bầy còng bé nhỏ
trôi về đâu về đâu?

Chiều. Biển xanh. Tối. Xạm
không bóng một con tàu
muối tan vào gió mặn
ai biết lòng em đau?

Khi Cạn Lời Vui

Một con ngựa trắng qua đèo. Hai con ngựa trắng bay theo mây trời.
Mùa xuân, em nói: qua rồi. Lời vui, anh chẳng còn lời với em!

Chúng ta, hai đứa, một thềm. Thời gian nghe đã rã mềm dưới chân.
Chiếu, mình cuộn, giấu vầng trăng; tơ, em hết kéo, sách cầm, anh buông...

Một con ngựa trắng qua truông. Hai con ngựa trắng xé luồng mây bay. Nếu đời kín được vòng tay thì hơi thở đã có ngày đóng băng!

Chúng ta làm sáo qua sông, lồng son thôi cũng chiếc lồng, vậy thôi!
Kim chi ngọc diệp còn rơi, biết đâu hai đứa, một đôi, chẳng lìa?

Ô con ngựa trắng bay kìa! Ô con ngựa trắng bay kìa trong mây...
Mùa Xuân sương mấy lớp dày, để anh xé vụn rải đầy tóc em...

BÀN TAY KỶ NIỆM

Hai tay em
lướt phím đàn
hai tay em
đuổi trăng vàng đi đâu?
phải chi nước đứng
chân cầu
hai tay em giữ
hoài câu thơ tình!

Phải chi câu chuyện
ta – mình
em đừng ngước mặt
cái nhìn thoáng qua
hai tay em đỏ
màu da
màu tim tôi có được hòa
nhớ nhung?

Hai tay em bắt
mênh mông
hay em muốn xóa cái vòng
ảo hư?
ôi ngàn sau nhắc
ngàn xưa
chỉ nghe tiếng vọng
đôi bờ biển dâu...

Hai tay em
lướt
về đâu?
rưng rưng ý nhạc
ai sầu ý thơ!

Êm Êm Biển Lạ

Đêm. Tôi ra biển vì buồn
một câu tôi nói – nghe dường vu vơ!
vô duyên mấy cũng là Thơ
bởi trần gian vẫn thấy bờ trần gian...

Đêm. Trên đường cát. Lang thang
tôi nghe sóng vỗ, trăng vàng gió bay
lòng tôi rộng với trời mây
hình tôi, cái bóng phơi bày dễ thương!

Đêm. Trên mặt biển có sương
mặt tôi không biết có hồn ai theo
mà sao nhớ thuở ngưng chèo
thuyền đi tới bến buồn neo giữa vời!

Đêm. Kìa, em ạ, biển khơi
nói sao cho hết buồn tôi thuở nào
vui – là một thoáng chiêm bao
tới đâu để giấu lệ trào đêm đêm?

T

"May Mà Có Em Đời Còn Dễ Thương" Thi Tập, 2001

Theo năm tháng u-hoài, trải dài lên tâm tư của người lưu lạc – là sự hồi tưởng các giá trị văn hóa cũ bị biến đổi cái tốt vào quên lãng. Với thi tập May Mà Có Em Đời Còn Dễ Thương – trái tim bi thương đong đầy kỷ niệm đó của Trần Vấn Lệ đang khơi dậy hình bóng cũ... làm người đọc càng thương cuộc đời đầy phiền muộn hơn vui của ông đã qua. Sự buồn rầu trong ông không lẻ loi, đơn phương – nó đang lan vào tâm tư bao kẻ ly hương.

... Có những ngày nào đó, chán bước lãng du. Chiều tắt để bắt đầu bóng tối. Ta ngủ bơ-vơ dưới bao ánh đèn. Hạt sỏi là sự thực – làm giấc mộng tàn phai. Ta lạnh không vì mền không ấm. Mà nỗi lạnh toát từ tim – vì đời ta xa chỗ đứng quê hương. Tình cảnh, quê người mường tượng chỉ "Gợi Giấc Mơ Xưa![LHL?]" Cuộc đời này chỉ là cơn mộng ảo, đuổi theo mãi vẫn lạc dấu yêu. "Em," rồi cũng thật xa! Đời ta khác nào kẻ vô gia đình; và "Em" lạc quá non Đoài. Nhưng, nếu ta như người homeless, lại không có quyền ao ước: ***may mà có em đời còn dễ thương****.*

(phươngđiềnguyên – Đọc Thơ Trần Vấn Lệ)

Lăn Qua Không Thấy Người Yêu Dấu
Lăn Lại Còn Đâu Nữa Núi Sông

Tôi ngả mình trên lớp cỏ êm, lăn qua không thấy cánh tay em, thì thôi lăn lại, nhìn sông núi, rồi ngủ; bơ vơ dưới ánh đèn...

Chiều đã tắt rồi, đêm sáng trưng. Tôi, hai mắt nhắm thấy chi hồng, chi xanh, chi đỏ, chi vàng nữa, chỉ hạt sỏi tròn đau sống lưng!

Ôi một điều nghe tự giác buồn! Lấy thơ tôi gói mảnh Quê Hương, gói tôi... Không phải bằng chăn ấm, mà vẫn là em – nỗi Nhớ Thương!

Tôi, nửa đêm Đông, bật dậy, ngồi. Lạnh từ trong đất, lạnh ra khơi. Việt Nam mình đã qua thời loạn, sao nhớ thương, tìm, cứ lạc thôi?

Tôi nhớ em, tìm, lạc đến đây. Tưởng như mình đã lạc trong mây. Hồn trai mà lạc theo gươm súng, chắc ngựa không đau thuở lạc bầy?

Em ơi! Tôi hóa người Homeless, thèm một bàn tay, miếng bánh mì, thèm thấy em ngồi bên cửa sổ mơ màng mắt lạc bóng Xuân Phi...

Hai Mươi Lăm Năm

Hai mươi lăm năm trước em nói với chị em đi. Chị để hai tay lện vai em, chị không nói gì. Mắt chị ứa lệ sao thấy buồn chi lạ. Em không nói gì thêm và, bữa đó, chia ly.

Hai mươi lăm năm sau em nghe tin chị / đã xong việc nhà, đi núp bóng Từ Bi. Chùa không xa nhà nhưng chị không về thăm lại. Hai chị em mình đều có cuộc chia ly!

Hai mươi lăm năm, một phần tư Thế Kỷ / nghĩ cũng nhiều cho kẻ ở người đi. Em rất muốn có ngày thấy chị... mà từ nay, thôi, đâu có còn chi?

Chị ăn chay, chị gầy, chị yếu. Em không ăn chay, thấy cũng chẳng mập gì. Hai tay chị để lên vai em còn nặng, em gỡ xuống hoài mà không hết mây bay...

Hai mươi lăm năm em như bèo trôi giạt, nước non mình em nhớ quá những đường tre, em từng thơ thẩn một thời đi lính, sau nhiều cuộc hành quân em nhớ chị, có về...

Những đường tre đó bây giờ sao nhỉ? Chắc già nua, cành lá rũ lê thê? Chị có nhớ không có một người em nhớ, o hàng xóm mình xanh mướt tóc thề...

Hai mươi lăm năm em không còn chị... và ngàn năm em mất người ta... Chị ở Chùa, sáng chiều nghe chuông đổ / hứng giùm em mấy giọt lệ nha!

NẮNG THỦY TINH

Nắng thủy tinh! Đúng là nắng-thủy-tinh! Lạnh như gương vỡ vẫn còn hình: những đường kính nứt hay dao để sát mặt em và sát mặt anh?

Nắng thủy tinh là nắng rất trong tại sao lại lạnh đến tê lòng? Gió bay qua, nắng, rung rinh nắng, nắng lấp lánh, kìa, em thấy không?

Sáng hôm nay ngồi hong nắng mai. Lạnh chao ôi lạnh tóc em dài. Mưa không có nước... mà mưa nắng và lạnh vô cùng rung cả vai!

Em nói hồn nhiên: nắng vỡ rồi, anh à mình trốn nắng đi thôi, vào nhà đốt lửa ngồi hơ nóng, đừng ở ngoài vườn kẻo... nắng rơi!

Quả thật mùa Đông nắng cũng run! Hai tay siết, vẫn, lạnh vô cùng... Chim không thấy lượn trong trời nắng. Anh lượn lờ em đôi mắt nhung!

Nắng thủy tinh... là nắng pha lê. Đường xa không biết có ai về? Quê nhà không biết mưa hay nắng? Nhớ quá hồi em chải tóc thề...

Cây đào trên dốc Bà Trưng sáng đợi nắng mùa Xuân, anh đợi em nhoẻn nụ cười duyên và bẽn lẽn: anh ơi đem nắng để em mừng...

Ôi nắng ngày xưa, nắng ngọt ngào, ở đây nhìn nắng cứ nao nao... Nắng như gương vỡ ra từng mảnh! Nắng vệt nào nghiêng cũng giống dao...

Bài Thơ Thủ Thỉ

Tại sao mình không làm những bài thơ thủ thỉ? Tại sao mình không thủ thỉ với nhau? Anh không cấm em mơ ước chuyện sang giàu, nhưng em không được đứng bên ngoài những bài thơ thủ thỉ!

Anh nói vậy bởi vì anh chỉ / là một người làm thơ thủ thỉ với em thôi. Những gì vui, anh nói đó, là vui... mà ít lắm, nên thường thơ ảm đạm.

Những bài thơ của anh có nội dung màu xám... trong khi môi em hồng, cũng tiếc, biết làm sao? Này em ra xe, anh chở em đi mua màu, anh phải là họa sĩ vẽ cho em tranh tố nữ!

Rồi... chúng ta trở về, anh tìm một bãi cỏ. Em nằm đi cho những con thỏ nhìn em. Anh lấy cọ ra, anh lấy màu, anh dựng cái khung lên. Em, cỏ, những con thỏ trên nền trời xanh dịu...

Rồi... bức tranh vẫn thiếu! Thiếu cái gì, em nói anh nghe! Cảm ơn em, câu đáp thật không dè: "Thiếu đôi mắt em đỏ hoe nếu anh làm em nổi giận!".

Thế là bức tranh... màu trắng! Thế là bức tranh không-có-âm-thanh! Thế là anh làm thơ còn hơn vẽ tranh – em thủ thỉ từng câu thơ anh chảy...

Anh cảm ơn em... sáng hôm nay cho anh nhìn thấy / môi em hồng hơn bữa hôm qua! Cảm ơn Trời đã nở những đóa hoa / vì Tình Yêu, vì Người Yêu đời đời là Nhan Sắc!

Anh hôn em không chỉ riêng trên mặt. Anh hôn em tràn ngập hai bàn tay! Hai bàn tay em, ngón nào kẽ chân mày... và ngón nào nhỉ, chỉ chân mây diệu vợi...

Hôm Qua Hôm Qua Hôm Qua

Hôm qua em không tô son, môi em vẫn đỏ như còn thanh xuân! Hôm qua em đứng trước sân, cái sân gạch đỏ và chân em hồng. Phải chi em đừng có chồng thì em một bước anh mong một giờ. Trước em, trời đất là Thơ. Sau em, sông núi mịt mờ tương tư. Tại sao mình phải tạ từ, Quê Hương, Tổ Quốc, con đò Thới Sơn? Tại sao ngậm tủi nuốt hờn, hé môi thốt một tiếng buồn, lệ sa?

Hôm qua...
Ôi bữa hôm qua! Cắn cọng cỏ nhớ người ta suốt đời. Người xa người tội lắm người như chim xa tổ nghẹn lời ca dao. Em à, trong giấc chiêm bao, thấy em mặc áo lụa đào gió bay. Gặp mà chẳng được cầm tay, nhớ thêm từng phút, từng ngày, muôn năm! Nhớ em khuyết bóng trăng Rằm, tan mây đầu ngõ, tím bầm hoàng hôn. Hỡi ơi sông hóa nên cồn, đồng dâu thành biển mà buồn không vơi! Nước non mình đó, cuối trời. Và em sao cũng là người đầu non?

Hôm qua...
Em không thoa son. Một cơn gió thoảng hút hồn anh thôi! Em về... Sân gạch lá rơi, mùa Thu thay chỗ em rồi, em, em!

“Ta Nhớ Người Xa Cách Núi Sông”
Thi Tập, 2002

Bầy Chim Bay Về Chiều Hoang Sơ

Chờ một cánh thư, chờ mỏi mòn,
bạn bè, biết chớ: đứa đầu non,
đứa thì góc biển đùa con sóng
hạnh phúc: đứa nào có khói hương!

Lính cũ, đều qua hai Thế Kỷ,
chưa trăm năm mà... như Thiên Thu!
Ở đâu cũng thế, đời lưu lạc,
Đâu cũng như nhau: một kiếp tù!

Lính cũ... ai thương người chết trận?
Ai mong hồi đó tuổi hai mươi?
Có thêm chút đỉnh là lon lá,
được cái vong hồn: mây trắng trôi!

Mây trắng... sắp mưa thì xám xịt!
Mở thùng thư chẳng có thư nào!
Ngày chưa hết hẳn, trời chưa tối,
ta "Sống Mòn"... truyện của Nam Cao?

"Đưa người ta không đưa sang sông..."
Người tan hàng người ơi mênh mông!
Còn đưa nhau nữa, không nhau nữa?
Còn lại... thơ chăng? Những tiếng lòng!

Ai đọc gì ai trong bữa nhậu?
Ai còn han hỏi: nó chừ răng?
Đù cha giọng Huế, thằng mô rứa?
Nguyễn Lương Vỵ cười: Em Quởng Nơm!

Ờ nhỉ, bạn bè sao nhớ quá!
Hồ Thuyên, Trần Ngọc, Phí Ích Bành...
Mới vừa cạn chén hoàng-hôn-tửu
thì... đã chia tay, tàu tốc hành!

Đợi chẳng có thư, đi khép cửa
Bầy chim bay về chiều hoang sơ...
Bao con đường lớn còn không gặp,
hồ huống chi đây, cõi mịt mờ!

BÓNG NGỰA HOÀNG HÔN

Từ dưới đồng bằng nó tiến lên
Ngọn đồi
Dừng lại
Nó tìm Tiên
Nó nhìn bao quát trời quang đãng
Không thấy Tiên, và
Không thấy em!

Nó thở dài hơi và
Nó hí
Nó buồn, thấy rõ
Trở về xuôi
Hồi nào cất vó như mây cuốn
Chừ lặng thầm như mây trôi, trôi...

Nó lặng thầm đi
Nó cúi đầu
Tiên về Tiên Cảnh
Em về đâu?
Nó sa nước mắt trên đường cỏ
Nó cắn rồi nhai cọng cỏ sầu!

Nó tới đồng bằng
Tới thế gian
Nó đưa chân giẫm chỗ xưa
Nàng
Từng ngồi đó ngắm dòng sông chảy
Từng thả trôi sông đóa nguyệt vàng.

Nàng chẳng còn đây
Sông vẫn đây
Đất trời thì vẫn một vòng xoay
Nó nghiêng mặt ngó vầng trăng khuyết
Nó khóc nên hai mắt nó đầy...

Nó khóc
Vì sao? Riêng nó biết!
Nó buồn. Mặc kệ!
Chẳng ai tin!
Dãy hoa nép mặt gương lồng bóng
Ngàn liễu rung cương
Sóng gợn tình! (*)

Nó nhắc câu thơ người đã khuất
Nó buồn ai đó khuất sau non
Từ nay ngậm ngãi, trầm mong gặp
Biết chỗ nào? Đâu! Hỡi khói sương!

Nó!
Ôi con ngựa trong huyền sử
Nó chở tình yêu thuở Địa Đàng
Chừ thớt lưng trơn vàng lá rụng
Mùa Thu không chờ
Mùa Thu sang!

Nó hí một cơn rồi nó quỵ
Em ơi từ đó cỏ tiêu điều
Không ai cắn đứt ra từng đoạn
Nói khẽ với nàng: "Anh cắn yêu!"

Một hôm, có kẻ buồn chân dạo
Thấy đất bồi lên một nấm mồ
Trên nhánh cây buồn con quạ đứng
Gọi chiều thảng thốt một cơn mưa!

Em ơi anh đã làm thân ngựa
Đi suốt đồng bằng tới đỉnh non
Không một chỗ nào không điểm hẹn
Mà em, em chết, hết Quê Hương!

(*) Thơ Chu Mạnh Trinh

Sài Gòn Năm 1984

Sài Gòn ơi
Lá me bay
Mưa nhè nhẹ
Gió
Hàng cây rùng mình
Sài Gòn chiều tối lặng thinh
Một con đường vắng
Một mình tôi đi.

Mưa nhè nhẹ
Gió li ti
Trời mưa như vậy
Thầm thì
Mưa mưa...
Và em
Đâu nhỉ bây giờ
Mưa trong kỷ niệm
Không ngờ Thiên Thu
Về đây
Tôi, kẻ ra tù
Trăm thương ngàn nhớ
Cúi đầu, tôi đi!

Cúi đầu, thôi
Chẳng làm chi
Tuổi Xuân, ôi tuổi Xuân Thì
Vô duyên
Em mà, tôi biết vượt biên
Không nuôi cá (*)
Cũng lòng quên một thời
Sài Gòn còn lá me rơi
Còn tôi hứng giọt mưa trời, nhớ nhung!

Sài Gòn ơi có biết không?
Tôi đang khóc giữa vô cùng nhân gian.

(*) Tâm niệm của những người vượt biển sau 30 – 4 – 1975:
Một là con nuôi Má (đến được nơi mơ ước, có tiền gửi về)
Hai là Má nuôi con (bể mánh, bị bắt, bị tù, Cha Mẹ phải đi thăm nuôi)
Ba là con nuôi cá (thuyền bể, bị hải tặc, bị dông bão, xác người là mồi ngon của cá).

Hão Huyền

Biết đâu gương vỡ lại lành
Kiếp sau có chuyện ta mình gặp nhau?
Buồn tình không lấy khăn lau
Những giọt nước mắt chiều nào chưa khô!

Người đi rồi! Chẳng có mồ
Ngôi nhà còn đó, mờ mờ sương mai!
Kiếp thuyền nhân sóng thở dài
Đảo hoang còn lá dừa bay kia người...

Bình tro trút xuống biển trôi
Nước non nghìn dặm buồn ơi không ngờ!
Nhớ người ngó biển chiều xưa
Hỏi vu vơ chớ biển bờ nơi nao?

Buồn tình không lấy khăn lau
Không mơ tưởng nữa kiếp sau tương phùng!
Mai tôi, tro bụi còn không?
Trong con mắt của ai lòng bâng khuâng...

*

Mai ơi xa mấy có gần?
Tại sao nước mắt trong ngần hơi thơ?
Một đời Lính, một Ước Mơ
Một tha ma lạnh, một cờ nắng phơi...

Một Hồi Chuông Vang, Vang

Trời không mây và trời không sương.
Lòng không sóng gợn cũng nghe buồn
Sáng nay bốn phía trời trong vắt
Cứ ngỡ mình đang đứng trước gương...

Mình thấy gì trong gương rất trong?
Thấy mình hạt bụi giữa mênh mông?
Thấy mình tàn tạ hơn hôm trước?
Và thấy mình buồn lắm phải không?

Tưởng tượng mà thôi, gương đã vỡ
Chiến tranh để lại, cái chi còn?
Trời xanh trong vắt hay là lệ
Sông vắt ngang trời đó, Cố Hương!

Trời không mây là không âm u
Trời không sương là không sa mù
Nhưng con sông vắt ngang trời đó
Là bởi ta nhìn được đớn đau?

Là ta còn nghe biển gầm thét
Những con thuyền ngưng chèo buông xuôi
Thuyền xuôi hay ngược trong lòng biển
Ai đếm giùm ai thuyền mấy người...

Ai đếm giang sơn người mấy triệu?
Tại sao trời không mây không sương?
Hỡi ơi ta hỏi ta không đáp
Một hồi chuông vang bao nhiêu buồn?

"Trăm Năm Để Lại"
Thi Tập, 2005

Trăm Năm Để Lại

Em buột miệng: “Chiều nay mưa, quá lạnh!”. Anh nhìn em, “Ồ đúng một người thơ!”. Mưa là mưa! Ai cũng thấy trời mưa. Nhưng ai nói câu như em vừa nói?

Mưa mà lạnh, chắc là Thu đang tới. Và em buồn nên mở miệng thành thơ! Chút hồn nhiên đâu phải chỉ bây giờ. Anh yêu em cả khi em nhìn nắng, nói một câu như một lời xa vắng: “Ở quê mình, nắng chắc chẳng như đây...”.

Nắng ở đây, thì vẫn chuyện ban ngày, em cứ nghĩ lúc trời mây xám tụ, rồi mưa về, âm u thời quá khứ, em vượt rừng vượt suối, chạy về xuôi... Hết chiến tranh, rồi ngưng bắn, nghẹn lời, rồi sao nữa?

Em nói rồi, lời trăm năm, mới đó!

Em nói nhỏ. Lời êm như tiếng gió. Chiều trở trời, ngọn cỏ phất phơ bay. Đôi mắt em, sông biển đã dâng đầy. Mười mấy năm lòng thuyền nhân chửa cạn!

Trời mưa lạnh, nghĩa là ngày hết nắng, anh mở đèn, khơi lại bếp tro than. Em bỏ vào đi những chiếc lá vàng, anh bật lửa cho tương lai rực sáng!

Mấy Vạn Đường Dài

Đó, ngày chớm Hạ tàn Xuân
Người đau vô tận, kẻ mừng vô biên
Buồn, Vui, không phải nhân duyên
Hợp, Tan, nặng một gánh phiền đong đưa...

Tú Xương có một bài thơ
Nói con sông lấp không ngờ mà hay:
"Đêm nghe tiếng ếch bên tai
Giật mình cứ ngỡ tiếng ai gọi đò!"

Tiếng ai, nào tiếng ai mô!
Tiếng giọt mưa rớt trên bờ biển dâu...
Mẹ Cha già vượt rừng sâu
Tìm con mất tích lạ màu cờ bay!

Tìm được cái chân, cái tay
Cầm lên khóc ngất, con ai cũng mình...
Thì ra đó cũng cái Tình
Dựng nên Đất Nước cái hình Việt Nam!

*

Một ngày chớm Hạ tàn Xuân
Chớm vui, lửa tắt; mới mừng, mưa sa...
Nhủ lòng: "Tất cả xưa, xa
Sao Nam với Bắc cứ là hai phương?
Khuấy ly đá lạnh mà buồn"
Mặt trời trong đó khéo còn chút trăng...

Người về cái bóng đi ngang
Con trăng dẫu khuyết ánh vàng vẫn xưa...
Nhớ ai lắm, nhớ con đò
Nhớ hoa đào rụng trên bờ vai ai!

Hai chân mấy vạn đường dài
Em ơi Non Nước vẫn ngoài chân mây!

Một Trang Thơ Tình

Kiều Thu hề Tố hỡi em
Nghiêng chân rốn bể mà xem lửa bùng!
Vũ Hoàng Chương

Lâu lâu mình gặp giữa đường
Nhìn nhau mà cứ như tuồng không quen!
Chồng em đang cầm tay em
Và con đang đứng một bên Mẹ, cười...
Kiếp xưa thôi chỉ một thời
Kiếp sau không biết liệu rồi có không?
Gió bay một chút bụi hồng
Em xoa đôi má nghe lòng làm sao?
Ôi chiều... chiều không trôi mau
Thời gian chưa thể rơi vào tối tăm
Tưởng rằng muôn dặm xa xăm
Gặp nhau mình được tay cầm lấy tay...
Tình yêu là bóng mây bay
Cố nhân... là bóng hàng cây bên đường!
Con sông có chỗ xoáy tròn
Biết đâu rốn biển trong hồn nhân gian!

Gặp em, về, lại mơ màng
Nhớ nhung còn sót một trang thơ tình!

Tháng Mười Thu Mới

Tôi ngồi như thể là pho tượng, mặc lá vàng rơi rớt xuống vai, rớt xuống cả lưng và trước mặt rồi nằm trên đất, trở mình bay...

Tôi ngồi như thể là pho tượng, nghe rất buồn mỗi hơi thở ra. Nghe bất chợt mình như trẻ nít lạc loài lạc giữa cõi người ta!

Tôi ngồi im lặng. Chiều im lặng. Rừng lá vàng bay, Thu gió reo. Gió reo, tôi biết vì tôi nghĩ: gió thấy tôi ngồi giữa tịch liêu!

Tôi ngồi trong lúc thời gian vượt những áng mây về với đỉnh non. Ở đó, mặt trời chưa muốn lặn, sao lòng tôi đã thấy hoàng hôn?

Đưa người ta không đưa sang sông sao nghe tiếng sóng nổi trong lòng... Thơ Thâm Tâm nhắc, ôi buồn quá, còn mấy câu mà, thôi, cố quên...

Tôi ngồi. Lát nữa rồi tôi gục. Pho tượng rồi tan nát đá vàng! Trời mới vào Thu nghe đã lạnh. Tháng Mười vừa khẳm chiếc đò ngang...

Em ơi tôi nhớ Tiền Giang lạ! Rạch Miễu, Tân Long sóng vỗ cồn. Hàng mận hồng đào đang chín đỏ, em cầm từng trái, có nghe thương?

Tôi ngồi. Tôi biết mình đang gục, xuống một chỗ nào thăm thẳm quê. Em chẳng cầm tay tôi, níu lại (mà ai níu được thuở xa lìa?)

NGHẸN NGÀO

Một hôm, buồn quá, tôi ra biển, núp bóng thùy dương ngó nước mây, ẩn hiện một người con gái đẹp, tóc vàng như thể gái phương Tây. Người con gái đó bay trên biển như chiếc thuyền trôi với cánh buồm, như chiếc thuyền trôi thời bỏ xứ, trôi hoài trên đại hải trùng dương...

Tôi buồn đến nỗi nghe tôi khóc, tiếng sóng thương tôi cũng nghẹn ngào. Tôi muốn làm thơ mà bất lực, thả hồn cho gió thổi lên cao. Lên cao, tôi gặp mây, trên đó, nhìn xuống, chao ôi, biển chập chùng. Biển vẫn còn kia, người đã mất, như là lời Phật: "Có là Không!"...

Tôi buồn không biết vì sao vậy (trước đó và sau đó, thật buồn). Núp nắng, nên chỉ lòng lạnh ngắt? Giữa trời, lòng vẫn lạnh như sương! Phải chăng cô gái là ma hiện để dẫn tôi về thăm Cố Hương? Thăm những mảnh thuyền trôi lại chỗ rong rêu nằm tấp gốc thùy dương?

Một hôm... giờ đã mười năm chẵn, rồi sẽ thiên thu... hỡi một người! Không phải một mà muôn triệu nhé! Buồn ơi Tổ Quốc của tôi ơi! Đất lành sao lũ chim không đậu? Cọp dữ còn thân thiết với người. Chế độ là gì... sao nước mắt, tôi cầm không được, để tuôn rơi!

Một hôm... cầm bút. Và tôi viết: bốn đoạn trên là thơ, phải không?

T

"Nói Thầm Với Thơ"
Thi Tập, 2006

Ngày Xuân Đất Khách

Ngày Xuân, áo mới, em đi phố. Phố rộn ràng Xuân nhờ áo hoa. Anh, bướm, đậu buồn trên nhánh cỏ, gặp em trời đất mở bừng ra... Cảm ơn em đã cho anh thấy... đất nước quê mình đang cũng Xuân. Ba chục năm rồi ngưng tiếng súng cho em vui bước không bâng khuâng...

Nghĩ điều tốt đẹp cho non nước từ gót chân ngà em ở đây. Nếu có Phật Trời anh đã lậy xin đời đẹp mãi sáng hôm nay... Sáng hôm nay áo em tung gió rất nhẹ thôi mà thơm bốn phương. Anh vỗ cánh vui lòng hớn hở, trần gian thích chứ: cảnh Thiên Đường!

Ngày Xuân, anh vẫn niềm ao ước: hóa cánh chim bay vượt biển trời, nói với bà con Xuân có thật, đừng ai buồn nữa hãy nên vui! Ôi chao, thơ nếu hoài như vậy, làm một bài thôi, đủ... để in. Giấy trắng còn nhiều, anh sẽ vẽ cảnh đời tươi thắm hiện từ tim!

Ngày Xuân, áo mới, em đi phố. Con phố dài ơi, con phố thơm. Anh lãng mạn như chưa lãng mạn, chưa từng như thế thuở Quê Hương! Cảm ơn em lắm, mùa Xuân mới. Xuân chẳng riêng ai, khắp mọi người... Anh vớt tuổi trai còn mấy hạt ươm mầm hi vọng một tương lai!

Tháp Mười

Thuyền tôi tắp giữa Tháp Mười – tháp xưa đã mất và người xưa... xa! Hương tràm gió nhẹ bay qua. Ôi hương của tóc đây mà... người xưa! Con sông Vàm Cỏ Tây mờ, sương hay mây nhỉ, tôi ngờ đêm trăng. Đầu sông một áng mây nằm. Cuối sông, một đám vạc lang thang trời. Vạc kêu buồn như thơ tôi, mười năm ngơ ngác từng lời Quê Hương...

Thuyền tôi không giữa đại dương. Mười năm, cảm tạ, còn đường về đây. Tháp Mười không ai đưa tay, con sông Vàm Cỏ vẫn đầy nhớ thương! Em à, em mây hay sương, hay em đã hóa mùi hương rừng tràm? Áo bà ba bốn trời tan, lòng anh ngọn tháp mái tàn tạ rêu... Hương tràm, em nói hương yêu; lời xưa còn đó, ôi chiều chiều ơi!

Thuyền tôi đậu, nước thì xuôi. Về thăm không thấy mặt người để hôn. Sợ đi nữa lại bồn chồn, vốc lên vốc nước, uống buồn chết không? Đèn ai đỏ lấp lóe đồng. Không! Ma trơi đó, giữa rừng tràm đen. Cảnh xưa nhà cất chen chen, cảnh nay nhìn kỹ: cái nền biển dâu! Thuyền tôi đậu, nước thì sâu, em ơi yêu tới bạc đầu... bơ vơ! Tôi chừ cười khóc với thơ, em chừ là vạc hay cò bay kia?

Thuyền tôi tắp đúng bến về. Hỡi ơi bến vắng, tứ bề mây sương... Đầu sông, mây chắc gặp nguồn, đứng yên không khác nỗi buồn của tôi! Mai này thuyền nhổ neo trôi, trời ơi muôn cõi đất trời lại xa...

NGẢ NGƯỜI DƯỚI CHÂN NÚI CHỨA CHAN

Ngả người dưới núi Chứa Chan: còn đâu nữa bóng xanh ngàn cỏ hoa. Ba mươi năm biển dâu mà, núi xưa người xẻ mảnh ba mảnh mười, chỉ còn sót cái tên thôi, Chứa Chan buồn tựa lòng người héo hon...

Ngả người, rồi ngủ giấc ngon, trong mơ nghe gió chờn vờn bên tai, nghe hình như có tiếng ai rủ mình cất cánh cùng bay về trời... Giật mình: trong mộng có đôi sao giờ chỉ có mình ngồi quạnh hiu?

Tới đây hồi sáng, giờ chiều. Vươn vai đứng dậy thổi vèo thời gian. Trách chi ngọn núi Chứa Chan không theo ngày tháng để tàn bóng xưa? Bao mùa nắng, bao mùa mưa, lòng tôi nhắc nhớ Biên Hòa để... quên?

Đêm nay tôi đốt ngọn đèn, dầu hao bấc lụn, lại thèm chuyến đi...

Mưa Đêm Giao Thừa

Con cáo có hang, con chim có tổ;
con người không có chỗ gối đầu.

Jesus

Giao Thừa mưa. Giao Thừa mưa. Lạnh ơi cơn gió ai lùa vào tôi? Một năm cũ đã qua rồi. Một năm mới đến... hoa cười gió Đông. Gió... xưa, Thôi Hộ đau lòng khi người năm ngoái má hồng bặt tăm! Chỉ hoa vẫn sáng như Rằm, chỉ trong sách vở gió Xuân đang về...

Giao Thừa, ai đến? Ai đi? Lẽ đâu mưa muốn thầm thì với tôi? Thì mưa, từng giọt cứ rơi. Thì tôi, từng chữ ghép chơi, cũng tình! Một bài thơ, liếc mắt nhìn, hình như chưa có chữ mình, chữ ta? Ờ thì tình bậu muốn ra, cái xương bậu nát cái da bậu mòn...

Nhiều khi muốn xóa nỗi buồn, đọc ca dao để nghe cồn cào tim. Chúa rằng có tổ là chim, có hang là cáo, Chúa quên con người... Hỡi ơi ai lụy với đời, đêm mưa thử hỏi buồn vơi hay đầy? Tôi vừa đập vỡ cái chai, đêm Giao Thừa vậy là ngoài chiêm bao?

Đêm Giao Thừa mưa nao nao, câu thơ ép chữ ai trào lệ không?

TÙY BÚT

Tôi cứ hỏi sao bồ câu không đậu trên cành soan trên nhánh ổi vườn tôi? Chúng bay kia! Trắng xóa bầu trời rồi về đậu trên mái nhà ngói đỏ... Những con chim bồ câu giống như làn gió quét mù sương từng buổi sáng down town. Trời thật trong xanh một buổi sáng nào, tôi đứng ngắm cảnh quê người, đau đớn.

Tôi ngộ ghê! Nói chi mà chẳng ngượng, ở nơi này còn giữ vết thương tâm? Ở nơi này, tôi còn nhớ Việt Nam, còn nhớ những con bồ câu thèm thóc, vỗ cánh bay vẽ đường ngang nẻo dọc, vỗ cánh bay trên đồng mạ xanh non. Những con chim bồ câu bay mỏi bay mòn xẻ những con đường làng quê khói bụi.

Quê Hương tôi còn có sông có núi, còn nguyên hình trời đất giữa tim tôi. Những con chim bồ câu bay suốt một đời không quên được ngôi nhà ai ngói đỏ...

Buổi sáng nào, tôi ở đây, đứng đó, ngó bồ câu bay lượn phố người dưng. Tôi biết bồ câu không làm tổ trên rừng mà chúng náu dưới vòm cầu xa lộ. Tôi biết bồ câu không biết vui biết khổ, cả nhọc nhằn... vì chúng thích bay thôi. Chúng có thể bay xa cuối biển đầu trời, khi mỏi cánh lại bay về chỗ cũ. Tôi, tại sao tôi giống như chim cú, đêm đậu chỗ này, mai mốt chỗ kia? Tôi, tại sao tôi đi mãi chửa về lại cái chỗ gọi là Quê Hương Đẹp Nhất?

Có nhiều lúc tôi nghe buồn muốn khóc, vuốt dài tay ngồi vọc mấy câu thơ. Ánh mắt tôi từng mỗi sáng một mờ, rồi chắc có một ngày bầy bồ câu chỉ còn trong trí nhớ...

T

"Trưa Buồn Bát Ngát Con Sông"
Thi Tập, 2009

Trưa Buồn Bát Ngát Con Sông

Trưa buồn bát ngát con sông, tôi đem trang trải tấm lòng với Thơ. Không đâu nữa bến và bờ chỉ mây trắng xóa gió đùa nước trôi...

Trưa buồn. Buồn rất xa xôi cái không gian cũ bóng người ngồi bên. Ai giờ ai lạ ai quen ai đi rất nhẹ màu sen áo dài. Thưa rằng trống vắng không ai cả người ngồi cạnh tàn phai bóng hình! Trưa buồn như thế Buồn tênh. Con sông trăm nhánh ôi mình mình ơi!

Trưa buồn tôi nói với tôi nhỏ thôi sợ thốt thành lời vô duyên! Con chim hoành hoạch mới chuyền trên cây bần nước nằm nghiêng cây cầu. Con đò Chín Xía nằm đâu, ở trong đám lá đỏ ngầu nắng trưa? Em à có những câu thơ chẳng thơ gì cả vì chưa có tình. Nỡ nào Trời Phật im thinh để cho lá trúc sân đình cứ reo...

Trúc reo. Em lỏng tay chèo, buổi trưa cái dáng yêu kiều lửng lơ. Tôi buồn nhớ lại ngày xưa, nhớ em, nhớ cả cây dừa, cây cau, nhớ con chó đứng sủa chào, em huơ nón lá hiền sao má hồng...

Phải chi em gái có chồng, tôi đâu ngồi ngó con sông trưa này. Quê Hương mình chẳng là đây mà sao mây vẫn mỏng, dày, thời gian. Em à em ạ muôn năm, thơ tôi lót được ổ nằm, chắc vui? Nghĩ em đang nhếch môi cười, trăng sao lặn hết mình rồi hết xa?

Buổi trưa. Nhớ quá quê nhà. Nhớ ai sống áo bà ba ướt mèm. Mồ hôi ướt má, môi quen, cái mùi mằn mặn chợt thèm canh chua. Em bày thêm dĩa cá kho, cái mùi mằn mặn ôi bờ vai ơi...

Buổi trưa. Cuối đất. Đầu trời. Con sông trước mặt. Ôi người. Ôi ta!

TÙY BÚT

Mấy hôm nay thật buồn. Buổi mai chim không hót. Trời mùa đông rét ngọt. Và mưa. Mưa bay. Bay... Mùa đông trong vòng tay, nhìn, mà thương, thương quá. Không còn gì nói nữa, những gì muốn nói thêm, giống như sợi tóc mềm nằm ngoan trên vầng trán. Người ta thấy chút nắng rơi hồn nhiên trong thơ... Đó là một cơn mơ, kể không dài đến nỗi đưa người ta lạc lối về một chỗ xa xăm.

Lắng nghe mưa nói thầm chuyện ngàn năm kim cổ. Tôi bỗng nghe nhơ nhớ hơi rượu nào rất xưa qua những bàn tay đưa ấm nồng mùi khói đạn. Thời chiến chinh lãng mạn, nhớ lắm những nụ cười, mi với tao đang ngồi biết đâu lát nằm xuống bên gốc tre, bờ ruộng, thì cũng là... thời gian!

Ôi ba mươi ba năm! Tôi ngồi nhìn mưa rụng. Âm vang từng tiếng súng, vòng tay ôm mùa đông. Mưa vương vương mênh mông trên cành cây không lá. Buổi mai không gì nữa, cả tiếng chim bình minh! Tôi thảng thốt thấy mình cô đơn bao giờ vậy? Cái rét hay lửa cháy đốt hết bình minh xanh? Những tàu chuối mong manh cuộn tròn dòng nước mắt. Ruột gan nào không thắt hỡi Quê Hương xa xôi?

Hãy vỗ lên vai tôi hỡi những người khuất mặt! Tôi muốn mình đừng mất những tiếng chim ngày xưa, những buổi sáng không mưa, khu rừng thưa nắng rọi...

Đói Lòng Ăn Nửa Chén Cơm

Nhiều khi muốn nói, lại ngừng Bốn mùa Xuân Hạ Thu Đông, nghĩa gì? Vẫn là một cái vòng xoay Vẫn là trời, đất, bên này, bên kia Nếu trời có một, không chia! Nếu đất muôn dặm, đường về là đâu? Này em, tay hãy kê đầu Nhắm con mắt lại, quên màu thời gian...

Thời gian, xanh, đỏ, tím, vàng... Bao nhiêu màu cũng trong làn khói sương! Có người từng hỏi Quê Hương Cũng con người đó đáp buồn... mây bay! Từng con chim hạc bỏ bầy Trời xanh, mây trắng chan đầy thơ thơ... Đó là chuyện của ngày xưa Đó là chuyện của bây giờ, giống nhau!

Nhiều khi chẳng nói câu nào. Lạ thay lau lách bên rào cứ vang. Em ơi buồn chẳng muộn màng. Cái vui chớp mắt đã tàn lửa rơm! Đói lòng ăn nửa chén cơm. Uống lưng bát nước rồi ôm bóng mình. Chiến Tranh, sau đó Hòa Bình. Tóc mai mấy sợi, ta hình dung em! Một lần tôi ngước mặt lên. Em ơi sông núi đang nguyền rủa ai?

Mãi Mãi Sông Hương Nước Một Dòng

Vẫn chảy kia em, chảy chẳng dừng. Sông Hương là Huế, nhớ là thương. Tại sao anh chẳng là Vua nhỉ, khi nhớ khi thương núi Ngự nằm? Tại sao em lại là mây nhỉ bay mãi trên đầu anh Nước Non? Anh nhắm mắt mơ mình ở Huế nghe sông Hương khóc sóng leo bờ, nghe cau Vỹ Dạ rung rinh lá, nghe rất êm tai những tiếng hò. Ôi Huế Huế thương và Huế nhớ ngàn năm ly biệt được trời ơi! Máu anh có lúc rồi ngưng chảy, mừng nhé sông Hương nước một dòng, em có thành tro hay cát bụi thì mưa tháng Chạp còn rưng rưng...

Em à em ạ em ơi Huế, ai khiến lòng anh đắm đuối mình? Ai khiến gặp em tan buổi học, tóc thề vai áo, dáng xinh xinh... Hồi nao tiếng súng vang vang dội nát hết tình ai những khối tình, còn chỉ sông Hương là khối nhớ, còn nguyên núi Ngự nắng bình minh! Còn anh từng bước đi lầm lũi đạp giẫm lên từng vũng máu khô. Tổ Quốc mênh mông không một chỗ, sông Hương thương quá lại hai bờ! Em trên bờ Bắc qua Nam học, Đại Nội nằm trong nón lá tình. Tình tứ tình tang tình bất tận, tình bao la tới núi rừng xanh!

Hồi xưa hồi xửa hồi xa lắm, xa lắm bây giờ em ở đâu? Anh biết chứ em, lòng đất lạnh, tro tàn nhang tắt, cõi Thiên Thu. Hỡi ơi một dãi sông Hương đó chảy mãi chảy hoài trong mắt anh! Muốn nói ghét em mà ghét được, tương tư không kể ngói trên đình!

Cúi Lậy Trời Cao

Buổi sáng. Buổi trưa. Buổi chiều. Buổi tối. Chưa buổi nào mình quên gọi nhau! Em cuối chân mây, anh đầu ngọn ba đào, nghe chút gió cũng muốn trào nước mắt! Bao nhiêu năm chỉ một lần xa cách mà thiên thu không lẽ đã an bài? Hẹn. Hẹn hoài, không thấy một ngày mai, chỉ thấy sáng, thấy trưa, thấy chiều, thấy tối...

Nhiều lúc nghĩ: Chắc thời gian lạc lối, nên tháng ngày là lịch gió bay bay... Lá mùa Xuân xanh biếc đậu trên cây. Lá mùa Thu vàng mơ rơi xuống đất. Mùa Hạ ơi, nắng hồng chi chất ngất? Mùa Đông à, mưa bão tại vì sao? Trái đất xoay, thời tiết đổi ào ào. Mình, hai đứa, cứ đầu non, cuối biển!

Có nhiều lúc tôi làm thơ tê điếng, như lúc này, tôi mới gọi tên ai. Những câu thơ, tôi viết nối thành bài rồi tôi đốt thả ra ngoài muôn dặm. Thơ tôi đó... Không ai cầm, ai nắm. Chỉ em nhìn mây xám mỗi hoàng hôn. Tôi nhớ em từng ngõ ngách tâm hồn. Em nhớ tôi từng lối mòn đất nước...

Những con đường hai đứa từng chung bước, bây chừ răng? Có đau gót chân em? Hãy xuống bến sông Hương và vả nước cho mềm, cho anh ướt những bài thơ mai mốt... Nếu tới lúc không còn ai thưa thốt, cúi lậy Trời xóa bỏ chữ Tang Thương! Con rất thèm nhìn lại nắng Quê Hương, nhưng lúc đó hai mắt mòn, con khép...

Gieo Gió

Tôi gieo gió sang nhà em buổi sáng, cả buổi trưa, buổi xế buổi chiều. Nếu gió trời làm cây cối ngã xiêu mà em lạ, bình yên như diều cao vút! Tôi gieo gió sang nhà em tối mực, gió nói gì em có nghe không? Em ở đâu, trong một góc căn phòng, hay đang đứng ở hành lang đón gió?

Nếu gió trời làm cho hoa, cho cỏ phải tiêu điều như buổi chợ vừa tan. Gió của tôi sao chẳng động lòng nàng? Tôi chờ đợi một tờ thư, không thấy! Tôi gieo gió sang nhà em Thứ Bảy. Chúa Nhật, em, vẫn đi lễ nhà thờ! Bão mô hè? Tôi gặt những câu thơ thời con nít, tôi làm cho em, làm lại!

Em đi nhà thờ, em làm người con gái, rất hiền ngoan, quỳ kia, ôm hai tay. Tôi, con trai, nên phải đứng bên này, tôi ôm gió, thả ở đây, Chúa phạt! Tôi gieo gió hay gieo buồn ngơ ngác? Yêu người ta chi vậy, gió lang thang? Gió hình như... không đến cửa nhà nàng? Tôi nghe lạnh như trong tâm bão!

Ôi gió ơi hãy bay giùm tà áo, hãy bay giùm chút tóc mai kia, vắn, dài, thương ngàn nỗi phân chia mà mãi mãi không lìa câu dấu ái. Ai bảo em được sinh làm con gái để tôi thề chê hết thảy giai nhân! Nếu em đừng tôi gặp một ngày Xuân, gió đâu đến nỗi nào thê thiết vậy! Tôi gieo gió sang nhà cho em thấy, em nhìn gì không thấy gió tôi bay?

“Hình Như Từ Trong Chiêm Bao”
Thi Tập, 2010

Buồn Lên Ngọn Cỏ Buồn Xanh Cuối Ngàn

Nhiều khi thèm thấy tuổi thơ, thơm ơi sợi tóc trên bờ vai thuôn... Nhiều khi muốn nói đừng buồn mà mây không đợi cứ luồn mái hiên... Nhiều khi ai cầm nón nghiêng thấy như người Huế làm duyên thuở nào...

Nhiều khi thức mà chiêm bao thấy mình mây trắng lượn vào đêm đen, thấy sông khuya chớp ánh đèn, nhớ ơi bếp lửa bùng lên giữa rừng. Tới đây toàn những người dưng, bắt tay nghe lạnh từ lòng lạnh ra. Tuổi thơ tiếp nối tuổi già, chỉ cây xanh lá, người ta bạc đầu...

Nhiều khi muốn nói một câu ngọt như lời Mẹ hát ru, mà đành... Chỉ dòng nước chảy quanh quanh, buồn lên ngọn cỏ, buồn xanh cuối ngàn. Ơi buồn là đá không tan, là con dao cứa mà vàng không phai. Thì thôi, dù nói cùng ai, trước sau chỉ tấm lòng này, có nên?

Nhiều khi mới nhớ rồi quên. Thời gian rối mắt chim chuyền trên cây, thấy mình bước lạc trên mây, lát cơn gió thổi mưa bay, lại buồn...

Đôi Dòng Tản Mạn

Không lẽ mùa Thu đã tới rồi? Sân nhà gạch đỏ, là vàng rơi... Vàng phai? Đá nát? Lòng ai rạn? Chuyện bể dâu, nghe mãi chuyện đời...

Trăm năm? Sao chỉ trong vòng đó? Thêm một vài năm có được không? Ông Nguyễn Du ơi... Ông có lỡ một lời nào đã ném trôi sông?

Trải qua một cuộc... nghe là thảm! Hai cuộc, thêm ba... Thảm thế nào? Tự cổ chí kim, trời đất chuyển, trách gì Con Tạo chẳng lao đao!

Ờ thì Con Tạo, Con Người, cũng, chỉ một Nòi thôi, một tiếng than... Khi Phật trên bàn còn bước xuống, hỏi ai ngẩng mặt dám hiên ngang?

Lá vàng lác đác... Thu heo hắt. Gió nhẹ mà sao bỗng buốt tim. Tôi mới mở lời nghe đã nghẹn. Quê Hương đâu nhỉ, nói đi em!

Rồi lại thơ tình. Thơ rất tình. Làm thơ là một cách làm thinh. Em ơi, muốn nói trăm ngàn chuyện, khi mở lời ra – chỉ chuyện mình!

Đừng gặp nhau thì đâu đến nỗi... Đừng thương nhau nhỉ, chẳng tương tư! Thiếp Tương Giang đầu, quân Tương Giang vĩ... Câu thơ này Mẹ đã từng ru!

Tháng Sáu Trời Buồn Hiu

Tháng Sáu mà sao ảm đạm trời. Mấy hôm nay lạnh mưa không rơi.
Lẽ nào nước cạn trên đầu núi để cuối con sông người nhớ người?

Để cuối con sông hay cuối biển? Chỗ nào xa nhất chỗ em xa?
Hỏi mây, không đám nào rưng rức. Hỏi gió âm u ngói mái nhà...

Dưới mái hiên nhà chim sẻ rúc. Nghe như tiếng chuột ống tre cào.
Quê người khiến nhớ về quê quán, nhớ khói chiều lem những đọt cau...

Những đọt cau chừ răng hở Mẹ? Từ khi Mẹ mất héo dây trầu. Chắc chi cau đó ai thèm tựa, đốn ngả cho hồn sang kiếp sau?

Kiếp sau... con sẽ về bên Mẹ như nước con sông trở lại nguồn. Ơi nói! Nói chi mà thảm rứa? Hỡi lòng ai Huế có nghe thương?

Có nghe tháng Sáu mây chầm chậm lấm tóc thề ai cuối ngõ thôn?
Tôi tưởng mình đang trên bến cũ chiều nao tay quạt nước lên cồn...

Lần đầu tiên đó răng mà dị, má đỏ ai kìa tái dạ tối... Hai đứa giả lơ không giả bộ bởi lòng nghe đã nhớ ai ơi...

Tháng Sáu ngồi buồn vẽ mấy câu lát đem ra suối ném ra cầu
Áo không ai để trao nhau nữa, thôi cởi cho lòng... bớt nhớ nhau?

Mưa Lất Phất Trường Giang

Mưa bay như bụi cát, rát mặt từng cầu thơ... Bụi cát thành giọt mưa, chút xíu mắt cũng mờ!

Tối quơ tay quờ quạng. Hàng điện đường loáng loáng. Bụi cát vàng như tơ và mưa vàng lưới nhện...

Tôi đi không chỗ đến như mưa rơi bơ vơ. Bụi cát là câu thơ tưởng nhắc cho buồn thảm, một thời xưa ảm đạm ngập ngừng mưa lá Thú hắt hiu mái rạ tù...

Tai sao lòng cứ nhớ? Đất trời thì đóng cửa. Mưa luồn qua vách thưa...

Hình như một câu thơ tôi mới vừa chép miệng? Lạnh quê người tê điếng, bây giờ em ra sao?

Ôi Huế mơ màng hỡi, tôi gọi người chiêm bao. Bây giờ mà chiều nao, mình bên nhau ngõ lội, tóc em từng sợi rối bay vào mắt anh, mưa!

Không hề có câu thơ nào dài hơn sợi tóc dẫu em bên bệ Phật. Mưa lất phất trường giang...

Em à sao em khóc? Mưa buồn bay lang thang...

Cõi Đời Chiêm Bao

Mặt trời làm sáng mặt trăng
Mặt trăng đâu có biết rằng có duyên!
Nhiều khi trăng thật dịu hiền
Đứng soi bóng nước mà quên mặt trời...

Từ khi tôi thấy em cười
Ngó lên không thấy mặt trời ở đâu
Té ra tôi ở địa cầu
Còn em thì đứng trên lầu cõi Tiên...

Nhủ lòng mình hãy cố quên
Lạ ghê nhật nguyệt cứ liền âm dương
Ước gì trăng cũng biết thương
Để trời với đất có đường tôi đi

Kể từ tôi biết mình si
Nhắm hoài con mắt bay về chiêm bao
Tay quên nắm một con sào
Cho nên tôi đã lạc vào hư vô...

“Ngày Xuân Không Nắng”
Thi Tập, 2012

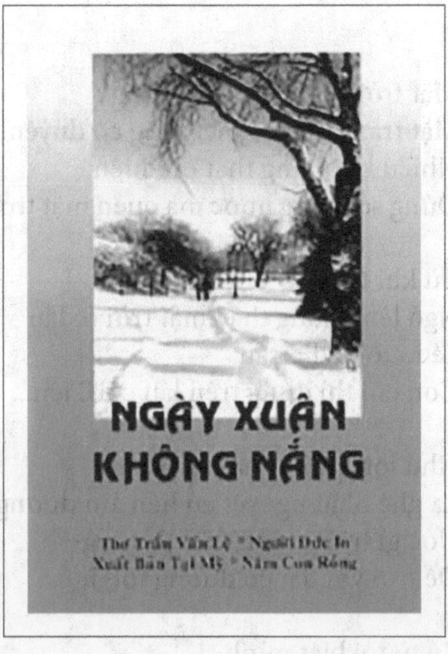

Ngày Xuân Không Nắng

Có lẽ từ hôm em có vẻ không vui khi nói với anh rằng: "Mùa Xuân là của chung thiên hạ, riêng với em thì... mùa giá băng!".

Em ngước đầu lên, em hất tóc. Ngày Xuân không nắng tóc không xanh mà xanh vầng trán em hiu hắt, mà tím bàn tay nỗi bực mình!

Em cúi đầu đi suốt dọc hiên. Cành soan lộc nở gió đơm nghiêng, em không ve vuốt mùa Xuân mới mà hứng mưa tung những hạt huyền...

Cũng ngộ, năm nay, năm rất ngộ, tháng Ba giờ đổi, có gì đâu! Bảy giờ sáng vẫn còn trăng hiện như tháng Giêng, Hai, lạnh, tối mù!

Ờ nhỉ năm này năm địa chấn, rung trời chuyển đất động tâm can. Em buồn gậm nhấm câu thời tiết, anh cũng nghe lòng anh xốn xang...

Có lẽ từ hôm Tết tới giờ, anh làm không được một bài thơ! Em chờ em đợi em ngao ngán, mình mất niềm vui như ước mơ...

Bóng Chiều Gần Nắng Xa Xôi

Tôi không cầm thước lên đồi mà tôi đo được chỗ ngồi của tôi! Bóng chiều gần, nắng xa xôi, em trong nắng đó phương trời Bắc Nam... Lát rồi bóng nắng sẽ tan và em chút nắng muộn màng càng xa... Hoàng hôn không một mái nhà, em ơi màu tím chiều tà của ai?

Tím loang con suối miệt mài. Tím trong lồng phổi, tím ngoài vòng tay. Lòng tôi khép lại cùng ngày, em nhen bếp lửa khói bay đường về...

Nhớ hồi mình ở sơn khê, giận nhau một chút không dè muôn năm. Thước thương nhớ gối đầu nằm, tay không quàng được cái tầm khói sương!

Bắc Nam biết chớ hai phương, tình ta với bậu không còn, thì thôi. Tôi không cầm thước lên đồi mà đo được cái tình người, tình tang...

VỰC SÂU NƯỚC MẮT

Khi Thanh Nam tới Mỹ, tuổi mới vừa bốn mươi mà lòng đã chán đời như người già... chín chục!

Thanh Nam cầm nước mắt ném vào ly rượu nồng, ném lời vào thinh không tưởng bạn bè bên cạnh!

Trôi giạt đâu cũng lạnh nên buồn ngâm thơ vang. Thanh Nam có thở than mà nào ai cảm thán!

Thời gian và mưa nắng... Tết đến ngậm ngùi... vui bên con thơ ngủ vùi, bên đời cha nửa cuộc!

Nhắc sơ chuyện đất nước, lắc đầu xua oán thù. Bốn mươi tuổi làm người làm mùa Xuân áo mới...

Một bài Hành không đợi dừng lại giữa đường xa. Những lời thơ thiết tha một vần Say đắm đuối!

Thơ Thanh Nam trăng trối ngay ở tuổi bốn mươi. Bạn cùng thời chơi vơi, ai, lòng ai hoan hỉ?

Người ta nói "Thi sĩ đi đâu rồi cũng về bên chỗ từng hôn mê, bên vực sâu nước mắt..."

Nghĩ mà thương Tổ Quốc dựng ra bốn ngàn năm, một thế hệ công dân tuổi bốn mươi ngã quỵ!

Bên rừng vang ngựa hí. Ngựa không biết làm thơ... Bốn mươi tuổi say sưa, ta ngâm vang trời đất!

Cõi Thơ

Tôi đã vào đó sao?
Cõi thơ? Cõi nghẹn ngào? Cõi không ai hò hẹn.
Mà tôi vào đó, chi?
Những đám mây bay đi
Một thành phố ở lại
Người với người không mãi mãi
Giống như mây kia, sao?

Tôi đã vào đó. Chào
Từng bụi cây khóm cỏ
Từng người lớn, đứa nhỏ
Ai, miệng nào cũng thơm!
Ôi, Good Morning dễ thương
Chúng ta không ai lạ
Thật tình không ai quen!

Ờ, tại sao em ghen
Khi tôi chào cô ấy?
"Cô học trò mười bảy
Mười bảy đảm, ngoan xinh (*)"
Cõi thơ...
Cõi mong manh như tà áo kia em thấy
Người con gái mười bảy
Trăng Rằm chưa đi xa...

Tôi vào. Tôi đi qua
Cõi thơ. Đường ngang dọc
Cảm ơn em đã khóc
Nước mắt và trời mưa
Cảm ơn em tuổi thơ
Tôi vừa nhìn mái tóc
Em bay. Chiều phất phơ...

Tôi đã vào cõi thơ
Cõi người ta sầu muộn
Cõi có lần em muốn
"Mình đừng xa thêm... anh".
Nắng buổi chiều mong manh
Tà áo ai hồi nãy
Em! Em vẫn còn mười bảy
Và duy nhất của anh!

(*) Thơ Lan Đình:
"Thuở chưa gặp mình
Anh yêu người ấy – Cô học trò mười bảy đảm, ngoan, xinh
Anh yêu say mê và hứa rất chung tình vì cũng biết bội nguyền là xấu hổ..."

Vĩnh Biệt Bác Sĩ Hoàng Văn Đức

Từ nay mãi mãi chẳng còn nhau...
Như một con sông chẳng có cầu
Người ở bên kia bờ Vĩnh Cửu
Người bên nay đứng ngó trăng sao!

Trăng sao nay lặn rồi mai hiện
Người đã xa người áo gió bay
Tóc bạc tóc xanh màu sẽ nhạt
Cỏ sương lạnh buốt mỗi bàn tay...

Bàn tay từng ấm thời thương mến
Một chuỗi Mân Côi đếm một mình!
Trăm Lẻ Tám hồi Kinh mặc niệm
Thôi thì cũng thỏa chuyện Tâm Linh!

Người đi, tôi khóc theo từng bước
Nước mắt khô còn máu của tim...
Tôi sống mỏi mòn như thế đó
Một ngày nào đó... mỏi mòn quên!

"Con Trao Trảo Bờ Ao Bay Đi Buồn Lẳng Lặng"
Thi Tập, 2014

Cuối Mắt Đầu Môi

Lẽ nào mới đó đã ngàn năm? Từ Thức là ta? Đứng ngại ngần! Hư ảo một vùng, lên với xuống? Xuống, lên, gì cũng cõi hư không!

Tiếng chuông chùa núi Cô Tô vọng, thuyền khách ngày xưa hứng cái tình... Ta, kẻ ngàn sau, chuông chắc vỡ, chỉ còn sao rụng giữa mông mênh!

Thèm ơi được nắm đuôi trâu xám lẽo đẽo hoàng hôn nhặt lá vàng. Không đứa mục đồng. Thôn xóm vắng. Gió Đông, Đoài được lúc lang thang...

Ta với tay lên, không bóng nguyệt. Ta chùn chân bước, biết đêm sâu. Ngàn năm đâu phải là tia chớp mà nước non quên chỗ gối đầu!

Ta về như vậy, giống như đi. Thuở ấy, lòng ta chẳng hứa gì. Thân xác rã rời như rác rến, tấp vào đầu cũng chỗ chia ly...

Biết đã chia ly lại thở buồn! Sống chi để cứ nhớ Quê Hương? Nếu chừ gặp nhỉ vài em bé, chúng ngó mình, sao? Chắc chúng thương?

Ta ngả lưng, hề, bến vắng tanh. Con đò Chín Xía đã trôi nhanh từ ngàn năm trước, năm đình chiến, để lại đìu hiu đám lục bình!

Em chẳng chờ ta. Em đã chết. Ta còn sống bởi tiếc chiêm bao. Hỡi ơi, khi tỉnh: đời hư ảo, đâu nữa chỗ nào thấp với cao...

Non nước ngày về đau cuối mắt, đầu môi lấp lánh mấy câu thơ...

ĐÊM ĐÓ ĐÊM NÀO

Em ơi đêm lạnh như lòng, con trăng xanh biếc ai bồng đi đâu? Tuổi ta tóc bạc gối đầu, con trăng xanh biếc vẫn màu trăng xưa...

Xưa à ơi giấc ngủ trưa, võng treo lắc nhẹ câu hò câu khoan, ta ôm cây súng dỗ buồn mong khu rừng cũng ngủ ngoan như người...

Người là ngợm với đười ươi, ta hình dung lại một thời nhiễu nhương. Đó, khi ta ở sa trường. Đó, khi tay đẫm mù sương máu thù...

Thù là những trái mù u, co chân ta đá lăn vù núi cao, để khuya khi lắng lệ trào hỏi non hỏi nước chỗ nào tình thân?

Thân sơ thất sở không cần, cần chăng là ngắm được vầng trăng xanh, lắng nghe tiếng dế trong tranh, trong rêu, trong cỏ đầu gành cuối khe...

Em ơi đêm lạnh tư bề, có con vạc lạc e dè tiếng kêu. Ta cung tay nắm cây khều đưa lên khuấy nỗi buồn hiu... Lại buồn!

*

Lẽ nào ngoài nớ mưa tuôn? Lẽ nào trong nội vẫn còn im ru? Mở toang cửa ngó trời mù, nghe đêm mấy hạt mưa rầu rĩ ngân...

CON TRAO TRẢO BỜ AO BAY ĐI BUỒN LẶNG LẶNG

Phải chi anh là gió về với em chiều nay... Phải chi em là mây... dù anh không là gió, em không thèm hỏi nữa, em đứng hoài không bay. Và chiều nay, chiều nay, mỗi buổi chiều như vậy, em buồn không ai hay...

Em viết vào buổi mai, trời chỗ anh se lạnh. Mặt trời lên lấp lánh trên lá mù sương sa. Anh cũng chờ gió qua gửi cho em niềm nhớ. Tại sao mình cứ lỡ những gì như ước mơ?

Phải chi em là mưa ướt đầu anh buổi sáng: Anh, tâm hồn lãng mạn tan đâu trên bãi cồn? Phải chi em là bùn vướng chân anh thời lính, anh sa lầy nhuốm bệnh tương tư và tương tư...

Hình như anh làm thơ không đầu và không cuối. Hình như em mới nói giận hờn trong miên man? Anh thả hồn lang thang, tiếc thay trời không gió, nên em hoài ở đó, nhìn mây. Mây không bay...

Phải chi em hỏi ai sao anh không là gió. Phải chi anh đừng mở phong thư buổi sáng này... Và mắt anh đừng cay khi hai dòng lệ chảy. Và em đừng nhìn thấy mây trên trời đứng yên...

Em ơi tình vô duyên chắc vì trời hữu hạn? Anh gánh buồn đi bán, em mua chi ngày xưa? Hình như anh làm thơ nói về tình tuyệt vọng? Trăm năm một cuộc sống dài mấy giấc chiêm bao?

Con trao trảo bờ ao. Bay đi. Buồn. Lặng lẽ.

Lạnh Chẳng Lẽ Từ Mưa Cố Hương

Chúa Nhật trời mưa, đâu đã mưa!
Không gian ảm đạm nắng mơ hồ...
Một cành hoa nở như chưa nở
Con bướm vờn qua con bướm xa...

Đài loan tin để người ta đợi
Lòng muốn đi mà ngại mất vui!
Phố xá nối dài, xe tắt máy
Con mèo nằm ngủ vẫn ngoan thôi!

Nhấc phone gọi bạn, bạn cười khan:
"Thôi nhé hôm nay rượu khỏi tràn
Chẳng đứa nào bơi dòng thế sự
Tha hồ mỗi đứa nhớ Quê Hương!"

Ừ sao mưa gió làm sao đó
Một nhớ Quê Hương chín ngậm ngùi
Dâu biển vẫn kia trời bát ngát
Một màu nhang khói mắt xa xôi!

Chúa Nhật chuông vang thánh thót buồn
Buổi mai – trưa xế rồi hoàng hôn...
Trời không rót hạt, lòng buôn buốt
Lạnh chẳng lẽ từ mưa Cố Hương?

Mồng Một Tháng Năm

Tháng Năm, em ạ, tháng Năm rồi. Mồng Một, đợi hoài mây chẳng trôi. Nhật nguyệt ở đâu, không thấy hiện. Hoa hồng úp mở giọt sương rơi...

Sáng nay, buồn bã, nhớ miên man, ngó chén trà vơi nhớ xóm làng, nhớ lúc dừng quân ngồi nói nhảm, bình yên giây phút mộng lang thang...

Nhớ lúc anh em ngồi túm tụm, thuốc lào thả khói quyện không trung. Có thằng cắn cỏ rưng rưng mắt, nhớ Mẹ thương Cha nói chẳng cùng...

Giây phút bình yên chẳng được lâu rồi giong cương ngựa hướng giang đầu. Đường đi gai góc chân nào ngại, chỉ ngại đường đi chưa tối đâu...

Không ai ngờ có ngày ngưng bắn, có một ngày anh nỡ bỏ em! Lính chiến trở về thay áo trận, chỉ huy gạt lệ bước chông chênh...

Việt Nam, như vậy, ngày tan cuộc. Đầu tháng Năm nào chưa phải xa. Tôi, gã thư sinh thành "cửu vạn", gồng vai gánh vác "cõi người ta"!

Ba mấy năm dài như giấc mơ, tôi còn sống để hóa điên khờ: tha hương nhớ bạn, bao thằng chết, lại nhớ mình đâu đã thẩn thơ?

Tha hương nhớ lại quê nhà cũ, nhớ Mẹ già che cái nón mê, nhớ cả cha già tay nắm cuốc bứng từng khối đất đắp đường quê...

Đường quê, đời gọi Công Hương, đó, những tháng Năm mờ mưa gió xưa. Cha Mẹ đã thành nhang khói tỏa, em tôi sáng đốt trước khung thờ...

Tháng Năm, ảm đạm, mây, không nắng. Tôi ở quê người nhớ Cố Hương, gọi khẽ đứa em còn ở lại xanh xao như thể lá cây vườn...

Bao lâu dành dụm cho Cô Bác, cho Bạn Bè, Em Út ở quê... Có nghĩa gì đâu... vì sức kiệt, thân tàn, ma dại... mấy đồng chia!

Tháng Năm, buổi sáng, tôi rơi lệ, nhớ lắm quê nhà, Sông Núi ơi...

"Em Về Ngang Ngõ Hoa Vàng Nở"
Thi Tập, 2014

NGƯỜI TÔI MONG VẪN TẬN PHƯƠNG NAO

Ra Tết...

Ra sân, ngồi tắm nắng! Chao ôi là nắng chẳng là Xuân.

Cali nắng đủ mười hai tháng, ngay cả bây giờ... Nắng Tháng Giêng!

Nắng! Nắng! Nghe như là Nóng... Nóng. Cali sa mạc... toàn cây xanh. Đó, điều kỳ lạ: nơi không nước, nơi những dòng sông... không mông mênh!

Những con sông cạn... cũng là sông. Rất ít khi mưa tưới cánh đồng. Rất ít những ngày băng tuyết đọng. Nghĩa là rất ít những ngày Đông.

Dù sao cũng lạnh hồi chưa Tết. Và lạnh còn vương vướng chút đây. Ra Tết, ra sân ngồi tắm nắng, ít nhiều tôi có nhớ thương ai...

Thương ai, Texas, trời bay tuyết. Mưa tuyết ngỡ ngàng, ai ngẩn ngơ. Ai nói với tôi: "Anh, lạnh quá". Một câu không trọn cũng... thành Thơ!

Tôi đang ngồi nhớ ai, thương lắm. Mong được cầm ô che một người. Mong được đưa tay chuyền chút... nắng. Trời ơi, xa quá... quá xa xôi!

Cali / Texas – bảy giờ bay. Đo thử, người ơi mấy dặm dài. Tôi ngó mặt sân dài bóng nắng. Và kìa, nắng biếc chải xanh cây...

Em về ngang ngõ hoa vàng nở... Không phải, trời ơi, cánh bướm chao! Một thoáng mùa Xuân như thế đó, một người mong vẫn tận phương nao!

Ngày Chạp Mộ

Em cầm cây chổi quét những cọng cỏ úa vàng. Chạp mộ Ngoại, cây nhang thơm lừng mùi nhang khói. Sắp Tết rồi, nhớ Ngoại, em giẫy cỏ quanh mồ. Những cọng cỏ vàng khô, em cầm cây chổi quét...

Tết không riêng ai hết, Tết, có Ngoại dưới mồ, Ba, Mạ, những người xưa, chắc đã về bên Ngoại? Con chim chèo bẻo gọi tưởng tiếng đò bên sông...

Tưởng tiếng đò bên sông... Nắng, đang nắng rất hồng, ấm lòng người thiên cổ. Em gom lại đống cỏ, em đốt nhìn khói bay... Em ơi sáng hôm nay, anh thương em nhiều lắm!

Anh hôn em cho ấm, ấm nhé đôi môi hồng... Kìa nắng bay trên sông... Kìa tiếng đò trong gió...

Ai Chẳng Có Lần Đi Lỡ Bước

Giàn bông giấy ở bên hàng xóm / hoa nở, hoa tàn, hoa gió bay... Tôi đứng bên nay hàng xóm, ngó... cuối cùng tôi thấy những hoa mây!

Ôi mây mà hoa / hoa nao nao. Ôi hoa mà mây! Mây phương nào? Là mây phương Bắc về Nam Cực? Hoa tự lòng tôi, cũng thế sao?

Năm tôi hai mươi tôi lên rừng, tôi nhìn mây, ôi mây rưng rưng. Năm em mười bảy, em, chim sáo, thoát cửa lồng son em sang sông!

Sáo sang sông sáo không trở về. Tôi lên rừng... tôi băng sơn khê. Rồi tôi xuống phố, dăm ngày phép, đứng bên ni đồng tôi nhìn bên tê...

Chuyện Giàn Bông Giấy

Láng giềng có một giàn bông giấy, tôi cũng đi mua bông giấy, trồng. Được ba tháng rồi, bông giấy nở... thì người hàng xóm bước sang sông!

Tôi buồn. Nhìn mãi giàn bông giấy, hàng xóm, nhà tôi, bông giấy bay. Không biết làm chi, tôi nhập ngũ. Rừng sâu, tôi ngó lá cờ thôi...

Mười năm... lúi húi đi vào tù. Rồi mười năm thêm như Thiên Thu: Rồi ba mươi năm trôi nổi tiếp. Nhớ giàn bông giấy, ngủ và mơ...

Tôi mơ thấy mình trên cổ độ. Thấy dòng sông cũ, đám bèo trôi. Trên bèo có vướng nhiều bông giấy, không có lá cờ xưa của tôi!

Và dĩ nhiên không người rất nhớ. Người đi sang sông, người không về... Năm mươi năm trời, trăng đã vỡ, bến đò thành một bến chia ly...

Tôi nằm mơ... mà, tôi nằm mơ. Người ta qua đò, đi qua đò... Con sáo sang sông không trở lại, về chăng là chỉ những chiều mưa!

Láng giềng có một giàn bông giấy. Tôi có giàn bông giấy... giống nhau. Tất cả, một thời dâu với bể. Một thời không hẹn một ngày sau...

Rồi tôi nằm đâu? Nghĩa trang người? Những con quạ đậu nhặt mây rơi. Nhặt tôi, xương cốt hay tro bụi, có thấy tàn hoa không, quạ ơi!

TRĂNG ĐÀ LẠT

Trăng Đà Lạt giống như / trăng hoàn cầu thế giới. Một điều, tôi muốn nói: Trăng-Đà-Lạt-Riêng-Tôi.

Thiên Chúa có Ngôi Lời (?), tại sao tôi không có? Tôi nói với ai đó: Mặt Em Tròn Như Trăng...

Đêm đó, đêm trăng Rằm, hồ Xuân Hương nguyệt bạch, cầu Ông Đạo róc rách, trăng chảy về Cam Ly.

Gặp em, tôi không đi, sợ hai chữ Ly Biệt. Gặp em, tôi muốn chết / như Lý Bạch ngày xưa...

Em là Vầng Trăng Thơ. Tôi làm thơ vì nhớ / lẽ nào tôi đã lỡ... yêu một người là Trăng?

Em xanh mướt ngàn thông.
Em dòng sông châu báu!

Trăng Đà Lạt đã đậu / trong lòng tôi yêu thương. Em không liễu-thùy-dương, em là trăng biển lạ!

Đỉnh Lâm Viên cao cả, em là trăng-bao-la... Nhiều đêm tôi nằm mơ, thấy tôi về Đà Lạt...

... Thấy tim tôi tan nát, em trong tách cà phê. Tôi hỏi: tôi sao về? Tôi mừng, tôi được chết!

Hỡi em, vầng Minh Nguyệt... sơn-đầu-khiếu mênh mông!

Hai cây đào Ba trồng, em đang bồng con đứng...

Nhiều năm tôi mặt trận, về, như thế, Trời ơi! Tôi ngó trăng trên trời, hình như trăng đã khóc...

"Dã Quỳ Thương Nhớ"
Thi Tập, 2015

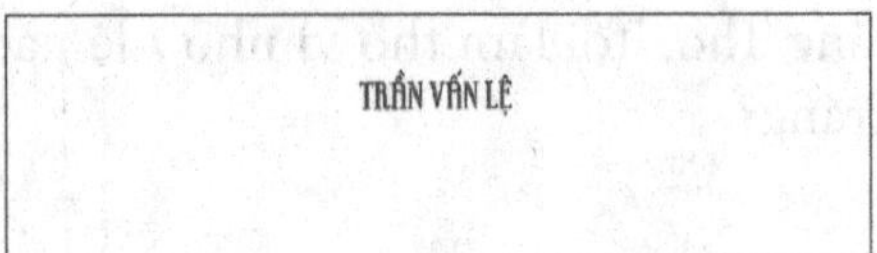

Đà Lạt Mùa Hoa Quỳ

Tôi biết chớ, bây giờ Đà Lạt. Hết rồi mưa. Đang nắng cuối năm. Những đồi hoa quỳ đón bước tình nhân vào những con đường mùa Xuân sắp tới...

Tháng Mười Hai Tây trùng tháng Một (*) mình, ai ai cũng nói: Lễ Giáng Sinh, Năm Mới đang kề... Những đồi hoa vàng rực hoa quỳ, những vườn hoa, hoa chi cũng đẹp... Và người yêu của mình mang dép thấy xinh hơn những nàng Tiên mang hài...

Bạn chắc muốn hỏi tôi: "Anh nói chuyện với ai?". Xin trả lời: "Nói với người-trong-mộng... bởi vì tôi đang ở Tha Hương!".

Tôi đang nhớ Giang Sơn Cẩm Tú. Phải chi còn học trò tôi giảng cho các em nghe: Tại sao con người có một cảnh Quê, có một nơi gọi là Nơi-Chôn-Nhau-Cắt-Rốn. Không có ai bên, tôi nói với người-trong-mộng!

Đà Lạt của tôi không có ngày nào nóng. Những ngày lạnh run cũng chẳng mấy nhiều. Đà Lạt của tôi là xứ-sở-tình-yêu... và hoa quỳ nở sau những cơn mưa dằng dặc.

Tháng này tháng Một, những cây mía lau sắp sửa trổ cờ. Tháng Một, tháng Chạp là tháng dứt mưa. Những con suối xanh, hoa hai bờ rực rỡ, những triền đồi, hoa quỳ đua nở... Tôi nhớ làm sao, Non Nước Quê Nhà.

Ai nhớ tôi không nhỉ, một người đi xa... Ai mười bảy, chắc bây giờ đang lo Giỗ Chạp? Tôi mở vòng tay, tôi ôm Đà Lạt, ôm một thời mơ có những tối trăng tròn.

(*) Người Việt mình đặt tên cho tháng: Giêng, Hai Ba, Tư, Năm, Sáu, Bảy, Tám, Mười, Một và Chạp.

Rừng Ơi Đà Lạt Rừng Thương Nhớ Hái Nụ Hoa Quỳ Gắn Tóc Em

Bây giờ hoa nở... hoa nở quanh năm!
Dưới chân Lang Biang, khắp rừng Đà Lạt (dẫu còn thưa thớt), hoa nở bốn mùa!
Bốn mùa... một hoa – hoa Quỳ mới lạ! Em nói ngộ há! Chị nói kỳ khôi! Anh đứng mỉm cười: "Vô Thường Bất Nghị!".
Anh thật... chí lý!
Chị thật... chí tình!
Em thật... thông minh!
Núi rừng mông mênh. Núi rừng bát ngát. Cây chạm xào xạc. Phờ phạc mây bay... Tình cờ ghé đây, tựa mình ngó núi... Con cò thui thủi sao bay cô đơn? Đây là Lạc Dương? Đây là Đức Trọng? Đây là Đầm Roòng? Đây là Cố Hương? Xin chào Đơn Dương hoa quỳ thân ái...
Chắc tôi sắp phải vào nhà thương điên?

*

Gọi chiếc xe ôm, tôi lên Ngoạn Mục, ghé miếu Ông Cọp / thắp nhang ngó tàn / gió bay lang thang...
"Chàng trai đứng lặng trong nhang khói (*) / không nguyện cầu gì bởi có chi? Lớp sóng phế hưng coi đã rộn (**)... Quanh năm vàng tái sắc hoa quỳ!"
Chàng trai không biết sao ngăn lại nước mắt tình cờ rơi bỗng dưng...

Ôi một câu thơ không chấm phết thả bay cho khắp bốn phương rừng...
Rừng ơi Đà Lạt rừng thương nhớ hái nụ hoa quỳ gắn tóc em!

(*) Thơ Kiều Thệ Thủy
(**) Thơ Bà Huyện Thanh Quan

Đà Lạt Tháng Giêng

Đà Lạt, tháng Giêng, Đà Lạt nhớ – nhớ từng ngõ kiệt chạy quanh co. Dốc Nhà Làng, đó, đường lên phố, xe cộ đã nhường cho Lối Thơ!

Dốc Nhà Làng, đó, nhiều hoa Trạng – hoa Trạng Nguyên mừng em sinh viên vừa tốt nghiệp ra trường Đại Học, vào đời em nở Nụ Cười Duyên!

Nụ cười em, một, lòng anh nhớ... mà bốn mươi năm anh mịt mùng!
Đà Lạt, Cẩm Đô và Ngọc Hiệp... nhớ ơi là phố Phan Đình Phùng!

Nhớ ơi là nhớ cây cầu Quẹo, quẹo một cây cầu tới chỗ em: con dốc Bà Trưng cao chót vót, anh mường tượng thấy cảnh non Tiên!

Đà Lạt, trời ơi tôi chết mất! Tại sao Chúa, Phật chẳng thương người.
Đêm đêm cầu nguyện vầng trăng tỏ... Đà Lạt lẽ nào mây trắng trôi?

Đà Lạt, hoa Quỳ, Vệ Đường Hoa, tháng Giêng Đà Lạt nắng chan hòa... Bánh chưng ngày Tết còn thơm miệng, ai khiến xui đời muôn dặm xa?

Bốn mươi năm nhớ, chưa về lại. Em có chồng, em được mấy con?
Hai gốc đào xưa Ba tỉa nhánh, bây giờ chắc nở trắng mù sương?
Đà Lạt, trời ơi, tôi nói gì cho lòng tôi vỡ khối tình si? Bến trăng thì vẫn trăng về chớ, sao nỡ lòng nào tôi bỏ đi?

Em hái cho anh hoa Trạng Nguyên, cho anh cái thuở mình sinh viên, anh ôm bằng cấp đi ra trận, em cấp bằng em treo góc hiên...

Đà Lạt, trời ơi tôi đã khóc, người trai lính Bộ khóc ngon lành!
Nước Non thống nhất, đời lưu lạc, đất khách trông về: cuối biển xanh!

Em Ơi
Anh Còn Nhớ Em Từng Dấu Bàn Chân

Trước mặt tôi: xấp giấy, lật nhẹ chơi từng tờ. Giấy trắng, không có thơ nhưng vẫn thơm mùi giấy. Hồi em tuổi mười bảy, xấp giấy không có thơ... hồi đó, tôi ước mơ mình lớn thêm chút nữa. Tôi không ngờ ngày đó, em xuống đò sang sông! Giấy trắng không kẻ dòng, em xuôi dòng... quá khứ!

Xấp giấy tôi đang mở, chưa có một chữ nào, như thế là làm sao? Tôi muốn trào nước mắt! Bao nhiêu năm xa cách, mấy mùa quỳ nở vàng, Đà Lạt tôi lang thang trường học tới trại lính. Tôi sống bằng mệnh lệnh mà không phải từ em! Dran (*), qua buồn tênh. Krongpha qua mưa bụi. Tháp Chàm chiều sương khói, xe mười bánh lăn lăn...

Xấp giấy trắng không nhăn vì tôi để trên ngực. Nhiều đêm tôi đã thức muốn viết một bài thơ cho người yêu trong mơ, cho em, người muôn thuở. Em, Dran thương nhớ. Em, Trại Mát mờ mây. Đường Bà Trưng gió bay hoa đào tàn Xuân rụng. Em ơi, tôi lúng túng: em chừ mô hỡi em? Nhiều năm tháng liên miên, tôi rừng sâu núi thẳm, xấp giấy trắng vẫn trắng để dành về, trắng tay...

Dĩ nhiên tôi hôm nay, đời trắng tay em ạ. Thương, có ai đếm lá nói mình thương bao nhiêu? Nhớ có ai ngó chiều, đăm chiêu buồn bát ngát... Chiếc xe đò Đà Lạt xuống dốc về Dran, đường xe lửa nghiến răng chỉ còn trong ký ức. Lạy Trời em đừng mất... vì còn hoa quỳ kia! Lạy Trời cuộc ngăn chia đây là bờ bến cuối... Em ơi rừng với núi, anh lạy hết núi rừng. Anh như một con sông ngược dòng tìm Mẹ suối. Anh như tàu lá chuối trùm đầu một cơn mưa...

Nãy giờ tôi làm thơ... Lần đầu tiên giấy trắng chở trái tim tôi nặng về Dran cho nàng. Một chỗ mây tan hoang, cảm ơn lòng chưa vỡ. Em ơi, anh còn nhớ em từng dấu bàn chân...

(*) Dran có tên Đơn Dương, Cần Rang

“Áo Dài Ơi Thương Quá Nhớ Về”
Thi Tập, 2016

Áo Dài Ơi Thương Quá Nhớ Về

Gần bốn mươi năm thấy lại áo dài
Nhớ học trò chiều gió áo bay
Nhớ cô giáo khoác áo laine dày
Áo không bay nhưng chéo khăn choàng phất phới

Gần bốn mươi năm áo dài đổi mới
Vải như nhiều hơn và gió lộng nhiều hơn
Học trò xưa, cô giáo xưa, ai mất ai còn?
Chừ áo bà ba khít khao hay veston xúng xính?

Gần bốn mươi năm một buổi chiều Đông lạnh
Áo dài bay trong những thước phim màu
Nhìn chăm chăm và nghe lòng đau đau
Hình bóng cũ nhạt nhòa sương khói...

Gần bốn mươi năm một chiều được nói
"Áo dài ơi hình ảnh Quê Hương
Ai cầm chéo áo che một chút môi hường
Mà thương quá tóc thề bay trên bờ vai bóng mượt..."

Gần bốn mươi năm... nhiều bao nhiêu bước?
Bao nhiêu ngày đêm co ro một chỗ trên thuyền?
Bao nhiêu lần cố đứng thẳng vẫn nghiêng
Rồi ngã xuống trên nền đất lạ?

Gần bốn mươi năm áo dài ơi thương quá
Học trò xưa chừ tất cả xa
Bạn bè xưa chừ ai lượt ai là
Ai áo gấm về thăm Đà Lạt cũ?

Gần bốn mươi năm giọt lệ thầm muốn giấu
Nhưng lỡ tay làm rớt xuống lòng
Hỡi áo dài phủ nhé núi sông
Như hoa cỏ mai tôi nhìn nắng sớm...

EM MẶC ÁO DÀI ÔI DỄ THƯƠNG

Em mặc áo dài ôi dễ thương. Lâu ghê thấy lại yêu vô cùng. Dĩ nhiên yêu áo, yêu màu áo... mà cũng yêu người lắm, biết không?

Yêu người, yêu mãi, yêu không hết, dẫu hết đời mình em chỉ em! Anh nói với Trời, thưa với Phật, với trăng ngà mỗi tối trăng lên...

Nghĩ em trên đó, trên trăng đó, biết chớ mình đang ở cõi này – thế giới ta bà phương hướng lạc may còn em mặc áo dài bay...

Chiếc áo dài em thuở học trò, mỗi trang sách mở thấy bài thơ... may mà bảng phấn tan theo bụi, em cúi đầu nhẹ tiếng dạ thưa...

Chiếc áo dài em một thuở thành bà ba thôn nữ mạ mùa xanh, anh trong Cải Tạo buồn ngơ ngác, đời nỡ nào ai cũng cố nhân?

Bốn mươi năm qua qua qua rồi, áo dài em mặc đẹp chao ôi, chút son trên má hoa trên ngực, hai chữ Tình Yêu một nét tươi!

Anh hôn em nhé hôn trên áo hôn bất ngờ thấy lại tuổi Xuân, thấy cái dốc cao cao tới núi, thấy bảng đường chữ Hai Bà Trưng...

Anh nhớ quá đi Đà Lạt ạ, nhớ Dran, nhớ hồ Đa Nhim; nhớ mai gió thoảng bay mây trắng, nhớ buổi chiều sương tỏa áo em...

Em, áo dài, em mặc áo dài, anh phơi áo trận thuở làm trai, tưởng non tưởng nước mình xinh đẹp, còn chút áo còn thương lắm thay!

Anh hôn em nhé hôn em nhé hôn tấm hình không đếm hết hôn! Em gửi qua anh nghìn cách trở mà gần muôn thuở một Quê Hương!

Tà Áo Dài Ai Phơi Gió Bay

Buổi sáng trời mù mây như mưa, rồi thì tan hết lúc gần trưa và trong trẻo lúc ngày nghiêng xế, và lúc hoàng hôn sương giăng tơ!

Những con chim sáng thi nhau hót, rồi cũng bay đi bỏ phố phường, có lẽ chúng ra đồng cỏ mượt nhặt mù sương sót lúc tinh sương?

Những con chim đã bay về lại, lúc đó chiều hôm cũng đã chiều, những nhánh cây chờ chim ghé đậu, nhẹ nhàng lúc đó gió hiu hiu...

Một ngày tôi ngó ngày không đổi, mùa Hạ Cali nắng ngợp ngàng. Ba tháng, nhiều hơn, mưa chẳng có, lá màu xanh đã muốn sang vàng...

Tôi chẳng làm chi tuổi cuối đời, bạn bè thưa thớt hết niềm vui. Khui chai bia uống nhìn bia cạn... buồn thả lên trời khói mấy hơi!

Cũng nhớ Quê Hương mà đã muộn, khói chiều đây ngỡ khói ngày xưa, hoàng hôn mái rạ xanh màu khói trong cả những chiều mây muốn mưa...

Trong cả những chiều nương bóng Mẹ, tuổi thơ tôi hỡi tuổi thơ tôi! Những người già bỗng thương ngày trẻ, thương xót mình phận đã cút côi!

Tôi nhớ sông Hương nước lạnh lùng từ hồi ai đó bỏ sang sông... Huế nghe nói cứ mưa tầm tã nón lá che đầu vẫn ướt lưng...,

Tôi nhớ... nói chơi cho đỡ nhớ, đâu còn mơ ước chuyện về mô. Mà chừ... nghe nói sông chừ rộng, không dễ gì kêu được tiếng đò...

Một tiếng đò kêu tiếng lạc loài nghe chừng ai đó lạc đường ai, thì thôi tưởng tượng cành đa héo, tà áo dài ai phơi gió bay!

Áo Dài Xưa Bóng Nguyệt

Xem báo thấy Mã Lai có Đại Hội Áo Dài, anh không thấy có ai xinh đẹp như em cả...

Anh nhớ em nhiều quá thấy ai mặc áo dài, cũng ngó theo, miệt mài, muốn đi theo mãi mãi...

Ai biểu em con gái, mà con gái Việt Nam xui cho anh muốn, ham làm người trai lãng mạn...

Em giống như ánh sáng của trăng Rằm thướt tha, anh nhớ hồi xưa, xa, em áo dài đi học...

Hành lang trường chạy dọc, anh nhìn em đi ngang, hình như hoa sen vàng nở chân em từng bước...

Chừ, anh ở xa nước, thấy người ta áo dài, nhớ em, không nhớ ai, nhớ anh trai lỡ phận...

Em ơi trời đang nắng anh vẫn nhớ Nguyệt Rằm, vẫn nhớ em xa xăm nghe mắt mình cay xé...

Em có đang ứa lệ nghĩ tới ai cuối trời, áo dài xưa em phơi hay mây trôi đó nhỉ?

Mới mà hai Thế Kỷ!
Mới mà... mà muôn năm!
Anh muốn cắn vầng trăng đêm Rằm này em ạ...

CHIẾC ÁO DÀI MẮC NỢ

Tôi nợ em một chiếc áo dài hoa, tôi nói vậy ngày tôi nhập ngũ, tôi sẽ khó có những ngày cùng em dạo phố, em mặc áo dài hoa, mình đi dạo trong mơ...

Tôi nợ em, tôi nợ biết bao giờ / tôi dẫn em đến một hiệu may chuyên nghiệp / tôi nói với cô thợ may: "Tôi đang chuyển kiếp, may giùm tôi / cho em tôi chiếc áo dài hoa!".

Chắc cô thợ may sẽ xuýt xoa / khi nhìn thấy xấp vải hoa rất đẹp / tôi tự động nhân một ngày về phép / mua ở một cửa hàng chỉ bán vải sang...

Tôi nghĩ tới em, tôi chọn hoa vàng / hoa lấm tấm như sao trời minh nguyệt. Tôi chọn nền hoa là màu trời xanh biếc. Tôi nghĩ tới em một buổi bình minh...

Rồi mười năm, hơn mười năm chiến tranh / tôi chưa có một ngày về phép / mà về xuôi... trong cảnh đời không đẹp / áo dài cho em còn mãi giấc chiêm bao!

Tôi nợ em. Không biết đến chừng nào / tôi trả được.../ thì tin em làm Mẹ. Tôi bỗng nhớ bài ca dao qua cầu mưa nhẹ / có đôi tình nhân đổi áo che mưa...

Tôi nhớ em. Tôi nằm cắn câu thơ: "Mình lỡ hết một chuyến đò duyên số". Ngày em đi lấy chồng, áo dài em chắc màu đỏ? Tôi nợ em, nợ cả phố mình thương...

Có một hôm tôi cắn nát đóa hoa hường. Có một hôm tôi bóp nát nụ hoa quỳ trên núi. Em biết không... tình yêu không có tuổi. Vậy mà em... bây giờ đã có một trăm năm!

"Quán Cóc Bên Đường"
Thi Tập, 2016

QUÁN CÓC BÊN ĐƯỜNG

Người ta bỏ quê để ra thành phố. Cần gì ở đó? Cuộc sống tốt hơn... hay để nhớ thương về nơi vừa bỏ? Tôi hỏi đứa nhỏ, nó không trả lời. Tôi hỏi vài người ngồi nơi quán cóc. Có người vuốt tóc... cũng chẳng nói gì. Có người đứng đi, thở dài để lại...

Tôi từ thế giới về thăm Quê Hương. Tôi rất nhớ thương nơi tôi có mặt... một thời xa lắc, một thời chiến tranh. Những đám ruộng xanh vẫn còn đấy chớ! Nhà cao ngói đỏ thấy đó thấy đây. Những con chim bay chỉ là chim sẻ. Bầy cò đâu nhỉ? Và cả diều hâu. Và cả chim sâu. Mái lầu mây trắng trôi trôi trôi trôi...

Dòng sông chảy xuôi. Tại sao không ngược? Tôi lặng lẽ bước đi trên đường quê giống như vỉa hè Thiên Đàng Xa Lạ. Gió động chiếc lá, giọt mù sương rơi. Tôi nhớ áo phơi một thời bờ giậu. Giọt mưa nương náu, giọt mồ hôi xưa... Tôi nhớ cây dừa thân đầy dấu đạn, qua bao ngày tháng còn dấu thời gian? Tôi thắp bó nhang cắm mồ Cha Mẹ. Tôi là đứa bé thật tình bơ vơ...

Thanh bình ước mơ, tôi về bỡ ngỡ. Người ra thành phố, tôi về thăm ai? Con ngựa một, hai, gõ dài nhịp lộ, chiếc xe thổ mộ đưa tôi lang thang. Người xà ích than: sống đời khổ quá, con cháu xa cả, còn con ngựa già... còn thấy ngày qua và còn tháng lại. Ôi lời cảm khái từ lòng hoang liêu, nhà xiêu, mái dột... Chút gì còn sót, chắc đó nhà quê?

Người ta bỏ quê để ra thành phố. Lát, tôi ra đó, rồi tôi lại đi... Đất níu chân đi, gió cản áo về, biết bao giờ nữa? Níu cành hoa nở, hoa quỳ dễ thương, tôi để nụ hôn, hôn ai, ai biết? Em ơi, nói thiệt: Nhớ Em, Anh Về. Nhớ mái tóc thề, chiều xanh tuổi xanh...

Sáng Hôm Nay Lạnh Quá

Sáng hôm nay lạnh ơi là lạnh. Chín giờ hơn, mặt trời chưa lên. Chắc mặt trời ngủ quên? Hay cái mền quá nặng? Sáng hôm nay bầy chim cũng vắng. Trời đã buồn, vườn cũng buồn hiu. Ngày giống như đang giữa buổi chiều, hoa hé nụ cười duyên không nở. Trời vừa lạnh vừa lưa thưa gió, áo thì dày mà gió cũng chun vô. Ngày hôm nay đài nói không mưa, con mắt ướt... là vì mưa năm ngoái?

Những người đi xa thường hay ngó lại, chút quê nhà xa mút chân mây. Bốn phương trời Nam Bắc Đông Tây, còn một hướng: chút quê nhà thăm thẳm! Mùa Đông này Việt Nam rét đậm hay rét hại, mà lửa đâu hơ? Rừng lưa thưa và gió lưa thưa... chắc báo hiệu cho những mùa nước lũ? Bốn mươi năm chưa trôi cái khổ. Người già rừng kéo cái khố lên. Nếu có lần lỡ ông ấy quên, chắc cái khố tuột nằm trên đầu gối?

Bàn tay em để đâu, anh thường hay hỏi. Bỗng nhớ tới ông già rừng, thôi không hỏi em đâu (nếu có hỏi em, em đáp: để trên đầu). Vuốt tóc mai, sợi dài sợi vắn. Thương nhau chưa nhiều lắm, xa nhau hoài băng bẳng Thiên Thu! Nhớ hồi nào anh hái trái mù u lăn muôn dặm mà sương mù không tản. Em qua sông tuổi chưa mười tám, mới mười bảy thôi, trăng khuyết một vành. Em nghẹn ngào, em không nhắn gì anh. Lúc đó rừng đang xanh và hoa quỳ đang nở...

Em ơi em nhiều năm anh nhớ áo dài em bay trắng sân trường. Em dễ thương như bà Bùi Thị Xuân đưa tay phất bầy voi rạp xuống. Em đưa tay phất tà áo dài bay lượn, anh mơ hồ tưởng bụi phấn bay lên... Hoa quỳ nở vì em. Đà Lạt mình đẹp chi đẹp lạ! Trước cổng nhà đường Hai Bà Trưng em vòng tay chào Ba chào Mạ. Em không chào anh. Anh không ở đó. Em đi...

Em đi em đi. Tuổi Xuân Thì em bay theo gió. Một chặng đời anh ngồi nhai cơm như gặm cỏ. Nhớ câu thơ "cắn cỏ kêu Trời". Trời im ắng. Sáng hôm nay lạnh quá...

NOEL NĂM NAY 2015

Noel năm nay, em ạ, đêm Rằm
Trăng rất tròn rực rỡ ánh hào quang
Tỏa quanh Chúa và sáng trưng trời đất
Sáng trưng em, khuôn mặt đẹp như trăng!

Anh nói hoài: Em-Duy-Nhất-Giai-Nhân
Em duy nhất để Noel anh nhớ
Bên hình tượng muôn đời là Chúa
Rực rỡ trần gian muôn thuở Vầng Trăng!

Anh viết chữ hoa vì em có tên là Hằng
Anh viết chữ hoa vì em còn có tên là Nguyệt
Em như hoa Tầm Xuân nở ra cánh biếc
Đi khắp ruộng cà, anh đi miết tìm em!

Tháng Chạp cuối năm, hoa bưởi cười duyên
Tháng Chạp cuối năm, đêm Noel sáng tỏ
Em mặc áo dài vàng, em mặc áo dài xanh hay
em mặc áo dài đỏ
Anh đứng nhìn em... làn gió mùa Xuân!

Em biết mà em, Tình Yêu bâng khuâng
Anh nhớ em, anh nhớ chiều nhớ sáng
Anh nhớ em biết bao nhiêu chạng vạng
Anh mơ màng có buổi tối Noel!

Chúa hiện ra kìa, em đó, một bên
Noel năm nay trăng tròn trọn vẹn
Ba trăm sáu mươi ngày em về đúng hẹn
Em nghe chớ em? Từng tiếng Kinh Mừng!

Từng tiếng Kinh mừng, từng nhịp chuông rung
Cảm ơn Thượng Đế cho Con của Trời giáng thế
Anh nói thêm với em: anh cảm ơn Ba Mẹ
"Đã sinh ra em cho anh yêu quý muôn đời!".

Em nhìn kìa em: mây trắng đang trôi
Em nhìn kia em: khắp đất trời rừng rực
Dưới bóng cây Giáng Sinh: hai đứa mình hạnh phúc
... và tỉ tỉ người đang hạnh phúc nhìn Trăng!

"Hỡi ơi chí lớn trong thiên hạ
Gom lại không đầy mắt Mỹ Nhân"
Anh ngắm nhìn em, đọc thơ Phạm Thái
Cảm tạ Chúa Trời: Chúa Ở Trong Em!

Noel năm nay! Năm nay Noel! Trăng Rằm làm chứng!
Tiếng chuông vang vọng: Chúa Trời Giáng Sinh!

Ôi em của anh!

Nói Gì Cho Hết Thương

Phải chi đừng có Trời, đừng xui mình gặp gỡ. Phải chi hoa quỳ đó đừng nở ở Đơn Dương... Hai Thế Kỷ mù sương một Nước Non vạn dặm, má em vẫn hồng thắm, môi em vẫn mùa Xuân... Ôi mùa Xuân bâng khuâng, anh sớm, chiều, ngơ ngẩn... Ai làm mình lận đận? Biển xanh, trời bao la... Tìm đâu nữa mái nhà để ngồi nhìn nắng rọi, để nghe chim học nói tiếng đầu đời Tương Tư!

Phải chi anh đừng mơ thấy người trong ảo mộng... Ôi làn mây gợn sóng áo tím em chiều xưa, gió nào đã phất phơ trong hồn anh phơ phất... Em ơi em Cầu Đất, em ơi em Trạm Hành, thông bạt ngàn thông xanh đẹp muôn năm Đà Lạt. Phải chi em đừng hát *Ai Lên Xứ Hoa Đào*... Má em đỏ au au, Thương Thương ai, ai vậy? Người con gái mười bảy bước xuống đò đi mô? Vườn cau Nam Phổ chờ không còn em về hái. Tội nghiệp sao là Ngoại lạnh đầu mấy nắng mưa. Tội nghiệp những bài thơ anh làm xong ràn rụa... Mây dưới trời Thượng Tứ bay về tới A Shau...

Phải chi ngày qua mau. Phải chi đêm mất hút. Phải chi gió tắt phụt ngọn đèn chong nửa khuya... Biết chừng mô anh về sao bờ đê nhấp nháy... lời yêu thương mấp máy, nói gì cho hết thương?

Tuổi Tình Yêu

Thiết tha tôi gọi người xa lắm, xa tựa vầng trăng của tối Rằm – Rằm Chúa Giáng Sinh, Rằm rực rỡ, Rằm hỡi mình ơi Rằm Cuối Năm!

Rằm chót của tôi, Rằm tóc bạc. Bạn bè mả lạng ánh trăng soi. Mười năm chinh chiến tôi chừ đó... một bóng trăng và mây trắng trôi!

Tôi biết tôi không còn Tổ Quốc, tôi còn trăng thôi, tôi còn trăng! Trăng không biên giới nào ngăn cản, tôi lại mỏi mòn hai gót chân!

Tôi thả hồn theo khói thuốc bay. Tôi thả hồn tôi mười ngón tay. Sao là mười nhỉ không là chín, thiếu một... như chừ tôi thiếu ai!

Thiếu một. Thiếu em. Thừa thãi núi. Thừa thãi sông thừa cả biển kia... Thừa tiếng thở dài nên bất tận, con thuyền trôi trôi trong đêm khuya!

Anh em, tôi gọi tên từng đứa. Tôi gọi tôi và tôi lẻ loi! Lau lách gió đưa trăng úp mặt trên vũng lầy ôi nước mắt tôi!

Em ơi em à trăng đêm Rằm, hôm nay tuổi Chúa mấy ngàn năm, tuổi em chắc cũng ngàn năm nhỉ? Ôi tuổi Tình Yêu tuổi Cố Nhân!

"Ở Chi Xa Xa Mút Chỉ Chân Trời"
Thi Tập, 2017

Ở Chi Xa Xa Mút Chỉ Chân Trời

Lạnh quá! Tối qua trời lạnh thiệt
Trăng thượng tuần, lạnh cũng rét run
Em có biết không, em là nỗi nhớ vô cùng
Một giọt sương rơi kia cũng lạnh!

Ở Canada, ở phía Đông, tuyết đang đặc quánh
Em ở Texas mà, thêm bão biển vô...
Texas là tiểu bang ít khi khô
Ai ở đó, nhớ thương ai, thường thì ai đã khóc

Em cũng vậy thôi, nói ra nghe tức
Ở chi xa, xa mút chỉ chân trời!
Trong khi Cali này... mười tháng mây trôi
Hai tháng cuối năm, Noel chờ, mới khổ!

Khi trời lạnh thì tự nhiên thêm nhớ
Rồi thêm buồn... ai biểu tại xa xăm!
Anh đang làm thơ là chép lại những tiếng thầm
Tiếng nào vọng âm? Tiếng nào dư âm? Tiếng nào
bặt âm, cũng được...

...
Gió thổi về Texas chắc có mang lời anh nhắn:
"Anh nhớ em, anh nhớ lắm, em ơi!"

Một Hôm Tôi Đi Ngang Đình

Đừng buồn nhưng cũng đừng vui
Êm êm nắng nhẹ qua trời rộn mưa
Hỡi người, tôi nói gì chưa?
Tôi đương sắp nói, hay vừa nói ra?

*

Thơ ai? Không phải anh mà! Thơ Hồ Dzếnh nhé, không là thơ anh! Em nhìn kìa, trời rất xanh, em, anh, bóng nắng, chúng mình nắng soi...

Hồi nào hai đứa một đôi... Hồi nào em bỏ anh rồi... mình xa. Em qua con sông, em qua. Em mười bảy tuổi trăng tà đêm nao! Hình như trăng đã nghẹn ngào... Em ơi sau đó, anh vào rừng sâu. Anh băng qua suối không cầu, mưa bay trên núi, anh đầu cây che...

Em xa anh, em đâu dè, trăng kia núi nọ, câu thề... thiên thu! Anh đi hái trái mù u, thả lăn dốc đứng... nhìn màu thời gian. Cờ bay... tới lúc cờ tàn. Hai mươi năm vậy, Việt Nam mình buồn!

Em mười bảy tuổi như sương. Anh bao nhiêu tuổi một đường ngã ba! Giận nhau, Nam Bắc không hòa, em, anh không giận vẫn xa... đoạn đành! Nhiều khi anh ngó trời xanh, nắng xưa đâu mất bóng hình ngày xưa?

*

Hỡi người tôi nói gì chưa? Tôi đang sắp nói hay vừa nói ra? Cuối đường... lại gặp ngã ba! Cuối đời đâu nhỉ ai ta với mình?

Một hôm anh đi ngang Đình, em ơi trúc vẫn màu xanh tuyệt vời. Mái Đình ngói đỏ rêu phơi. Ao Đình sen nở ai người ngắm hoa? Ai người mặc áo bà ba để cho gió lật ôi là cố nhân!

Những Người Sống Yêu Nhau

Những người sống yêu nhau họ dư biết cách nào để kéo dài thương mến, để bịn rịn lưu luyến... không muốn rời xa đâu!

Những người sống yêu nhau... như cây cầu Bến Hải nối liền sự phải trái... rồi có lúc phân bua, kể chuyện nắng chuyện mưa, lấy thừa chan cái thiếu...

Yêu nhau là cùng hiểu: Tại Sao Mình Yêu Nhau? Hãy nhớ: Sông Hai Đầu, Chúng Mình Hai Đứa Nhé! Tiếng cười và giọt lệ: Hoa Nở Từ Trái Tim!

*

Này Em! Anh thưa em: anh nói rồi, nói hết. Nếu ngày mai anh chết trên chiến trường, đừng quên: Tình Yêu trước hết: Em! Tình Yêu trên hết: Nước!

Con sông có chảy ngược khi biển thủy triều dâng. Yêu nhau, người ta cần hiến dâng nhau Hạnh Phúc. Mạ Ba đời khổ cực cũng chỉ vì yêu nhau, vì con cháu ngày sau, vì... biển bao trái đất!

Em ơi hai con mắt của em vì sao chao? Hơi thở em ngọt ngào, vì sao đố em đó! Tôi hỏi em nho nhỏ, tôi hỏi em thì thầm... Chúng tôi có ngàn năm nói với nhau như thế!... và có trăm Thế Kỷ nghe tim một nhịp rung!

Tôi ngó qua bên sông, ôi mênh mông bát ngát... Con thuyền mây trôi giạt... con thuyền mây trôi giạt... gió giạt con thuyền mây!

Ai Ở Xa Mà Không Nhớ Quê

Hôm qua chiều sương nay sáng sương
Con trăng hồi tối vẫn trăng tròn...
Đêm qua trăng ngủ, mền sương đắp?
Nên bóng trăng tròn thấy thiệt thương!

Có bao giờ bạn ngắm trăng mai?
Trăng trong mù sương trăng như bay
Sương bay sương tản rồi sương lợt
Nở đóa hoa quỳ trong mắt ai!

Tôi nhớ Đơn Dương đèo Ngoạn Mục
Đứng đây nhìn xuống K'rongpha
Nhìn qua con thác Danhim đổ
Vàng mướt hoa quỳ, một thảm hoa...

Tôi nhớ người ta tóc gió vờn
Nhớ hoài Eo Gió những chiều sương
Tưởng đâu khói tách trà thơm ngát
Ai ướp hoa lài thơm quá thơm!

Tôi muốn mình xa hẳn thị thành
Lên rừng nâng nhẹ trái thông xanh
Rồi Noel chín, dâng lên Chúa
Một chữ. Muôn năm. Một chữ Tình

Tháng Bảy lòng tôi đã hướng về
Một ngày tháng Chạp lạnh tê tê
Tiếng chuông vang vọng từ chân núi
Ai ở xa mà không nhớ quê?

Bầy Cò Bay Hay Mây Trắng Cuối Sông?

Có một lúc nào buồn thật buồn
Xoa hai bàn tay xóa hết yêu thương
Tôi thấy mình như cây liễu rũ
Tôi nhìn trời không nắng Quê Hương...

Có một lúc nào tôi muốn khóc
Tại sao người lại nỡ xa người?
Má tôi mất xong đời khổ cực
Về âm ty sao lại ngậm cười?

Có một lúc tôi buồn như mưa
Mưa tự nhiên làm mờ ban trưa
Mưa tự nhiên làm tôi thấy lạnh
Nhưng vẫn thèm tắm như ngày xưa...

Ôi thơ ấu như tờ giấy trắng
Xếp nhăn rồi là hết tự nhiên?
Tôi thắt lại cái nơ cà vạt
Soi gương nhìn mình bỗng có duyên!

Duyên đó, duyên thừa, duyên hóa nợ
Tôi làm thơ rải đầy chiêm bao
Em thoáng hiện chút cà phê đáy cốc
Nói hay cười, ngơ ngẩn hôm nao...

Có một lúc nhớ thơ Quang Dũng
Nhớ nước non Bất Bạt, Ba Vì
Tản Đà nói Ba Vì Xanh Ngắt
Dải Thu Giang Nước Vẫn Luôn Đầy!

Rồi nhớ Phật nói Còn là Mất
Có là Không... tôi thấy mênh mông
Cầm miếng bánh mì lên ăn, có thật?
Bầy cò bay hay mây trắng cuối sông?

"Cảm Ơn Em Tình Yêu"
Thi Tập, 2018

Ôi Tóc Nàng
Ôi Tóc Em

Chao ôi tóc đó của nàng
Tóc thương tóc nhớ của chàng, chớ ai?
Nàng đi, đường phố không dài
Dù mây nước vẫn bên ngoài cứ trôi...

Nàng đi. Hay đứng. Hay ngồi
Ở đâu thì tóc vẫn hồi hộp bay
Chàng thương đếm mỗi một ngày
Chàng nhung nhớ, tội bàn tay của chàng!

Kể từ có chuyến đò ngang
Dù trên đò chẳng là nàng ghé lưng
Sao nghe buồn vậy hỡi lòng
Liệu mai người đó theo chồng, thì sao?

Ngó qua làng Thới, hàng cau
Hàng dừa xanh biếc, chỗ nào cũng xa
Kể khi tôi bỏ nước nhà
Sóng đêm sông vọng buồn là bao nhiêu?

*

Chiều nay đứng ngỡ ngàng chiều
Tóc bay gió lộng yêu kiều ai kia...
Con đường mấy ngã tư chia
Con tim còn chỗ em về mà em!

Em về nhé! Lúc trăng lên
Thì anh quỵ xuống, với em, chung tình!
Tóc bay... bay gió trên đình
Tóc thơm thơm mỗi lá cành hoa thơm...

Chiều Đi Lên Đồi Thông

Chiều đi lên đồi thông, phấn thông vàng bay đó!
Phấn thông vàng và gió, nhớ quá áo dài em
Chiều đi lên đi lên nắng tà huy mái rạ,
nhớ đồng bằng, nhớ quá, áo bà ba Cửu Long!

Phấn thông bay như rồng, và, em bay trong lòng
anh tương tư từ đó – phấn thông vàng và gió...
Bây giờ còn đâu nữa xe lửa xuyên rừng thông
tiếng răng cưa lùng bùng, tiếng thông reo ve vuốt...

Bây giờ buồn trong suốt giọt nước mắt của tôi
áo dài kìa ai phơi chiều quê người hết nắng!
Ở với nhau không đặng thì xa nhau ngàn năm!
Chiều ơi chiều xa xăm... đồi thông chừ mấy mộ?

Đồi thông chừ ai đổ lá thông và phấn thông?
Em còn nhớ hay không ngói hồng ngôi trường nữ?
Anh biết em nhớ chớ, anh biết anh nhớ em...
Chiều đi lên đi lên lên nỗi buồn chất ngất!

*

Mai em về Cầu Đất hái giùm anh nhúm trà
gói trong áo bà ba, cả anh, dòng nước mắt...

Em Lạy Chúa Cầu Chi Lúc Nãy

Hồi mười bảy em là Hoa Khôi, nay năm mươi em hết vậy rồi... nhưng anh nói chỉ em đẹp nhất / bởi vì em có một nụ cười!

Hồi mười bảy tóc em đen huyền, nay năm mươi có chút bạc duyên... rồi mai mốt sao, anh không biết... nhưng trăm năm em vẫn là em!

Em có thể ra hồ Xuân Hương/ nhìn người ta thuê những chiếc xuồng / ngồi đạp nước cho lui cho tới... bầy Thiên Nga bay đâu? Trên non...

Em có thể buồn đi lang thang... nhưng tại sao em mặc áo vàng? Em biết chớ vườn anh hoa nở... mà em thì chưa thấy đi ngang!

Mười bảy tuổi ôi em bé bỏng... bồng em đi khắp nhé năm châu... Thương Đà Lạt mình sao thương quá... Thương em hoài không biết để đâu!

Em lậy Chúa cầu chi lúc nãy? Cho anh hôn một miếng bàn tay!
Em lậy Chúa cầu chi ban sáng? Cho anh hôn từng sợi tóc mai...

Nói Một Mình
Trong Đêm Trăng Lung Linh

Ánh trăng như ngân nhủ từng chùm mimosa!
Tôi yêu trăng, yêu hoa, nói được lời thân ái!
Nói với người con gái xuống thuyền đi sang ngang...
Nói với nước rẽ làn với sóng tràn lên ngực...

Em ơi thời xanh tóc nhớ không ánh trăng vàng?
Hoa mimosa ngỡ ngàng hứng trăng vàng hứng lệ...
Một thuở buồn như thế. Một thuở Huế xa xôi...
Ánh trăng rơi từ trời. Hoa rơi vào lau lách...

Em ơi từng trang sách... từng trang sách gió bay!
Nếu tôi đừng là trai đừng trên vai nợ nước...
Liệu thuyền em có ngược về bờ lau lách không?
Tôi nói... nói với lòng, em không nghe đâu nhỉ?

Mimosa bé tí rơi đầy mặt biển sương...
Tôi hứng ánh trăng vương đầy lòng tôi ngân nhủ...
Bao nhiêu năm mới đủ cho một thời tương tư?
Và bao nhiêu bài thơ mới che trăng kia được?
Bờ lau lách sướt mướt từ khi em sang ngang...

Bốn Mươi Bốn Năm Đà Lạt Chỉ Một

Hồi xưa... nhà nàng đó. Một con ngõ dễ thương, nó là con đường tôi đi qua chiều, sớm...

Đại lộ Yersin lớn, nhà nàng trong hẻm sâu, hai bên cây sầu đâu xanh xanh màu diệu vợi...

Ai khiến mà tôi tới? Tiếng chuông Nhà Thờ chăng? Hay là một tối trăng... tôi thấy nàng, Minh Nguyệt...

Tôi qua nàng không biết, tôi biết: Tôi Yêu Nàng! Tôi nói không vội vàng vì đã từ muôn kiếp!

*

Nàng rất xinh rất đẹp. Tôi, con bướm có tình. Tôi bay trên cỏ xanh hôn gót sen nàng đỏ...

Nàng bay lên theo gió. Nàng là một Thiên Nga...

*

Hồi xưa tôi ngang qua, ngôi nhà nàng chỗ đó. Bây giờ, dâu biển, lỡ, tôi trở về, mộng du...

Bây giờ nàng đi đâu? Bây giờ nàng ở đâu? Con hẻm không còn sâu! Hai bên thành phố xá. Ôi nàng là tất cả của tôi... Đà Lạt xưa... Bây giờ là giấc mơ, giụi tay, biết mình khóc.

Đời tôi, con đò dọc, chắc nàng, con đò ngang? Nàng còn giữa đại dương? Tôi cù lao bão táp...

Chúng tôi chưa chạm mặt nói gì chạm bàn tay!

"DUYÊN"
THI TẬP, 2019

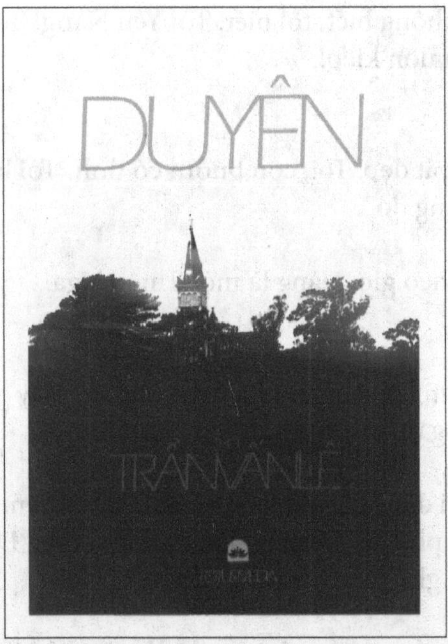

Em Trong Lòng Anh Em Mãi Mãi Tình Yêu

Em áo tím hay vì chiều đang tím? Thương làm sao đôi môi tím hoàng hôn! Hoàng là vàng, màu nắng trong sương, đang dần ngả, ngả dần sang sắc tím...

Anh gặp em, lần đầu tiên, kỷ niệm. Khó mà quên, em ạ, khó mà quên! Em nhỏ tuổi hơn nên anh gọi là em, em lớn tuổi chắc anh kêu bằng chị!

Áo tím em như màu hoa xá lị... Xá lị là trái ổi rất ngon! Trái ổ ngon, đừng chín lắm, ăn giòn... còn trái chuối... thì không hề xá lị!

Anh không đùa, phải không, em nhỉ... nhưng em cười, em đẹp qua hàm răng! Anh nhớ ca dao ai đó hát rằng: "Mình về mình có nhớ ta chăng? Ta về, nhớ mãi hàm răng mình cười...".

Bao giờ hai đứa mình mới gọi Mình Ơi? Em áo tím, anh suốt đời thương nhớ. Ai khiến em mặc làm chi áo lụa, lụa Mã Châu tương tợ lụa Blao...

Lụa Mã Châu, lụa Blao, lụa Hà Đông... hay lụa ở tỉnh nào / đều là lụa dệt từ tơ tằm nhả, đều là mồ hôi của Ba, của Mạ, của bà con một nắng hai sương...

Anh gặp em, lúc đó hoàng hôn... em có biết em là mặt trời buổi sáng? Em có biết là anh rất lãng mạn... rất yêu em từ-đó-tới-muôn-năm?

Dạ thưa em, anh đang nói, nói thầm: em duy nhất em là người con gái, em trước mặt anh em là thời hiện tại, em trong lòng anh – em mãi mãi Tình Yêu!

Anh Dỗ Ngọt Tình Yêu Ơi Đừng Lớn

Em bước nhẹ
Như là em chẳng bước
Em biết không anh ao ước gì không?
Chắc không biết đâu vì những nụ hồng
Chúng đang nở để chào em buổi sáng!
Vì có em mà chân mây hé rạng
Vì có em mà có tiếng chim vang
Phải chi anh là một đóa hoa vàng
Tặng em nhỉ bây giờ, vui biết mấy!
Nếu trái tim anh mà biết chạy
Chắc theo em lát nữa em xa...

Em không thấy anh đâu dù anh giữa vườn hoa
Ai để ý chi một người làm mướn!
Là làn sương tinh mơ còn vất vưởng
Thả tiếng lòng bay giữa gió hiu hiu...
Tóc em ơi thương quá diễm kiều
Em vậy đó! Chữ nào hơn chữ đó?
Cảm ơn những nụ hoa hồng vì em mà nở
Cảm ơn mây bay trên trời bâng khuâng...
Tóc em bay xa cũng là gần
Anh muốn vuốt một lần... kiếp khác!

Em bước nhẹ như lục bình đang giạt
Hoa lục bình tim tím tại sao?
Em hôm nay, em vẫn thuở nào
O áo tím trên đường hoa đẹp quá!
Anh muốn làm một bài thơ rất lạ
Tụng ca em là một Kỳ Quan!

Mười bảy tuổi em muôn thuở mơ màng
Khói xe lửa lang thang đèo Ngoạn Mục
Bao nhiêu năm rồi ngàn thông còn khóc
Đời vô duyên vì có một con sông
Em sang sông em áo lụa hồng
Em trở lại chỉ là trong mộng tưởng!

Anh dỗ ngọt Tình Yêu ơi đừng lớn
Anh yêu em hoài tình hồi đó, hai mươi...

Từ Trong Ca Dao Em Bước Ra

Nếu tên em đừng có i grèque... thì anh quên em như anh đã quên anh... quên từ lúc mình khoác áo nhà binh, quên cả lúc mặc áo tù rằn rện...

Nếu tên em đừng viết như lưu luyến... thì trái tim anh héo tựa hoa rừng, nó tàn ngay khi gặp một cơn giông, anh hóa bụi bay vòng vòng trái đất...

Nếu tên em mà như em thật... thì chẳng ai trồng cây nhãn lồng, cũng không nuôi cá lia thia phải không? Nhưng cá lia thia, cây nhãn lồng, có thật!

Anh thấy tên em giống như tên của Phật, Tất Đạt Đa... nguyện ước được thôi mà! Người xưa nói rồi: Tứ Hải Vi Gia, anh vượt biển và... gặp em cuối biển!

Nếu tên em tự nhiên mất biến... như chiếc thuyền chìm, như chim liệng rồi sa, những con cá lặn sâu con mắt cá mù lòa... anh đâu có nhớ em và làm thơ đến nỗi...

... mây đâu có bay, bay hoài trên đỉnh núi và mặt trời không có mỗi bình minh... Thôi Hiệu không để thơ để Lý Bạch giật mình... Thôi Hộ không có thơ cho giai nhân xuất hiện...

Tên của em giống làn khói quyện... Huy Cận nói gì? – *Không Khói Hoàng Hôn Cũng Nhớ Nhà!* Anh không hiểu sao mà Mạ mà Ba đặt tên em là con chim xanh bé bỏng?

Núi có kia... vì địa cầu gợn sóng? Đảo có kia cho biển hóng người yêu? Buổi mai có chi cho anh đợi buổi chiều... thấy ráng đỏ tưởng răng em áo đỏ...

Tên của em đã thành nỗi nhớ, bắt thường em làm khổ trái tim anh! Bắt thường em từ trái nhãn lồng xanh... đến lúc chín thành trái sim tím ngắt!

Tình Yêu Ấm Áp

Trước khi mùa tuyết tới, mùa mù sương đã về... Trời mới trong, thấy mê, bây giờ mù sương trắng!

Mặt trời lên... chưa nắng để mù sương thỏa tình! Có bao giờ bình minh mà ngỡ ngàng như thế?

Hai mắt em đầy lệ: Em tìm không thấy anh! Cái cục ghen mong manh sao nó đè ngực, nặng?

Em không cay không đắng, em nhẹ nhàng như sương. Em vẫn rất dễ thương... mà hai mắt khép lại.

Em biết em con gái, mười hai bến nước chờ. Bến nào đẹp như mơ? Bến nào buồn bát ngát?

Con chim bình minh hót... trên cành, ôi mỉa mai. Thơ đó, ý của ai? Ông Nguyễn Du, tiền kiếp? (*)

Em, hai con mắt khép. Ngủ nha em, anh yêu! Anh tin lắm trưa chiều mù sương kia sẽ tản...

Đôi mắt em: nguồn sáng. Tấm lòng anh: mặt trời. Mình bên nhau suốt đời... đổi dời là thời tiết!

Những bức hình chụp tuyết, những tấm ảnh chụp sương... em thấy mà, dễ thương... bởi tình yêu ấm áp!

(*) Thơ Nguyễn Du:
Lơ thơ tơ liễu buông mành
Con oanh học nói trên cành mỉa mai

Thời Gian

Trời không có gió. Trời cũng không mưa. Mây che mờ mờ. Nắng như muốn khóc... Em ngồi chải tóc. Tóc sợi nào rơi? Tóc nào có đuôi... đuôi dài chim én?

Trời như nắng nặng hay ta buồn buồn? Câu thơ nào suôn chải giùm anh với... Mười năm em đợi. Mười năm nữa qua. Mười năm thêm già... Bốn ba năm, nhé!

Em ơi,
Nắng sắp đổ lệ mà mưa chưa mưa! Bây giờ đã trưa, lát rồi... ngày hết! Bao nhiêu người chết không ở chiến trường mà ở trên giường... tuổi già, tàn, tạ!

Nước Mỹ thật lạ: Chim én không bay mà hoa nở đầy thấy đây thấy đó! Mùa Xuân, mùa nhớ pháo đỏ, bánh chưng xanh xanh lá rừng...

Nhớ những con sông chảy trong thành phố. Nhớ quá cổ độ, cây đa lá bay...

Em ơi, tóc dày cho anh núp bóng. Em ơi, tâm động hay lá cờ bay...

Mỗi ngày mỗi ngày trôi qua như thế! Câu Kinh tiếng Kệ, đời cứ như như... rồi thì Thiên Thu. Chúng ta về đâu? Chúng ta về đâu? Mây qua cầu, tản; nước qua cầu, lặng... cái bóng tà dương!

"Mênh Mông Nào Biết Biển Trời Nơi Nao" Thi Tập, 2020

Mười Bốn Chữ Thơ Mười Bốn Giọt
Giọt Trầm Giọt Bổng Tạ Tri Âm

Tôi ở Mỹ lâu, tôi giống Mỹ, gặp ai tôi cũng nói Hello, người Hello lại, tôi vui lắm, nghĩ trọn ngày tôi sống rất vui...

Nhưng có nhiều hôm không xuống phố, cũng không lên núi, ghé cà phê. Tôi ngồi một góc hiên nhà trọ... tôi chẳng làm chi cũng mệt mề!

Đọc báo, nghe đài, không thích thú. Mở vài trang sách thấy toàn thơ... Hình như thơ chẳng bao giờ cũ dù có nhiều bài đã rất xưa!

Bài của Đặng Dung, tôi thích nhất – người con trai đó khóc vô tư(?) "Thời lai đồ điếu thành công dị, vận khứ anh hùng ẩm hận đa!"

Tôi cũng làm thơ... thơ rất buồn, bạn bè thường đọc, nói... "Không thương! Đàn ông gì yếu như lau sậy, chiều sáng mơ màng chuyện khói sương!"

Không lẽ thơ tôi thơ-sướt-mướt? Thơ không định hướng lá cờ bay? Tại vì gió chứ, vì sương, khói, tất cả nằm ngoài những ngón tay...

Nhắc tới ngón tay, tôi tưởng tượng của ai lướt phím cây đàn tranh vang vang những tiếng buồn ai oán ngất lịm trăng vàng góc biển xanh...

Rồi nhớ Má tôi nằm dưới mộ, Ba tôi xương cốt chẳng còn đâu, anh em bè bạn đều ly tán... Tôi hiểu đời là cuộc biển dâu!

Tôi chào ai gặp khi ra phố là muốn thân tình đỡ tủi thân...

*

Mười bốn chữ thơ mười bốn giọt
Giọt trầm giọt bổng gửi tri âm!

Mênh Mông Nào Biết Biển Trời Nơi Nao

Em tới Tiểu Bang anh
tưởng tới chỗ anh đợi
và em lại đi hỏi
anh ngồi ở chỗ nào?

Trời ở đây mấy sào?
phải chi em hỏi trước
em không nhìn mây nước
thấy trời xanh bao la...

Em biết cõi người ta
đếm tới ba ngàn biển!
em biết non nước hiện
kia không phải quê mình...

Có thể em đứng tìm
một chỗ bờ lau lách
có thể em nhắm mắt
thấy đâu cũng là mơ...

Anh làm chi bây giờ
khi em ở phương Bắc?
Mình vẫn còn xa lắc
vì... có Bắc có Nam!

Mỹ gồm nhiều Tiểu Bang
Tiểu Bang nào cũng rộng
em đếm đi lượn sóng
đập vào Florida...

Em đếm đi xót xa
mà em vừa ứa lệ...
Em tới Tiểu Bang Mễ
New Mexico rồi...

Coi như em tới thôi
và anh ngồi đây đợi
Chúng ta đều đã tới
chỗ mây còn sải bay...

Chúa đã nói Hôm Nay (**)
chỉ hôm nay, em ạ
chúng ta đều đi quá
cái biên cương thời gian...

Tim Tím Khung Cầu Tim Tím Núi Trời Ơi Nhiều Tím Quá Em Ơi! (*)

Nàng hay "đánh" mắt nàng màu tím
Tôi hỏi nàng: "Em có buồn anh?".
Nàng cười thôi và nàng làm thinh
Tôi hôn môi nàng và hôn luôn con mắt...

Tình yêu của hai đứa tôi là Tình-Yêu-Có-Thật
Tôi làm thơ là Tôn-Vinh-Tình-Yêu
Tôi gọi nàng là Trang Diễm Kiều
Nàng đùa tôi: Anh là anh chàng thơ thẩn!

Tôi hái tặng nàng một đoá hoa hồng trắng
Nàng hỏi tôi: "Sao hoa không có màu?"
Thật lòng tôi không biết trả lời sao
Cứ đứng mãi bên rèm cửa tím...

Tình yêu của hai đứa tôi là Tình Yêu đầy kỷ niệm
Tôi kể cho nàng nghe một chuyện cổ tích, nàng vui!
Nàng rủ tôi đi chơi và chúng tôi lên đồi
Hồi đó, đồi Cù, một dãy đồi rất đẹp...

Tôi dẫn nàng xuống thung lũng biếc
Tôi hái cho nàng một đoá quỳ vàng
Bạn biết không? Mắt nàng chứa chan
Buổi chiều tím và hoa quỳ vàng... bỗng tím!

Tôi hôn nàng nụ môi chim chím
Nắng trên đồi bỗng hoá thành mưa
Tôi làm thơ và tôi có nhiều bài thơ
Nói về Đà Lạt có vườn Bích Câu Kỳ Ngộ!

Tình yêu của hai đứa tôi là Tình Yêu Không Xấu Hổ
như Adam và Eva
Tình yêu của hai đứa tôi là Tình Yêu Nở Hoa
mà ai cũng thấy những ngày nồng nàn nắng...

Tôi muốn tặng nàng hoài hoài hoa hồng màu trắng
Để nhìn nàng như Đức Phật Quan Âm:
“Hoa Không Màu Là Hoa Của Tình Thâm,
em tô mãi mắt em màu tím!”

Chưa bao giờ tôi nghe mình chết lịm:
“Anh Yêu Mình Mãi Mãi Thiên Thu!”
Ai có tên Thiên Thu đâu mà nói chối từ?
Tôi hãnh diện đi bên nàng suốt đời Đà Lạt!

(*) Thơ Yên Thao

Em Xưa Tóc Lộng Trăng Lồng Gió Thơm

Em đang bước chậm trong vườn
hình như em chậm hơn sương đang về?

Thương sao là mái tóc thề
hình như em phủ hết lề cỏ hoa!
Thương ơi nhớ lắm em à
dừng cho anh ngắm nụ hoa đi mình...
Có con chim đậu trên cành
hình như nó đứng đó nhìn em đi...

Mười năm rồi chẳng đâu quê
Chẳng đâu điểm tựa vai kề cạnh vai...
Mưa Tùng Nghĩa chắc còn bay?
Đèo Prenn chắc còn hai cây đào?

Con chim hồi nãy rồi sao
Nó nhìn em bước, nó chào em không?
Phải chi về được anh bồng
em xưa tóc lộng trăng lồng gió thơm...
Một vòng tay một vòng ôm
đôi môi em đỏ cái hồn anh xanh!
Em đang bước, đừng bước nhanh
chờ anh nối vận cho thành bài thơ...

Mười năm rồi, nói trong mơ
núi như muốn ngả, rừng hờ hững nghiêng!

Dưới Chân Đèo Ngoạn Mục

"Dãy hoa nép mặt gương lồng bóng" (*)
Đẹp quá! Người xinh! Hoa cũng xinh...
Sớm nở, tối tàn, hoa cái kiếp
Nàng ơi mãi mãi nhé lung linh!

Tiếng chuông chùa đổ chiều chênh chếch
Ngựa tía dừng chân cắn cỏ chiều
Tư Mã áo xanh ghìm gió lật
Giai nhân thẹn thẹn mắt đăm chiêu...

Ấy hồi Kim Trọng lòng dan díu
Ai đó tuyệt vời nép dãy hoa...
Ấy lúc tự dưng man mác nỗi
Lẽ nào Tiên lạc cõi người ta?

Chu Mạnh Trinh bèn nâng bút vẽ
Mây vờn áo lụa ngựa phong sương
Nào ai hay biết chiều hôm ấy
Mỗi tiếng tim là một tiếng chuông?

Lâu quá, tự dưng thèm cổ tích
Tôi bèn thơ vậy gửi về quê...
Mốt đây em nhớ ngày Sinh Nhật
Là cũng ngày anh có trở về...

(*) Thơ Chu Mạnh Trinh

"M"
Thi Tập, 2020

Ta Gửi Buồn
Theo Chút Đó Thôi

Vâng ạ, rồi sao nói nữa đi
nói thôi đã tối ở mai dìa
nói thôi chờ đó ăn cơm muộn
ồi ngó trầm hương bay ngán nghê! [*]

Thơ Hàn Mạc Tử khi không nhắc
làm nhớ vô cùng cung điện xưa
làm nhớ trầm hương bay tứ phía
càng thương sao tỏ với sao mờ...

Ở đây đêm chẳng sao mờ tỏ
thành phố ôi chao điện với đài
ánh sáng sáng trưng từ mặt đất
tưng bừng nhã nhạc đến thiên nhai!

Nhắc chữ thiên nhai buồn hải giác
nhớ giòng Tương hai đứa uống chung
người đồn biên ải, người sơn cước
đêm hỏa châu nhìn có thấy không?

Vâng ạ, chi mô cũng lững lờ
im mà nghe nhé đất trời thơ
im mà tưởng tới ai màu tóc
sao cứ đen huyền như suối mơ...

Vâng ạ người đi ta tiễn người
theo người ta thổi áng mây trôi
coi như hoàng hạc không còn nữa
ta gửi buồn theo chút đó thôi!

---

[*] Thơ Hàn Mạc Tử:
Trầm ngán nghê bay trong lãnh cung
Hương thơm bối rối ngọt vô cùng

Đường Em Đi Đường Anh Đi

Hồi xưa... tôi gọi em: Cô Bé
em có bao giờ lớn nữa đâu!
Trong ý nghĩ tôi, em thế đó
mà quên Xuân, Hạ... tiếp theo Thu...

Mùa Xuân, trời đẹp, em yêu đẹp
Mùa Hạ nắng hồng, em như hoa
Buồn quá, mùa Thu rừng đổi sắc
tôi ngồi trên núi ngó về xa...

Tôi nhớ em tôi nhớ quá chừng
bây giờ ai nhỉ rửa em chân?
bây giờ ai nhỉ gom em tóc?
em chắc bây giờ có nhớ anh?

Cuộc chiến đi qua không một sáng
không buổi chiều không chỉ một đêm
Thật tình nhiều lúc tôi quên hết
quên cả Mẹ già, quên cả em!

Bè bạn bao nhiêu người ngã xuống
rồi tôi mai mốt vậy mà thôi...
Sống đây chết đó qua tia chớp
khi đạn xuyên rừng, trái phá rơi...

Chớp nháy giống như trời chớp nháy.
Lòng riêng chỉ đựng một Non Sông
Bồng lên cây súng và hôn hít
Rừng có nhiều hoa thiếu nụ hồng...

Em vẫn hoài em cô Bé Bỏng!
Tôi thì không có nữa tương lai!
Thằng em mười bốn nhang mờ ảnh
Mai mốt tôi rồi nhẹ xác trai...

Mười năm đi lính, mười năm tù...
Nam Bắc liền nhau, chuyện chẳng ngờ
Lý tưởng chẳng qua rơm với rác
Chuyện đời nhắc lại... một cơn mơ!

Bây giờ... tất cả đều bô lão
Em chụp hình mang cặp kính già
Tôi gửi ảnh về anh lính bại
Nghẹn lòng hai đứa giữa đường hoa...

Đường của em đi, đường phía Đông
Đường tôi Tây Vực chỗ vô cùng
Đời... Vô Thường nhỉ, em yêu quý?
Tay hứng Trời ơi mấy tiếng chuông!

Tình Tội Một Bài Thơ

Nàng con gái nhỏ đi ra đồng
nắng buổi mai thơm má đỏ hồng
tà áo bà ba thơm gió núi
nàng đi đi chậm hướng bờ sông...

Buổi sáng của tôi, thơ vậy đó
"Mỗi ngày phải có để em thương"
Nàng cười nói nhỏ ngày hôm trước
Tôi khó làm cho nàng phải buồn!

Ờ nhỉ làm thơ ghép chữ thôi
Bao giờ hai đứa mình chung đôi?
Tôi chưa hề nói như câu hỏi
Bởi nghĩ đời-luôn-luôn-sớm-mai...

Mỗi sớm mai em ra thăm ruộng
Mỗi sớm mai anh dãy cỏ vườn
Mình muốn gì hơn? Hơn nữa nhỉ
khi mình ở mãi với Quê Hương?

*

Hỡi ơi ai biết đời dâu biển
Ai biết người ta khác mỗi ngày?
Cái lúc tôi nhìn tre ngã rạp
xóm làng tranh rạ khói bay bay...

Hai bên đường đất treo cờ lạ
Trên cánh đồng nhô nhấp mộ bia
không áo bà ba bay gió sớm
chỉ nghe cú gọi những canh khuya...

Vớt Trăng Buổi Sáng

Mùa Đông mùa Đông trôi trên sông. Bình minh bình minh thương vô cùng. Mặt trời ai vỗ tan cùng nắng. Mặt nước ai đùa không thấy trong?

Mùa Đông Huế bay sương trên đầu, trên hàng cây buồn cây sầu đâu. Em chải tóc sương, sương chẳng rụng, sợi nào ướt đẫm khăn nào lau?

Mùa Đông Huế xưa xưa bao giờ? Bao nhiêu đời Vua, bao nhiêu Vua, cung đền miếu mạo xây còn đó... Còn đó phơi lòng với nắng mưa!

Ta cũng phơi lòng trong nắng mai. Con sông Hương xanh xanh trôi dài. Nơi nào sâu nhỉ, nơi mô cạn? Trong khoang thuyền kìa em bên ai?

Hồi em mười bảy ta không ngờ ta xé lòng ta từng phiến thơ! Nhất phiến tài tình thiên cổ lụy! (*) Câu thơ xưa nằm trong giấc mơ...

Ta phơi lòng ta phơi khăn điều. Nắng mai hôm nớ lạnh như chiều. Chiều sương như sáng mùa Đông cũ, trời đất mờ không nhạt chữ Yêu!

Mùa Đông mùa Đông mùa Đông trôi. Con trăng xưa nằm nguyên trên đồi. Núi Ngự Vua nằm, ta đứng ngắm, ngàn năm ta yêu yêu em thôi!

Ôi một câu thề ta để lại. Mùa Đông mùa Đông không xa xăm. Sáng nay ta ngó bình minh vỡ, ta vớt lên còn mấy mảnh trăng...

(*) Thơ Phạm Quý Thích tặng Nguyễn Du

May Mà Em Còn Nhớ Một Vầng Trăng

Không ai về thăm Quê Hương mà lòng không vui!
Anh hỏi thăm em nghe tiếng em cười
Không chỉ em mà còn của bà con cô bác
Tưởng tượng căn nhà giòn giã mùa Xuân!

Người đi xa đem về nụ hôn
Nở bùng lên thành nhang thành khói
Không ai sống đến muôn năm để chờ để đợi
Mẹ Cha trong bức hình còn mãi mãi dễ thương!

Anh hỏi thăm em, em nói cũng có buồn
(Đời dâu biển, sao không buồn cho được?)
Em thí dụ: Ngoại không còn ngồi hiên trước
Gió chải tàu cau, em nhớ Ngoại quá chừng!

Gió chải tàu cau... anh nghe em nói mà rưng rưng
Em nhắc Ngoại khiến lòng anh thắt lại
Ờ nhỉ nếu Ngoại còn thì vườn cau em ra hái
Trái nào ngon về khoe Ngoại phải không?

Anh hỏi thăm em về con sông
Về những con đò ngang đò dọc
Anh xin lỗi em đã làm cho em khóc
Em nghĩ anh buồn chuyện em đi lấy chồng xa...

Anh hỏi thăm em chuyện nước chuyện nhà
Em đáp lảng là em không để ý
Em chỉ nói trăng đây như trăng Mỹ
Em đang ôm trăng em thủ thỉ với trăng!

Không khéo mà anh sẽ còn hỏi lung tung
Rồi trăng rụng... làm sao em hốt?
Mười bảy tuổi em bỏ anh đột ngột
May mà em còn nhớ một vầng trăng!

"Em Là Quê Hương"
Thi Tập, 2020

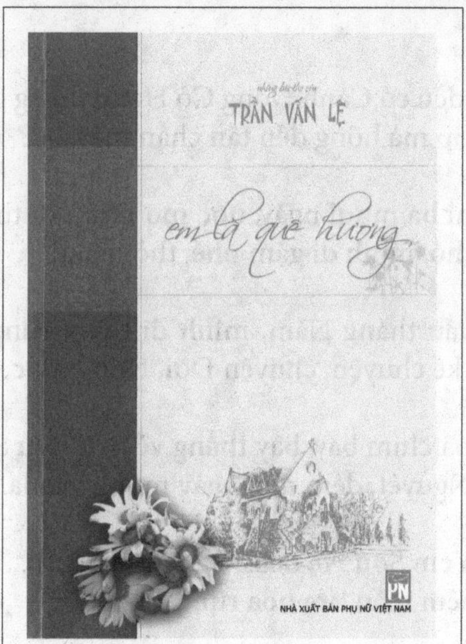

Gặm Nhấm Thời Gian

Đà Lạt, Pleiku đều có Cánh Đồng Cỏ Hồng tháng Chạp. Mừng em cỏ không cúi rạp mà hồng đến tận chân mây...

Tháng Chạp chỉ ba mươi ngày, ước mơ mình đi thăm cỏ. Hai đứa mình hai con thỏ, mình đi gặm nhé, thời gian!

Gặm cho tới đầu tháng Năm, mình đi thăm rừng hoa tím... Em nghe kìa chim kể chuyện, chuyện Đời, Non Nước, Tương Lai...

Rồi mình sẽ hóa chim bay, bay thẳng về trời Đâu Suất, bay về một phương Nhật Nguyệt, đêm mơ, ngày mộng bao la...

Anh giải nghĩa em Sơn Hà tại sao gọi là Cẩm Tú... chắc vì từ màu-của-cỏ cộng thêm màu tím hoa rừng...

Bài thơ sáng nay lung tung... tại em áo bồng sương khói...

Sáng mà... bềnh bồng sương khói. Nhớ em, mà... anh mơ màng... Mùa Hè, ngày nắng chang chang, anh nhớ tàn nhang em lắm...

Bài thơ... anh có chữ Gặm – gặm em yêu quý từng ngày – anh ru em bằng võng mây, anh bơi cùng em hồ nắng...

Chao ôi nói sao cũng đặng, thời gian là của chúng mình!... cho nên em ạ, chữ Tình, Nguyễn Công Trứ nói là Bất Tử!

Mở đầu là Cánh Đồng Cỏ. Đi tiếp vào rừng hoa mơ... Đi thêm cho tới bệ thờ... những nốt tàn nhang lóng lánh!

Em à, có nhiều chiều lạnh, nhớ em mấy nốt tàn nhang. Nhớ em anh thấy thời gian huy hoàng trong ngày tái ngộ...

Mình đi qua những đồng cỏ. Mình bay trên những cánh rừng. Rừng không ai trồng hoa hồng, anh hái cho em hoa tím...

Ôm ấp vào lòng Kỷ Niệm
Em à, anh đang nhớ em...

Bài Thơ Tình Đẹp Nhất

Anh gửi em bài thơ, bài thơ tình đẹp nhất, tình của hai đứa mình. Anh gửi em trái tim, trái tim của em anh giữ từ lâu lắm.

Anh gửi em vòng tay thật ấm, ngã vào anh đi em! Ngã vào đi bóng trăng, hỡi giang san tuyệt diễm của nơi tôi mơ đến thấy bếp lửa thanh bình, Mạ gọi Ba ơ mình, Ba không nói, làm thinh, Ba hôn Mạ tha thiết!

Lời nào rồi cũng hết để lời thành vô ngôn. Em ơi anh rất buồn sao mình xa hoài vậy? Đâu bếp hồng lửa cháy? Ôi rừng thông thơm ngo có bao giờ, bao giờ tôi nhặt từng chiếc lá kết dài đường muôn phương?

Lậy Chúa con yêu thương nói làm sao cho cạn hết biển hết sông này? Có phải chăng sáng nay con chim buồn quên hót? Có phải chăng mưa ngọt, ngọt như môi người yêu? Chúa ơi con muốn chiều nghe con trăng biết nói, lời thiết tha là gọi người xa xăm về mau...

Anh gửi em khăn lau tuyết trào trong đau đớn. Anh gửi em miếng cốm tháng Chạp trời xanh xao, Mạ già thêm mấy tuổi từ khi Ba mịt mùng? Em già thêm mấy tuổi từ khi anh vạch rừng đi tìm cây nấm ngọc? Em ơi sao em khóc trên bờ vai anh chi cho mây trắng bay về... mà anh không về nữa...

Ngày đi anh có hứa sẽ về với em thôi. Em hoa nở trên đồi, anh xa hoài viễn xứ. Hòa bình sao tắt lửa bếp tàn khói hoàng hôn... Em ơi mưa trong hồn, nhớ em từng giọt lệ, em câm lên và xé trái tim anh giùm anh!

NIỆM KHÚC NHA TRANG

Tôi nhớ Nha Trang, nhớ thật mà! Tháng Năm vàng rực một mùa hoa. Hoa muồng vàng rực ga xe lửa, vàng rực đêm trăng những mái nhà...

Tháng Năm hoa phượng cùng đua nở... nhưng chỉ trong sân những học đường! Ba tháng mùa Hè tôi ở đó, rồi xa ngàn năm... Tôi xa luôn!

Tôi nhớ Nha Trang thời chiến tranh, chưa đâu yên ổn, đâu thanh bình bằng Nha Trang nhé! Nha Trang đẹp! Đẹp! Áo dài bay, áo nữ sinh!

Tôi có người yêu Đào Duy Từ. Tôi có người thân xóm Hà Ra. Tiệm nem Mỹ Hạnh, ăn, còn nhớ mùi tỏi thơm tho xứ Khánh Hòa...

Tôi có nhiều đêm nằm ở biển, đường Duy Tân dài ơi, thênh thang. Những xe Jeep chạy, bay, vun vút và cuốn theo sau ánh điện vàng...

Ngày xưa Nha Trang không đông đâu, nhiều kẻ nghèo như những kẻ giàu... hình như không thấy ai phân biệt, gặp gỡ đường xa ngả mũ chào...

Ngày xưa Nha Trang và bây giờ, bạn à, tôi mới ngủ, nằm mơ... thấy Tàu thấy Chệt đi đầy phố, mặt chúng vênh vênh. Mình thẫn thờ!

Tôi nhớ Nha Trang, nhớ lạ lùng... nếu mà nước mắt có ai đong thì bao nhiêu nhớ đây không

Chụt? Có thể đầy vun mặt biển Đông!

Tôi nhớ Nha Trang, nhớ nghẹn ngào, Điền Thanh chừ sống chết ra sao? Hỏi thăm chớ biết làm sao gặp, hẹn buổi về thăm... Biết thuở nào!

Nắng Trưa Một Góc Núi

Em lấy lá sen che đầu. Duy Xuyên trời ơi nắng quá... Nắng soi hồng em đôi má, nắng cười... ai đó cô đơn!

Biết vậy mà sao không hờn?
Biết vậy mà sao không tủi?
Biển dâu vì đâu nên nỗi?
Dẫu lìa ngó ý... ôi sen!
Cái gì còn vương còn vương?
Mây trôi trôi về phương Bắc...
khi anh trời Tây xa lắc khi em Non Nước còn gần!

Đi tìm cái nghĩa bâng khuâng... thấy mình bâng khuâng vì chữ! Bâng khuâng là sao em hỡi... mà hồn như quyện mây sương? Mà hễ nhớ là cứ thương! Mà thương... Trời ơi xa quá!

Em lội ao sen hái lá, em che đầu nắng buổi trưa. Anh lội đại dương hái thơ... gửi em bạc đầu sóng gió...

Đèn khuya cạn dầu, mờ, tỏ, đêm khuya bấc lụn canh tàn... Ai cũng biết ngày sẽ sang/ một ngày mới thêm thành tháng... Biết mà thời gian không cạn/ giống như sông biển vơi đầy!

"Đêm đêm đốt chút dầu dư
Tim lan bấc lụn, sầu tư một mình!" (*)

Anh nhớ quá em, bàn tay, ngón này dài hơn ngón nọ... Ngón nào cũng dài như gió thổi bay mái tóc thề xưa...

Tấm ảnh em đi trong trưa, lá sen che đầu chút nắng. Lá sen nhẹ hều, không nặng – Nặng lòng... một giọt nắng rơi!

Nắng rơi... một giọt lệ rơi! Lệ rơi, một thời như vậy! Bốn bốn năm: dòng nước chảy, đếm thầm: đã mấy Thiên Thu?

Đã mấy Thiên Thu? Đã mấy Thiên Thu? Nấm mồ Mẹ Cha nhang tắt, biết rồi... chẳng phải hôm qua! Cái gì Còn mà không Mất? Cái gì Có chẳng... Hư Vố? Nam Mô A Di Đà Phật... Nam Mô A Di Đà Rằng...

(*) Ca dao

MỘNG NGÂN SƠN NỬA VỜI

Núi phủ đầy tuyết trắng
mà không phải Ngân Sơn!
Nhớ Bình Định nhiều lắm
Quy Nhơn à Quy Nhơn!

Xưa, nhà thơ Quách Tấn
yêu Ngân Sơn bạc đầu
mà cuộc đời lận đận
về Nha Trang thiên thu!

Tôi ra vào Bình Định
ga Diêu Trì khó quên
trắc trở thời chinh chiến
ngậm ngùi thuở bình yên...

Vậy mới là Bình Định?
Ai mới nói "dẫy na"
Giật mình, mưa lộp độp
gõ mạnh xuống hiên nhà...

Nhìn xa xa xa tuyết
nhìn gần những vũng băng
quê người thương hay ghét
tới đây là... ngàn năm!

Ngân Sơn trong thơ cũ
chỉ là màu trăng khuya
thơ bây giờ hết núi
hay núi không còn thơ?

T

“Ăn Của Rừng Rưng Rưng Nước Mắt” Thi Tập, 2021

CẢM ƠN TRỜI MÊNH MÔNG

Trở về thăm phố cũ/ thấy mình sao bơ vơ... bởi mình khác hồi xưa, phố với mình đã lạ!

Hàng phượng tím xanh lá/ lác đác vài chùm hoa/ ngày xưa hay ngày xa/ hàng phượng tím chưa có...

Ngày xưa là lề cỏ/ chỉ trồng hoa chơi thôi... còn thông thì trên đồi, thông che xanh thành phố...

Xưa, đây, thành phố nhỏ, nay nó, thành phố to. Người ta bắt thời cơ, người ta xây đời mới...

Và người ta ca ngợi/ việc của người ta làm! Mình không biết, không ham/ vì mình ở xa quá...

Ngay đến mình cũng lạ/ khi mình ngó vô gương! Ai biểu mình tha phương? Ai biểu mình cầu thực?

May mình không ăn cướp... May mình không xa luôn. Mình vẫn ở núi non. Mình vẫn ở rừng thẳm...

Chỉ có gì mằn mặn/ khi nước mắt mình sa! Đâu cũng cõi người ta, người dưng thì... bá tánh!

Đà Lạt, thành phố lạnh. Mình trở về, nóng ran! Những rừng thông bạt ngàn, bây giờ đường phượng tím!

Mình đi tìm kỷ niệm. Mình thấy mình bơ vơ! Mình không ai hẹn hò. Mình là khách nhà trọ...

Đợi mùa hoa tím nở/ chắc là mình buồn hơn? Ngó cái bảng tên trường... Nhớ ôi! Hành lang gió...

Nhớ ai đi trên cỏ, guốc mộc, gót chân hồng... Cảm ơn trời mênh mông! Cảm ơn dòng suối đục...

Cảm ơn mình được khóc/ những ngày về Cố Hương...

Một Mai Ngựa Xé Khu Rừng Cũ

"Thương mà biết nói sao cho hết? Lạy Chúa! Cho con giữ được Nàng!". Tôi nghĩ tôi người luôn có Đạo... nên đang ngước mặt nói cùng Trăng!

Em là Trăng đó, Trăng Mồng Tám, mai mốt Mồng Mười, mai mốt Rằm. Trăng khuyết, trăng đầy, em chỉ một: Em Là Thương Mến mãi ngàn năm!

Em ơi tôi nói như tôi khấn, em, Chúa Trời, em cũng Quận Nương! Chữ Quận tự dưng nhìn ngộ ngộ, nhắm nghiền mắt lại thấy Quê Hương!

Em kia, bờ sông, em kia, đầu non, đêm nay trăng khuyết, mai trăng tròn, hai chữ Sơn Hà thay chiếu trải, bạc đầu tôi chỉ... tại trời sương!

Em nghe ngựa hí bên sông Dịch?
Em nghe quốc kêu trong rừng không?
Đừng nhé đa đa đôi cánh mở
che mờ mà mất biệt phương Đông!

Ôi tôi yêu nàng tôi yêu nàng, đêm nay trăng xanh mai trăng vàng, em là duy nhất, em là Nguyệt, nghìn đóa bình minh một nhớ thương!

Người ta còn nói: Trăng Ngà Ngọc – em trọn đời tôi– Một Bóng Trăng! Em trọn đời tôi là đại hải, là con thuyền đưa tôi vào mênh mông!

Em ơi đêm nay đêm tuyệt vời, đêm nào thì cũng thế mà thôi... Mới hay sông chảy ra ngoài biển, tôi có em, sông ngược lại đời!

Tôi có em nên tôi được nói:"Tôi yêu nàng, yêu lắm Nước Non! Một mai ngựa xé khu rừng cũ, tôi hứng em về một nụ hôn!"

Lửa Không Cháy Được Thơ

Sáng hôm nay, Trời ạ: tro bụi bám đầy sân, đầy xe trên mui, hông... phủ kín bông sắp nở...

Chiều qua cháy trong phố, thành phố hơi gần đây. Cháy phát từ rừng cây, từ tấm lưng thành phố..

Mười giờ đêm lửa đỏ... rồi... thôi kệ người ta! Mình chỉ biết xuýt xoa, mong trời đừng có gió!

Sáng hôm nay, thấy đó... Tro. Bụi. Lá héo khô... Làm gì cho bớt dơ. Làm gì cho bớt sợ.

Sáng lắm, nắng chưa có, hôm nay nóng không nhiều. Mà lòng đã buồn hiu, thì thôi đành chịu hết...

Nghĩ: nhiều cây sẽ chết!
Nghĩ: mình cũng như cây!
Ngó lên trời không mây.
Phủi bàn tay... phủi tóc!

Nghĩ nhiều người đang khóc... Họ không thể giận hờn, họ không thể yêu thương... ông Trời hay ông Phật! Họ còn cái không mất là Nỗi Buồn Trơ Trơ!

Lửa không cháy được thơ... Buồn. Bơ Vơ. Là nhất!

ĐÊM TRĂNG LÀM THƠ

Trăng không phải ngọn đèn mà một vòng tỏa sáng! Ánh sáng đó lãng mạn những gợn sóng lên bờ / dễ thương như bài thơ nằm phơi trang giấy trắng...

Ánh sáng đó rất mặn từ ngoài biển tràn vô. Có hai đứa bé đưa hai bàn chân cản sóng, bọt nước văng vào họng, hai đứa bé nhả ra...

Ánh sáng đó thành hoa nở trong lòng thiếu nữ dành cho người xa xứ ở xa lắm nhớ về!

Ánh sáng đó thành tre lá bạc đầu bờ lũy. Người xa hoài xa hủy. chắc chết rồi, cũng nên?

Một Quê Hương lãng quên, không một người nói vậy! Rừng phừng phừng lửa cháy. Trăng lặn trong khói đen! Xứ lạ thành xứ quen, cháy rừng thành tục lệ...

Bạn đang nghe tôi kể chuyện trăng chắc bạn buồn? Trăng vẫn trăng thế gian vỡ vàng màu tuyệt vọng! Giữa hai bờ Chết, Sống."Đáo bỉ ngạn" vô chừng...

Ai tắt trăng đi giùm! Xóa đi vòng ánh sáng, vác phận người kiếp nạn chạy băng qua cánh đồng...

Thương những con thú rừng rùng mình bên suối cạn. Trăng vỡ ra từng tảng nát tan rừng rú ơi!

Tất cả đều tuyệt vời thấy từng sự đau đớn... Rồi tất cả phân tán... giống như là ánh trăng!

Tôi viết thật khó khăn Một Bài Thơ Khó Hiểu!

Tôi Lên Núi Dạo Chơi

Tôi lên núi dạo chơi nghe chim rừng lảnh lót...
Tôi lắng nghe tiếng hót quên rằng mình đi chơi...

Tiếng chim hót hay cười... nhớ mắt ngời ai quá!
Ai đứng trong chòm lá áo dài lụa phất phơ...

Ai đẹp như bài thơ tôi sắp làm cho bậu?
Ai mà chút xâu xấu tôi đâu lòng nhớ thương?

Rừng hay một khu vườn Eva kìa, nũng nịu...
Ai vót mây làm kiệu? Adam có phải không?

Thuở xưa xa mênh mông... có màu hồng trái cấm
Có hai người cùng cắn rách bươm một tờ Kinh...

Chim hót trong rừng xanh... bao quanh chòm núi đỏ
Tất cả những chú thỏ chớp mắt và bâng khuâng...

*

Tôi dạo núi mùa Xuân thấy Dran bát ngát
Nhớ từng nghe ai hát Tình Xa Ôi Tình Xa...

Một năm đã trôi qua... Nhiều năm đã trôi qua...
Đà Lạt tôi thương nhớ như mối tình trăm năm!

Tôi nói từ xa xăm tôi thương quê nhà lắm
Màu Xuân tình thắm đậm tà áo dài ai xưa...

Tiếng chim hay tiếng hò? Hò ơi mô nữa Huế?
Trời sa mưa dòng lệ con suối chảy kìa em!

"Vời Vợi"
Thi Tập, 2021

Mùa Vông Phan Thiết Cũ

Hè rồi... Phan Thiết đỏ hoa vông, tôi ở xa xôi nhớ quá chừng! Nhớ chỗ mình sinh, mình được lớn, một thời thơ dại vượt con sông. Con sông đầy xác hoa vông rụng quấn quyện chân cầu không muốn trôi... Mà biết bao nhiêu người bỏ xứ, đi đâu? Có thể cuối chân trời!

Phan Thiết của tôi và của bạn, sáng nay ai nói rất buồn hiu. Tôi ngồi với bạn bên hè phố, khuấy cốc cà phê tưởng thấy chiều! Chút khói chiều vương vương hoa vông.

Phan Thiết khi không nhớ não nùng. Xe ngựa cọc cà đi cọc cạch, bạn buồn khuấy mãi muỗng coong coong... Đó, hồi Phan Thiết còn xe ngựa, con ngựa đôi khi hí giữa đường. Giờ, giữa đường đây, trời đất khách. Thuốc tàn mấy điếu khói vương vương...

Bạn tôi vừa ném quăng tàn thuốc. Tôi bật diêm mồi điếu của tôi. Thời tiết tàn Xuân nghe bức bức, vung tay tưởng chạm tấm lưng trời...

Hè rồi... Phan Thiết Hè không muộn, chỉ muộn màng tôi nếu trở về: mồ mả Tổ Tiên dời mấy bận, cháu con tản lạc nén nhang khuya! Bây giờ mà gục bên hè phố, ai đỡ giùm ai cái xác tù? Bạn đứng dậy đi, tôi cũng bước, từ nay Phan Thiết nhớ thiên thu! *Từ nay hỡi nhánh hoa vông cũ, có nhớ gì ai Phan Thiết xưa? Một chặng thời gian không cắm mốc, tình Quê Hương lấy thước nào đo?*

Bâng Khuâng

Hôm nay nắng. Còn một ngày rất nắng, ngày cuối cùng mùa Hạ... nắng chang chang! Những chiếc lá xanh thật sự úa vàng. Mai, Thu tới, lịch ghi không thể đổi!

Ngày nắng cuối, buồn lòng ai cũng nói "thật là buồn, sắp có cuộc chia ly!". Nghĩ tới hai người mà cũng phải chia tay / thì nước mắt khác gì mưa Thu nhỉ?

Bồ Tùng Linh viết bộ Liêu Trai Chí Dị... tả những cuộc tình đẹp nhất rất bi thương! Sống, ai cũng mơ mình ở Thiên Đường... nhưng nghĩa địa mới là nơi gần gũi!

Chỉ nghĩa địa mới thấy lòng chung thủy. giống như sương, giống như tàn hương khói... giống như hoa dạ lý hương rười rượi / tiếng khóc cười lạnh ngắt dế mèn kêu...

Hôm nay nắng từ ban mai cho tới buổi chiều, ngày cuối của mùa Hè tàn phai hoa phượng. Tôi nghĩ tới Quê Hương, gọi là Cố Quận. Tôi nghĩ tới Người Yêu gọi là Cố Nhân...

Mai, mùa Thu không phải mùa Xuân / và sau đó là mùa Đông rất lạnh. Những con ngỗng trời xa chắc là đang vỗ cánh / bỏ Canada tới Mỹ, xuống Mexico, xuống nữa tới Chile, ngừng lại...

Những con ngỗng trống, những con ngỗng mái, bay từng đôi, chúng nói chuyện gì? Vẫn mãi là thiên tình sử thiên di... như anh có nói chi thì em cũng chớp mắt!

Ôi ngày Hạ chị choàng khăn che tóc / chị đi ra bờ suối giặt lụa vàng... mai, mùa Thu chị mặc áo thật sang, ai gặp chị không yêu không là thi sĩ!

Bao giờ tôi gặp được người yêu để nói điều huyền bí: "Chúng mình là mây em nhé, là mây! Chúng mình bay bay khắp đó đây, bạch vân thiên tải không du du sương mù như Đà Lạt!"

Những bài thơ của tôi mong thành bài hát ru tình em giấc ngủ Thiên Thần. Em à lòng anh vậy... nỗi bâng khuâng!

Nhìn Đâu Cũng Thấy Thương Đà Lạt

"Nhìn đâu cũng thấy thương Đà Lạt"
Em nói vô tình buồn thật buồn!
Đứng ngó Cam Ly dòng nước siết
Em buồn: "Nước mắt của Trời tuôn!".

Trăm năm về trước, ngàn năm trước
Đà Lạt không cần biệt phủ xây
Trong phố, con nai nhè nhẹ bước
Trên trời, mây trắng nhẹ nhàng bay...

Trăm năm về trước, ngàn năm trước
Xe vào thành phố hai cổng chào
Không có kẽm gai, không bệ cát
Sương mù đủ ướt cái khăn lau...

Rừng rất hồn nhiên nói chuyện chim
Chim rất hồn nhiên hót thật duyên
Xanh đỏ tím vàng hoa với lá
Từng cây thông đứng tưởng người quen...

Không vun vút chạy hơn xe ngựa
Xe chạy âm thầm cũng đến nơi
Khách sạn có người ra đón khách
Đường xa chào hỏi biết bao vui...

Trăm năm về trước ngàn năm trước
Đà Lạt có tên Thành Phố Rừng
Nay đã bao lâu mà rụi hết?
Nhìn đâu, nước mắt cũng rưng rưng!

Người ta phá núi làm chi vậy?
Để mở nơi này rộng xuống Nam?
Để mở nơi này lên phía Bắc?
Đông Tây còn hẹp quá lòng tham?

Nhìn đâu cũng thấy thương Đà Lạt
Còn sống để nhìn cái ngổn ngang?
Để thác Prenn ngào nghẹn khóc
Đồi hoang bát ngát nắng chang chang!

Trăm năm về trước, ngàn năm trước
Cũng chỗ này đây giờ biển dâu!
Chẳng trách chi người đi quá bước
Đêm đêm trời rớt giọt mưa Ngâu!

Thôi không thăm hỏi chi bè bạn
Cũng chẳng đèn nhang với mả mồ
Kìa một nghĩa trang thành phố xá
... thì mình, sống sót, nhánh xương khô...

Đôi Khi Mở Lại Chồng Thơ Cũ

Đôi khi mở lại chồng thơ cũ, thấy cái hồn nhiên mình một thời, thấy cái dễ thương đời một lúc, thấy ai đứng nép góc hiên cười...

Đôi khi mở lại chồng thơ cũ, thấy tháng Giêng rồi thấy tháng Hai, thấy lại Xuân xanh và Hạ đỏ, thấy ngày Nguyên Đán một nhành Mai!

Tự nhiên mà viết tên người ấy và tự dưng chiều gió bấc qua... Chưa phải mùa Thu lòng đã rét hay thương Chức Nữ bến Ngân Hà?

Hình như tôi chẳng là tôi nữa mà bụi bám vào áo lụa em? Em ở Trạm Hành hay Trại Mát có nghe xe lửa hú còi lên?

Có nghe Cầu Đất trà thơm ngát, có thấy Ba ngồi hút thuốc không? Hỡi em, anh nhớ mưa Đà Lạt, ngày Tết thế nào? Em rưng rưng?

Em giống Má anh ngồi tựa cửa mười năm thằng Lệ vẫn chưa về. Mười năm nhang khói, mười năm biệt... Những nấm mồ hiu hắt nắng hoe...

Đôi lúc đọc thơ mình rất cũ... Cũ từ hôm vừa ghé Thái Lan... Cũ từ hôm đi trong Phố Nhật... tự hỏi mình sao Không-Quê-Hương?

Nghe lạnh bàn tay cũng lạnh lòng... Bây giờ Đà Lạt cuối mùa Đông. Nhớ hoa Cẩm Tú thềm ga quá... Nhớ quá ai người cổ quấn khăn...

Em đã là thơ! Em rất Thơ... Em như bà Chúa anh tôn thờ... kìa xe thổ mộ chờ em đến... Anh thấy anh bồng em trong mơ!

Những bài thơ cũ bay cùng gió xanh cỏ may đồng Đức Trọng xanh... xanh mướt tóc xanh cô giáo cũ... Ôi chiều Tùng Nghĩa nắng long lanh!

Ước chi xe lửa ngang Bình Thạnh tôi xuống ga đi tìm cố nhân... (*)

(*) Bạn tôi, Huỳnh Ngọc Hùng, Giáo Sư Triết Trường Nguyễn An Ninh Sài Gòn, một thời ở cư xá Thanh Đa, đã mất!

Tháng Năm Nắng Nồng Nàn

Mấy hôm nay không mưa. Tháng Năm đẹp như Thơ! Bắt đầu mùa Hạ mới, tiếng ve sầu chắc nổi ở quê nhà, quê xưa? Những chùm hoa lựu như chứa chan thêm màu nắng? Những cọng hoa huệ trắng như xa vắng nỗi buồn? Trên đầu suối nước tuôn mang màu xanh của núi, về đâu hỡi dòng suối? Về đâu về con sông? Về đâu về hướng Đông đổ đầy thêm Nam Hải?

Ơ kìa em cô gái đi trong ngày tháng Năm. Hoa giấy nhuộm màu trăng nở vàng sân gạch đỏ... Em đi hoa sen nở sau gót giày biết không? Em đi về nhớ nhung, cõi nào anh tư lự. Chưa đủ buồn xa xứ nên buồn thêm có sao! Em đi con đường cao, lòng anh chùng lũng thấp, tại sao vừa thấy mặt mà nhớ như hôm qua, mà nhớ như rất xa...

Tháng Năm trời nắng ấm, nhắc lại và thương lắm cái bóng người lung linh, cái bóng theo cái hình, ước chi mình là bóng, ước chi lòng ai động, thấy người sau lưng quen!

Tháng Năm đời bình yên tiếng chuông Chùa thong thả, chuông Nhà Thờ như lá reo ngân nga ngân nga... Người đi không đi qua mà đi vào tâm sự. Em là người anh nhớ từ tiền kiếp phải không? Em là mây bềnh bồng xin đừng mưa nước mắt... Chùm hoa giấy có thật mà em ơi em ơi...

Mấy hôm nay đất trời với lòng tôi là một, với tiếng ve thảng thốt nhắc hoài tôi Quê Hương. Ngoại có lẽ trong vườn đang ngó chim nhành khế. Thương Ngoại tôi muốn kể từng bài thơ tháng Năm...

Nhớ ai tôi muốn thăm giậu mồng tơi xanh biếc... Nói gì đây cho kịp, cuối đời rồi! Thời Gian!

“Viết Những Dòng Này”
Thi Tập, 2022

Dĩ Vãng Ngàn Năm Chuyện Của Thơ

Hồi đó em rất đẹp... hơn em hồi bây giờ!
Hồi đó là hồi xưa, anh khen mà đã hụt!

Con sông đời lặn, hụp, ngọn núi đời chông chênh
Cái hồi đó chiến tranh, hòa bình là ảo vọng!

Tình yêu thành cái bóng... đêm đêm thành bóng trăng,
Anh ngồi giữa giang sơn, thấy bàn thờ nến chảy!

Và em đâu có thấy... anh cái bóng bao giờ!
Hồi đó là hồi xưa, anh cứ hoài sống sót...

Nhớ em, làm cho ngọt / ly cà phê buổi mai!
Nhớ em làm thế mãi, rồi nhịn thèm, dĩ nhiên!

*

Em đi ngang nhìn nghiêng mà lòng em không biết
anh trong em biền biệt... chỉ còn chăng thơ thôi!

Những bài thơ ngậm ngùi, làm chơi, in, ngồi ngó
Có lần em ngang ngõ / thấy hoa vàng, phải không?

Hoa vàng vẫn nở cho em thấy,
Dĩ vãng, ngàn năm, chuyện của thơ!

Tàn Mấy Mùa Hoa Phượng

Bây giờ hết hoa phượng! Mùa Phượng Vỹ đã qua... Phượng còn lá không hoa, người ta ơi, rất nhớ!

Như khách đi đò lỡ, biết kêu ai ngoài Trời? Buồn thật nhé, buồn ơi. Buồn như Trời, im lặng!

Lòng hồi nao lấn cấn: nửa ở và nửa đi; ở thì không thể lì mà đi coi như phó thác...

Em ơi bưng cái mặt, bưng nước mắt mình thôi. Đường là Đường Chân Trời, đời là đời cát bụi!

Đi, không tin sẽ tới!
Tới, không tin mình còn!
Tuổi sắp vào hoàng hôn...
Hoảng hồn và ngơ ngác!

Không biết gió sa mạc có làm rát lòng không... Đường đang đi... lưu vong! Con đường thật lấy lụa!

Rồi cũng được thấy lửa! Đóm thuốc và khói bay! Mờ mịt hai mắt cay! Mơ huyền mờ, mờ mịt!

Câu thơ tuôn không thích... Truyện cổ tích bắt đầu kể cho muôn ngàn sau thấy gì ngoài hư ảo?

Nhánh Phượng em phơi áo... xanh xanh thời học trò. Người ta ơi bài thơ này có là trọn vẹn?

Mái tóc em tự vén! Anh chải mây lang thang...

Buổi Chiều Hiu Hiu Gió
Tôi Hôn Nàng Tóc Thơm

Em thỏ thẻ với tôi: "Mai mốt em thêm tuổi, em có nghe anh nói "anh yêu em" không anh?"

Đôi mắt nàng long lanh... hình như nàng sắp khóc. Tôi nâng nàng mái tóc, nói lại như đã thề:

"Anh yêu em, gái quê, xanh như tre bờ suối, mặn như là hột muối em đã từng chia anh!".

Mắt nàng vẫn long lanh, mà tôi thì ứa lệ! Vì sao nàng nghĩ thế... chắc thơ tôi lang thang?

Chắc thế, phải không nàng? Thơ gì nhiều như gió, lòng gì xanh như cỏ, buồn gì như hoàng hôn!

Quả thật tôi... hoảng hồn, mình làm thơ nhiều quá, từng ngày, từng đêm, cả... khi không có ngày đêm!

Chỉ vì tại có M – chữ em – mờ – yêu – quý!... Chữ M / muôn Thế Kỷ! Chữ M / mãi mãi Tình!

Ngó kìa em, rừng non, cây mới trồng, đang phát, không có bảng dọa phạt những ai đi phá rừng...

Vì nó – rừng mới trồng, cây có, gỗ chưa có... Nhưng kìa, tấm bảng đỏ gắn ở khu rừng già:

"Mọi Người Chỉ Ngang Qua Không Ai Được Xâm Hại!" Đó là Rừng-Mãi-Mãi! Đó là Cánh-Rừng-Già!

Em cũng vậy, đó nha! Một cô gái rất đẹp! Một Người Yêu Rất Đẹp! Đẹp-Vĩnh-Viễn-Tình-Yêu!

Đời người có buổi chiều, Buổi Chiều Thật Rực Rỡ!

*

Tôi nói, mắt nàng mở. Hai giọt lệ rưng rưng. Với tôi, nàng là Rừng – Rừng Tình Yêu Nguyên Thủy!

Cánh Rừng Già diễm lệ... là em mà, em ơi! Tôi cũng nhắc cho tôi: Mình Bội Nguyền Là Đáng Xấu Hổ!

Buổi chiều hiu hiu gió, tôi hôn nàng, tóc thơm...

Bao Nhiêu Lời Ca Ngợi Chỉ Tình Yêu Mà Thôi

Hôm nay... Thưa với bạn: Ngày đẹp nhất, cuối tuần, không có nắng, chỉ sương rất mượt mà, rất mướt...

Trời hình như có nước mà ngày chắc không mưa! Ngày đầu Thu như mơ, đẹp như lòng mong ngóng...

Trên đường ra mở cổng, hoa đều chúm chím cười... Không biết ai là người đến nhìn hoa đua nở?

Dù chuyện đó không có, sao tôi không ước mong? Em, đôi má hồng hồng, em, đôi môi thắm thiết...

Tôi làm gì bạn biết, không hôn gió đâu nha! Có thể cầm nụ hoa dâng cho em lắm lắm...

Tình Yêu, hai chữ đậm, tôi viết trong bài thơ... Ai cấm tôi không đưa cho người tôi yêu quý?

Tình Yêu là sợi chỉ xuyên suốt nhé thời gian!

*

Bạn ạ, tôi mơ màng về một người con gái. Tôi tin nàng trở lại tuổi tôi thời Thanh Xuân!

Tôi tin nàng dừng chân cho tôi nhìn hai gót, cái màu sen phơn phớt... phù bình nhất đạo khai! (*)

Chúng tôi có Tương Lai là vô vàn Quá Khứ! Chúng tôi có tuổi nhỏ... là các em học trò!

Chúng tôi vào rừng ngo, chúng tôi đi hái nấm... Chúng tôi đi xa lắm... biết đến đâu cho cùng?

Đà Lạt ơi bâng khuâng, tôi không hề quên được... Áo dài em tha thướt đường viền Nước Non xưa...

Tôi đã nói gì chưa? Hay là tôi sắp nói? (**) *Bao nhiêu lời ca ngợi Chỉ Tình Yêu Mà Thôi!*

(*) Cổ Thi: *"Tiểu oa sinh tiểu đỉnh, thu thái bạch liên hồi. Bất giải tàng tung tích, phù bình nhất đạo khai!"*

(**) Thơ Hồ Dzếnh: *"Đừng buồn mà cũng đừng vui, êm êm nắng nhạt bên trời chuyển mưa. Hỡi người tôi nói gì chưa? Tôi đang sắp nói hay vừa nói ra?"*

TÔI GOM HẾT ÁNH DƯƠNG ĐỂ NHÌN EM ÁNH SÁNG

Em cứ ngồi cúi xuống, để trời cao không cao... mà ngang cây anh đào và mùa Xuân sắp nở!

Tình Yêu từ muôn thuở, thơ ca tụng Giai Nhân. Bốn mùa, mỗi mùa Xuân là mùa nhung nhớ nhất!

Em à, em đẹp thật! Đê thủ, đành thế thôi! Ai oanh liệt trên đời mà không lụy nhan sắc?

Anh không đi đường tắt để nói chuyện đường vòng. Anh chỉ trải tấm lòng như hồ sen trăm đóa...

Em không phải xa lạ ở xứ sở Bồng Lai, anh lạc từ trần ai... đến đây thành Từ Thức...

Em nhìn kìa, ong mật đi tìm hương tìm hoa. Anh đi tìm Hằng Nga, gặp em là Ong Chúa!

Bài học từ sách vở: Em có Một không Hai! Trời dành em cái ngai của một bà Hoàng Hậu!

Không bà Hoàng nào xấu! Em là viên Kim Cương! Anh gom hết ánh dương để nhìn em Ánh Sáng!

Em ơi Thơ-Lãng-Mạn vì em mà khai sinh!

*

Tôi ôm ấp bức hình giữa Liêu Trai nhìn ngắm... Tôi không là thuyền đắm mà tôi bay trong mây...

Em không cần đưa tay, em là phương tôi tới... Ngàn ngàn năm chờ đợi, cảm ơn rừng Lâm Viên!

Cảm ơn em cười duyên: "Thơ anh vẫn Đà Lạt"! Một nơi lòng thơm ngát bởi vì thông vi vu...

Bởi vì em Thiên Thu! Bởi vì em mãi mãi! Hoa đẹp không ai hái... vì hoa nở vì em!

"THƠ"
THI TẬP, 2022

Thơ Tôi Độc Thoại

Thơ tôi trần trụi thiệt kỳ! Không vui đừng đọc, buồn thì buồn thêm! Vậy mà... cứ gửi về em, để em mở thấy đầy thềm lá bay... Từ bao giờ đến hôm nay, không hình ảnh mới chỉ đầy cố nhân! Trước tiên, Cha Mẹ mộ phần giữa trăng hiu quạnh, bên rừng xác xơ... Con nai lạc đứng bên bờ... tiếp theo Trời ạ ý như lạc đường...

Thơ tôi trần trụi trần truồng... như hồi chuông một giáo đường bỗng ngân! Con nai lạc núi còn dừng, tiếng thơ tôi chẳng động lòng cỏ hoa! Phải chăng con bướm mù lòa hay muôn nhân ảnh đã mờ khói sương? Thơ Hàn Mạc Tử vương vương cau thôn Vỹ Dạ tà huân nắng tà... Ở đâu còn chút đậm đà (*). Nửa chung rượu cặn? Chén trà chia đôi?

Chén trà miệng lợt màu môi, đường đi cỏ cũng lợt rồi nắng mưa... Nguyễn Du xưa cứ đổ thừa, Tân Thanh Đứt Ruột, buồn chưa đủ nhiều? Tại sao cứ bảo Truyện Kiều, có ai lấy cỏ mà thêu lụa là? Thật buồn lắm cõi người ta, bất tri tam bách chẳng qua luận bàn! Cuối đời, Kiều nói cho sang, con sông trước cửa Tiền Đường (**) tìm chi? Bao nhà nghiên cứu từng đi khắp nước Tàu để đem về u mê!

Thơ tôi... một cõi tứ bề, buồn trăm phương cứ đổ về một phương!

(*) Thơ Hàn Mạc Tử: *"Ở đây sương khói mờ nhân ảnh, ai biết tình ai có đậm đà?"*

(**) Thơ Nguyễn Du: *"Lối mòn cỏ lợt màu sương, lòng quê đi một bước đường một đau!"*

Nụ Hoa Hồng Trắng Và Bàn Tay Em

Người con gái hàng xóm
quét cái sân lá vàng
tôi thấy nàng dịu dàng
và lá vàng yểu điệu!

Hình như chữ vẫn thiếu
để ca tụng giai nhân
và thế giới thơ văn
đẹp vì có người đẹp?

Những lời nói đanh thép
của Bà Triệu đâu rồi?
Trước mắt tôi là người
Bùi Thị Xuân – trường cũ!

Nhớ quá đi, trường Nữ!
Nhớ quá đi, học trò!
Một tên chung là Thơ,
các em đều Người Đẹp...

Nhớ những ánh mắt biếc
nhớ lắm mái tóc thề...
nhớ lắm cái mùi quê
thơm ngát tà áo trắng...

Ôi các em là nắng!
Ối các em là mưa!
Các em là giấc mơ
của Thầy, hành lang gió...

Bạn ơi, tôi đang ngó
hàng xóm sân lá vàng.
Tôi đăm đắm tóc nàng
bay nhẹ nhàng tha thướt...

Ước chi tôi về được
ngó hàng xóm quê tôi...
có mây bay trên trời...
có ai mười bảy tuổi!

Nụ hồng trắng đắm đuối
nở trong bàn tay ai...
Đó, không phải Tương Lai
... mà Trời ơi! Dĩ Vãng!

Biển Lòng

Ở Đà Lạt em muốn nhìn thấy biển?
Xuống Phan Rang, ngó biển Hộ Diêm.
Biển Phan Rang dài lắm, hãy đi thêm,
vô Cà Ná và đi vào Phú Quý...

Ở Sài Gòn, em hãy ra Bà Rịa,
ra Vũng Tàu, em tắm biển, tung tăng...
Muốn gần hơn, em đi xuống Gò Công
xa hơn chút thì Cà Mau, Rạch Giá...

Biển là biển. Không quen, không lạ
mà thân tình như mình rất thân yêu.
Nước non ta, biển bao bọc rất nhiều,
nên địa lý gọi nước ta là bán đảo!

Lào, Tây Tạng, Mông Cổ... chỉ có biển ảo
dân đi trồng cây thuốc phiện hít cái phù du.
Biển quê mình, dù em ở đâu đâu,
dù Sapa đi cáp treo cũng thấy...

Ở Ban Mê Thuột xuống Nha Trang, biển đấy,
từ Ninh Hòa em xuống Chụt, Cam Ranh...
Biển một màu em ạ, màu xanh...
Em đi tới Florida, biển không vàng không đỏ!

Em không đi, biển với anh là Biển Nhớ
Em xõa tóc chiều anh gỡ biết bao mây!
Anh nói thật với em, anh nói câu này:
"Em Là Biển Nên Tình Anh Bát Ngát!"

Em Muôn Vẻ Diễm Kiều Chỉ Một Màu Hoa Cũ

Hết mùa Thu, hoa cúc / vẫn nở vàng trước hiên! Ôi mùa Đông thật duyên: còn mùa Thu thấp thoáng... Còn em trong chạng vạng / nắng vàng trên núi xanh. Và... vẫn còn long lanh / những viên ngọc lệ thủy / long lanh trời lấp lánh / lung linh dòng sông xưa...

Hoa cúc vàng hay thơ? Tôi nâng niu từng chữ! Là em thôi, đấy chứ, từng sợi tóc gió bay...

Anh hôn em thơ ngây / ngàn ngàn năm em vậy / bên bếp hồng lửa cháy / trong chiều hiu hiu sương... Em ơi ngàn cái thương / là nụ hôn trên trán. Em ngàn năm ánh sáng / soi đường anh, mắt em...

Hai con mắt thật đen / hay hai con mắt biếc? Có chữ nào thật tuyệt / để anh cài lên mi? Em à anh nói chi / không bằng em im lặng... bởi vì em là nắng / mùa Đông / reo trong lòng...

*

Chao ôi chừ mùa Đông! Hoa cúc vàng đơm nụ. Mỗi chút vàng chút nhớ, mỗi chút chiều... Rưng rưng! Tôi xa núi xa rừng... tôi xa non xa nước... Em theo anh từng bước... sông núi quê người ta! Trong lòng anh vẫn hoa, hoa cúc lòng em nở!

Hỏi sao mà chẳng nhớ?
Hỏi sao mà chẳng yêu?
Em... muôn vẻ diễm kiều chỉ một màu hoa cũ!

CÓ NẮNG LÀ CÓ TÌNH

Sáng nay trời có nắng, nắng vàng rực như hoa... Sáng nay chim mái nhà bay ra chào buổi sáng!

Ôi bầy chim lãng mạn... của tôi sao mà thương. Hy vọng ngoài đại dương bão đang giờ hấp hối!

Mong từ đây tới tối... một ngày không-có-chi... coi như bão đã đi về lại nơi bão dậy!

Nhưng... tin thời tiết, đấy: bão hôm nay, ngày mai! Đừng đọc, không thở dài? Đọc rồi, buồn man mác...

Thôi thì trong chốc lát, có nắng là có tình! Em yêu, anh hôn mình... bắt đầu từ mái tóc!

*

Tôi nghĩ: Thơ, hạnh phúc
từng chữ Trời cho tôi!
Tôi nghĩ: Thơ nụ cười
của em hoa-đang-nở!

Nắng! Cảm ơn rực rỡ sáng từng cái dấu than!
Nắng! Ấm áp miên man của bà con trong nước.

Bao giờ gió thổi ngược người-tha-hương trở về? Ngoại ơi cái nón mê con cầm cho ngoại nhé, để con chờ Ngoại hái mấy trái cam cho con... và nước mắt con tuôn Yêu Ngoại Bằng Tổ Quốc!

Cho con đựng nước mắt trong cái nón mê xưa...

"Mỗi Ngày Mây Bay Qua"
Thi Tập, 2023

Buổi Sáng Công Viên

Con ngựa tự nhiên như con chim trên nhành cây tự nhiên.
Con ngựa tự nhiên ăn cỏ trong công viên.
Con chim tự nhiên hót trên nhành cây tự nhiên.
Con ngựa không cần bạn, con chim cần có bầy?

Ghế đá công viên sáng nay,
tôi nhìn con ngựa, tôi ngó lên nhành cây,
không thấy lá vàng bay dù trời có gió,
gió thổi mặt trời làm má ai hây hây!

Thơ tôi buổi sáng thơm lừng tóc,
đa tạ ai kìa bước nhỏ qua đây!
Nếu mà tôi ví mây là tóc
thì tóc của nàng... một áng mây!

Người Cảnh Sát đến dắt con ngựa đi,
nó là con ngựa-Cảnh-Sát...
Có hai ba con chim đến đậu trên nhành cây,
con chim cô đơn cũng đã có bầy!

Rất tự nhiên tôi có bài thơ-tự-nhiên.
Tôi mở cặp lấy ra tờ giấy chép.
Chữ tôi bay chung quanh em như mây,
em mà ghé mắt thấy: một chữ M duy nhất!

Không tự nhiên, trên đời này có thật
một người Tiên đi giữa vườn Bích Câu?
Đà Lạt ơi, tôi nhớ những nhịp cầu
soi bóng nước từ đồi Cù nắng chiếu!

Có thể cũng tự nhiên tôi hiểu
tại sao mình yêu Quê Hương quá chừng?
"Lính Yêu Núi Sông Yêu Cả Giai Nhân"
Bầy chim hót trong công viên. Buổi Sáng!

Nếu em nói Tình Yêu Là Lãng Mạn
Tôi biết vì sao sóng Hồ Xuân Hương gợn mãi trong lòng tôi!
Nửa Thế Kỷ rồi Tổ Quốc xa xôi,
Không-Một-Người-Lính-Nào-Thấy-Mình-Không-Có-Tội!

Tờ Giấy Trắng

Em không thấy gì, phải không / trên mặt tờ giấy trắng? Để anh đi gọi nắng cho má em hồng nha?

Để anh đi hái hoa / cho em đôi môi nở! Ối chào là anh nhớ... em lắm hai bờ vai!

Hai bờ vai gió bay / tóc thề em hồi đó... anh gọi em là Nhỏ / muốn bồng em đi chơi!

Muốn bồng em tới nơi / Nhà Thờ con gà gáy... hình như nó gáy mãi... một câu: "Anh nhớ em!".

Nhỏ không phải cái tên / mà là lòng yêu quý! Tại vì em kiểu mỵ! Ai họ Kiều cũng xinh...

Em mà đi qua Đình... ôi Đình nghiêng nghiêng ngói / cái màu đỏ thật chói... như nụ hôn tình cờ!

Từ đó em là Thơ... từ đó em là Mơ... từ đó có khi mưa / anh đếm em từng tóc...

Anh đếm em nước mắt: "Anh! Anh đừng đi xa!". Thế mà... con sông xưa, bến đò thành cổ độ!

Em ơi anh quá nhớ, thơ không câu nào vui... Phải chi người ở đời... đừng có thời đau đớn!

Đà Lạt nuôi anh lớn, chưa kịp ở lâu dài... Người ta gọi tên ai "lắng nghe đi vào trại!"...

Sáu năm nhìn khói bay / ở đây là rừng núi!
Sáu năm buồn đắm đuối... Đà Lạt ơi yêu thương...

Rồi biết mấy trùng dương! Rồi không ngờ vạn đại, anh đi không trở lại... nghe chuông Chùa Linh Sơn!

Boong... boong... boong... buông... buông... Ôi Quê Hương đành bỏ! Có người yêu là Nhỏ... lớn lên là Biển sao?

Đố em không nghẹn ngào / đọc bài thơ này, đó! Hai bàn chân em đỏ... gót son... chừ trong mây!

Gót son nàng Tây Thi! Em Tây Thi mãi mãi... Ơi những người con gái... mười bảy mơ hay mong?

Thơ Đợi Mưa Chiều Thơm Ngát Gió

Trời chắc là mưa, sắp sửa mưa
Trời mù từ sáng tới gần trưa.
Muốn đi chút việc, không đi được
Buồn quá, ngồi vung mấy ý thơ...

Không thấy bồ câu, không thấy quạ
Con đường lộ vắng chẳng xe qua
Hàng cây hết lá, mầm non nẩy
Tết sớm năm này, mong thấy hoa!

Cũng muốn thấy ai chào một tiếng
Mà thôi ai có đợi gì ai?
Ở đây đất khách đời dung tạm,
Nghĩ tới bạn bè... chỉ thấy mây!

Bạch vân thiên tải... ngàn năm vậy
Không có câu nào hơn nữa chăng?
Mây tụ, mây tan, tàn với tạ,
Tạ, tàn, Xuân, Hạ... vẫn còn Xuân!

Lòng hết buồn rồi, gió bỗng thơm
Đưa tay bắt gió, gió bay luôn!
Gió đi lên núi, mưa trên đó
Gió nhắc mình thương nhớ Nước Non?

Ai nhỉ đại dương đi đã hết
Trở về làng cũ, trở về chưa (*)
Thơ tôi gom lại: lề xanh cỏ,
Nhớ Mẹ Cha ơi... những nấm mồ!

Rút một cây nhang bật lửa đốt,
Đốt thêm điếu thuốc, ngó ra đường
Con đường vắng chẳng người qua, lại
Không lẽ đây mà... cũng Cố Hương?

(*) Trần Văn Thủy, cuốn Đi Hết Biển, có nhắc: *"Ai đi hết biển cũng trở về lại làng xưa"*.

Đà Lạt Nơi Tôi Tha Thiết Bây Giờ Còn Mây Mây Trôi

Tưởng rằng ta đến đây như chim trời mỏi cánh rồi!
Nào ngờ ta đến đây như cơn mộng tan nửa vời!
(Trần Trịnh Nhật Ngân)

Nghe nói bây giờ Đà Lạt / không còn nữa Vườn Bích Câu! Người ta dời nó đi đâu? Những cây liễu sầu... đã chết?

Những cây liễu sầu mất biệt... thì thanh bình có mãi còn? Liễu sầu... nghĩa nó là buồn, mất đi cho vui Đà Lạt?

Cái hồ Xuân Hương xanh ngát / vui à những áng mây bay? Biệt Thự Trang Hai soi chi / cái bóng một thời mơ mộng!

Đà Lạt, nơi tôi từng sống, nơi tôi đứng dậy làm người... bồng súng tòng quân tươi cười... ngậm ngùi bây giờ "tất yếu"?

Có thể bạn biểu "đừng chịu". Có thể bạn biểu "chết đi". Bạn à, tôi không thể di / chuyển mặt trời đi hướng khác...

Cái hồ Xuân Hương xanh ngát / nước mắt tôi đã đầy chưa? May ra là những bài thơ / lượn lờ theo dòng sóng gió!

Vườn Bích Câu xưa hoa nở / những đóa Dã Quỳ tại em! Em từng nghĩ anh là chim / nửa đường về đây ghé bước...

Ôi chao cái thời Non Nước... gặp nhau duyên nợ nửa vời... Anh ở tù rồi, là thôi / người ta xóa tan vườn mộng!

Đà Lạt một thời tôi sống Cái-Bóng-Hoàng-Hôn lung linh! Chưa được gọi nhau bằng Mình... chỗ nào cũng là vĩnh biệt!

Đà Lạt nơi tôi tha thiết... Bây giờ còn mây... mây trôi!

Hứng Nắng Làm Thơ

Trưa có nắng, thành phố mình bớt lạnh, bầy quạ về nhặt nhạnh nắng rồi bay... Tôi nhìn ra sân, lá hàng xóm rụng đầy, bà Mỹ láng giềng mất lâu rồi, tôi không còn thấy nữa...

Lá mùa Đông vẫn còn, đây, đó... cho gió bay còn có cái để bay? Kể cả mây! Những đám mây mỏng, mây dày, nhẹ, nặng. Gió có màu là cái màu mây trắng...

Núi sông ơi có cái màu long lanh!

Núi vẫn cứ màu xanh, em nhớ anh? Ta nhớ mình, cũng vậy? Hỡi con suối tìm chi mà cứ chảy. Hoa vàng rơi, con suối tới tha phương?

Trưa có nắng. Lạnh mùa Đông phải né! Anh né vào em xin một chút Tình Yêu! Một chút thôi, Tình Một Chút, cũng nhiều khi ta biết ta đứng trong Trời Đất!

Tôi nhìn chi... sao mịt mù hai mắt? Tôi nói gì... ông Phật vẫn từ bi! Chúa làm thinh trên thánh giá kia kìa... Chúng sinh ngu dại nên cõi đời thương đau mãi mãi!

*

Tôi xin lỗi Má tôi, xin lỗi cả Ba. Xin lỗi Nguyễn Du trăm năm cõi người ta, xin lỗi Tản Đà tấm dư đồ rách nát!

Xin lỗi Đà Lạt, xin lỗi nước mắt, Tôi Làm Người Vô Dụng Cứ Làm Thơ! Anh xin lỗi em, nói mấy cũng không vừa Cái Bản Án Dành Cho Người Vong Quốc!

Đà Lạt ơi, dốc Nhà Làng con dốc không có ngựa xe qua chỉ có sương sa sương sa, ánh nắng tà chiều nay chan chứa...

Lòng tôi đây! Trái tim tôi đang vỡ, nói ai nghe con suối tóc Cam Ly?

T

“Từ Khi Em Là Nguyệt”
Thi Tập, 2023

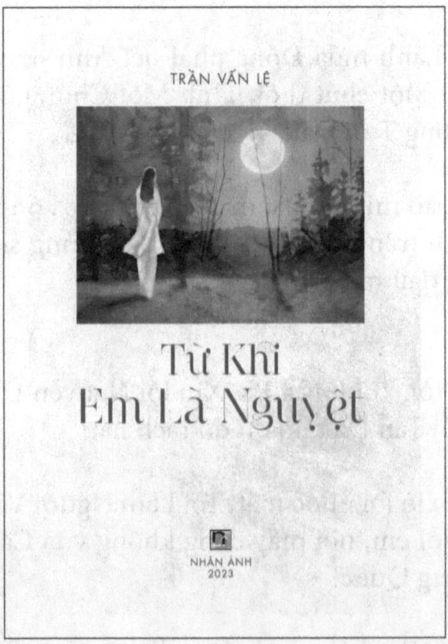

Lòng Vẫn Vàng Tươi Trăng Nửa Khuya

Nhiều khi tính sổ: Bạn Không Còn. Lắm bạn xong rồi nợ Nước Non. Lắm bạn mịt mờ trong sóng gió. Với mình, còn sót: Chút Hoàng Hôn!

Hôm qua, điện thoại mấy hồi reo, bạn rất xa xôi nói buổi chiều, toa đợi moa nhen, hai đứa nhậu, thỏa lòng đêm ngắm bóng trăng xiêu...

Ôi chao! Bạn cũ như thơ cũ! Vẫn rượu và trăng, vẫn ngọt ngào, tiếng ngựa dẫu không còn hí sảng, trăng đầu non vẫn đỉnh non cao!

Chiều, mừng bạn đến như lời hẹn, mình rượu và mồi chút tượng trưng, bạn cũng đem mồi đem cả rượu, ê hề hai đứa giữa mênh mông!

Chuyện cũ tha hồ ta nhớ, nhắc, người xưa loáng thoáng gió bay về...
Bên hàng xóm lá Thu vừa úa rồi sẽ vàng tươi trăng nửa khuya?

*

Nhiều khi tính sổ, tính sai rồi. Có bạn đây mà, có đấy thôi...

Có thể bạn về trăng đã lặn, hoàng hôn mai lại đến thăm tôi!

Hoàng hôn, hai chữ, sao mà đẹp! Em hỡi vàng môi hãy tái lòng, một bước đường xa chân chửa quy, anh còn mơ mãi nắng bên sông...

Màu Hoa Quỳ Vàng Đậm
Trăng Cũng Vàng Như Hoa

Cây hoa quỳ bờ mương, em trồng lâu, anh nhớ, hồi xưa em từng ở Đà Lạt, anh nhớ mà... Nhiều năm cây ra hoa, nhiều năm anh vắng mặt. May mà anh chưa mất, ba mươi năm anh về... Cây hoa quỳ, hoa quỳ! Em ơi, anh quỳ xuống, cây vườn em nở muộn, hoa vẫn màu ngày xưa...

Anh rời em buổi trưa, cây dã quỳ bịn rịn. Anh không còn là lính nhưng còn tính... hào hoa. Trưa đó mà chiều tà, trưa đó mà tối nhỉ, con trăng chắc nhỏ lệ: ôi tình yêu tình xa... Hôn em chút tóc xòa. Hôn em rồi lặng lẽ. Chút gió buồn như ghé, sóng bờ sông long lanh...

Em không gọi theo anh. Anh không quay mặt lại. Hút hao đời con gái. Anh tệ hơn màu mây...

*

Anh ngồi trên máy bay. Máy bay ra phi đạo. Máy bay kêu rào rạo. Máy bay bay lên trời. Anh thật xa, xa rồi, Sài Gòn nhìn trở ngược, tưởng tượng em từng bước nặng tình nước tình non. Hoa quỳ từ Đơn Dương theo em tình chung thủy... Anh nghĩ anh thật tệ... Xa em không một lần!

Và tối đó, nhìn trăng, em ơi anh buồn lắm. Màu hoa quỳ vàng đậm. Trăng cũng vàng như hoa...

TRĂNG TỪNG ĐÊM ĐẦY THÊM

Gần Rằm, trăng đầy thêm từng đêm
Anh thì khuyết em vì em xa vắng
Gần Rằm, trăng sáng như là nắng
Em thế nào tóc có bạc màu trăng?

Anh hỏi trăng xa, anh hỏi trăng gần
Trăng trong sân gạch cũng trăng trên đầu núi
Trăng ở muôn nơi... một vầng trăng thui thủi
Em chắc cũng vậy thôi, thui thủi một đầu song?

Sông như đũa, có hai đầu, em có biết không?
Em một đầu sông, anh một đầu sông, xa quá!
Quay đũa lại gắp từng chút cá
Ai quay đầu sông cho núi ngả rừng nghiêng?

Em nói tiếp đi... Ai quay đầu em
Cho em ngã vào ngực anh đang vỡ?
Những trái cau vườn Nam Phổ
Mướt màu trăng, em ạ, ngày xưa!

Gần tới Rằm, trăng đẹp như mơ...
Mà thấy trăng thôi chớ không thấy được người trong mộng
Tiếng tim đập tưởng là tiếng sóng
Vỗ về nhau em nhỉ cũng bờ sông!

Nếu sáng ngày xưa em không mặc áo hồng
Em đừng đội mũ Hoàng Hậu... thì anh bồng em đi trốn
Trong vườn cau có bầy chim đang lượn
Bên một bờ sông cá nổi nhấp nhô...

Em ơi em là Thơ
Trăng bỗng dưng mờ vì em không ở
Bên anh bây giờ bên anh nỗi nhớ...

TRĂNG BÌNH MINH

Năm giờ sáng, mở cửa, trăng bình minh ùa vào, chưa ai kịp nói chào, ôm nhau hôn trước hết... Hình như trăng có mệt (đang bắt đầu hạ huyền). Hình như mình có duyên (còn yêu trăng nguyên thủy).

Nhiều giọt sương đang chảy trên mặt trăng dễ thương. Mình uống những giọt sương, uống trăng tình yêu dấu... Mấy con bồ câu đậu trên mái ngói cúi nhìn, bồ câu mái làm thinh, bồ câu trống rúc rích.

Mặt trời kìa, có thiệt. Mặt trăng, ơi, trăng ơi... vừa trong vòng tay tôi mà trăng đi đâu mất? Trăng biến rồi, cũng thật, còn lại nhớ thương thôi!

Nhớ thương, lạ, không trôi dù dòng sông đang chảy! Buổi sáng bừng lửa cháy trong trái tim bình minh. Tôi gọi trăng bằng mình, tôi hôn nụ hoa sớm. Phải chi tôi là bướm đuổi theo tà áo dài...

Trăng ơi trăng là ai, kìa học trò đi học, một thời tôi hạnh phúc đứng bên tấm bảng đen, gọi học sinh bằng em, gọi thầm trăng bằng Nguyệt... Ôi vầng trăng xanh biếc bát ngát Thệ Hải Kiều...

Ai định nghĩa Tình Yêu Là Sớm Mong Chiều Đợi? Ai thả buồn theo khói Khói Huyền Bay Lên Cây...

GIỮA MÊNH MÔNG ÁNH NGUYỆT

Cửa sổ nhà em chừ thêm khung sắt, cardinals không còn gõ kính, buồn ơi! Em nói anh nghe, lời chẳng trọn lời, anh biết chứ – anh là loài chim mà ngày ngày em đợi...

Cửa sổ nhà em vẫn còn sáng chói, ngày ngày em lau cho hết bụi và sương. Em nói anh nghe giọng nói buồn buồn – sao em không nghĩ anh là bụi nhỉ?

Sao em không nghĩ anh là sương, một tí, để em lăn ngón tay còn dấu ngón tay? Em không nói anh nghe khi anh hỏi câu này. Dù em không nói nhưng anh nghe tiếng khóc...

Anh muốn hôn em hôn gương mặt mộc, hôn ngay bây giờ, hạnh phúc biết bao nhiêu! Anh đang đứng rất xa em, trời đã chiều, anh tưởng tượng mắt em vầng trăng đang hiện...

Anh tưởng tượng dòng Tương Giang mất biến, bỗng giữa trời có một chiếc thuyền trăng, bỗng giữa đời anh có một giai nhân, là em đó, giữa mênh mông ánh nguyệt!

Không biết chừng nào những khung cửa sổ nhà em rỉ sét. Không biết chừng nào anh mới gõ cửa thăm em. Hai mắt em hiện một ngọn đèn, anh thổi tắt cho đêm dài vô tận...

"Cũng Đành Gió Lạc Mùi Hương"
Thi Tập, 2023

Một Bài Thơ Không Ngờ Mà Có

Hai hôm nay trời nắng. Bầu trời không có mây. Nam Bắc và Đông Tây, Cali trời quang đãng...

Ba chữ trời có nặng cho đoạn thơ trên không? Tôi hỏi đoa hoa hồng, nó cười như cô gái!

Tôi bay ra đại hải hỏi sóng của đại dương. Biển cả rất dễ thương như Quê Hương tôi vậy...

Đại dương nói không thấy... thơ tôi nặng để chìm. Tôi mừng quá, nghe tim đập liên hồi nước mắt!

Tôi muốn nằm trong đất để tìm về âm ty... Biết đâu có một khi tôi thấy mình cần chết...

Để bài thơ Ly Biệt không bao giờ tôi làm? Tôi nghĩ đến Thâm Tâm, Tống Biệt Hành ai thế?

Trời Cali không dễ có cơn mưa không mây? Nam Bắc và Đông Tây luôn luôn trời quang đãng?

*

Ôi tôi nói như gắng để có bài thơ sao? Tôi hỏi con cào cào... chưa kịp, nó bay mất!

Cali có cái thật: Trời Không Mây, bạn à. Tôi nói với người xa, xa tận đâu, không biết...

Tóc ai đó dài thiệt! Chắc dài bằng nhớ thương... Tôi nối hết bốn phương bằng câu thơ tâm sự:

"Em à anh rất nhớ tóc-bồ-kết của em!". Tưởng tượng nụ cười duyên, em, như hoa hồng... trắng!

MƯA TRÊN CÂY SẦU RIÊNG

Chưa phải là mùa Đông. Bây giờ còn mùa Hạ. Mưa buồn từng chiếc lá... lá của cây Sầu Riêng!

Ôi anh ơi của em... Tình Một Đêm Mãi Mãi... em buồn em con gái... em mừng em yêu anh!

Chúng mình có tuổi xanh hẹn hò cùng Đất Nước... như bao người đi trước để lại tình muôn sau!

Dây trầu và cây cau vẫn muôn đời quấn quýt. Em biết anh mờ mịt, vẫn sáng những vì sao!

Mưa... đang mưa trên cao rơi xuống cây anh hỏi: "Cây này là cây mới em mới trồng phải không?".

Cảm ơn anh vô cùng vẫn còn lòng cam bưởi! Em gật đầu thay nói "Cây Sầu Riêng Anh Ơi!"

Một đêm hương mồ hôi, một đêm hương tóc rối. Anh à, mình vô tội như Adam Eva?

Mưa vẫn mưa đang sa! Cây sầu riêng thật tội! Em ngồi trong bóng tối, ngọn đèn hiu hắt khuya...

Mai rồi em đầm đìa, nước mắt em, ai thấy? Anh là dòng sông chảy... Tổ Quốc ơi chiến tranh!

Những con sông cứ xanh, những ngọn núi cứ đỏ, ai còn gọi em Nhỏ những chiều tan học về?

Em cắt mái tóc thề đốt lên nghe hương tóc. Anh ơi em đã khóc mưa-trên-cây-sầu-riêng!

*

Tôi để sang một bên, bài thơ này nước mắt! Tôi cầm dao tôi cắt... từng mảnh tim cho EM!

PHẤN THÔNG VÀNG ĐÀ LẠT ƠI

"Hôm nay, ngày lạnh cuối, cơn mưa chưa bắt đầu!". Tôi nghe ai mới nói. Có thể tiếng bồ câu?

Trên ngọn cây thầu đâu vẫn màu xanh của nắng. Buồn không có mặt phẳng. Tin thời tiết mông lung!

Nắng sẽ có màu hồng nếu hoa hồng chịu nở! Ba ngày nay mở ngõ sao không thấy mưa về...

Cả tháng hơn vào Hè, lạnh chỉ là mơn trớn? Mái tóc ai suối lượn mang niềm vui lên mây...

Và mây thì cứ bay!
Và ai thì cứ nhớ!

*

Hàng xóm tôi, cửa sổ, buồn như con mắt nhung. Từ khi xa KonTum, tôi nhớ hoài đôi mắt...

Ai từ bi như Phật, đẹp bằng Maria! "Maria a! Maria! Linh hồn tôi ớn lạnh!".

Hàn Mạc Tử nói tránh người tình mình trong thơ? Người tình nào chẳng xưa? Xưa nào cũng cổ tích!

Ngoại ơi con rất thích chuyện Ngoại kể... ngày xưa... Ngày xưa có gió mưa... có khu rừng rậm rạp...

Con nghĩ tới đỉnh tháp Đài Khí Tượng nhận tin từ mưa nắng lung linh, từ gió Nồm gió Bấc...

Từ miệng Ngoại đẹp thật mùi trầu thơm thật thơm!

Ôi chao đã ba hôm, hôm nay ngày lạnh cuối. Chỉ nghe vang tiếng suối đầy lòng tôi Cam Ly!

Đầy lòng tôi tiếng quê. Quê Hương tôi, Đà Lạt, có ngàn thông xanh ngát, phấn thông vàng nắng Xuân!

Danh Ngôn Của Người Làm Thơ

Nghĩ cũng lạ: Cây Nhang thắp cúng Trời Đất và Bà Con Đã Mất..., người ta gọi là Cây Hương.
Nhà giàu đốt Nhang Trầm, gọi là Hương Trầm không gọi là Trầm Hương.
Hàn Mạc Tử ở đâu mà nhìn thấy:
"Trầm ngán nghê bay trong Lãnh Cung,
Hương thơm bối rối ngọt vô cùng!".

Cây Nhang là Cây Hương. Thắp một lần một cây hay ba cây, gọi là Thắp Một Nén Hương. Không có sẵn để thắp thì nói thầm "Đốt Một Nén Hương Lòng", gọi là Tâm Hương!
Nhưng...

Những dấu đen hiện trên da người, đâu đó trên thân thể con người, thì gọi là Tàn Nhang.
Có người có Tàn Nhang, có người không.
Thường con nít có một vài Tàn Nhang.
Bé trai hay đàn ông, có hay không có Tàn Nhang.
Con gái, xinh, thường có Tàn Nhang. Bốn mươi hay năm mươi tuổi hơn, người đàn bà vẫn xinh vì còn Tàn Nhang trên tay, trên ngực hay trên đùi, có khi trên mặt, trên cổ, trên vai. Thường thì hơn ba mươi, tàn nhang tự nhiên biến mất. Người con gái đó đã già?

Người con trai yêu người con gái, yêu nhất, nhớ nhất những nốt tàn nhang của người mình yêu. Tàn nhang trên thân thể người mình yêu thật thơm, không bao giờ người ta gọi nó là Tàn Hương, không ai nói ra ý nghĩ của mình về cái chết-sẽ-đến với người mình yêu dấu. Yêu là Thương Lắm Nha! Dấu là Thương Lắm Nha! Hồ Xuân Hương có câu thơ... như vậy: "Chúa dấu Vua yêu mỗi Cái Này! Cái Này là cái gì, không nói đâu! Bùi Giáng có hai câu rất dễ thương vì bí hiểm: "Cô ơi cô đẹp vô cùng, vì... cô có cái Lạ Lùng bên trong!".

Anh hôn em từng Tàn Nhang Một!
Anh hôn em từ Bàn Chân lên Mái Tóc em ơi!
Tôi nói với người tôi yêu như thế suốt đời.
Tôi suốt đời nói với người tôi yêu như thế!

Tôi thích mình có một bài thơ thủ thỉ
như mưa rơi rơi những giọt trên thềm trong đêm khuya...

Khi Đi Qua Cánh Đồng

Tôi đi qua cánh đồng / lúa chín đều vàng rực... Hạt hạt đều như thóc / cúi rạp đầu dễ thương!

Đây dấu hiệu ngoan cường / của hạng người quân tử / có nhân cách đối xử / là cúi đầu khiêm cung?

Tự nhiên tôi thấy lòng / mình nhẹ nhàng như gió / bay qua cánh đồng lúa / thơm ngát mùi hương quê...

Tôi nghĩ tới ngày về / nhớ thương càng rộn rã / nghĩ lúa từ cây mạ / mà lớn lên thế này!

Tôi dừng bước, vòng tay / thấy mình còn nhỏ dại. Ôi tóc tôi gió chải / trên đồng cỏ mà thôi...

Tôi nhìn cuối chân trời. Chân trời xa tắp tít... Phải chi còn con nít / tôi vỗ cánh tôi bay...

Như con cò, như mây... như hàng cây bờ giậu, không màng gì chỗ đậu / thời chưa có thái bình!

Đây không phải quê mình, lúa chín màu Cổ Lý. Tôi ngồi xuống, nhìn kỹ... nước mắt và mồ hôi!

Ba Mạ của con ơi! Bà con của tôi ạ! Tôi thành người – xa – lạ... từ bao giờ? Bao giờ?

Tôi nâng niu câu thơ là gié lúa vàng rực. Tôi biết mình không khóc... nhưng tôi đã làm sao?

T

"Thơ Và Cuộc Đời"
Thi Tập, 2024

Nước Mắt Cho Cha Mẹ

Cha thường đi bên Mẹ / ở những khúc đường bằng. Ở những khúc gập ghềnh, Cha đều đi sau Mẹ. Không luật nào bảo thế... mà là Lẽ Tự Nhiên! Mẹ, Cha kêu bằng Em, là người Cha yêu quý. Năm nào Ngày Của Mẹ / cũng trước ngày của Cha! "Chỉ một tháng, không xa!". Cha cười, hôn trán Mẹ...

Hạnh phúc xiết bao kể / một cảnh nhà ấm êm! Hàng năm không ai quên / có hai ngày lễ trọng: Mẹ Cha là cái bóng che chở cho đời con. Con ăn học lớn khôn / không ai quên Cha Mẹ...

Tôi nói thật nhỏ nhẹ / cho trái tim tôi nghe. Nhớ Việt Nam là quê, nhớ Cha Mẹ ở đó / từ ngày tôi còn nhỏ... bây giờ tôi xa xăm, Mẹ Cha về cõi âm, tôi – Thiên Đường... đã lạc!

Tôi, Mẹ Cha đều mất. Cuối đời tôi không vui. Hỏi sao không ngậm ngùi... cuộc chiến tranh dài quá! Rồi người ra biển cả, rồi người ngó trăng suông. Mẹ Cha tôi đã buồn / và đã về chín suối...

Bài thơ này tôi gửi không biết nhờ ai trao? Giữa cõi đời chiêm bao chỉ còn nhang khấn nguyện. Tình Mẹ Cha như biển... tan biến mấy hoàng hôn! Ngày của Mẹ, nhớ thương! Ngày của Cha, đứt ruột. Hoàng hôn, con ai vuốt / đầu của con mưa sa? Lại sắp ngày của Cha, đêm trăng mờ sao lặn...

Lẽ tự nhiên: Mưa, Nắng. Cha đi trước Mẹ, đâu? Cha đi sau Mẹ, đâu? Mây... một màu mây trắng! Nước, một giọt cũng nặng! Sông trắng chiều khói sương...

MÁ

Tôi thường nghĩ về Má với lòng thương vô cùng: Má suốt đời long đong, cuối đời thì quên hết... Quên cả tuổi gần chết, không biết buồn biết vui nhưng vẫn hay mỉm cười dù không gì trước mặt. Má còn rất ít tóc nhưng vẫn hay chải đầu, sợi tóc rụng bay đâu, Má nhìn theo kiếm mãi...

Con Má, trai và gái, tản lạc như tóc bay. Cuộc chiến tranh kéo dài, Má chịu nhiều mất mát: nhà ba căn tan nát, đất tiêu thổ, vườn hoang. Cha, người Má náu nương, đạn vèo qua, nằm xuống ngay sát bên bờ ruộng... rồi ở mãi ngoài đồng. Tôi Cải Tạo trên rừng, Má mấy lần thăm hỏi, gạo, khoai, tay Má gói, có bịch thuốc rê vàng. Thăm tôi, nắng chang chang, Má về, mưa tầm tã... Tôi thấy bước Má ngã, bà con dìu Má đi...

Tôi về lại chia ly. Em báo tin: Má lẫn, Má ngày càng yếu lắm, cầm cây gậy cũng run, tuy vậy vẫn ra vườn tưới hoa và nhổ cỏ. Em tôi đã có vợ... mà vợ nó người dưng! Một hôm Má reo mừng: thư tôi về thăm Má, tiền gửi về ít quá còn chia bảy chia ba... Hơn một năm tôi xa, Má ba trăm đồng chẵn, với Má đó nhiều lắm, hồi đó một lượng vàng... Má như nắng chiều tan, nhìn xa xăm và khóc...

Em tôi nhiều khi bực... cứ trách sao Má già. Tôi buồn lắm, ở xa, chuyện nhà giao cho nó. Má cơm nước thường bỏ, may không bệnh không đau. Rồi... bỗng một hôm nào, tôi nhận tin Má mất!

Tôi chắp tay lạy Phật xin Má được siêu thăng. Gói mì Má chưa ăn, em dâu tôi đem liệng. Những con gà láu liếng nhớ Má chỉ đứng nhìn. Tôi đang ngồi lặng thinh viết những dòng cho Má, nước mắt tôi lã chã, mưa tầm tã hồi nào...

Tuổi Con Ngựa

Má tôi nói: "Má sinh con sáng sớm, gà gáy rồi và xe ngựa đã đi. Má sinh con, Má chẳng vui gì, con tuổi Ngọ, giờ sinh con... bận rộn".

Má tôi mất năm tôi Năm-Mươi-Bốn, tôi chưa có một ngày nào thảnh thơi! Tôi thương Má tôi... mà ghét quá ông Blời: "Tuổi Nhâm Ngọ, đâu Nam Nhâm Nữ Quý"?

Mở Kinh Thánh, tôi thấy toàn Ma, Quỷ. Tôi không tin Chúa thương Cáo, thương Chim, với Con Người, Chúa không có trái tim – Chúa bảo "Con Người Cái Gối Đầu Không Có!" (*)

Chúa còn phán nhiều điều thiệt... ngộ: "Ta đến đây không đem đến Hòa Bình!". Chúa vỗ vai người đàn bà không giữ tiết trinh, Chúa không biết đến người đàn ông đã làm cho người đàn bà bị bắt! (**)

Chúa bảo đến nhà thờ, Chúa là Đấng Duy Nhất, không thờ ai, cả Cha, Mẹ, Thân Nhân. Chúa nói Chúa đi rao Tin Mừng nhưng Chúa cũng mở ra nhiều tầng Địa Ngục!

Chúa còn bảo "Tương Lai đừng thắc mắc, chuyện hôm nay đã đủ hôm nay, những đau thương, khổ ải, trần ai, Chúa đã xếp đặt cho ngày nào ngày đó"!

Má tôi nói "Má sinh con năm Ngọ, mới hừng đông ngựa đã đổ mồ hôi, suốt đời con chắc không có ngày vui, Má xin lỗi sinh con tuổi Ngọ"!

Má tôi nói... nói lần nào cũng khóc. Tôi đi nhà thờ, Má bàn Phật thắp nhang. Má và tôi, như vậy lỡ làng, tôi tin Chúa: có Thiên Đàng, Địa Ngục.

Lên Thiên Đàng toàn ông Sư, Linh Mục, mình mà lên quỳ lậy xói đầu. Tôi tám mươi rồi, tôi chết về đâu? Chắc gặp Má và Thiên Thu... cười ngất?

(*) Chúa phán: *"Con cáo có hang, con chim có tổ, con người không có chỗ gối đầu!"*.

(**) Một nhóm người bắt được một người đàn bà ngoại-tình-công-khai, dẫn đến thưa với Chúa: *"Đây là người đàn bà phạm tội dâm dục, xin Chúa trừng phạt"*. Chúa hỏi: *"Trong đám các ngươi, ai không có tội hãy ném đá nó trước"*. Người đàn ông trưởng nhóm bỏ đi. Cả nhóm tan hàng "Cố Gắng". Chúa đến vỗ vai người đàn bà: *"Ta không bắt tội ngươi, đi đi!"* Chuyện chép trong Kinh Thánh không nói gì về người đàn ông làm cho người đàn bà bị bắt. Chúa thật công minh. Khi Chúa tạo ra Eva, thế gian ai cũng có tội. Ghét đàn bà nhưng không bắt tội. Quý thay lòng Bác Ái của Chúa Blời.

Tôi Ngó Ra Cây Mận

Chị tôi là dâu trưởng, theo chồng ở khá xa, lâu lâu mới về nhà ở chơi vài ba bữa...

Chị theo chồng, đã nhớ; về rồi đi, nhớ thêm. Chị nói Chị thương em mà càng ngày thưa thớt!

Chị có con càng lợt cái tình với cố hương. Ba Mạ nói, nghe buồn: "Sinh con gái là mất!".

Ba Mạ nói như thật, mà thật vậy, đúng không? Con gái ai sang sông... mấy ai về đò ngược!

Ngôi nhà sau và trước vắng Chị thấy buồn tênh. Tôi ước mình lớn nhanh đi tìm người bạn gái...

... rước về nhà ở mãi cho Ba Mạ vui lòng! Chị đã đi theo chồng, chắc chắn em có vợ...

Ở đời ai cũng nợ, hèn chi có chữ Duyên! Nợ và Duyên, gánh phiền, quên đi, lòng nhẹ hẫng?

Tôi ngó ra cây mận, cây mận đang đơm bông. Ngó sang bên kia sông, ai dâu nhà tôi nhỉ?

Đã qua hai Thế Kỷ, con sông nước chảy hoài. Hình như tôi thương ai mà ai nào có biết!

Con sông trôi biền biệt. Lục bình trôi theo sông. Nhà tôi ở hướng Đông, trăng thôn Đoài bàng bạc...

Chiều Về Ngang Qua Chợ

Chiều về ngang qua chợ, không buồn cũng thấy buồn!

Sao người ta vội vã mà mình hai tay buông? Mình không là mục tử, chẳng bận gì sớm, hôm. Người ta không điền chủ, bận gì cứ vấn vương? Bữa cơm chiều chưa dọn? Chuyện chồng con xốn xang? Kìa người vai gồng gánh, kìa người xách, người mang...

Chợ chiều là chợ tan. Tia nắng vàng hiu hắt. Tự nhiên cay khóe mắt, tôi thấy mình vô duyên. Không phải người nhàn tản... nhưng tại mình lang thang, khi đi ngang qua chợ, thấy cảnh buồn thì buồn!

*

Nhớ hồi chưa xa nước, đi ngang chợ nhiều lần, thấy bà con tất bật, biết Mẹ cũng đã từng lao đao như thiên hạ...

Hồi xưa buồn chưa quá tuổi con trai bưng biền, ngang qua chợ rồi quên bởi mình đang lính chiến. Giữa rừng chiều khói quyện, đâu thấy Mẹ thổi cơm! Chỉ lính đốt đống rơm, nước sôi và gạo sấy. Ôi hồi xưa như vậy, mình đúng là vô tâm!

Xa nước hai mươi năm, Mẹ đã về chín suối, nhớ nồi cơm Mẹ thổi khi mình còn ở nhà, chiều ngồi bên cạnh Cha, bên chị, em đầy đủ. Trán Mẹ mồ hôi đổ mà nụ cười sáng trưng. Chợ chiều vẫn hừng Đông thời tôi còn tuổi nhỏ, Mẹ không hề than thở đã khổ sở ra sao...

Cảnh chợ chiều ở đâu, đều giống nhau: tất bật. Mẹ yêu thương thì mất, chiều vàng đến tím than! Đi qua chợ, đi ngang, lúc chợ tàn, buồn thật. Gặp chiều mưa phơ phất, chợ tan, buồn mênh mang.

“Em Một Mình Thơm Bao Ý Thơ”
Thi Tập, 2024

Nắng Mới Lên Rồi Nắng Rất Thơm

Nắng ửng lên kia! Ngày đã mới. Hôm nay hy vọng hết rồi mưa? Những nhành cây gãy nằm đây đó, lát nữa mình ra dọn... thấy trưa!

Vài con quạ tới như thường bữa, hết bánh mì thì cứ nhặt sương, nhặt nắng, nhặt buồn... bay chỗ khác. Vài con đến muộn thấy mà thương...

Ngày tháng xoay vần theo cuốn lịch vẽ vòng muôn thuở chuyện nhân gian... như xe bus chạy theo thời biểu. Tội nghiệp người ta lúc vội vàng...

Tội nghiệp có người đi bộ suốt, hai vai họ gánh nỗi niềm riêng? Áo? Cơm? Phòng trọ? Khi đau yếu? Ai sẻ chia ai chút muộn phiền?

Có những niềm riêng không tỏ được! Nhớ bài hát của Lê Tín Hương... Người đi vượt biển, đi và tới sao mắt ngày xưa vẫn cứ buồn?

Nắng mới lên rồi. Nắng rất thơm. Em à anh muốn ghé môi hôn, em nha? Suối tóc như nhành liễu, gió lặng mây ngừng... xa quá xa! (*)

(*) Thơ Lưu Trọng Lư: *"Cao như thông vút, buồn như liễu, gió lặng, mây ngừng, ta đứng yên"*.

O Huế Tóc Huyền Xanh Núi Ngự

Ngựa hồng đã đến bên hiên
Chị ơi trên ngựa chiếc yên vắng người...
(Mòn Mỏi – Thanh Tịnh)

O Huế! Tóc huyền xanh núi Ngự, mắt sầu mơ đẫm nước sông Hương... Em là yêu quý Tình Non Nước, ta nguyện với lòng muôn mến thương!

Ta chỉ là người đi ngang đây, gặp em bữa nọ nước sông đầy, thấy mây đầu núi vầng trăng tỏ, phò mã áo rừng ta gió bay...

Ta ước mơ gì em có biết, làm sao bồng súng đứng canh đền? Quê Hương dù có là Nam Bắc, ta phải về Đông vượt sóng quên!

Ta cố tìm quên lãng một thời trong trời gió lộng biển ngàn khơi, ta hèn càng thấy em cao cả, ta chỉ còn thơ khi đến nơi!

O Huế, trong tim là Tổ Quốc, Vua còn thoái vị huống chi dân! Ta còn giọt lệ cho sông núi, còn chút hồn mai một khói nhang...

*

Ta có câu thơ nào đứt ruột, xin em tha thứ tội vô tình! Ta không còn nữa đời trai trẻ, chỉ nhúm xương thôi, đốt tạ mình!

Chừng mô ta chải đầu em được? Phò mã đuổi hoài ngựa bóng sương... Nhớ lắm Lăng Cô em có đến, sân Lăng còn đấy đóa hoa hường!

O Huế một mai ta giấu mặt về thăm em nhé tấm màn rung...

Ngoài Cổng Nụ Hoa Vàng Nở Mênh Mang Mênh Mang

Mấy chùm trước ngõ hoa năm ngoái,
Một tiếng trên không ngỗng nước nào?
Nguyễn Khuyến

*

Sáng. Mở cửa. Ra. Trời mưa bay. Phất phất... Có con chim lật đật hót vài tiếng... cũng bay!

Tôi đứng chi ở đây, khung cửa, mưa đang tạt? Một tuần cuối tháng Chạp có thể mưa kéo dài...

Tin thời tiết không sai. Không bao giờ sai cả! Hôm nay đang buồn quá, mai lại buồn thêm thôi. Buồn nghĩa là không vui! Tôi thật là nhỏ dại... Ai biểu em con gái cứ lớn theo thời gian?

Thật lòng tôi nhớ nàng... Nhớ bạt ngàn thông núi, nhớ Đà Lạt mỗi tối những vì sao rơi. rơi... Cũng tại em cuối trời. Cũng vì anh cuối biển...

Em ơi...
Mưa tê điếng, lạnh anh từng ngón tay!
Em ơi tóc em bay những sợi dài, sợi vắn. Mình thương nhau chẳng đặng thì nhớ nhau...
Em à!

*

Tôi ngó những mái nhà, không bồ câu nào đậu. Hai bàn tay tôi bấu vào nhau. Tôi nát tan!

Ngoài cổng, nụ hoa vàng nở mênh mang mênh mang...

Em Một Mình Thơm Bao Ý Thơ

Chúa Nhật này vui không có mưa!
Em đi Lễ nhé, Chúa mong chờ
thấy em, Chúa bảo chuông ngưng đổ
Thánh Giá – Con gà gáy ó o...

Đà Lạt của mình, Nhà Thờ đẹp!
Nhà Thờ cao và em cũng cao
bằng cây thông nhỉ, bên Bưu Điện
có nắng vàng mơ phớt má đào...

Anh muốn nhìn em đi một mình
thấy em lồng lộng giữa trời xanh.
Bài thơ anh có em trong đó,
có chữ nào em chớp mắt nhanh?

Có chữ nào em yêu quá đỗi
Quê Hương mình, không lẽ nói hơn?
Em tung tăng giống như con bướm:
Vạt Áo Hồng Yêu Quý Nhớ Thương!

*

Chúa Nhật này không mưa không mưa
Có mây bay gió hiu hiu đùa
Guốc cao áo mỏng thềm hoa nở
Em một mình thơm bao ý thơ!

Trưa Mịt Mờ Thơm Thơm Mùi Sương

Lạnh! Làm sao mô tả? Hỏi lá cây, nó chỉ gió vô hình. Hỏi tay mình, nó đưa lên che ngực. Đi hỏi đất. Đất làm thinh, không nói! Có đời nào đất biết nói, phải không?

Tôi nhớ cái mênh mông! Ở đây đâu có thiếu? Những cành thông kia nặng trĩu, mây đè lên và gió thổi đu đưa! Đà Lạt của tôi là giấc mơ. Mắt ráo hoảnh sao vẫn nhìn thấy núi? Núi cúi đầu xuống mặt con suối. Núi trôi đi cùng với lá mùa Thu... Gió vù vù không thổi được âm u. Tôi nhắm mắt thấy quanh mình như thế... Gió đuổi chim bay... những con chim sẻ. Một công viên trưa lạnh ngắt, thưa em!

Không có bướm vàng, bướm đỏ, bướm xanh... chỉ có trái tim chắc không hề mọc cánh? Nên, hèn chi tôi đang ngồi cạnh một chùm hoa như tàn trong đêm qua?

*

Có khi nào thơ tự nhiên mà lóng lánh hay trầm tư mang ý nghĩa tình đời? Người làm thơ tạo ra cái cầm chơi rồi xếp cất tờ hoa tiên vô tự?

Tôi thích lắm những bài thơ không chữ, những bài thơ trải kín buổi hoàng hôn, chưa thấy ai viết một chữ có hồn trên bia mộ những bãi tha ma gần như đã phẳng! Với thời gian, cuộc chiến thật sự tàn!

Lạnh! Tôi thấy tôi lang thang. Những cái băng đá công viên bất động. Tôi hiểu rồi cuộc sống, mãi mãi dễ thương với những ai bình thường!

Lạnh! Trưa mịt mờ. Thơm thơm mùi sương...

PHẦN III

VĂN

TRẦN VẤN LỆ

Dương Huệ Anh – Nhà Thơ Ấy Đàn Bà Hay Đàn Ông, Trẻ Hay Già?

Trước đây, hơn sáu tháng, hồi đó là cuối năm 1991, tôi có tình cờ được đọc một tập thơ nhỏ nhắn, xinh xắn và dễ thương. Nhan đề của tập thơ ấy: "Huyền Ca Diễm Ảnh", tác giả là Dương Huệ Anh. Tên nhà xuất bản vừa dài vừa ngộ: Trung Tâm Nghiên Cứu Học Thuật và Đông Y. Năm xuất bản: 1991. Tập thơ, không có vẻ gì là một tập thơ được in tại Mỹ. Tôi lật từng trang một để xem tập thơ được in ở đâu, hoàn toàn không một dấu vết nào để tôi biết được nguồn gốc của nó. Tôi thật tình không đoán được tác giả là đàn ông hay đàn bà, trẻ hay già. Cái tên Dương Huệ Anh như tên... một nữ sĩ. Nhưng ở trang 94, tôi thấy ghi tiểu sử "rất mơ hồ" như sau:

> ***Sơ lược tiểu sử tác giả:***
> *– Sinh tại Hải Phòng (Bắc Việt Nam)*
> *– Nguyên quán Nam Định*
> *– Xu hướng văn học từ nhỏ – Cộng tác với nhật báo Tin Mới, Đông Pháp và các tuần báo tại miền Bắc – Dạy học tại một số tư thục tại Hà Nội, Hải Phòng – Trước tác một số tác phẩm như Tâm Lý Phụ Nữ Việt Nam Qua Phong Dao, Thơ Xanh – Tốt nghiệp Trường Chuyên Nghiệp Hành Chính và tham gia ngành công chức – Di chuyển từ miền Bắc vào Nam năm 1955 – Lưu lạc qua Mỹ năm 1975 – Tiếp tục sáng tác và biên khảo – Chủ trương Trung Tâm Nghiên Cứu Học Thuật và Đông Y – Hiện hoạt động trong ngành*

địa ốc, bảo hiểm, thuế vụ – Dự định xuất bản các tác phẩm: Tìm hiểu về Đông y, Mệnh số học, Phật học, Dịch học...

Thú thật, trong đời đọc sách của tôi, chưa bao giờ như lúc tôi cầm tập thơ "Huyền Ca Diễm Ảnh" trên tay, tôi ngẩn ngơ. Tôi tưởng mình ở một thế giới nào đó, mọi lý lịch đều bị xóa bỏ, cái hình nắng rọi không có bóng, cái bóng gì đó, thấy kia, không phải cái hình Dương Huệ Anh! Tôi gọi lên, thảng thốt, như người mộng du. Trong tiểu sử sơ lược của tác giả càng làm cho tôi thêm bối rối: đàn ông hay đàn bà? Đàn ông chắc hơn vì có tham gia kháng Pháp, có làm công chức, đang hoạt động trong ngành địa ốc, bảo hiểm, thuế vụ... chỉ có hai điều tôi xác định được tác giả: thứ nhất là tác giả không còn trẻ nữa, thứ hai là tác giả đang ở Mỹ, vì câu "lưu lạc qua Mỹ năm 1975. Tôi vẫn chưa thể nói Dương Huệ Anh là đàn ông hay đàn bà. Đàn bà cũng tham gia kháng chiến chớ! Đàn bà cũng khối người làm công chức đó! Đàn bà thiếu chi người đang hoạt động trong ngành địa ốc, bảo hiểm, thuế vụ ở Mỹ nầy! Đàn bà cũng có người là bác sĩ tây y, cũng có người là bác sĩ đông y... Ôi! tôi muốn điên cái đầu! Tập thơ chưa đọc chữ nào, lật hoài, cốt tìm cái "hình thức" trước, tìm không thấy nó, bừng bực làm sao ấy... Rồi lại giận mình, sao lại lẩn thẩn làm vậy, thấy thơ không chịu đọc, cứ đi tìm người chi cho mệt! Giận mình, rồi trách mình, rồi tha thứ cho mình... để đi vào cái "nội dung" của tập "Huyền Ca Diễm Ảnh."

Hồi đó, tức cách nay hơn sáu tháng, tôi đọc "Huyền Ca Diễm Ảnh", thấy nó hay, bây giờ nhân nói về tác giả Dương Huệ Anh, nhà thơ ấy đàn ông hay đàn bà, trẻ hay già, tôi giở lại, đọc lại, thấy vẫn là thơ hay... Một nhận xét đơn sơ và tôi nghĩ rằng rất đúng đối với tác phẩm của Dương Huệ Anh.

Nhưng có một tin mừng – tôi phải nói thêm, nhà thơ Dương Huệ Anh vừa cho ra đời một thi tập thứ hai: "Quê Hương Vĩnh Cửu Tình Yêu". Không như lần trước, lần nầy tôi được tác giả đích thân đi tìm gặp và trao tặng. Bạn hãy nghĩ: một người già đem gan ruột mình làm quà cho một người trẻ, trẻ bằng tuổi con cháu, "Tình" biết bao nhiêu! Nghĩa là... tôi xin nói trắng ra rằng tôi đã gặp được tác giả "Huyền Ca Diễm Ảnh" bằng xương bằng thịt. Một ông già phương phi mà đạo mạo. Một con người không kiểu cách, không cao ngạo. Rất hiền. Rất đẹp. Và cũng rất thơ... như cái tên: Dương Huệ Anh!

Tôi viết thì tôi gọi Dương Huệ Anh bằng ông, nhưng khi nói chuyện với nhau, tôi gọi bằng bác và tôi xưng cháu. Tôi có nói với ông, tôi người miền Nam, người miền Nam kính lão thì gọi là ông, bà chứ không dám gọi những bằng cụ, sợ lắm. Cụ. Nếu viết rồi chấm, thấy nó kỳ hết sức. Thường những ông già trong Nam, hồi xưa, đều là những người hay chữ, truyền đạt lại những hiểu biết của mình cho con cháu hay học trò, người nhỏ tuổi và cha mẹ của chúng cho các ông ấy là bậc thầy và gọi một cách tôn kính là "ông", như ông Đồ Nguyễn Đình Chiểu. Không ai dám gọi là cụ Đồ Chiểu cả. Vả lại, người Nam hay bị cái mặc cảm là tiếng Việt hay nói lái, mà nói lái kỳ chết, mắc cỡ lắm, xấu hổ lắm! Cũng vì cái tật nói lái mà hồi làm Tổng Thống "độc cử", ông Thiệu mắng các nhà trí thức là "đồ trí thức chồn lùi", nhà báo Sơn Điền Nguyễn Viết Khánh phải nhắc khéo bằng tiếng Tây là "renard arrière". Nghe tôi nói, ông Dương Huệ Anh không giận trái lại... còn cho tôi nói như thế là "sáng tạo". Thời đại chúng ta hiện nay là thời mới, chúng ta cứ nệ cổ quá, e lạc hậu đi mất!

Tôi tào lao hơi nhiều, chẳng qua là mong chuốc cho bạn đọc một trận cười. Đời sống là một "trò đời". Người làm thơ, hơn ai hết, đóng tốt vai trò đó... vượt cả những anh hề trên sân khấu. Nhớ lại Nguyễn Công Trứ, lúc bảy mươi ba rồi nằm bên cô ca nhi nhí, nàng hỏi chàng bao nhiêu tuổi, chàng đáp gọn ơ "Ngũ thập niên tiền, ngã nhị thập tam" (năm mươi năm trước, anh mới có hai mươi ba tuổi!) Ôi là là! Trẻ như chàng gà trống tơ! Tôi dài dòng, cốt ý giới thiệu với bạn đọc một nhà thơ năm nay gần "thất thập cổ lai hi" mà vẫn trẻ như trai hồi ba mươi vậy.

Đúng vậy, ông Dương Huệ Anh hiện còn rất trẻ. Theo sự "dò tìm" qua các bài viết của bằng hữu, có in trong tập "Quê Hương Vĩnh Cửu Tình Yêu", tôi biết tên tuổi của nhà thơ qua bài thơ "Giận Đời, Chiều Đời" có mấy câu nẩy:

"... Bấm đốt, ba tư tuổi chẵn rồi
Nằm dài lo nghĩ vẩn vơ chơi..."

Hơn sáu tháng trước, tôi muốn "tầm phào" về tập thơ "Huyền Ca Diễm Ảnh", nhưng vì thiếu mấy "yếu tố con người tác giả", tôi đành gác lại, không hẹn ngày mai nào... Bây giờ, có thêm tập thơ thứ hai, thấy rõ "dung nhan", biết được "tuổi tác" tác giả, tôi nghĩ rằng mình không nên chần chờ làm chi nữa. Đời sống kéo dài có bao lâu, tôi năm mươi rồi, gặp thơ hay, gặp người thơ đẹp, không nói, đợi mai chiều trối trăng có ai nghe?

Bạn ạ, thơ của Dương Huệ Anh xứng đáng với niềm mong đợi của bạn lắm nhé. Dương Huệ Anh hình như có sở trường về thơ tình – tình tự rất dễ thương, tình tứ rất trong sáng và đặc biệt tình ý rất nhu hòa.

Đây, tôi xin dẫn ra vài câu trong tập "Huyền Ca Diễm Ảnh":

"... Em phải nguồn hy vọng cuối cùng
Của lòng tôi nguyện, mỗi chiều đông?
Em nghèo, tôi hiểu và tôi nữa
Nào có gì hơn một tấm lòng!
(Em Của Anh Rồi.)

Gặp nhau phượng nở cuối mùa
Thềm hoang cúi đợi, mưa đùa gió bay
Bềnh bồng, suối tóc vờn mây
Trinh ngần. Ôi! Những bàn tay thon ngà
Hồ trầm còn lặng thu ba
Đôi bờ, sao vẫn cách xa nghìn trùng
Không duyên, tiếc đã tương phùng
Không quen, đến phút cuối cùng... không quên.
(Gặp Nhau, Phượng Nở)

Ngày xưa còn nhỏ tôi mê bướm
Bướm mãi theo hoa, chẳng đoái hoài
Vườn Thượng, trăm hoa cười nắng sớm
Yêu kiều, tôi nhớ một mình mai...
(Nhớ Một Mình Mai)

Và đây, tôi xin dẫn ra vài câu trong tập "Quê Hương Vĩnh Cửu Tình Yêu":

Ta khách sông hồ, em viễn phương
Có chi lưu luyến để sầu vương
Không hò không hẹn, không chờ đợi
Bạn một đêm mà cũng nhớ thương
(Bạn Một Đêm)

Tóc xanh nói chuyện yêu đương
Bạc đầu, ta vẫn hoài thương... một người!
Quê hương cách mấy trùng khơi
Cố nhân xa vạn sông trời biển mây
(Ngẫu Hứng)

Đó, tôi xin "trình" với bạn những câu thơ "mềm nhũn" của Dương Huệ Anh. Bạn có thể thấy những câu mang một "tâm tưởng" như thế bàng bạc trong năm mươi bảy bài của tập "Huyền Ca Diễm Ảnh" và bốn mươi bốn bài của tập "Quê Hương Vĩnh Cửu Tình Yêu". Trong vòng hai năm 1991, 1992, Dương Huệ Anh cho ra đời hai tác phẩm rất diễm tình vì nó mang đầy đủ tính chất thơ diễm lệ. Có nhiều bài làm cách nay năm, mười năm. Đa số là các bài mới làm trong hai ba năm nay. Điều "ngộ" là những bài làm hồi ba mươi tuổi hơn lại... già hơn những bài lúc tuổi ngoài sáu mươi. Với Dương Huệ Anh, thơ tình là đáng kể và đáng nói, đáng nên làm. Ông bảo rằng Nguyễn Công Trứ từng đặt vấn đề về tình yêu rất chí lý:

"Cái tình là cái chi chi
Mà nó giục được người thiên cổ dậy."

Thế mới thấy chữ tình hệ trọng là phần nào đối với đời sống của con người! Thơ là một con thuyền chuyên chở nhân sinh quan. Thơ cũng là văn. Tình Yêu là Lẽ Đạo của con người. Văn dĩ tải đạo, đúng thay!

Câu hỏi tôi đặt ra. Dương Huệ Anh, nhà thơ ấy đàn bà hay đàn ông, già hay trẻ? Tôi đã tìm hiểu con người và tấm lòng

Dương Huệ Anh thấy qua đôi lần tiếp cận trong đời và trong thơ, xin trả lời cho bạn biết:

– Dương Huệ Anh, nhà thơ ấy đàn ông.

– Dương Huệ Anh, nhà thơ ấy đã già.

Nhưng bạn ơi, ai cấm chúng ta mường tượng, trong vòng tay một người đàn ông không cần thiết tuổi, có hình ảnh một người đàn bà khả ái... đó là Nàng Thơ! Và tới đây, câu hỏi nào có đặt ra nữa là của bạn... về một nhà thơ, về những cuốn thơ của người ấy.

Temple, 7/1992

Bài Tống Biệt Hành Của Thâm Tâm Thừa Một Khổ

Hoài Thanh tác giả cuốn Thi Nhân Việt Nam, bản in lần đầu xuất bản năm 1942, tại Hà Nội, có phần nói về Thâm Tâm và dẫn ra một bài thơ của Thâm Tâm. Chính vì bài thơ dẫn trong sách này mà tôi thấy có vấn đề khi đọc thêm về Thâm Tâm trong cuốn Thơ Việt Thế Kỷ 20 Chọn Lọc Và Bình của Trinh Đường xuất bản năm 1999 do Nhà Xuất Bản Thanh Niên trong nước, không ghi địa chỉ và nơi xuất bản.

Bài Tống Biệt Hành in trong cuốn Thi Nhân Việt Nam (xuất bản năm 1942 và tái bản chính thức lần thứ mười bảy năm 2001) gồm 22 câu, còn cũng bài đó in trong cuốn của Trinh Đường, xuất bản năm 1999 thì lại tới những 26 câu, tức thừa 4 câu, xếp như một khổ thơ phân biệt trong tổng thể của bài thơ.

Nói về Thâm Tâm, Hoài Thanh viết như sau:

> *Chính tên là Nguyễn Tuấn Trình. Sinh ngày 12 – 5 – 1917*
> *ở Hải Dương. Học ở Hải Dương.*
> *Hiện viết giúp: Tiểu Thuyết Thứ Bảy, Truyền Bá*

Bài thơ trích dưới đây rút ở tập Thơ Thâm Tâm chưa xuất bản.

Thơ thất ngôn của ta bây giờ thực có khác thơ thất ngôn cổ phong. Nhưng trong bài dưới đây lại thấy sống lại cái không khí riêng của nhiều bài thơ cổ. Điệu thơ gấp. Lời thơ gắt. Câu thơ rắn rỏi, gân guốc. Không mềm mại uyển chuyển như phần nhiều thơ bây giờ. Nhưng vẫn đượm chút bâng khuâng khó hiểu của thời đại.

Hoài Thanh bình thơ Thâm Tâm, bài Tống Biệt Hành như vậy, trước khi in trọn bài Tống Biệt Hành. Hoài Thanh đề : Tháng 11 – 1941.

Dưới đây là nguyên văn bài Tống Biệt Hành của Thâm Tâm in trong cuốn Thi Nhân Việt Nam, xuất bản nhiều lần trong vòng Sáu Mươi Năm nay vẫn như bản đầu tiên của sách:

TỐNG BIỆT HÀNH

Đưa người, ta không đưa qua sông
Sao có tiếng sóng ở trong lòng?
Bóng chiều không thắm, không vàng vọt
Sao đầy hoàng hôn trong mắt trong?
Đưa người, ta chỉ đưa người ấy
Một giã gia đình, một dửng dưng
– Ly khách! Ly khách! Con đường nhỏ
– Chí nhớn chưa về bàn tay không
– Thì không bao giờ nói trở lại!
– Ba năm, mẹ già cũng đừng mong.
Ta biết người buồn chiều hôm trước.
Bây giờ mùa Hạ sen nở nốt,
Một chị, hai chị cũng như sen
Khuyên nốt em trai đừng lệ sót.

Ta biết người buồn sáng hôm nay
Giời chưa mùa Thu, tươi lắm thay,
Em nhỏ ngây thơ đôi mắt biếc
Gói tròn thương tiếc chiếc khăn tay

Người đi? Ừ nhỉ người đi thực!
Mẹ thà coi như chiếc lá bay,
Chị thà coi như là hạt bụi
Em thà coi như hơi rượu say
(Thơ Thâm Tâm)

Đó là nguyên văn những gì Hoài Thanh viết về Thâm Tâm. Lúc Hoài Thanh viết về Thâm Tâm, dẫn thơ của Thâm Tâm vào sách, thì Thâm Tâm còn sống. Thâm Tâm, sau tháng 8-1945 theo Việt Minh, tức theo Đảng Cộng Sản Đông Dương giải tán trá hình lấy tên mới là Đảng Lao Động Việt Nam (Đảng Cộng Sản Việt Nam chính thức mang tên này từ năm 1976). Trong cuốn Thơ Việt Nam 1945 – 1985, nhà Xuất Bản Văn Học Hà Nội xuất bản năm 1985, do một tập thể thi sĩ tuyển chọn, gồm có: Chính Hữu, Hà Minh Đức, Hữu Thỉnh, Lý Hải Châu, Nguyễn Bao, Nguyễn Minh Tân, Quang Huy, Võ Văn Trực, Xuân Diệu, có phần Thâm Tâm, chỉ ghi sơ lược tiểu sử Thâm Tâm và Tác Phẩm Thơ của Thâm Tâm như sau:

Tên thật: NGUYỄN TUẤN TRÌNH
Năm sinh: 1917
Năm mất: 1950
Quê Quán: Hải Hưng
Tác phẩm Thơ:
– Tống Biệt Hành
– Chiều Mưa Đường Số 5

Điều khó hiểu ở phần Thân Thế và Sự Nghiệp của Thâm Tâm nêu trên, thấy hai chỗ: Quê Quán Hải Hưng thay vì Hải Dương như Hoài Thanh cho biết và tác Phẩm Thơ là sách đã xuất bản hay chỉ là tên bài thơ. Quả thật từ trước tới nay chưa ai thấy có tập thơ nào của Thâm Tâm in thành sách xuất bản cả. Không lẽ Thâm Tâm chỉ có hai bài thơ, Tống Biệt Hành, Hoài Thanh dẫn nơi cuốn Thi Nhân Việt Nam và bài Chiều Mưa Đường Số 5 do tập thể thi sĩ tuyển chọn bài chọn in trong cuốn Thơ Việt Nam 1945 – 1985? Tôi nhớ tôi có đọc được một bài Thâm Tâm làm cho T. T. Kh nữa (Thâm Tâm và Nguyễn Bính bị mắc lừa J. Leiba và Vũ Bằng, nhất là Vũ Bằng người đóng vai Tổng Thư Ký Tòa Soạn báo Tiểu Thuyết Thứ Bảy – cả hai, J. Leiba mất năm 1941, và Vũ Bằng, mất năm 1985, bịa ra cái tên T. T. Kh để dụ độc giả mua báo Tiểu Thuyết Thứ Bảy). Bài Thâm Tâm làm cho T. T. Kh là một bài thơ dở, dở nhất trong các bài thơ nào người đời cho là dở.

Cuốn Thơ Việt Nam 1945 – 1985 không dẫn bài Tống Biệt Hành (vì làm trước 1945), chỉ dẫn bài Chiều Mưa Đường Số 5 (không ghi chú năm làm bài này).

Theo nhiều người nghiên cứu văn học cho biết thì Hoài Thanh khi biên soạn cuốn Thi Nhân Việt Nam, ông rất cẩn trọng: viết thư cho từng tác giả một để xin họ tiểu sử và một số bài tâm đắc, ông không tự ý muốn nói gì thì nói về ai đó. Sau khi nhận được hồi âm, ông đọc và chọn một số bài ông thích nhất rồi viết nhận định của mình trước khi trích thơ của người được đưa vào sách. Hoài Thanh làm việc không đơn lẻ mà còn có người em cộng tác, đó là Hoài Chân ố ông này giữ phần kỹ thuật ấn loát và xuất bản ố Hoài Thanh cân nhắc rất kỹ lưỡng từng người, từng bài thơ, tuy nhiên ông cũng không tránh khỏi cái óc chủ quan và tình cảm riêng tư (thật hiếm thôi), thí dụ ông làm "mếch lòng" Nguyễn Vỹ, buông tay với Lưu Trọng Lư, nâng đỡ Lưu Kỳ Linh (anh của Lưu Trọng Lư), Nguyễn Giang, Quách Tấn. Đặc biệt với Thâm Tâm, tuy dẫn chỉ một bài thôi, nhưng nhận xét của Hoài Thanh về Thâm Tâm thật tinh tế và đúng với nội dung của bài thơ Tống Biệt Hành. Điều này cho thấy Hoài Thanh rất thích bài Tống Biệt Hành, rất bằng lòng phong cách thi nhân của Thâm Tâm. Thì như thế, Hoài Thanh không thể dẫn thiếu bài thơ của Thâm Tâm được! Hơn nữa, lúc sách Thi Nhân Việt Nam được xuất bản công khai, Thâm Tâm còn sống, Thâm Tâm không có ý kiến gì, tức chấp nhận Hoài Thanh đúng (chỉ có trường hợp Nguyễn Vỹ quá giận Hoài Thanh mà vung bút tùm lum trên một số báo chỉ trích việc làm "thiếu vô tư" của Hoài Thanh).

Bây giờ nói về cuốn Thơ Việt Thế Kỷ 20 của Trinh Đường, xuất bản năm 1999, là gần đây lắm, là xa sau Hoài Thanh nhiều năm lắm, ông này quả quyết rằng mình "đã đọc bài Tống Biệt Hành hồi mới đăng báo Tiểu Thuyết Thứ Bảy từ còn thanh niên và thuộc lòng cho đến nay cả bốn câu cuối mà Thi Nhân Việt Nam của Hoài Thanh – Hoài Chân không giữ lại". Nói như thế là sau khi Trinh Đường đã trích ngay lúc vào phần Thâm Tâm, bài Tống Biệt Hành. Trinh Đường dẫn bài Tống Biệt Hành với tất cả 26 câu, chia làm 5 khổ. Bốn (4) khổ đầu y hệt bài trích của

Hoài Thanh trong cuốn Thi Nhân Việt Nam. Khổ thứ 5, bốn câu, là khổ cuối của bài thơ.

Khổ thơ thêm (hay thừa) như sau:

Mây Thu đầu núi giá lên trăng
Cơn lạnh chiều mưa bóng đổ thẫm
Ly khách ven trời nghe muốn khóc
Tiếng đời xô động, tiếng hồn câm

Theo tôi, khổ thơ này không dính líu gì với bài Tống Biệt Hành cả. Nếu nằm chung với bài Tống Biệt Hành thì nó là "một khổ thơ", nằm riêng biệt thì nó là "một bài thơ" – bài Tứ Tuyệt.

Không phải riêng tôi thấy nó không dính líu gì với bài Tống Biệt Hành, ngay cả Trinh Đường cũng nhận thấy như thế. Trinh Đường viết: "Trừ đoạn này, thời gian bài thơ nằm về cuối "mùa hạ sen nở nốt", nhưng chuyển sang đoạn cuối thì trời đã Thu "giá cả trăng", cơn lạnh đã "đổ bóng thẫm", người đi là ly khách đã đi, đã ở ven trời". Ông Trinh Đường có cái nhìn sáng đấy chứ, nhưng ông viết hơi sai, đáng lẽ ông phải viết "người đi là ly khách đã xa, đã ở ven trời". Nếu ông viết đừng ỡm ờ thì hẳn ông thấy bốn (4) câu thêm ở cuối bài Tống Biệt Hành lưu hành hơn nửa Thế Kỷ phải có vấn đề gì đó. Càng đọc bốn câu Mây Thu đầu núi giá lên trăng, cơn lạnh chiều mưa bóng đổ thẫm, ly khách ven trời nghe muốn khóc, tiếng đời xô động tiếng hồn câm ta sảng khoái vô cùng. Ngắn. Gọn. Đanh thép và giá băng. Đúng là hoàn cảnh của một ly khách ven trời. Ly khách ven trời là người đã rời xa rồi, lâu rồi chỗ người thân tiễn mình ra đi. Bài Tống Biệt Hành của Thâm Tâm chỉ nói lúc đưa người ta đi, lúc người ta đi thực sự, không còn bịn rịn gì nữa, Mẹ, Chị, Em, Bạn, phải về thôi. Những người về không dám nhìn theo người đi – nhìn theo thấy gì nữa, ngàn dâu xanh ngắt một màu, người đi cũng quyết định rồi: Mẹ là lá rụng, Chị là bụi bặm, Em là hơi rượu phà ra khi say. Những ý tưởng đó ngụ ý rằng Quên! Quên hết! Ly khách là kẻ ra đi, đi đây là biệt ly, là không trở lại nếu không hoàn thành sứ mệnh nào đó, mà cũng không vì chí lớn dễ gì tới với người đi hai tay không!

Một lúc nào, sau buổi từ ly, bên trời, ly khách dừng bước, lúc đó mới ngậm ngùi, mây Thu đầu núi, giá lên trăng, cơn lạnh chiều nao đổ bóng thẩm, ly khách ven trời nghe muốn khóc, tiếng đời xô động, tiếng hồn câm.. Ngậm ngùi rồi hối tiếc? Dám lắm chứ! Cái gì cũng đã lỡ làng.

Viết bài này, tôi muốn Trinh Đường, một cơ hội nào đó, có ghé mắt tới, xin coi lại việc đánh giá một bài thơ của một người thơ. Hồi trước năm 1999, người ta chưa chơi nhạc "liên khúc". Việc chơi nhạc "liên khúc" mới về sau này, từ năm 2000, lấy râu ông nọ cắm cằm bà kia, hát tứ tung tứ xèng, là việc "cân hồ", tức mua giờ, kéo dài giờ chơi, thì việc lấy thêm một bài thơ khác gắn chồng lên bài có sẵn (vì thấy còn ngắn) cũng là thế sao? Thế thì "tùy tiện" vậy!

Bới lại đống tro than dĩ vãng, đôi khi cũng thú, nếu không ấm lòng người thiên cổ thì cũng ấm lòng người bây giờ. Tiếc một điều: ai chết cũng "ngậm cười". Chuyện vui là của người còn sống! Nghĩ chẳng "buồn" ư?

Tháng 6/2008

Đọc Thơ Thanh Chương – Tình Buồn Nhớ Mãi

Mới đây không lâu, hai tháng trước, đầu năm 2009, nhà xuất bản Little Sài Gòn ở Nam California, Mỹ, do nhà thơ Phan Bá Thụy Dương làm chủ, có cho ra đời tập thơ của thi sĩ Trần Văn Sơn, Thấp Thoáng Vài Nụ Hoa. Không ai nghĩ rằng nhà xuất bản Little Sài Gòn sẽ còn cho ra đời thêm tập thơ nữa vì thơ bây giờ "khó bán" lắm. Vậy mà, chưa hết tháng Ba 2009, người ta thấy tập thơ Tình Buồn Nhớ Mãi của Thanh Chương đang có trên kệ sách trưng bày của mấy nhà sách tại Nam California rồi. Tập thơ Tình Buồn Nhớ Mãi của Thanh Chương cũng do nhà thơ Phan Bá Thụy Dương (và một số thân hữu/thi hữu Ái Lan, Phan Diên, Vũ Quốc, Vũ Uyên Giang) chăm sóc cẩn thận, và dĩ nhiên nhà xuất bản có lòng ưu ái với thơ không ai khác hơn, vẫn là nhà xuất bản Little Sài Gòn.

Được chăm sóc cẩn thận, được ra đời từ một nhà xuất bản bước đầu có uy tín, tập thơ Tình Buồn Nhớ Mãi của Thanh Chương là một tập thơ rất bắt mắt từ cái bìa rất nghệ thuật: Phụ bản ưng ý nhất của họa sĩ Ái Lan, triện ấn tư duy nhất của họa sĩ Dương Ngọc Sum. Tình Buồn Nhớ Mãi có cái hình thức không chê, nghĩa là nên khen; khen không chưa đủ, chưa "phê", phải nói cho "tràn đầy tình cảm" là Khen Ngợi! Cầm trên tay tập Tình Buồn Nhớ Mãi chắc chắn là ai cũng phải "hãnh diện", người hãnh diện trước hết là tác giả của tác phẩm, thi sĩ Trần Thanh Chương.

Ở trang bìa sau của tập thơ, người ta đọc được những hàng chữ "đáng tin cậy" sau đây:

Sơ Lược Tiểu Sử (kèm theo ảnh chân dung của tác giả qua tác phẩm họa của thi sĩ vũ Uyên Giang):

Tên: Trần Thanh Chương. Sinh tại: Thanh Hóa.

Tuổi Kỷ Mão.

Sinh hoạt văn nghệ từ: 1956 – 1975.

Bút hiệu khác: Thạch Ngữ, Hoài Nhân, Châu Huy Quang, SMĐ.

Hội viên Văn Bút VNCH.

Đã in: Tiếng Buồn Tình Yêu, Cỏ Cháy 1972, Tình Buồn Nhớ Mãi 2009.

Chờ in: Dòng Sông Cuộc Đời, Thân Phận Lưu Vong, Nỗi Đau Huyền Sử, Tân Nô Lệ Vườn Địa Đàng.

Mấy dòng trên có hai điều khiến người xem thắc mắc: một là Việt Nam Cộng Hòa (tức quốc gia có trước 30 tháng 4 năm 1975, tức miền Nam Việt Nam kể từ sau ngày ký Hiệp Định Chia Cắt Đất Nước 20 tháng 7 năm 1954) không hề có tổ chức văn học nghệ thuật nào có tên là Văn Bút VNCH cả, chắc nhà xuất bản Little Sài Gòn ghi lầm, chỉ có Hội Bút Việt thôi; hai là tập thơ Tình Buồn Nhớ Mãi mà chúng ta đang "sở hữu" là cuốn sách mới vừa được in chớ đâu phải là tác phẩm "kép", tác phẩm nào in rồi, tác phẩm nào vừa mới in xong?

Tôi nghĩ rằng cái bìa sau của tập thơ Tình Buồn Nhớ Mãi, nếu tái bản nay mai, nên đính chính chỗ nào cần đính chính thì tốt hơn bây giờ.

Hãy đi vào phần nội dung, tức phần bên trong của tập thơ Tình Buồn Nhớ Mãi. Đây là một tập thơ có "số lượng" về con-số-bài, có tất cả 129 (một trăm hai mươi chín) bài thơ. 129 bài thơ ấy được trang trải trên 180 trang giấy. Như vậy là nhiều thơ mà bài ngắn? Đúng thôi! Có bài vỏn vẹn một trang với nhiều khoảng trống, có bài thì ba, bốn trang. Là có ngắn, có dài. Thơ so le! Thơ so le là thơ đẹp. Thơ đẹp là thơ "chất lượng". Thơ hay cũng là thơ "chất lượng". Từ từ đọc hết tập thơ Tình Buồn Nhớ Mãi rồi hãy kết luận nha!

Tác giả sinh năm Kỷ Sửu, tức năm 1939, năm nay 2009, tròm trèm bảy mươi. Thất thập cổ lai hi! Kính mừng thọ tác giả. Rõ ràng tác giả đã già, nhưng bạn ơi, thơ tác giả trẻ lắm, trẻ như làm đâu hồi còn niên thiếu, thời mới biết yêu và mới có dăm ba lần thất tình. Nói thế để mà thưởng thức cái êm ái, cái du dương, cái u trầm lãng mạn của thơ trong tập Tình Buồn Nhớ Mãi.

Có ba người quan tâm đặc biệt đến tập thơ này, Tình Buồn Nhớ Mãi, khi nó còn trong dạng bản thảo. Khi chưa được xuất bản thì Tình Buồn Nhớ Mãi cùng với tác giả của nó nằm trong nước. Tác giả mới qua Mỹ non chừng mười năm nay thôi, Tình Buồn Nhớ Mãi mang quốc tịch Mỹ, nghĩ chẳng sướng sao!

Khi Tình Buồn Nhớ Mãi còn trong dạng bản thảo, Thế Phong, nhà văn, hiện vẫn còn trong nước, có lẽ là người đầu tiên biết được, hiểu được "bụng" tác giả, Thanh Chương, nên có viết một bài khá "ấn tượng" khen tác phẩm, nồng nàn tình cảm giữa tác giả và mình. Bài viết của Thế Phong mang tựa đề là lá Thư Thay Lời Mở Cho Tập Thơ Tình Của Thanh Chương. Bài đầy hai trang sách, người viết viết tại Sài Gòn, không ghi ngày tháng năm nào. Thế Phong là "thân hữu" chí cốt của Thanh Chương, xác nhận thơ Thanh Chương *"giàu âm điệu, tập trung nhiều khóa sol, ẩn điệu nhạc lắng chìm. Nhiều nhạc sĩ phổ nhạc thơ anh mà tôi biết như nhạc sĩ Nguyễn Hiền, Dũng Chinh..."*. Thế Phong cho Dũng Chinh là nhạc sĩ phổ thơ hay nhất (qua bài Màu Tím Hoa Sim của Hữu Loan), nay phổ cho Thanh Chương nhiều bài, nhất định là thơ của Thanh Chương "tốt số" lắm. Nên mừng! Thế Phong và nhiều người quen thân với Thanh Chương hiện còn trong nước, rất không ngờ khi biết Thanh Chương đã ở Mỹ, thành phố Simi Valley. Biết, ngỡ ngàng, nhưng tin tưởng bạn mình sẽ gửi về tập thơ in tại quê người, "Tập thơ tình hay nhất của Thanh Chương ở Huê Kỳ gửi về tặng chúng ta; giấy thơm mùi giấy, mực thơm mùi mực". Thế Phong và những-ai-kia chắc đã toại nguyện? Mong sao Thanh Chương có gửi kèm "tí đỉnh" để anh em cùng "đánh chén" , nghĩ thế, vui nào vui hơn!

Thế Phong "chễm chệ" ngồi phía trước tập thơ Tình Buồn Nhớ Mãi của Thanh Chương, hai ông bạn quý khác của Thanh Chương là Khải Triều và Hoàng Vũ Đông Sơn nằm phía sau, coi như dành phần viết bài bạt cho tác phẩm. Khải Triều cũng như Hoàng Vũ Đông Sơn đều dùng những lời lẽ gần như "tâm huyết" để viết về thơ của bạn, viết cho tấm lòng của bạn đối với thơ. Khải Triều viết không dài bằng Hoàng Vũ Đông Sơn, cả hai đều dài hơn bài tựa của Thế Phong in phía trước sách. Vẫn chung một giọng: nồng nàn. Vẫn chung một điệu: thiết tha. Vẫn là một tấm lòng của người tri kỷ ố tri âm: khen thơ của Thanh Chương. Khen, khen và khen! Tốt! Sống ở đời ai cũng nên khen, có khen nhau thì xã hội mới yên ấm, đời sống mới thái hòa.

Ba người đọc trước thơ của Thanh Chương từ dạng bản thảo đã không tiếc lời khen; tôi đây là kẻ đọc sau họ, chung một thái độ hiếu hòa và hữu nghị, thì nên kết luận sớm chắc không sao? Muốn lắm chứ, để nhẹ bàn tay... khỏi viết nữa, nên đi tìm chai bia uống, uống hết bia, uống hết tình của Thanh Chương dành cho thơ, để no và ngủ với chiêm bao thấy thơ đúng là niềm mơ mộng!

Trước khi gấp tập thơ Tình Buồn Nhớ Mãi của Thanh Chương (để rồi đi ngủ, như vừa mới nói) tôi đọc đi đọc lại hai bài thơ sau đây của Thanh Chương may ra ngủ mà có chết luôn thì cũng thỏa lòng thỏa dạ:

SAO QUÊN *(in ở trang 50 và 51)*

Từng giọt sương
Từng giọt nhớ...
Đã tràn bờ yêu thương
Em ơi!
Từ thuở nào
Thời gian lặng lẽ đến
Theo anh cùng nỗi nhớ
Đã qua bao tháng ngày...

Anh làm sao quên
Những chiều mưa em tới
Như thấm sâu trong hồn
Thành dấu yêu... kỷ niệm

Tháng 3/2009

Đọc Tác Phẩm Cuối Cùng Của Nhà Văn Võ Phiến

Tác phẩm Cuối Cùng của nhà văn Võ Phiến Thế Kỷ 21 xuất bản 2009.
– Bìa: Họa sĩ Nguyễn Đồng
– Phụ bản tranh: Nguyễn Thị Hợp, Hoàng Ngọc Biên, Nguyễn Quỳnh, Nguyên Khai và Nguyễn Đồng...
** Nhật Báo Việt Herald phát hành.*

Nhà văn Võ Phiến năm nay, 2010, 85 tuổi. Ông viết xong cuốn Cuối Cùng năm 2007, đầu năm 2010, tại phòng Hội của Nhật Báo Viet Herald ở Nam California, ông có mặt trong buổi ra mắt sách. Vậy là... ông còn. Vẫn còn sống, còn tại thế. Không ai tin điều đó với một ông già sau hai lần mổ tim, sau gần trăm năm lam lũ (ở quê nhà Bình Định, ở sách vở văn chương, ở cơ quan Chính Quyền Việt Nam Cộng Hòa, ở những hãng xưởng Mỹ, ở tuổi già bệnh hoạn...). Gần ba trăm người đón chào ông Võ Phiến trong tình cảm người với người, trong sự mong được nhìn thấy một người khỏe mạnh. Ông Võ Phiến xuất hiện trước đám đông với nụ cười, với dáng dấp dễ thương của một người già nua còn... tráng kiện.

Tôi không "mô tả" nhiều thêm về buổi xuất hiện của nhà văn Võ Phiến ngày Ra Mắt Cuốn Sách Cuối Cùng của ông. Tôi muốn nói về cuốn sách đó – một cuốn sách Đẹp, in đẹp mà nội dung cũng đẹp.

Cuốn sách được nhà xuất bản Thế Kỷ 21 in và xuất bản, năm ghi trên bìa: 2009.

Cuốn sách in thật đẹp, trình bày thật bắt mắt, trên giấy màu vàng nhạt, trang nhã, tính cả bìa trong, bìa bọc ngoài, cuốn sách dày 192 trang. Sách không ghi giá bán, mua tại tiệm sách chỉ mất mười lăm đô. Nếu bình thường thì mắc đấy, nhưng cầm cuốn sách trên tay, ai cũng bằng lòng và cho là còn rẻ lắm. Tác giả chắc hưởng tác quyền không bao nhiêu. Nhà in hưởng nhiều hơn hết cái công lao của nó. Nhà xuất bản nhất định là hồi hộp, không biết thu có huề vốn không... Tôi không theo dõi "diễn biến thị trường" của cuốn sách, nhưng tôi tin... ai cũng vui trong tình huống kinh tế suy sụp hiện nay. Với tên tuổi vang lừng của tác giả, với sự trang nhã của một ấn phẩm mang tầm Thế Kỷ và với sự chăm sóc tận tình của nhà xuất bản Thế Kỷ Hai Mươi Mốt, nhất định cuốn Cuối Cùng sẽ tái bản nay mai thôi...

*

Ông Võ Phiến được nhiều lớp độc giả đồng ý: Ông là nhà văn kỳ cựu. Cùng "lứa" với ông, hiện chỉ còn Hà Thượng Nhân, Phạm Cao Củng, Hoàng Văn Đức, Trần Ngọc Ninh... Chưa ai là "người muôn năm cũ" cả vì... còn sống! Những người còn sống, nói đúng là "còn sót", theo tôi biết không ai còn "nhuệ khí". Nếu "còn bình thường" thì con cháu cũng không cho các Cụ đụng đến sách vở nữa. Ông Võ Phiến cũng bị "hạn chế" rất nhiều: ăn uống phải kiêng khem, đọc sách báo phải... ít thôi, con cháu ở xa thay phiên về thăm cha mẹ già phải chia phiên nhau về hoài hoài để cho ông quên lãng là mình đang hiu quạnh. Việc ông Võ Phiến có cuốn Cuối Cùng là ngoài ý muốn của ông, chính vợ và các con ông xếp đặt cho ông còn "hiện diện" qua sự gợi ý... chào hàng của nhà xuất bản Thế Kỷ 21. Những bài trong Cuối Cùng là những bài đã xong từ "hồi nảo hồi nao". Thôi thì, đem in nghĩ cũng như mua vui cùng độc giả dẫu vài trống canh.

Bạn nhìn ảnh ông Võ Phiến in kèm theo sách, không thương thiệt uổng. Ôi một ông già, sự hồng hào còn thấy được chẳng qua là màu mè chụp được bởi cái máy chụp hình. Thực tế thì ông đã xanh xao và đi đứng yếu xìu! Trẻ sao già vậy, trách ai? Người ta cầu Trời cầu Phật cho mình mạnh khỏe, không ai cầu xin cái gì mình không muốn! Con Tạo xoay vần tới đâu thì cứ xoay, chúng ta còn ông Võ Phiến, còn đọc cuốn sách Cuối Cùng của ông là chúng ta còn Vui!

Ông Võ Phiến không viết hồi ký, không viết nhật ký. Cuốn Cuối Cùng của ông được coi như một tập Tạp Bút, viết đủ thể loại: Thơ, truyện ngắn, tùy bút, biên khảo... Ông, hay "người nhà" ông gom góp lại để cho cuốn sách cái bề dày thích hợp. Những bài (đủ thể loại đó), ông viết bình thường, không nghĩ là mình còn sống có ngày sẽ chết, viết để mà "lưu chiếu hãn thanh". Ông viết hồn nhiên, dễ thương, chỗ nào chẻ tóc làm tư được ông cứ ngồi tỉ mỉ, tủn mủn mà chẻ... cho chữ thêm dòng, giấy thêm trang. Ông Võ Phiến có cái văn phong đẹp: không ồn ào, náo nhiệt, không hợm hĩnh, se sua. Ông sinh ra ở quê, ông vẫn quê một cục, có điều cái cục quê của ông thơm nhờ ông đi học nhiều nơi, qua nhiều trường, từng ở nhà Ông Đào Duy Anh, từng viết báo tại Hà Nội (thời tiền chiến), ông "lai" mà không "lai căng", do đó, ông dễ thương, lẩm cẩm mà dễ thương. Ai đọc sách của Võ Phiến đều không chê, không nói "không cần", đã đọc sách Võ Phiến là thấy mình... gần với thiên nhiên, với con người, với những cái tầm thường mình không ngờ nó chẳng tầm thường tí nào!

Tôi chịu Ông Võ Phiến về cái trầm tĩnh của ông trước mọi biến động của xã hội. Ông (dẫn cả nhà) trôi theo dòng đời, ông không buông xuôi, ông vẫn vững tay chèo đưa người thân của mình tới bến bờ yên ổn – ông làm việc nuôi vợ con, ông viết văn kiếm thêm chút đỉnh, ông không "sinh sự", ông có quan tâm tới "sự sinh" và ông chép miệng thôi. Với bộ biên khảo Văn Học Miền Nam, ông khổ – khổ tâm nhọc sức đã đành còn khổ vì nhiều người không thấy được ông nhắc tới đâm ra oán thù mắng chửi ông trên báo chí. Ông Võ Phiến không khoát tay nói:

kệ dư luận. Ông chớp mắt, nói nhẹ nhàng; có cái tôi quên, có cái tôi muốn nhắc mà lỡ cuộc. Nhà ông, tôi thấy thờ cúng Tổ Tiên nhưng tôi ngó ngực ông tôi mường tượng những dấu đấm của chính ông dành cho ông: "Tôi có tội". Ai cũng có tội cả, tôi hiểu rất đơn sơ từ khi nhìn thấy tay của đứa hài nhi đánh vào mặt người sinh thành ra nó. Từ sơ sinh con người đã 'đắc tội". Cha Mẹ đã không "trừng trị" nó hồi trứng nước, "nhớn" lên nó có thêm tội... cũng đành thôi! Xin Chúa ở mãi bên con người và tha cho họ hết, rồi... gia ân bội phần cho họ vui! Đấy, sự đời, người ta nói: "Xây chi chín đợt phù đồ, hãy lo làm phúc cứu cho một người". Có ai chịu cứu một mạng người đâu? Người ta xây chùa, xây giáo đường để cứu hàng vạn người đau khổ... hay hơn. Người ta thích làm điều gì đó thật vẻ vang, chỉ người làm văn chương là "ẩu", làm cái "nghề" thấp kém mà Phan Bội Châu từng than thở: "Lập Thân Tối Hạ Thị Văn Chương". Ông Võ Phiến, hiền, rất hiền, ai cũng công nhận, đa số công nhận, nhưng thiểu số chưa hài lòng nên "sự sinh" là chuyện thường tình vậy! Trong cuốn Cuối Cùng, ông Võ Phiến tuyệt đối không "di lụy" tới ai, mong ông sống còn và còn sống thật thoải mái, ngày nào ông đi được ra khỏi thế gian này... ông cứ đi, để cho tôi khóc!

Đọc cuốn Cuối Cùng của ông Võ Phiến, bài nào tôi cũng thích, từ thơ tới văn xuôi. Nhưng bài tôi "chịu:" nhất là bài cuối cùng trước khi tôi xếp lại cuốn Cuối Cùng.

Vì bài đó không dài mấy, chép lại không mỏi tay, xin chép lại dưới đây:

CÁI SỐNG HỮNG HỜ

Trên một trang báo Newsweek vào khoảng giữa năm ngoái ông Kirk Douglas – một vị lão thành (ngoại cửu tuần) – kể rằng ngày ông còn nhỏ, khi thân mẫu lâm bệnh nặng hấp hối lìa trần ông hoảng hốt chụp ôm tay mẹ. Cụ bà mở mắt nhìn con, nói câu cuối cùng: "Đừng sợ hãi, bất cứ ai rồi cũng đến chỗ này thôi, con ạ (... it happens to everyone)". Người con lớn lên, sống vững tâm, nhớ lời mẹ dạy; ông lại nhớ ra là: "bất cứ ai khác cũng đến chỗ này thôi (it happens to everyone else)".

Cái chết của chính mình, cái ấy khó nghĩ đến một cách nghiêm chỉnh. Khó lắm. Cứu cánh cuộc đời, ý nghĩa hiện hữu của vũ trụ, của muôn loài v. v..., về những cái này cứ tha hồ suy tưởng. Nhưng về chỗ sự chết ngỏm của con người (và đặc biệt là của chính mình) thì đố biết. Càng nghĩ càng rối thôi.

Ngại rối ren bèn trốn tránh hết mình. Nhưng trốn mà thoát được à? Vào những lúc bất ngờ nhất, tưởng mình đang an toàn thảnh thơi, có thể ta vừa ngẩng đầu lên bỗng thấy nó chình ình ngay trước mặt. Cực kỳ sỗ sàng.

Bản thân tôi trước đây có lần phải vào bệnh viện chịu mổ xẻ, tôi ngậm ngùi viết những lá thư gửi lại bạn bè, nhờ một văn hữu thân tình trao giúp cho, sau khi mình... ra đi. Hóa ra rồi sau cuộc giải phẫu tôi tiếp tục sống nhăn. Sống và ngượng ngùng vu vơ.

Năm tháng trôi qua. Quá bát tuần, tôi lén lút hướng một chút tưởng tượng về cái kết thúc cuộc đời của mình. Chắc là gần thôi. Liếc mắt phớt qua tí ti, sợ gì? Liếc qua xong rồi liếc lại, tôi ngạc nhiên không nhận thấy một xúc đọng bất thường nào xảy ra cả. Cuộc sống đang tiếp diễn vẫn tiếp diễn đều đều.

Nửa năm sau, rồi một năm sau nữa, cả tôi lẫn cái quanh tôi cùng hòa đồng êm ả theo dòng thời gian.

Bèn cố gắng dò đoán ý định của Tạo Hóa. Và dần dần có cảm tưởng mơ hồ về một chăm sóc độ lượng, khoan hòa. Cảm tưởng rằng lúc con người trẻ trung thì được Trời cho tha hồ vung vẩy, bấy giờ nếu nghe loáng thoáng về sự vấp váp suy tàn – đặc biệt là về cái chết – thì ôi thôi... Bất khả! Tôi bất khả!

Tạo Hóa có lòng lành, nhón tay khe khẻ điều chỉnh lòng người. Tuổi người càng cao, lòng người càng bớt sôi nổi, bớt tha thiết. Rốt cuộc còn lại sự hững hờ: Chết – Ai mà khỏi? Việc gì phải sợ? . Bà cụ hấp hối nói câu cuối cùng với người con hoảng hốt trong tờ báo Mỹ nọ, chính là đã nói câu ấy. Tạo Hóa mớm ý mớm lời cho cụ. Cũng như mọi cụ, cả ông lẫn bà.

Nhân một lời trên báo Newsweek nhớ lại một lời trên báo khác (Thế Kỷ 21, số đôi: 225 & 226). Mừng Xuân mới, chủ bút Ngô Nhân Dụng nhắc lời Khổng Tử: "Thiên địa chi đại đức, viết sinh" (Tính chất nổi bật trong trời đất là sự sống). Tiếp lời cụ

Khổng, bạn Ngô tưng bừng: "Không cần một nghị quyết nào của Thiên Nhiên ra lệnh cho các cánh đồng cỏ cùng mọc lên đúng ngày đúng tháng. Sự sống tự nó biết cách sống, không cần phân tích, lý luận để quyết định vạn vật có nên sống hay không".

Người nay, người xưa cùng một tưng bừng rạng rỡ. Rụp rụp, sự sống, biết cách sống. Nhưng sau sự sống, con người – mọi người – đều sẽ có dịp gặp một sự nữa là sự chết. Sự chết thì sao? Liệu tự nó có biết chết một cách tử tế cho thiên hạ nhờ tí hay không?

Tôi âm thầm nghĩ ngợi và ngờ rằng đây là lúc xuất lộ cái từ tâm của Hóa Công. Chúng ta không nên mè nheo đòi hỏi cho được vừa huýt sáo mồm vừa chết. Chỉ mong những bước chân đến ngôi mộ của chính mình sẽ là những bước thong thả, hững hờ. Đại khái thế thôi. Và Tạo Hóa đã xếp đặt như thế. Trước cái chết, bà cụ nọ trấn an con, chớ không phải là người con an ủi mẹ. (Santa Ana 2009)

*

Những dòng cuối cùng của cuốn sách Cuối Cùng, ông Võ Phiến viết như thế đó. Ông dùng chữ hững hờ, tôi nghĩ rằng ông muốn tỏ ra mình không quan tâm đến cái chết. Tôi hơi buồn, sao ông thích sống mà không thích chết? Chết cũng vui lắm chứ? Chịu chết càng vui hơn vì... mình hoàn thành nhiệm vụ. Nhưng ai cấm tôi... hiểu xa hơn: khi khép lại một cuốn sách không phải là khép lại một ước mơ. Tôi biết ông Võ Phiến đang còn sống, sự sống đối với ông, chẳng những đối với riêng ông, mà cả nhà ông, bạn bè ông, bà con ông, đều là sự cần thiết... để vui thêm ngày nào mừng ngày đó.

Với cái tuổi tám mươi lăm, với cái câu Trẻ Sao Già Vậy, ông đi đứng, ăn uống đang cần có người chăm sóc, ông còn sáng suốt ông để cho con cháu thấy cảm nghĩ của ông, lỡ ông có xuôi tay nhắm mắt, cái gì còn đó, thì còn đó! Cuốn sách Cuối Cùng! Tấm lòng Võ Phiến chưa hay không gói hết trong tác phẩm Cuối Cùng, có lẽ vì ông không khỏe. Đọc cuốn Cuối Cùng, người đọc chưa thỏa lòng thỏa dạ... vì thấy như chưa phải là tác phẩm Cuối Cùng của Võ Phiến!

Hi vọng rằng năm nay mưa thuận gió hòa, Ông Võ Phiến khỏe mạnh trở lại, lắc đầu cho rơi đi cái "tiêu cực" nếu có, nếu tồn đọng, trong ông... để ít ra còn cho độc giả ái mộ ông có vài bài thơ, vài truyện ngắn, vài bài tùy bút trong cảnh lão giả an chi.../.

Tháng 10/2010

TM

Luân Hoán - Một Nhà Thơ Xưa Nay Hiếm

Người làm thơ thường được gọi là Thi Sĩ, Thi Nhân. Đó là nói về những người làm thơ trẻ tuổi hoặc có tâm hồn thơ trẻ mãi, được đông đảo quần chúng thương yêu, ca ngợi và luôn luôn gần gũi với cảm xúc của con người. Có một số người làm thơ "nghiêm trang quá", tự họ có một chỗ đứng riêng và đạo mạo trước đám đông, họ như con-nhà-giàu chữ nghĩa, họ được đời phong tặng là Thi Gia. Có một số, ít thôi, làm thơ với tài năng đặc biệt, ứng khẩu lẹ làng, các bài thơ của họ thường ngắn gọn mà xúc tích, họ được đời phong cho cái danh vị thi bá. Có một số, cũng ít thôi, làm thơ rất sung sức, tứ thơ mướt, ý thơ mượt, tác phẩm của họ được đời trang trọng và coi như khuôn thước cho người làm thơ noi theo, họ được kính cẩn gọi là thi hào. Có một người, chỉ một người thôi, làm thơ trong bất cứ tình huống nào, khai thác thơ ở những nơi mà ít người dám bén mảng tới, thơ rất hay...và được phong là Thi Vương.

Tôi định sang dòng ở đây để nói về – nói vào Luân Hoán và thơ Luân Hoán, nhưng tự thấy mình...có thể bị gán cho cái tên là người "chẻ tóc tùm lum". Lỗi ở tôi là nói mà... không "cụ thể". Tôi xin "thí dụ" vậy: Về thi sĩ, thi nhân, chúng ta thấy điển hình là Trần Mộng Tú, Du Tử Lê, Hồ Xuân Hương, Thái Tú Hạp, Xuân Diệu, Huy Cận, Nguyên Sa, Luân Hoán.... Đây là những người luôn luôn trẻ trung bởi tâm hồn họ không chịu ảnh hưởng thời gian, năm tháng. Số này nhiều vô cùng, đếm không xuể. Về thi gia thì có thể nói đích danh những người làm thơ rất nhiều, rất có tư cách (hiểu là cách riêng của mỗi người) đó là Hà Huyền Chi, Hồ Công Tâm, Sương Mai, Trần Ngân Tiêu, Lê Khắc Anh Hào, Cao Tiêu, Trần Văn Nam, Viên Linh, Hà Thượng Nhân, Thái Quốc Mưu... Tôi không thấy ai dám phê bình thiếu trang trọng về họ có lẽ sợ phản... biện. Về thi bá, người nổi tiếng, rất nổi tiếng là Cao Bá Quát, từng được vua Tự Đức nói đến, "thơ như Siêu Quát vô Tiền Tấn". Thi hào thì chắc không ai qua được Nguyễn Du, Nguyễn Lương Vỵ, Nguyễn Thị Khánh Minh, Nguyễn Thị Hoàng Bắc, Đỗ Kh....Những vị này làm thơ rất đáng cho mình khen vì họ vượt bậc, bất tử như Thanh Tâm Tuyền, Tô Thùy Yên. Còn thi vương, duy nhất là Vũ Hoàng Chương! Ông làm thơ mô tả chỗ nhảy đầm và người nhảy đầm, không ai qua nổi, kể cả Thái Can và Thanh Chương. Ông ca tụng những người nổi danh như cồn trong lịch sử cận đại, bên nào ông cũng khen: ông ca Hồ Chí Minh, Ngô Đình Diệm, Thích Quảng Đức, ông được gọi là Thi Vương, Vua trong "làng" thơ, không thấy ai ngoài ông mà được xưng tụng một cách phong kiến dị thường như thế – ngay cả Bùi Giáng!

Người Việt Nam hầu như ai cũng có tài làm thơ, số thi sĩ, thi nhân, thi bá, thi hào, thi vương thì đếm được, còn số những người làm-thơ-không-chuyên, không làm sao biết họ là ai... vì họ chuyên môn làm ca dao dù họ... nghiệp dư, tức không chuyên môn về thơ! Oái oăm quá!

*

Luân Hoán là một người làm thơ có tiếng tăm, điều này ai cũng công nhận – từ thập niên 60 Thế Kỷ 20, các báo miền Nam Việt Nam đều thường xuyên đăng thơ Luân Hoán, anh cũng có nhiều tập thơ xuất bản đàng hoàng ở tuổi khi còn rất trẻ. Luân Hoán nổi tiếng nhờ tài làm thơ mau, hay... và xuất chúng. Anh là người sinh trưởng ở đất Quảng Nam, nơi có nhiều người làm thơ nổi danh nhất Việt Nam mình, cả hai miền Nam – Bắc, nhưng anh là người làm thơ sung sức và trường thọ. Nào Vũ Hữu Định, Hoàng Trúc Ly, Tạ Ký, Bùi Giáng... đều đã chết, họ làm thơ một thời với Luân Hoan đấy thôi. Sau Luân Hoán không bao lâu thì có Hoàng Lộc, Thành Tôn, Phan Xuân Sinh, Nguyễn Lương Vỵ, Hồ Thành Đức, Thái Tú Hạp, Ý Nga, Bích Xuân... Những người này hay lắm về thơ, tức về "chất lượng", nhưng "số lượng" thơ thì tùy theo thời tiết, tức không bình thường, nay trồi, mai sụt, nay tăng, mai giảm, tùy hứng mà có thơ! Bền bỉ thi gan cùng tuế nguyệt thì duy nhất Luân Hoán. Anh vốn không "bình thường" về thể chất, chỉ còn một chân, một chân gửi trên chiến trường Quảng Ngãi năm 1969, mà anh làm thơ "bá cháy" và không bài thơ nào của anh bị gọi là "thơ sượng" hay "thơ gượng". Anh em đọc thơ Luân Hoán đều tấm tắc: "cha này còn ngon", và ngon thật... ở cái tuổi hết chừng mực rồi, Luân Hoán vẫn có thơ cho... nữ sinh Huế ngày xưa! Luân Hoán... như một người bình thường, làm tròn bổn phận đối với đất nước, với bạn bè (trai và gái), với vợ, với con, với thân thuộc còn ở quê nhà... Tôi không thấy trong thơ Luân Hoán lời ai oán nào, lời than van nào, thơ anh đượm tình và đậm tình... Quả thật xưa nay hiếm vậy!

*

Tôi gọi Luân Hoán là Một Nhà Thơ Xưa Nay Hiếm... là vì tôi nhớ anh quá đi! Chúng tôi cùng khóa 24 Sĩ Quan Trừ Bị Thủ Đức, năm 1966. Ra trường anh về miền hỏa tuyến, tôi cao nguyên. Trong trường đã không thấy mặt nhau vì "chăm học" và... chăm cả đi chơi, ngay tại trường cứ chờ tờ Bộ Binh ra thì thấy tên Luân Hoán, Trần Hoài Thư, Nguyễn Sa... Vậy cũng được rồi. Ra trường, sống chết nhẹ nhàng lắm. Tôn Thất Mẫn chết ngay trong đêm đầu tiên về đơn vị. Hồ Minh Nhật, Trần Hữu Thanh... chết khi còn là Chuẩn Úy sữa. Nhiều người sau đó...lung tung beng! Tôi ngậm ngùi không chỉ vì những người đã chết trên chiến trường mà còn ngậm ngùi ray rứt hoài với các bạn bị thương, như Nguyễn Ngọc Hương cụt một cánh tay, Luân Hoán mất một bàn chân...Tôi thật muốn bình yên cho tất cả. Tôi cảm ơn mọi người cầu nguyện đêm Noel. Tôi điếng hồn... mỗi năm tới ngày Rằm Tháng Bảy Xá Tội Vong Nhân. Sống chết không lìa... cái trần gian ta bà, buồn ơi May mà Luân Hoán cứ làm thơ... làm thơ như người đủ tay đủ chân, đủ cả lòng xúc cảm bén nhạy! Xưa nay hiếm thật đó chớ! Tôi chưa thấy ai qua mặt Luân Hoán về sự trường kỳ làm thơ, thủy chung với thơ, thăm thiết với tình người; hi vọng sau này có Nguyễn Lương Vy, tác giả nhiều tập thơ dày cộm khai thác tối đa, suốt tối suốt sáng, mỗi một chữ Âm! Nguyễn Lương Vỵ rất cao ngạo về mình, người Quảng Nam, có bài thơ "rẹc" tiếng "Quởng" chẳng sợ ai la "chửi cha không bằng pha tiếng".

*

Tôi viết về Luân Hoán, nhớ anh hai điều, một anh là người làm thơ tôi thán phục, một nữa, anh với tôi cùng một khóa quân trường cách nay gần nửa Thế Kỷ. Tôi vui vì anh hết lên lon, và tôi cũng vui vì tôi biết anh không thể chụm đủ hai bàn chân chào ai cả, anh chào mọi người bằng tấm lòng của anh, bằng thơ của anh!

*

Sẽ thiếu sót lắm, viết về Luân Hoán, nếu tôi chấm dứt bài này ở câu trên... Cuộc đời thơ của Luân Hoán tuy không có gì là "phức tạp" nhưng phải thấy vì sao mà nó không phức tạp! Thưa bạn, thơ Luân Hoán là thơ Luân Hoán, hồn nhiên mà đậm đà. Thơ Luân Hoán là thơ Luân Hoán, cuối đời mà vẫn như xuân xanh! Tôi xin "cử" ra đây năm bài thơ Luân Hoán làm ở tuổi "thất thập". Tôi tin bạn sẽ gặp một người thân rất đỗi thân. Bạn yêu Luân Hoán cũng được nhưng coi chừng bà xã Luân Hoán ghen và bạn "chết liền", ai khiến ai ngoài bạn? Đây, mời bạn:

1. CHUYỆN XƯA

má con thời con gái
cũng xinh đẹp như con
chỉ có điều còn dại
đã sớm bị hớp hồn

ba nhớ ba hồi đó
đâu có gì là ngon
lại có hơi ba trợn
cộng rất nhiều ba lơn

rồi thì ba và má
dắt nhau bỏ trốn nhà
nhiều người bạn che chở
năm bảy bữa bỏ nhà

nếu không có ông nội
quen biết và khôn lanh
chắc ba ngồi gỡ lịch
tội dụ trẻ đầu xanh

cuộc tình ba và má
thơ mộng trong cam go
kết cuộc thật có hậu
các con đã biết rồi

2. TRĂNG NON

tắt đèn gặp ánh trăng non
lặng lẽ đứng sát bên song ngó vào
mặt trăng mơn mởn ngây thơ
bẽn lẽn một chút rồi vào cùng tôi
tôi nằm trăng phủ lên người
tuy chưa kín hết bắp đùi ngón chân
nhưng tôi nghe cả toàn thân
hương trăng thâm nhập dần dần sáng trưng

nhẹ đưa tay lót cánh lưng
cho đường máu chảy hòa cùng ánh trăng
lim dim mắt gặp chị hằng
ôm con thỏ hỏi anh bằng lòng không ?

da già chợt phơn phớt hồng
tôi cười nằm thiếp trong lòng vợ tôi

3. THOÁNG NHỚ LÚC HOÀNG HÔN

chiều đứng chần chừ trên ngọn lá
hiu hiu gió động ánh vàng phai
từng con chim nhỏ bay về tổ
man mác lòng vang tiếng thở dài

thoáng nhớ hương môi em thấm ngọt
mi dài mắt biếc ướp tình hoa

lời thơm thỏ thẻ bên làn má
từng nhịp tình ngân cánh tay ngà

lặng ngó mông lung chờ nắng tắt
hoàng hôn thắp sáng bóng ta ngồi
buồn tay mở nắm dòng không khí
sè sẹ em về nồng phiến môi

chót lưỡi chừng như đượm mật ong
ngậm nghe thương nhớ tỏa hương trầm
hoàng hôn yểu điệu em thư thả
riêng một ta già trong ước mong

vói níu từng giây hồn chạng vạng
ngày qua đâu biết đời chưa qua
thở nghe mình thở ôi hạnh phúc
bao la vũ trụ hãy là nhà

4. CHẠY TỘI

mỗi ngày nguyện thắp một cây hương
chuyện giản dị thôi cũng thất thường
khi thì lười biếng khi quên lửng
khi lạc hộp diêm rồi lơ luôn

Phật Tổ Quan Âm im hồn tượng
Ông Bà Cha Mẹ lặng trong gương
Thần Tài Thổ Địa phơi mặt bụi
gia đình nhà Táo ẩn sau tường

đâu có ai mong ta thờ cúng
sợ lạnh cửa nhà bày đặt ra
cô đơn nương tựa vào Thánh, Phật
buồn nhớ vịn vào tranh, lá, hoa

mới đầu mọi sự đều nghiêm túc
cung kính mến thương rất đậm đà
thật sự trong lòng không thay đổi
nhiệt tâm săn sóc nhạt dần dà

quả thật ai không ưa hình thức
khó ai không quí thú gia đình
thờ cúng trang hoàng như trọng điểm
nói lên tha thiết tấm chân tình

ta ít thắp hương, lười phủi bụi
Phật cười Cha Mẹ cũng cười theo
tranh ảnh bao dung hoa lá tốt
cùng vui theo sức khỏe bọt bèo

cảm ơn ta vẫn còn đầy đủ
tánh xấu tật hư khá dễ thương
gắng bước theo đời mươi năm nữa
sẽ dâng thân đốt thay cây hương

5. CHIẾC XE ĐẠP NGANG

đường hai bên cây thẳng hàng
chở em trên chiếc xe ngang đi về
tóc môi thân mật cận kề
đôi lần gió chạm nghe tê rần người

khi không nín hẳn nói cười
trong lòng tủm tỉm thấy vui vô chừng
em ngồi chưa dám thẳng lưng
vai càng thu gọn càng rung từng hồi

ta đạp đã quá chậm rồi
lạ kỳ xe chạy như trôi nhẹ nhàng
nắng chiều lấp kín không gian
chung quanh cây lá ngập hoàng hôn rơi

vỏn vẹn chỉ một hôm thôi
đi về hai chuyến đất trời vội xa
ta bay ra khỏi quê nhà
còn em giờ đã phôi pha thế nào?

hôm nay chợt thấy ngoài rào
chiếc xe ngang rất hao hao một thời

nghiêng nghiêng em sắp lên ngồi
định đi đâu đó có mời ta theo ?

thương em nay có vẻ nghèo
thiếu tơ lụa phủ rong bèo thanh xuân
ta tình nguyện ngồi trên khung
em tha hồ chở lung tung mặc tình

gió lay nhụy ngọc rung rinh
nghĩ thôi đã thấy rùng mình thành thơ

*

Với 5 (năm) bài thôi, bạn thấy Luân Hoán thế nào? Trẻ măng! Luân Hoán làm chắc hơn 5.000 (năm ngàn) bài thơ, có thể nhiều hơn nữa, Luân Hoán chỉ là một người, một thời bất tận. Tôi nghe người ta đồn rằng Luân Hoán có một mái ấm và Luân Hoán hưởng hạnh phúc trọn vẹn. Đời dễ có ai như vậy đâu! Mừng cho Luân Hoán, cũng mừng cho những người "tò mò" về thân thế Luân Hoán. Mời bạn đọc xem qua phần Tiểu Sử của Luân Hoán. Đây là Tiểu Sử Sao Y Bản Chính rút từ cái website luanhoan.net, coi như Tướng Mạo Quân Vụ của chàng chiến binh cụt một giò nhưng tâm hồn xanh biếc như rừng cây xum xuê:

Luân Hoán

– Tên thật Lê Ngọc Châu, sinh cuối năm Canh Thìn, vào ngày 10 tháng 01 năm 1941 tại nhà hộ sinh Tô Thành Giang ở Hội An Quảng Nam.

– Con ông Lê Hoán (gốc Liêm Lạc Hòa Đa, Quảng Nam) và bà Nguyễn Thị Luân (gốc Vĩnh Điện, Quảng Nam)

– Định cư và trưởng thành tại Đà Nẵng từ 1953.

– Mất chân trái tại mặt trận Mộ Đức, Quảng Ngãi vào cuối năm 1969.

– Nghề tay phải: tham sự ngân hàng VNTT, Đà Nẵng.

– Tạm cư tại Montreal Canada từ 02.02.1985.

– Công nhân hãng Aronoff Canada (1986-1990)

Có bài đăng từ 1960 trên các báo:

- *Tuổi Xanh, Gió Mới, Thời Nay, Mai, Bách Khoa, Văn Học, Ngàn Khơi, Kỷ Nguyên Mới, Đối Diện, Bộ Binh, ... (trước 1975)*
- *Văn, Văn Học, Nắng Mới, Hợp Lưu, Thế Kỷ 21, Nhân Văn, Thời Tập, Khởi Hành, Phố Văn, Chủ Đề, Việt Báo, Hồn Quê, ... (sau 1975)*

Trong Ban Biên Tập của các tạp chí:

- *Văn Học Sài Gòn (1964 – 1975)*
- *Nhận Thức, Huế*
- *Trước Mặt, Quảng Ngãi*
- *Làng Văn , Canada (1986-1990)*
- *Sóng, Canada (1986 – 1991)*
- *Quê Mẹ, Pháp (từ 1986)*
- *Sóng Văn, Hoa Kỳ (từ 1996)*

Chủ trương nhà xuất bản Thơ (với các thi phẩm đã xuất bản của: Hà Nguyên Thạch, Phan Nhự Thức, Đynh Hoàng Sa, Thành Tôn, Khắc Minh, Luân Hoán, ...)

Tác phẩm đã xuất bản:

Thơ:

- *Về Trời (Văn Học – SàiGòn, 1964)*
- *Trôi Sông (Văn Học – SàiGòn, 1966)*
- *Chết Trong Lòng Người (Ngưỡng Cửa, 1967)*
- *Viên Đạn Cho Người Yêu Dấu (thơ, 1969 – tái bản, 1995)*
- *Hoà Bình Ơi Hãy Đến (thơ 1970, cùng Lê Vĩnh Thọ, Phạm Thế Mỹ)*
- *Nén Hương Cho Bàn Chân Trái (thơ 1970, với nhiều bạn văn)*
- *Thơ Tình (thơ 1970)*
- *Ca Dao Tình Yêu (thơ 1970, với Khắc Minh)*
- *Lục Bát Ca (thơ 1970, cùng Lê Vĩnh Thọ, nhạc Vĩnh Điện)*
- *Rượu Hồng Đã Rót (thơ 1974, tái bản 1995)*
- *Hơi Thở Việt Nam (Sông Thu – Hoa Kỳ, 1986)*
- *Ngơ Ngác Cõi Người (Nhân Văn – Hoa Kỳ, 1989)*
- *Đưa Nhau Về Đến Đâu (Nhân Văn – Hoa Kỳ, 1989)*
- *Cảm Ơn Đất Đá Trổ Thơ Lòng Ta Hạt Bụi Vu Vơ Bám Hoài (Kinh Đô – Hoa Kỳ, 1991)*
- *Mời Em Lên Ngựa (Sông Thu – Hoa Kỳ, 1994)*
- *Nuôi Thơm Chùm Kỷ Niệm Xanh (thơ, Canada , 1995)*
- *Cỏ Hoa Gối Đầu (Sóng Văn – Hoa Kỳ, 1997)*
- *Sông Núi Cùng Người Thơm Ngát Thơ (Thơ, Canada , 2002)*
- *Em Từ Lục Bát Bước Ra (trường ca Nhân Ảnh XB 2008)*
- *Ổ Tình Lận Lưng (tập hợp một nửa phần thơ LH, 630 trang, bài nối bài, Nhân Ảnh XB, 2007)*
- *Thanh Thi (Thư Quán Bản Thảo XB năm 2011)*

Văn Xuôi:

- *Quá Khứ Trước Mặt (Nhân Ảnh XB 2006)*
- *Dựa Hơi Bè Bạn 1 (Nhân Ảnh XB 2006)*

- *Dựa Hơi Bè Bạn 2 (Nhân Ảnh XB 2007)*
- *Tác Giả Việt Nam (dùng tên Lê Bảo Hoàng, tự điển tác giả Sóng Văn XB 2005. Nhân Ảnh tái bản 2007)*
- *Theo Gót Thơ (dùng tên Hà Khánh Quân, cảm nhận về thơ, Nhân Ảnh XB 2010)*

Góp bài và có mặt trong các tác phẩm, tuyển tập:

- *Văn Học Hiện Đại – Thi Ca Và Thi Nhân (Cao Thế Dung – Sài Gòn, 1969)*
- *Văn Nghệ Xám (Thái Độ – Sài Gòn, 1970)*
- *Người Của Năm 74 (Phổ Thông – Sài Gòn, 1974)*
- *Hội Tuyển Thi Ca (PTTNHDXH – Pháp, 1986)*
- *Ngọn Cỏ Khô Trên Thung Lũng Mùa Xuân (Làng Văn – Canada, 1986)*
- *Tìm Hiểu Nghệ Thuật Thơ Việt Nam (Nguyễn Hưng Quốc – Pháp, 1988)*
- *Chân Dung Thơ Luân Hoán (nhiều tác gỉa, 1991)*
- *Tìm Thơ Trong Tiếng Nói (Đỗ Qúi Toàn – Hoa Kỳ, 1992)*
- *Việt Nam Quê Hương Tôi (Lê Quang Xuân – Canada,1993)*
- *Thơ Việt Nam Hiện Đại (Hội nhà văn – Hà Nội, 1994)*
- *Tuyển Tập Lục Bát Việt Nam (Văn Hóa – Hà Nội, 1994)*
- *Thơ Tình Bốn Phương (Thái Doãn Hiếu và Hoàng Liên, nhà xuất bản Trẻ Sài Gòn, 1994)*
- *Tuyển Tập 20 Người Viết Canada (Canada , 1995)*
- *20 Năm Văn Học Việt Nam Hải Ngoại (Hoa Kỳ, 1995)*
- *Thơ Tình Việt Nam Và Thế Giới Chọn Lọc (Nguyễn Hùng Trương Khai Trí sưu tập, NXB Thanh Niên, VN)*
- *An Anthology Of Vietnamese Poems (Huỳnh Sanh Thông, 96)*
- *Lục Bát Tình Việt Nam (NXB Đồng Nai – Việt Nam , 1997)*
- *Nguyên Sa Tác Gỉa Và Tác Phẩm 2 (Hoa Kỳ, 1998)*
- *Thơ Thái Tú Hạp (Hoa Kỳ, 1999)*
- *Văn Học Miền Nam – Thơ (Võ Phiến – Hoa Kỳ, 1999)*
- *Nhà Văn Nhà Thơ Hải Ngoại (Nguyễn đình Tuyến – Hoa Kỳ, 1999)*
- *Thủ Đức Gọi Ta Về (Trần Hoài Thư – Hoa Kỳ, 2001)*
- *Nhiều tuyển tập của các hội đoàn Quảng Nam*

Sách Nhận định thơ LH:

- *Chân Dung Thơ Luân Hoán (nhiều tác giả, Kinh Đô Ấn Quán Hoa Kỳ XB 1991)*
- *Luân Hoán Một Đời Thơ (nhiều tác giả, Nhân Ảnh XB 2005)*

Sách sẽ in:

- *Thơ Thơm Từ Gốc Rễ Tình (400 trang thơ)*
- *Luân Hoán Nhìn Từ Thi Ca (nhiều tác giả)*

Thầy Tôi Ông Trần Quý Tuệ

Thầy tôi, trong đời tôi có nhiều người là Thầy của tôi lắm...

Từ lớp Đồng Ấu ở Phường Phú Trinh, Phan Thiết, tức lớp vỡ lòng, lớp Năm (sau này gọi là Lớp Một) đến những năm học Trung Học ở Đà Lạt rồi Sư Phạm ở Nha Trang, rồi Đại Học Luật Khoa ở Đại Học Sài Gòn, tôi học với nhiều Thầy, chỉ với hai Cô, một Cô hồi lớp Vỡ Lòng và một Cô hồi học Sư Phạm. Năm tôi bắt đầu đi học là năm 1948 và năm cuối cùng tôi không còn dính líu với bất cứ ngôi trường nào nữa là năm 1975. Người dạy tôi đầu tiên là Cô Trần Thị Sen, người cho tôi những lời chúc đẹp cuối cùng trên Quê Hương là Cụ Giản Chi Nguyễn Hữu Văn. Tôi nhớ như in trong lòng từng Thầy, Cô (tiếc đời tôi chỉ học với hai Cô, Cô Trần Thị Sen và Bà Ung Sâm – Cô lấy tên chồng làm tên mình). Thầy mà tôi thương nhất là Thầy Trần Quý Tuệ, Hiệu Trưởng trường Sư Phạm Nha Trang, Hiệu Trưởng liên tục (thì phải) suốt mười niên khóa trước khi trường chuyển ra trường Sư Phạm Quy Nhơn. Thầy Trần Quý Tuệ giúp tôi giữ lòng đằm thắm khi tôi trở thành một Giáo Viên Tiểu Học rồi lên thành Giáo Sư Trung Học nhờ chỉ với một lần Thầy đưa tay lên trán tôi coi tôi có ấm đầu thật sự không mà tôi xin nghỉ học tới ba ngày; Thầy khuyên tôi cố gắng học đừng vắng mặt nhiều quá, Thầy muốn tôi ra trường nếu có phải đi Lính thì cũng đỡ vất vả (Thầy nghĩ quân đội thường giữ những quân nhân có chữ nghĩa làm việc văn phòng, ở hậu cứ, không phải tác chiến). Ở Nha

Trang, tôi trọ học gần nhà Thầy, nhà Thầy số 9 đường Phương Sài, nhà tôi trọ số 15 đường Phương Sài. Tôi chưa một lần dám bước lên nhà Thầy để thăm Thầy (mà thời gian đi học, ngày nào cũng thấy Thầy thì có chuyện gì đâu thăm?) trong khi Thầy có một lần đến nơi tôi trọ xem tình hình tôi bệnh... cảm, ra sao (lúc đó, Thầy chắc nghe tôi có nhận được giấy gọi nhập học của trường Quốc Gia Bưu Điện ở Sài Gòn, rớt Tú Tài Một tôi nộp đơn thi nhiều trường dạy nghề... làm công chức: trường Bưu Điện, trường Cán Sự Pasteur và trường Sư Phạm, trường nào tôi cũng đậu nhưng Sư Phạm thì có giấy gọi sớm nhất). Thầy thường khuyên chung trước tất cả giáo sinh: Học Sư Phạm ra trường làm Thầy Cô có hai cái sướng, một là lương cao hai là hàng năm có ba tháng không dạy vì nghỉ Hè. Thầy, người Huế, giọng Thầy nhỏ nhẹ và thiết tha, có lẽ tôi yêu Huế từ năm 1960 là... nhờ Thầy truyền bệnh tương tư chăng?

Thi tốt nghiệp Sư Phạm, tôi đậu khá cao, thứ mười trên một trăm và tôi được bổ nhiệm tại ngay thành phố Đà Lạt. Đà Lạt là một thành phố từ thời Pháp Thuộc, Ville de Dalat, bao bọc quanh nó là Tỉnh Tuyên Đức. Ở Đà Lạt thì an toàn mọi mặt... vì nó là thành phố ưu ái nhất của miền Nam Việt Nam. Tôi đi dạy học áp dụng đầy đủ những những bài học ở trường Sư Phạm nhất là những bài Tâm Lý Giáo Dục của Thầy Trần Quý Tuệ, tôi là giáo viên xuất sắc hai niên khóa liền, sau đó còn được đề nghị thêm, tôi không chịu, tôi muốn dành cho anh chị em khác. Cũng may, tôi được lệnh nhập ngũ khi vào năm học thứ ba đời dạy học của tôi. Tôi bị gọi đi học khóa Hạ Sĩ Quan, khi đưa bằng Tú Tài ra thì được hoãn để sẽ được gọi đi học khóa Sĩ Quan Trừ Bị. Sau đó, tôi có lệnh nhập ngũ chính thức khóa 24 Thủ Đức...

Như tôi đã nói khi nhập đề bài viết này, vị Thầy mà tôi nhớ nhất là Thầy Trần Quý Tuệ. Từ năm 1962 trở đi tôi không có lần nào gặp lại Thầy dù tôi có về Nha Trang nhiều lần về việc nhập ngũ để khám sức khỏe vào lính vì Nha Trang thuộc vùng II, thành phố Đà Lạt nơi tôi cư ngụ thuộc Vùng này, vùng có Trại Nhập Ngũ số 2 (trước ở Phan Rang, sau dời ra Nha Trang; ở trại Phan Rang rệp nhiều quá và chật quá, trại Nha Trang thì rộng rãi và sạch sẽ. Tôi có đi ngang nhà Thầy khi được "xả trại" ra phố dạo chơi để chờ ngày xuống tàu Hải Quân đưa vào Sài Gòn, tôi ghé thăm lại nhà trọ cũ của tôi, hỏi thăm Thầy thì được cho biết Thầy không có mặt ở nhà giờ hành chánh. Người ở nhà trọ cũ của tôi đinh ninh tôi hỏi thăm Thầy Trần Quý Tuệ là có ý muốn được nhìn thấy cô con gái của Thầy, Trần Thị Trang... Một hình bóng...

Nha Trang là một thị trấn dễ thương, to lớn và phát triển nhiều mặt, nhưng mãi sau thập niên 1960 nó mới được công nhận là Thị Xã, ngang tầm Thành Phố. Tôi ở đây không lâu, tôi nhớ bãi biển, đại lộ Duy Tân. Tôi nhớ những con đường thăm thẳm mát rượi bóng cây muồng vàng. Tôi nhớ Xóm Mới, vốn là nghĩa địa bị chính quyền ra lệnh di dời để thành lập Bến Xe và khu dân cư mới. Tôi nhớ nhà ông Quách Tấn sau chợ Đầm, số 12 đường Bến Chợ bên cạnh bờ sông. Tôi nhớ nhà ga, tôi nhớ hệ thống đường rày uốn cong đến phát chóng mặt tại ga này. Tôi nhớ Chợ Mới những vườn dừa, tôi nhớ Thành Diên Khánh, nhớ những ruộng lúa xanh rì... Tôi nhớ (thưa Thầy, con nhớ Thầy). Ở quân trường Thủ Đức, tôi chung phòng với anh Dương Trọng Khương, anh Trần Xuân Hiển, cũng là Thầy Giáo ở Nha Trang, các anh dạy trường Trung Học Võ Tánh. Chuyện Nha Trang thường xuyên nhắc nhớ. Anh Dương Trọng Khương là phu quân của Trần Thị Trang, ái nữ của Thầy tôi...

*

Tôi viết bài này để làm chi? Tôi viết bài này... vì tôi đang thở. Xin ai đọc cũng hỏi giùm như tôi vừa hỏi tôi: Viết bài này để làm chi? Là một Thầy Giáo, chính danh là Giáo Sư Việt Văn, mà viết như thế sao? Không mạch lạc, không gọn gàng, không... có nội dung gì cả. Bông lông, bảng lảng như một... bài thơ. Tôi biết không tự nhiên cũng không tự dưng tôi nhớ Thầy tôi, ai đó mới là... vang bóng một thời. Và nhạt nhòa. Ơ hay, tôi làm sao vậy, hỡi Nha Trang?

Tháng 11/2015

ĐỌC THƠ ĐỖ HỒNG NGỌC (ĐỖ NGHỆ)

Tôi rất thích tập thơ Thư Cho Bé Sơ Sinh & Những Bài Thơ Khác của Đỗ Hồng Ngọc (Đỗ Nghê). Tập thơ này được nhà xuất bản Văn Nghệ trong nước xuất bản và phát hành đầu năm 2010. Tập thơ dày 232 trang, khổ vuông vức 17cm x 17cm, bìa và giấy in bài thuộc loại có giá trị cao nhưng rất trang nhã chớ không se sua, chưng diện đỏm dáng.

Tôi thích nó vì nó dễ thương như đứa bé mà tôi có thể nhìn ngắm được dẫu chỉ qua chữ in.

Tôi cũng thích nó vì nó gọn gàng, bắt mắt, bài nào cũng tạo cho tôi ít nhiều xúc động thật sự.

Nhưng có lẽ tôi thích nó bởi nó rất mới trong lối làm thơ dẫu nhiều bài trong tập này tác giả làm hồi thập niên 1960; nửa Thế Kỷ rồi, đâu phải ít!

Trước 30 tháng 4 năm 1975, người ta biết Đỗ Nghê là thi sĩ nhờ bài thơ "rất ngộ" (theo tôi là rất lạ, rất hay, rất có ý nghĩa) đăng trên bán nguyệt san Bách Khoa tại Sài Gòn. Báo Bách Khoa là báo chọn lựa người đọc, nó có số độc giả riêng của nó, giống như báo Sáng Tạo, báo Hiện Đại, báo Thời Nay..., mỗi báo là một "loại" riêng, nhưng các "loại" báo này có loại độc giả chung là giới-trí-thức – có người đọc Bách Khoa (Hiện Đại, Sáng Tạo, Thời Nay...) vì muốn thỏa mãn về sự sáng tạo của người viết, vì muốn làm dáng cho mọi người thấy mình sành điệu văn chương! Bài thơ tạo tên cho Đỗ Nghê nói về sự ra đời của một bé sơ sinh (coi như chưa có tuổi). Tựa đề của bài đó: Thư Cho Bé Sơ Sinh. Chữ Thư này, hiểu ngay là Những-Lời-Nói của một người lớn nói với đứa bé... chưa-biết-nghe. Tôi không hiểu tại sao người dịch ra tiếng Anh, Phat' Blog, lại dịch Thư thành Thơ (Poem), chắc vì thấy đó là Bài Thơ? Nhưng dịch hay thì vẫn hay, bài thơ đã hay được nhân lên thêm một lần, càng thấy thú vị! Tác giả làm bài thơ năm 1965, dịch giả dịch nó ra Anh Ngữ vào năm 2006. Tôi không nghĩ dịch giả đã nghiền ngẫm nên mất thời gian quá nhiều mà tôi nghĩ ngược lại: chỉ một thoáng thôi, vào năm 2006, dịch giả đọc được bài Thư Cho Bé Sơ Sinh..., bèn "chuyển ngữ", hèn chi Thư mới thành ra Thơ!

Bài Thư Cho Bé Sơ Sinh trình bày và in trên ba (3) trang giấy mà coi như là nửa cuốn sách! Rõ ràng, tôi nghĩ, tác giả đã chia hai nội dung tập thơ của mình: một nửa nói về những gì mình muốn nói với đứa bé mới chào đời do chính tay mình "đỡ" (đỡ đẻ), một nửa là số nhiều, rất nhiều những bài thơ khác, tùy hứng khác mà mình đã làm được, tâm đắc, nên để chung vào một tập. Hai phần như vậy là nặng nhẹ không cân xứng. Tuy nhiên một đời thơ của Giả Đảo chỉ có hai câu sao lại cứ có cái bề dày ngàn năm nhỉ? Nhị cú tam niên đắc, nhất ngâm song lệ thủy! Đỗ Nghê lấy bài thơ ba trang đặt bên cạnh hơn 100 bài so le (dài ngắn) thành một tập thơ "bề thế" có nên trách không? Chắc là không! Thơ, một câu, một chữ, vẫn có trọng lượng, dù "nhẹ hều", nhưng không lẽ một cuốn sách chỉ nên dày có sáu (6) trang? Đây, chẳng qua là cái đẹp của cuốn sách, là cái duyên của một bài thơ tác giả muốn ký thác cho đời mà in thêm những bài khác, nhiều thêm, vì tác giả có nhiều nỗi niềm! Tôi chia cuốn sách ra hai phần rồi tôi nói tào lao, chớ tác giả không chủ tâm, chủ động. Tôi nói cho vui... Tôi chỉ nói-cho-vui.

Quả thật là tôi vui. Vui, vì có thơ hay để đọc; vui cũng nhờ có tập thơ "ngộ nghĩnh" đem ra bàn... cho vui!

Hồi nãy, tôi có nói trước 30 tháng 4 năm 1975, người ta biết Đỗ Nghê là Thi Sĩ; tôi nói chưa hết câu. Phải nói thêm cho đầy đủ ý, tôi muốn nói: Sau 30 tháng 4 năm 1975, người ta biết Đỗ Hồng Ngọc là Bác Sĩ. Thi Sĩ Đỗ Nghê và Bác Sĩ Đỗ Hồng Ngọc là

Một Người, trước không lộ diện, sau lộ diện, giấu không được, mà giấu làm chi? Hồi ký tên Đỗ Nghê thì Đỗ Hồng Ngọc chỉ làm thơ. Khi lộ diện, thì Bác Sĩ Đỗ Hồng Ngọc viết văn xuôi... cũng có làm thơ nữa. Cái "air" của hai người là một. Chạy trời không khỏi nắng. Tôi biết có nhiều người đồng ý với tôi: yêu cả hai người, Đỗ Nghê và Đỗ Hồng Ngọc. Đừng phân biệt Thi Sĩ với Bác Sĩ, qua Thơ, qua công việc chuyên môn, cả hai người họ Đỗ thể hiện một nhân cách đáng kính trọng: Một Triết Nhân (tôi nói Triết Nhân, không dám nói Triết Gia). Khi đỡ đẻ, Đỗ Hồng Ngọc rất nhẹ nhàng, rất dịu dàng,... rất khả ái. Khi hạ bút để thơ, Đỗ Nghê nhớ mình là người-có-cha-mẹ vì Đỗ là họ của Cha, Nghê là họ của Mẹ. Ở một góc của bìa sách, tác giả Thư Cho Bé Sơ Sinh & Những Bài Thơ Khác giải thích về họ của Mẹ tác giả, họ Nghê không phải họ Lê. Tôi, bạn và cái ông hộ lại nào đó chưa hề nghe ai nói về họ Nghê, lầm lẫn là phải. Hồi tôi sống tập thể, bạn chung "láng" tôi là anh Trịnh Văn Mây, tôi hay hỏi anh ấy về Chúa Trịnh vì tôi nghĩ anh ấy là hậu duệ của Trịnh Kiểm mà sao ảnh lại là người Mèo ở thượng du Bắc Việt. Anh Trịnh Văn Mây cười khì: Tôi di cư vào Nam năm 1954, đi làm giấy tờ, tôi khai thật tên họ tôi là Chình Văn Mây, người ta mắng tôi: chỉ có họ Trịnh, không có họ Chình; do đó tôi thành người Mèo có họ của người Giao Chỉ! Tôi ngẩn ngơ... Đúng là bé cái lầm! Tôi nghĩ thêm: tại sao Trình Minh Thế mà không Trịnh Minh Thế? Lung tung thật! Đỗ Hồng Ngọc nhà mình sinh quán La Gi, Bình Thuận (có thời phần đất này thuộc tỉnh Bình Tuy). Bạn thấy chữ Gi không? Viết là G và I, không viết D và I dù đọc như nhau, tại mấy ông Tây-An-Nam sợ đánh máy không dấu, chữ Di đọc ra Đi. Cũng thế, Cần Đước với Cần Giuộc, ban đầu viết chữ D, vì bì thư đóng dấu chữ Việt không dấu cứ đưa lộn hoài, Tây-Ta mới "nhất trí": Cần Đước viết là Can Duoc, còn Cần Duộc viết là Can Giuoc! Họ Nghê, họ của thân mẫu Bác Sĩ Đỗ Hồng Ngọc là họ hiếm, lâu nay với cái kiểu "làm ăn tắc trách" của nhân viên hộ tịch chắc đã thành ra họ Lê hết trơn! Hai chữ Đỗ Nghê, hiểu cặn kẽ, thấy thương làm sao!

Cuốn sách của Đỗ Hồng Ngọc (Đỗ Nghê) tự ên tôi bịa ra

chuyện chia hai phần, tác giả thì hiển nhiên không "trù tính", tôi muốn có một bài "mao tôn cương" dài dài là trích ra hai phần ấy. Trời ơi, vậy thì làm lại công việc của nhà in ư? Không! Tôi sẽ chỉ làm cái gì mà tôi thích và tôi phải làm... Tôi đáng trách là đã dài dòng, quá dài dòng. Lẽ ra thì tôi nên chứng tỏ mình thông thái một cách thật gọn gàng: Nói sơ lý do nào tôi gọi Đỗ Nghê / Bác Sĩ Đỗ Hồng Ngọc là Triết Nhân ở những câu nào đó. Úp mở mệt quá, đây xin mời bạn "coi nè":

"Nhớ đừng tự hỏi tôi là ai khi lớn khôn
Cũng đừng ngạc nhiên sao đời nhiều nhãn hiệu"

"Hoàng hôn sóng vỗ bên trời biếc
Sóng vỗ trong hồn ta ngẩn ngơ"

"Rồi một hôm nằm xuống
Sống Thiên Thu"

"Dòng sông xưa nước đục chảy muôn đời
Sao trong mắt chưa thấy niềm sám hối?"

Trích ra từng đó câu thôi, tôi bủn rủn. Tôi không trích nữa. (hay sẽ trích thêm khi tôi thấy mình không mỏi tay). Tự dưng tôi ứa nước mắt. Thơ ông làm tôi động lòng và động cả não! Tôi biết thơ Đỗ Nghê hồi xưa lắm, khi tôi còn trẻ. Nay tôi có cả tập thơ của Đỗ Nghê khi tôi đang già. Lúc trẻ, lúc già, đất nước tôi... buồn mãi như dòng nước đục hay sao? Tôi xa Tổ Quốc hai mươi mốt năm, chưa có buổi về. Mai mốt tôi có chỗ để về thì nơi tôi về để... sống tới Thiên Thu lại là Đất Khách. Bạn có thấy ai chụp ảnh một dòng sông đục ngầu chưa? Đỗ Hồng Ngọc ấu thời gắn chặt với Phan Thiết, Bình Thuận, nơi có dòng sông Cà Ty, dòng sông này không trong nổi vì người ta thải nước dơ ra... cho nó đầy hoài. Tôi đọc Đỗ Hồng Ngọc (Đỗ Nghê) bất chợt nhớ bài Cà Ty của Hoài Khanh (cũng dân Phan Thiết):

Một dòng xanh mấy niềm sâu
Chợt nghe gió lạnh từ đâu thổi về
Giật mình sương rụng trên đê
Người đi rồi chẳng thấy về, chao ôi!

Dòng sông xanh... vì nó lồng bóng trời. Dòng Cà Ty, tôi biết, chưa một ngày trong...

Tính Triết trong thơ của Đỗ Nghê "dậy" từ hai chữ Sơ Sinh và miên man trong hai chữ Thiên Thu. Đời người không dài vài chục năm, hay trăm năm, mà dài lắm, ngàn năm lận! Hai chữ Thiên Thu tượng hình rõ nét biết bao khi hai chữ Sơ Sinh chỉ là cái étiquette! Đạo Phật đã có gần ba ngàn năm nay, đạo Chúa đã có hơn hai ngàn năm rồi, không giải quyết được gì vì con người trong đôi mắt không chịu ánh lên niềm sám hối! Chúa tự nhận "Trăm đàng lỗi tại ta". Phật thở dài "Bốn mươi chin năm truyền đạo, ta không nói câu nào". Thế mới hiểu tại sao tập thơ Thư Cho Bé Sơ Sinh & Những Bài Thơ Khác coi như được chia hẳn hoi hai phần mà độ dày mỏng của hai phần đó chênh vênh!

Tôi gửi đến bạn nhé, những bài tôi cho là "ấn tượng" nhất của Đỗ Hồng Ngọc (Đỗ Nghê):

1. Bài này là bài "nền" của tập thơ của Đỗ Nghê. Tác giả lấy nhan đề của bài thơ làm... nửa nhan đề cho cuốn sách của mình, Thư Cho Bé Sơ Sinh Và Những Bài Thơ Khác.. Những Bài Thơ Khác thì nhiều, tôi sẽ trích vài bài.

Trước hết xin mời bạn đọc bài thơ Thư Cho Bé Sơ Sinh.

THƯ CHO BÉ SƠ SINH

Khi em cất tiếng khóc chào đời
Anh đại diện đón chào em bằng nụ cười
Lớn lên nhớ đừng hỏi tại sao có kẻ cười người khóc
Trong cùng một cảnh ngộ nghe em.

Anh nhỏ vào mắt em thứ thuốc màu nâu
Nói là để ngừa đau mắt
Ngay lúc đó em đã không nhìn đời qua mắt thật
Nhớ đừng hỏi vì sao đời tối đen.

Khi anh cắt rốn cho em
Anh đã xin lỗi chân thành rồi đó nhé
Vì từ nay em đã phải cô đơn
Em đã phải xa Địa Đàng Lòng Mẹ.

Em là gái là trai anh chẳng quan tâm
Nhưng khi em biết thẹn thùng
Sẽ biết thế nào là nước mắt trong đêm
Khi tình yêu tìm đến.

Anh đã không quên buộc etiquette vào tay em
Em được dán nhãn hiệu từ giây phút ấy
Nhớ đừng tự hỏi tôi là ai khi em lớn khôn
Cũng đừng ngạc nhiên sao đời nhiều nhãn hiệu.

Khi em mở mắt ngỡ ngàng nhìn anh
Anh cũng ngỡ ngàng nhìn qua khung kính cửa
Một ngày đã thức giấc với vội vàng với hoang mang
Với những danh từ dao to búa lớn
Để bịp lừa để đổ máu đó em...

Thôi trân trọng chào em
Mời em nhập cuộc
Chúng mình cùng chung
Số phận
Con người...
(Từ Dũ, 1965)

Bài thơ trên đây là bài "nền" cho tập thơ của Đỗ Nghê. Tác giả ghi năm làm ra nó, năm 1965, tại Bệnh Viện Phụ Khoa Từ Dũ, lúc đó Đỗ Nghê là Đỗ Nghê chưa phải là Bác Sĩ Đỗ Hồng Ngọc vì ông còn là Sinh Viên Y Khoa Thực Tập. Nói thế để bạn "đoán" tuổi của tác giả. Chưa tới ba mươi. Nhưng Đỗ Nghê đã già dặn về thời gian học tập thêm già dặn về suy tư nhuốm màu triết lý. Đứa bé sơ sinh, còn gọi là hài nhi, biết gì đâu! Nó sẽ biết khi lớn khôn, sau này, mười bảy mười tám năm nữa hay vài chục thập niên sau. Tác giả rất "hay" khi ví Lòng Mẹ là "Cõi Địa Đàng". Hay ở chỗ đáng cho chúng ta ý thức tại sao mình "hiện hữu", đáng cho ta suy nghĩ về "sinh hoạt" ở cõi đời trong va chạm thường xuyên giữa Con Người và Con Người. Hay ở chỗ chúng ta thấy tác giả làm tròn nhiệm vụ của mình và rất "lịch sự", ông đã Chào đứa bé! Đứa bé là kết quả của Tình Yêu của cha mẹ nó, nó còn là một thành viên của xã hội. Đứa bé được gắn ngay Nhãn Hiệu (etiquette) một-con-người. Nhãn hiệu này dành cho riêng nó. Nó sẽ thế nào trong tương lai, thì tương lai nó sẽ biết. Nó sẽ kinh ngạc khi thấy đời sống xã hội không phải chỉ có một nhãn hiệu. Triệu triệu, tỉ tỉ hài nhi đều có cái ràng buộc khi đã mất ngay sự ràng buộc với... Địa Đàng. Quan trọng là con người có ý thức khi là công dân, bớt đi nhãn hiệu trong xã hội mình quần tụ, bớt đi sự chia rẽ, ganh tị, hiềm khích. Ôi ngày mai, ngày sau...

Địa Đàng đích thật là Lòng Mẹ. Con người tìm chi Địa Đàng đâu cho xa? Chỉ bốn chữ Địa Đàng Lòng Mẹ, tác giả nhắc nhở chúng ta cần thấy rõ nơi mình nương tựa, nơi mình sẽ báo đền.

2. Đỗ Nghê, bây giờ đã già. Nếu tôi không tính lầm thì năm ông trên năm mươi tuổi ông đến Canada thăm một Nhà Giữ Lão (Nursing Home). Chuyến thăm này không có dự trù mà có lẽ vì tranh thủ trên đường công tác quốc ngoại. Bác Sĩ Đỗ Hồng Ngọc làm một bài thơ kéo dài nhiều câu, câu dài nhất 4 chữ, câu ngắn (hầu hết cả bài) 2 chữ. Chữ đây là Tứ. Ý của tác giả là "minh họa" một bức tranh Người, một bức tranh Đời, không nhằm mục đích răn đe ai mà... chắc muốn "tự giáo hóa" mình tránh càng sớm càng tốt lòng Tham, Sân Si. Tác giả chọn Tứ lồng cái Ý mình vào, tôi gọi đây là Bài Thơ Có Ý Tứ. Nhiều người làm thơ, có nhiều bài nhưng... chỉ là Bài Thơ, không phải Bài Thơ Có Ý Tứ. Làm được bài thơ có ý tứ, khó lắm, khổ lắm!

Mời bạn thưởng thức (tôi chép cho gọn và tôi sử dụng dấu chấm, phết):

TRONG MỘT NHÀ GIỮ LÃO Ở MONTRÉAL

Họ ngồi đó, bên nhau. Đàn ông, đàn bà. Không nhìn. Không nói.
Họ ngồi đó. Gục đầu, nín lặng. Ngửa cổ. Giật nhẹ tay chân.
Có người, trên chiếc xe lăn, chạy vòng vòng. Có người, trên chiếc xe lăn, bất động.
Họ ngồi đó. Hói đầu. Bạc trắng. Móm sọm. Nhăn nheo.
Mới hôm qua thôi. Nào Vương. Nào Tướng. Nào Tài Tử. Nào Giai Nhân. Ngựa xe. Võng lọng.

Mới hôm qua thôi. Nào lọc lừa. Nào thủ đoạn. Khoác lác. Huênh hoang.
Mới hôm qua thôi. Nào galant. Nào quý phái. Nói nói. Cười cười. Ghen tuông. Hờn giận.
Họ ngồi đó. Không nói năng. Không nghe ngóng. Gục đầu. Ngửa cổ. Móm sọm. Nhăn nheo.
Ngoài kia. Tuyết bay. Trắng xóa.
Ngoài kia. Dòng sông. Mênh mông. Mênh mông...
(Mont Réal, 1993)

Bài thơ trên đây vừa là bức tranh vừa là hồi chuông cảnh tỉnh. Bé ơi, bé lớn lên vào đời, bé cũng vậy sao? Đừng như vậy được không? Đừng bỏ mẹ cha mình vào nhà dưỡng lão. Ngay cả mình khi già cũng không nên vào đó. Buồn lắm. Buồn quá. Vì thấy bốn cảnh Sinh, Lão, Bệnh, Tử mà Thái Tử Tất Đạt Đa rời bỏ cung vàng điện ngọc tìm cách giải thoát cho con người. Ông đã "hoàn thành" nhiệm vụ rồi chưa? Hơn hai mươi lăm Thế Kỷ, nước chảy, mây trôi; nhưng không nhiều thì cũng đã cảnh tỉnh con người – nhiều người dứt bỏ mê muội, dứt bỏ tham sân si. Nói nhiều mà nhắc tên thì ai nào? Mạnh Thường Quân (người giàu nhất bên Tàu ngày xưa)? Carter (cựu Tổng Thống Mỹ), Unu (Thủ Tướng Miến Điện một thời), Lý Thừa Vãn (Tổng Thống Đại Hàn môt thời)... Nhiều hay ít quá? Có từ hai người trở lên là nhiều... Ta đợi nhiều hơn thì ta lấy bài thơ trên in ra nhiều bản và đem phân phát, hi vọng nó thành Kinh Pháp Cú, Kinh Bát Nhã...

3. Đỗ Nghê còn xứng đáng được gắn cho "nhãn hiệu" Thi Sĩ Tình Yêu. Hai bài thơ tôi vừa chép chứng tỏ Tình Yêu Con Nít của ông và Tình Yêu Người Già của ông. Nói về Tình Yêu Nước, nhìn thơ Đỗ Nghê cũng tuyệt vời! Ông rất mực yêu quê nhà. Ông không bỏ bệnh nhân mà "di tản". Ông đeo chữ Thập Đỏ gắn bó đời mình với Quê Hương, đất dẫu không lành nhưng lòng ông lành.. Thơ ông cũng rất hiền lành!

Mời bạn đọc bài **QUÊ NHÀ**:

Mùa Xuân mừng tuổi thơm tho áo
Nắng cũng vàng phai ngày cũng xa

Anh thương nhớ quá làm sao nói?
Gọi tên em vang động gốc cây già!
Hái đóa hoa màu biển biếc
Chợt thương khung trời xa
Núi mờ trong mây trắng
Em mờ trong dáng hoa.

Gió Bắc mùa thơm ngát
Bâng khuâng một mái nhà
Biển xanh lùa sóng bạc
Cát vàng hoàng hôn xưa...

Tiếc em về chốn cũ
Tình vương đến bao giờ?
Tiếc đời phơ tóc bạc
Thương mãi núi mây xa.

Nụ mai vàng trước ngõ
Góc phố bờ quạnh hiu
Con đường xưa đứng đợi
Ta làm chi đời ta?

Thương em còn thương mãi
Nắng vàng thơm quê nhà!

4. Đọc hết tập thơ Thư Cho Bé Sơ Sinh & Những Bài Thơ Khác, có một (trong số rất nhiều) bài thơ ngắn, tôi thích bài thơ này:

GIÓ BẤC
Đi giữa Sài Gòn
Phố nhà cao ngất
Hoa nở rực vàng
Mà không thấy Tết!
Một sáng về quê
Chợt nghe gió Bấc
Ơ hay Xuân về
Vỡ òa ngực biếc!

*

Thơ Đỗ Hồng Ngọc / Đỗ Nghê không rườm rà, không làm duyên làm dáng, không lập dị. Thơ ông là Thơ Hồn Nhiên, Thơ Nhã Nhặn, Thơ Ngọt Ngào. Tôi đọc thơ ông rồi úp cuốn sách lên ngực nghe ấm... Gió Bấc đang thổi ở quê nhà, ngày Xuân đang đến không riêng ai...

Xin cảm ơn Đỗ Hồng Ngọc / Đỗ Nghê!

Đọc thơ Đỗ Hồng Ngọc... vui vì nghe trái tim mình đập./.

***

MỪNG BẠN TÔI ĐỖ HỒNG NGỌC

Sinh Nhật 2016

Bạn thêm một tuổi nữa, gửi về bạn lời Mừng! Chúng mình xa bao năm... còn một ngày để nhớ, coi như là cổ độ cây đa làng còn xanh... coi như còn mái tranh quán cà phê thời chiến, bờ sông nhìn én liệng trên lầu nước Phan Thành, những chiếc lá mong manh rớt xuống sông chìm nổi...

Quả thật mình có đợi thời gian qua từng ngày. Thời gian qua hay bay? Thời gian qua hay bay... Ngọc ơi, mau quá nhỉ, mới mà cuộc chung thủy sắp hết một đời người trong khi Nước Non Vui cứ còn là mộng ước!

Tự hỏi: Người thuở trước tại sao thương đời sau? Ngoại vuốt từng trái cau nói trái tim Ngoại đó! Nội lấy tay che gió cho đứa cháu mà thương! Chúng ta vẫn còn buồn khi nhớ về Nội, Ngoại! Mình nhớ thời quan ải, nhớ biết bao bạn bè, những đứa chết... không dè đời người như gió thoảng!

Mình mừng còn có bạn. Bạn chắc mừng còn mình? Gửi bạn quà... Quà Bình, Má mình mong chừng vậy. Má mình mất chưa thấy một món quà dễ thương! Chúng mình hạnh phúc hơn... bởi vì còn có tuổi!

Bạn, ngày thêm một tuổi, ra ngõ nhé, mong chờ... đón nhận mình bài thơ đọc để mờ con mắt! Nhiều khi người ta khóc bởi vì lòng quá vui! Ngọc ơi, bạn mình ơi, xa xôi còn mấy chữ. Mình sẽ gửi thêm nữa, sang năm nhé bạn hiền!

***

NGÀY 19 THÁNG BA NĂM HAI NGÀN MƯỜI TÁM

Ngày 19 tháng Ba năm 2018 này là ngày "chu niên" thứ Mười Chín của Vuông Chiếu – website của anh Luân Hoán, bạn cùng khóa SQTB 24 với tôi, là bạn của rất nhiều người yêu thích Thơ Luân Hoán hơn nửa Thế Kỷ rồi (Luân Hoán làm thơ có tiếng tăm từ năm 1966... không biết đến bao giờ nữa, nhưng dù hơn Nửa Thế Kỷ, thực tế thì tài thơ của Luân Hoán chạy dài... đã qua hai Thế Kỷ, 20 và 21), anh cho tôi biết anh sẽ "ưu ái" cho một bài viết xuôi của tôi... về chuyện gì cũng "ổn". Tôi hứa mà cứ lê la hơn hai tuần rồi! Hễ ngồi trước computer thì thơ nhảy ra như bầy cóc nhái để chiều hôm qua, rồi sáng hôm nay, anh lại email nhắc... Tôi thật đáng trách, đáng ghét... đáng bị trọng cấm lắm nhen!

Tôi vào đề như trên vì tôi muốn cò cưa, muốn "cân hồ", muốn câu giờ chớ tình ngay lý gian tôi không dám làm Luân Hoán bực bội đâu. Anh đã từng đau vì mất một chân trên chiến trường ngày xưa, đã lâu lòng anh nguội, bây giờ mà "mất niềm tin" nơi tôi nữa thí chắc anh đau thêm?

Tôi có "cù nhày", xin anh xá tội nha, anh Luân Hoán!

Tôi viết về Đỗ Hồng Ngọc nè...

Đỗ Hồng Ngọc – Bác Sĩ tốt nghiệp trường đại Học Y Khoa Sài Gòn năm 1969 , cũng là nhà thơ Đỗ Nghê (mà trong cuốn Sống Và Viết Với... của Nguiễn Ngu Í, cậu ruột của Bác Sĩ Đỗ Hồng Ngọc, em ruột của Má ruột Bác Sĩ Đỗ Hồng Ngọc, lại viết bút danh của cháu mình là Đỗ Nga...) Thi sĩ Đỗ Nghê đã có nhiều tập thơ in thành sách, trước và sau biến cố Ba Mươi Tháng Bốn Năm Ngàn Chín Bảy Lăm: Tình Người, Thơ Đỗ Nghê, Giữa Hoàng Hôn Xưa, Vòng Quanh, Thư Cho Bé Sơ Sanh & Những Bài Thơ Khác; mới nhất trong năm 2017 là tập Thơ

Ngắn... mới toanh! Văn sĩ Đỗ Hồng Ngọc không thấy có tập truyện hay cuốn tiểu thuyết nào, chỉ thấy "cái tài viết văn xuôi của chàng" là Tùy Bút. Đỗ Hồng Ngọc ký tên thật là Đỗ Hồng Ngọc trên những tập Tùy Bút này: Gió Heo May Đã Về, Già ơi... Chào Bạn, Những Người Trẻ Lạ Lùng, Thư Gửi Người Bận Rộn, Như Thị, Cũng Chẳng Khoái Ru, Nhớ Đến Một Người, Ăn Vóc Học Hay, Ghi Chép Lang Thang..., Nghĩ Từ Trái Tim, Gươm Báu Trao Tay, Ngàn Cánh Sen Biếc, Một Hôm Gặp Lại. Chắc chắn trong tương lai gần, Đỗ Hồng Ngọc sẽ còn ra thêm vài cuốn nữa!

Năm 2016, tôi có chuyện về thăm gia đình ở Phan Thiết, tôi có gặp Đỗ Hồng Ngọc bằng-da-bằng-thịt tại Sài Gòn ngay lúc tôi vừa rời phi trường Tân Sơn Nhứt để về khách sạn. Ôi bạn tôi... giống tôi: Già! Xa nhau từ năm 1955 đến năm 2016 mới gặp lại, ai còn sống mà không già khú đế? Tay bắt mặt mừng, và khách sáo như không khách sáo: Cả hai đều ứa nước mắt. Cả hai đều gọi tên nhau như... hồi nhỏ: Ồ Ngọc! Ồ Lệ! Rồi, trước khi cầm đũa bữa cơm trưa, hai đứa mặc kệ lu bù người khách mời của BS Đỗ Hồng Ngọc, hai đứa chúng tôi nhắc lại một vài chuyện của thời tí hon: Trong lớp mình có hai thằng trùng họ trùng tên, chỉ khác có tên lót là Đỗ Hồng Ngọc và Đỗ Hoàng Ngọc. Đỗ Hồng Ngọc biến mất khỏi trường Trung Học Phan Bội Châu Phan Thiết từ niên khóa 1955-1956 trở đi... biền biệt. Năm 1989, tôi mới thấy lại cái tên Đỗ Hồng Ngọc trên báo trong nước. Đỗ Hoàng Ngọc thì chúng tôi xa nhau sau khi hết học Đệ Tứ Phan Bội Châu, Phan Thiết. Năm 1967, tôi về nhận nhiệm vụ lính tại Tiểu Khu Bình Thuận, đeo lon Chuẩn Úy, tôi có thấy Đỗ Hoàng Ngọc mang lon Trung Úy. Hình như nó không muốn... chào cấp dưới mà tôi cũng ngại chào cấp trên (vì phải chào đúng nghi thức nhà binh đối với tôi, anh chàng lính sữa). Tôi có gặp lại lần nữa Đỗ Hoàng Ngọc, nó Đại Úy, ở khu Đại Úy, tôi thì khu Trung Úy; chúng tôi thấy nhau, không chào hỏi vì lệnh trại Giam G3 cấm mọi sự "liên hệ". Trại G3 sau có tên là Tổng Trại Tù Binh 8, chuyển dịch hoài hoài, tôi không biết Đỗ Hoàng Ngọc còn sống hay ra sao, sau đó, sau này...

Nay, hội ngộ Đỗ Hồng Ngọc thật tình... cứ ngỡ mình gặp ma! Thời gian như nước chảy qua, tại sao con người hay đi ngược lại nhỉ? Tìm gì trong quá khứ? Những nụ cười thắm tươi? Những giọt lệ đoanh tròng? Ôi, tìm gì cũng được... cốt là thấy cái bóng cái hình của cố nhân!

Viết tới đây, tôi sực nhớ mấy câu thơ của Hà Liên Tử trong tập Tiếng Bên Trời:

Mười năm xưa, mười năm sau
Một hình bóng cũ xóa màu thời gian
Cầm như đã lỡ nhịp đàn
Cố nhân ôi bấy ngỡ ngàng cố nhân!

Giữa Đỗ Hồng Ngọc và tôi không đến nỗi nào như thế. Tôi là một "tù binh" đã thành người ngoại quốc, Đỗ Hồng Ngọc về hưu lâu rồi, không dính dấp chính trị. Đỗ Hồng Ngọc là một Thầy Thuốc, là một nhà văn... Tất cả "bình dị" trong cuộc tâm tình của tôi, người xa; bên các bạn, người trong cuộc bể dâu. Chúng tôi nhắc điều tiên quyết Nguyễn Công Trứ từng dạy: Thân còn chưa có, có chi danh? Không nổ. Không ai nổ. Có cái "cục" gì mà nổ! Lời của Thiên Chúa nói với Adam và Eva thật chí lý: Ta tạo các ngươi từ đất, rồi các ngươi sẽ trở về với cát bụi...

Cổng Vườn Địa Đàng đã khép rồi, vĩnh viễn!

Tháng 2/2018

MÁ ƠI MÁ, CON VỀ ĐÂY MÁ ƠI!

Tôi rời Việt Nam đi đến chỗ ở mới chưa được ba năm thì nhận được tin má tôi qua đời. Tôi còn mỗi má thôi để, hồi xưa, vài ba năm tôi có về thăm thì người trả tiền xe xích lô cho tôi là má tôi!

Tôi tự lấy làm lạ sao mỗi lần tôi về thăm nhà, thăm nơi mình được sinh ra đời, lớn lên học chưa tới đâu thì đi tỉnh khác, mỗi dịp nghỉ hè, xuống ga xe lửa về nhà thì... trong túi hết tiền! Má tôi lần nào cũng phải trả tiền xe xích lô cho tôi mà bà không la rầy tôi một tiếng, trái lại thấy như vui vì tôi về...

Đó, là thời tôi còn nhỏ (không nhỏ lắm, hơn 17, 18 rồi). Tôi có tính xấu là luôn luôn dựa hơi má tôi, tôi xài tiền dọc đường, bạn bè cần tôi đưa, tôi tin tôi không bơ vơ khi vào nhà. Tôi đi dạy học, tôi có lương, tháng tháng tôi có gửi cho ba má tôi một ít cho vui. Có lẽ cũng vì lý do này mà tôi về nhà là má mừng và chi cho tôi mấy thứ lặt vặt?

Ba má tôi chưa la rày tôi bao giờ, chỉ có một lần, hồi ba tôi làm việc ở Sài Gòn, tôi từ Đà Lạt về thăm, tôi mang giày dơ, ba tôi có hỏi tôi sao con không chịu đánh giày? Đó là một lần duy nhất ba tôi để ý cách phục sức của tôi, tôi càng thương thời mình ở quân trường luôn luôn giữ giày cho sạch bóng để không bị phạt.

Ba tôi mất năm 1972, sắp sửa có hiệp định Paris ký kết (27/1/1973), ba tôi không kịp thấy hoà bình... Má tôi mất sau ba tôi 20 năm, có hoà bình mà... Con trai má, ba đứa, một tôi bầm giập, hai đứa em tôi đỡ hơn vì tụi nó "nhỏ".

Tôi biết thân biết phận, cực khổ sáu năm, tôi thảnh thơi tìm cách xa má. Má lột chiếc nhẫn vàng y hai chỉ cho tôi... Và tôi xa má tôi thiệt từ năm 1989.

Má tôi không có gì cho tôi thêm, vợ tôi gửi má cái áo len cũ, tôi đưa má cái poncho light của tôi, hai đứa con tôi để lại cho bà nội hai cái áo dài trắng chúng mặc hồi đi học, tụi nó nói: "Nếu tụi con không còn dịp về thăm nội nữa thì hai cái áo này coi như khăn tang con tưởng nhớ nội ngày nội qua đời; mà nội ơi tụi con sẽ về, nội đừng làm sao hết nhen, nhớ giữ mấy trái lựu cho tụi con..."

Từ đầu năm 1990, tôi có gửi về cho má và cho anh chị em. Má tôi được tổng cộng ba trăm đô, nhất định má không xài, cứ giữ đó, thỉnh thoảng lấy ra nhìn và khóc. Má tôi sống nhờ lương tháng dành cho người có công với cách mạng, ít nhưng có cái tình người... Má tôi mất khi tôi ở xa, một mình, giữ nhà cho bạn, không lương, trên San Jose.

Tôi nhận được tin má tôi mất, không biết làm sao, gửi tin cho vài tờ báo, tôi tha thiết xin họ chia sớt với tôi nỗi buồn. Lần đầu tiên trong đời tôi, tôi thấy tôi cần được san sẻ từ bạn bè... Tôi vội vàng gửi về hai trăm dành dụm cho em tôi lo cuối đời của má, cả chiếc nhẫn vàng y hai chỉ sắm mới để gắn vào miệng má trước khi liệm. Các em tôi nói đã lo cho má chu toàn và... chu tất. Tôi tin. Cả đời tôi cả tin!

Mới đây, em tôi, thằng Nhàn, mất đột ngột, tôi có cớ về thăm quê. Tôi lên Đà Lạt không làm sao dám về con đường cũ, lạ hoắc... mà loang lở, trồi sụt hết trơn. Nơi tôi ở 31 năm, đứng chỗ nào cũng chảy nước mắt, không cách nào cầm được. Lạ quá! Lạ quá! Ôi một nơi quen thuộc mà thế này.

Tôi không vào nhà bất cứ người quen nào bởi nhà nào cũng hai lầu, ba lầu, kín cổng cao tường. Tôi biết bổn phận của người đi là gửi về chớ không phải đi về.

Tôi xuống Phan Thiết, ghé lên thăm mồ mả ông bà, có ba

má tôi trong phần đất đó, ở Bình Lâm. Rồi lên xe xuống nhà má tôi hồi sinh tiền – tôi nhớ như in bao nhiêu đám ruộng, trống vắng... mà bây giờ không thấy gì cả, phố mọc lên san sát.

Thằng em ở phía trong, thằng em ở phía ngoài, ngôi nhà mới xây đây mà, không thấy cửa vào vì quá nhiều nhà cất chen hai bên đường. Hoàn toàn không thấy đám ruộng nào, cả đám ruộng có phần mộ thật lớn nơi an nghỉ của ông bà ngoại, chừ mô? Mắt tôi ráo hoảnh rồi. Tôi nói với tài xế xe bao: Thôi em chạy xuống bến xe đưa tụi anh vào thành phố mang tên Bác Hồ yêu quý đi em...

Trời ạ! Lên xe, xe giường nằm, tôi nhớ mấy câu hát của Trần Văn Trạch, ca sĩ tài danh, em ruột của giáo sư Trần Văn Khê, bài Chuyến Xe Lửa Mồng Năm: *"Má! Má ơi má, con về đây má ơi..."* Mới nhắc một câu, lòng đã nghe tái ngắt. Xe chạy. Đường êm như mơ. Đường êm như ru. Tôi nhớ má tôi quá, má tôi ru con gái lớn của tôi ngày nào, xưa lắm, năm 1963...

9/2018

DẠY MÔN VĂN LÀ MỞ ĐƯỜNG ĐI ĐẾN TRÁI TIM

Thế kỷ 19, 20 gọi chữ Việt là chữ quốc ngữ hiểu là chữ phổ thông áp dụng cho cả nước. Thi sĩ Tản Đà đã cổ vũ cho việc học quốc ngữ bằng một bài thơ theo thể loại vè nên ai cũng nhớ: *"Quốc ngữ chữ nước ta, con cái nhà đều phải học, miệng thì đọc tay thì viết..."*.

Thời bắt đầu của chữ quốc ngữ là đầu thế kỷ 20 khi triều đình Huế khai tử việc dạy chữ Hán (chữ Tàu đọc theo cách Việt Nam). Các trường học do chính quyền Pháp thành lập dạy chữ Pháp, có ít giờ dạy chữ Việt. Các trường Việt, hầu như dân lập đều dạy chữ Việt. Các trường do chính phủ An Nam, tức triều đình Huế, lập ở các làng, huyện, phủ, quận thì hoàn toàn dạy chữ Việt. Chính quyền bảo hộ chỉ mở ở mỗi tỉnh một trường nam tiểu học và một trường nữ tiểu học. Các thành phố lớn mới có trường trung học, chỉ hai nơi nam, nữ học riêng trường là Huế và Sài Gòn. Miền Bắc (tức Bắc phần hay Tonkin chỉ có trường nam, Albert Sarraut sau đổi là Trường Bưởi, Chu Văn An, không thấy nói nữ sinh trung học học ở đâu, hình như trường trung học Trưng Vương chỉ có ở Sài Gòn sau 1954, sau cuộc di cư, dành cho nữ sinh di cư từ Bắc vào, vì trường Gia Long hết chỗ tiếp nhận).

Ở bậc tiểu học, môn văn cốt yếu là để tập luyện cho các em nói rõ, đúng và viết đúng tiếng Việt. Học tới lớp năm (trước kia gọi là lớp nhất), học sinh viết được luận văn, thư từ, đơn từ. Lên trung học, từ lớp sáu (xưa gọi là đệ thất), các em bắt đầu được giảng dạy về cổ văn (văn xưa) và kim văn (văn đương thời). Học kỹ hơn về môn văn, văn chương, văn học thì từ đệ tam lên đệ nhị), lớp cuối là đệ nhất (bây giờ là 12), học triết, làm luận triết bằng chữ Việt dù học triết Tây hay triết Đông). Lên cấp đại học, ai thích môn văn thì theo văn khoa. Các phân khoa khác vẫn sử dụng tiếng Việt trong giảng dạy và học.

Môn văn không phải là học văn hiến, văn minh, văn vật, văn hoá mà phải hiểu là học văn chương để tìm hiểu Cảo Thơm ra sao, Tây Minh ra sao. Cũng có nhiều tác phẩm văn học nước ngoài được dịch ra tiếng Việt, nhưng không dùng làm tài liệu để học cái văn minh phương Tây, mà để qua đó, thấy được cái phong phú của tiếng Việt đã chuyển tải tinh thần của văn chương nghệ thuật Tây phương, giúp cho người đọc có những trải nghiệm chiều sâu các nền ngôn ngữ khác.

Dạy văn là dạy yêu thương?

Một đất nước có hơn năm mươi tộc người, nhờ học văn mà cùng yêu một dải sơn hà gấm vóc, cùng tự hào mình chỉ một tổ quốc! Rõ ràng: người mạn ngược yêu người miền xuôi, người Kinh quý trọng người Thượng, người Chàm làm thơ, viết văn bằng tiếng Việt, người Khờ-me, Cà Rom sống bên người Việt như là anh chị em một nhà...

Một người Mỹ nói thế này, nghĩ thật đúng: "Nước Mỹ rất rộng lớn, Bắc Nam Tây Đông xa cách hàng ngàn dặm thế mà chúng tôi chỉ nói một thứ tiếng, viết một thứ chữ là English... là nhờ hệ thống đường sá!"

Theo tôi, dạy môn văn là mở đường đi đến trái tim!

10/ 2018

TM

Áo Dài Thương Nhớ

Cách nay không lâu lắm, ngày 25, 26 tháng 3 năm 2016, tôi từ Mỹ về thăm quê nhà sau hai mươi bảy năm xa cách, cũng nhân có chuyện buồn: người em trai của tôi từ trần, đây là lý do có lẽ chính đáng nhất và gọn gàng nhất tôi trả lời cho quan chức hải quan tại phi trường Tân Sơn Nhất trước khi tôi được thoải mái ra cổng để gọi taxi về thành phố Hồ Chí Minh kiếm một cái phòng trọ...

Ở thành phố Hồ Chí Minh hai ngày, tôi mua vé máy bay giá rẻ về Đà Lạt để thăm lại nơi tôi từng sống ba mươi mốt năm, có mười bốn năm tôi dạy học. Tôi ở Đà Lạt thấy chẳng có gì vui, thành phố lạ hoắc, khác hẳn những năm tôi ở đó, đi học, đi làm, lập gia đình. Đà Lạt bây giờ "um tùm" không phải rừng trong phố xanh um mà um tùm vì sao đông dân thế, nhiều nhà mới thế? Du khách? Có, nhưng đây không phải chính mùa du lịch. Người ở xa đến trú ngụ? Sinh cơ lập nghiệp? Chắc vậy. Tôi không còn gặp nhiều người quen, chỉ có hai người. Tôi không còn nghe giọng Đà Lạt, giọng Huế, mà nghe gần như ai cũng nói giọng miền Bắc. Tôi mừng đất nước mình thống nhất, nhưng cũng buồn thấy mình lạc loài trong một thành phố "thân thương"! Cái từ thân thương nghe ngồ ngộ, ngày xưa nó là mến thương, là yêu thương, là tha thiết thương... Tôi bơ vơ thật tình và tôi đi xuống Lạc Lâm, thuộc huyện Đơn Dương nhìn lại ngôi trường con gái tôi từng dạy mấy tháng trước khi nó đi cùng với tôi đến đất khách quê người...

Buổi sáng hôm đó Chúa Nhật, tôi đứng trước ngôi Nhà Thờ của xứ đạo Lạc Lâm. Tôi không có đạo, tôi đứng đó để nhìn người ta đi dâng lễ, tôi thích nhìn người ta ăn mặc đẹp đẽ, đàn ông chỉnh tề trong Âu Phục, vài ba người già mặc quốc phục, đa số các bà các cô thì mặc áo dài. Tôi nhớ và thương nhất áo dài. Tôi nhớ Má tôi. Tôi nhớ vợ tôi. Tôi nhớ các con gái của tôi (tôi chỉ có hai đứa con gái). Tôi nhớ những người tôi thương yêu khi họ mặc áo dài. Tôi yêu đất nước tôi, ôi cái hình ảnh người đàn bà mặc áo dài sao mà giống cái bản đồ Tổ Quốc vậy!

Tôi đang đứng ngơ ngơ (chớ không ngơ ngác) thì có một người phụ nữ rất đẹp, mặc áo dài đến chào tôi, hỏi: "Thưa Bác, Bác có phải là Ba của cô Quỳnh Lê không ạ?". Tôi ngạc nhiên quá, nhưng thấy người hỏi tôi rất đàng hoàng, rất lễ phép, tôi không dè dặt đáp ngay: "Thưa cô, phải, tôi có đứa con gái ngày xưa dạy ở đây, trường Trung Học Phổ Thông Lạc Lâm." "Con nhớ Bác mà, cách nay hơn hai mươi năm, con thấy Bác có xuống trường Lạc Lâm, con học năm cuối, cô giáo mà con thương là cô Quỳnh Lê, Bác từ Đà Lạt đi Dran thăm con. Bác có già hơn nhưng dáng Bác vẫn hao hao ngày xưa. Và, cô Quỳnh Lê con nhớ vì cái tên của cổ, chữ y viết thành i, cô ấy nhỏ người, thanh, gọn, đi dạy luôn luôn mặc áo dài trắng giống như chị-học-trò lớp lớn hơn con". Tôi cười và cảm ơn người đàn bà đối diện. Đó là một nữ sinh cộng gần ba mươi năm tôi không ở trên Quê Hương, đứa bé nào... cũng già! Vài ba câu xã giao nữa thì cô ấy theo dòng người vào Nhà Thờ làm Lễ, tôi lững thững đi dạo trên bờ quốc lộ, tôi ngó mấy đóa hoa quỳ nở muộn. Tôi nghĩ thế vì hết tháng Ba thì thế nào trời cũng mưa, mà mưa thì hoa quỳ không còn, tới tháng Chín, tháng Mười mới có lại...

*

Tôi đi như thế, một mình, lúc đó khoảng hơn chín giờ sáng, tôi nghe có tiếng gọi sau lưng: "Bác ơi Bác, con muốn mời Bác về nhà con chơi một chút được không ạ?". Tôi dừng bước và quay lại thì ra người đàn bà hồi nãy gặp ở trước Nhà Thờ. Tôi nói: "Hân hạnh lắm nhưng có gì trở ngại cho công ăn việc làm của cô không?". "Không đâu Bác, Bác về nhà con, con giới thiệu

Bác với Ba Má con, ông xã con và hai đứa nhóc của con. Con cũng muốn hỏi chuyện về cô giáo cũ của con nữa. Bác chiều con nha Bác!".

Tôi theo người đàn bà ấy về nhà. Ô! Cái nhà ngói không lớn lắm mà rất... là cái nhà! Người đàn bà vào trước, kêu ơi ới: "Anh ơi, nhà mình có khách!". Một người đàn ông trung niên hiện ra, hai tay nắm tay hai đứa nhỏ, một đứa chừng mười hai mười ba, đứa kia chắc mười, nở nụ cười rất đẹp chào tôi và nghe vợ giới thiệu về tôi. Bắt đầu là sự tình cờ mà duyên lắm anh à, đây là Ba của cô giáo Trần Quình Lê ngày xưa có dạy anh và em đó... Em gặp Bác ở Nhà Thờ, không hiểu sao em nhơ nhớ Bác như người quen, em đã từng biết hồi nhỏ. Không khí trong nhà như rộn lên khi hai người già hiện ra, người đàn bà giới thiệu tiếp, đây là ông bà Ngoại của hai đứa nhóc. Rồi nàng huyên thuyên nói cho cha mẹ biết về tôi... Ngộ ơi là ngộ, đúng là hữu duyên thiên lý, chúng tôi như người cùng một nhà...

Tôi được mời cà phê vườn nhà, mời trà Cầu Đất. Ông Cụ chỉ cho tôi thấy một giỏ trái khóm mới hái, hỏi tôi có thích không thì lấy bao nhiêu cũng được. Tôi lắc đầu: "Em xin anh chị tha cho, em đường xa, ở khách sạn, nhưng em sẽ xin một quả lát về cho cô quản lý khách sạn như một cách báo cáo mình... tạm vắng hôm nay". Ông Cụ cười, bà Cụ thì nói: "Coi bộ nhà Bác ga lăng quá nhỉ!".

Chúng tôi nói chuyện nhiều lắm, tôi hỏi chuyện quê nhà, cách sinh hoạt, còn họ thì hỏi tôi lối sống ở Mỹ, người đàn bà hồi sáng tíu tít hỏi thăm cô giáo của nàng. Tôi giới thiệu đầy đủ về tôi: Xưa dạy học ở Đà Lạt, từ tiểu học lên trung học, có dạy tư hai trường Đạo là Adran và Kỹ Thuật Lachalle, trường công cuối cùng mà tôi dạy là Trường Nữ Trung Học Bùi Thị Xuân. Vì có đi lính tôi phải học tập cải tạo hơi lâu, về thì tìm cách đi Mỹ. Tôi đi Mỹ đầu năm 1989, cuối năm đó thì tới Mỹ. Nhờ cuộc viễn hành bất đắc dĩ, tôi biết nước Thái Lan, nước Phi Luật Tân, biết quần đảo Hạ Uy Di. Hơn hai mươi sáu năm ở Mỹ, tôi biết cũng gần ba mươi Tiểu Bang. Tôi giới thiệu tiếp về gia đình, vợ tôi và con gái lớn đi làm nail, con gái út là Quình Lê vừa đi làm thư ký tư vừa đi học và đã đi làm chỗ yên ổn, có gia đình, có hai đứa con. Con gái lớn không chịu lấy chồng... Gia đình tôi không thể "phất" như thiên hạ vì chúng tôi ở khu không nhiều người Việt, không có sinh hoạt cộng đồng. Tôi lo cho hai đứa cháu Ngoại đi học... và cố quên dĩ vãng của mình, nhưng nhớ áo dài, nhớ học trò của tôi ở trường Nữ, nhớ hai đứa con tôi khi hết Tiểu Học, vào Trung Học luôn luôn mặc áo dài đi học... Tôi không giấu giếm tình cảm đặc biệt tôi dành cho Đà Lạt và Dran – Đà Lạt là nơi tôi ở ba mươi mốt năm, từ học trò đệ nhị cấp đến giáo sinh Sư Phạm, lập gia đình, đi dạy, đi lính, nổi chìm cùng vận nước trong thời chiến tranh... Dran là nơi cho tôi cái cảm giác đầu tiên hồi năm 1958 khi chuyến xe lửa đưa tôi từ Tháp Chàm lên Đà Lạt chun qua khỏi ba cái hầm khói than mịt mù, ra Eo Gió, Cà Beu, vào Dran, trời mát lạnh. Dran cũng là nơi tôi từng ăn ở vì tôi có người bạn rất dễ thương tên là Vương Quang Nghiệp đã mất rồi trong một trận đánh nào đó, tôi có quen thân với anh Hoàng Lanh, có tiệm may ngay tại Dran, sau đó ảnh về Sài Gòn may ở nhà may Adam đường Lê Thánh Tôn, sau 4-1975 không có tin tức gì nữa, trong khi đó nhiều năm tôi là người học trò dở quá nên cải tạo lâu... Ông Cụ bà Cụ thỉnh thoảng lau nước mắt khi biết tôi có nhiều năm không no, không ấm... và bây giờ cũng chẳng ấm êm gì vì tôi trót nặng lời thề "Qua Mỹ mà được thì tôi Làm Thơ không Làm Thuê". Ông Cụ nói có đọc thơ tôi trên vài websites, bài nào hay thì đọc cho vợ nghe, bả khóc quá chừng... Tôi cười... trừ!

Mục chuyện chính là người đàn bà hồi sáng gặp đem mấy cuốn albums ra khoe với tôi hình ảnh ngày xưa, hình ảnh bây giờ, thời đi học, thời mới, thời làm con người mới. Mắt tôi dán chặt vào những hình ảnh áo dài. Người đàn bà mới quen mặc áo dài rất xinh, rất ngoan Đạo. Bà Má của nàng hồi trẻ cũng đẹp. Nhưng hình ảnh đập vào mắt tôi là hình Hoàng Hậu Nam Phương, người đàn bà Việt Nam mặc áo dài đẹp nhất và người đàn bà ấy cũng đẹp nhất trong lịch sử Việt Nam cận đại. Tôi cũng được xem những người con gái Dran mặc áo dài, có một cô thật xinh, mặc áo dài vàng, chỉ thiếu cái loupe thôi, thì y hệt Hoàng

Hậu Nam Phương. Nàng thấy tôi ngắm nghía hình người mặc áo dài vàng lâu quá, nàng nói: "Con có quen biết cô này, nhỏ tuổi hơn con nhưng học giỏi hơn con, luôn luôn lo việc xã hội nhờ có chồng giàu, chỉ có hai con nên ít bận bịu, cô này người ở đây nhưng cư ngụ chính thức tại thành phố Hồ Chí Minh.". Lạ thiệt, hình ảnh người con gái lo việc xã hội tự dưng làm bận lòng tôi, tôi nhớ tôi từng có một em học trò cũng xinh như thế, năm nay sáu mươi hơn rồi. Vậy thì... không phải... cố nhân!

Tôi và cả nhà trò chuyện với nhau... như người một nhà. Thấy đã trưa, tôi xin kiếu, tôi xin một quả khóm và tôi thú thật tôi có cảm tình mãi mãi với Dran, tôi muốn lưu lại một chút tình, một chút kỷ niệm vì cuối tháng, ngày 31 tôi về lại Mỹ, tôi chỉ ở Việt Nam tám ngày thôi. Tôi xin phép ông bà Cụ, hai vợ chồng trẻ cho tôi được đặt vào tay mỗi người tờ giấy bạc 2 dollars, đây là lucky money chớ không phải tiền-trao-cháo-múc. Cả nhà vui vẻ đồng ý. Tôi lấy ra sáu tờ hai đô tôi làm quà cho từng người. Tôi hỏi hai vợ chồng trẻ khi tôi về lại Mỹ có muốn tôi gửi gì về cho họ không, cô vợ nhí nhảnh: "Bác gửi cho con tấm thiệp!". Tôi hứa sẽ nhớ, một năm nước Mỹ có bao nhiêu ngày Lễ, tôi gửi về bây nhiêu tờ thiệp nhưng tôi xin biết ngày sinh của mỗi người, tôi muốn nhớ và tôi muốn được nhận lại niềm vui nhân ngày vui của họ. Chúng tôi bịn rịn một chút. Tôi nặng tay với trái khóm nhưng nhẹ lòng biết mấy Quê Hương ơi! Tôi tin đất nước mình ngày một đẹp hơn, chan chứa tình người... Trưa, tiếng chuông Nhà Thờ đổ mừng chính Ngọ.

Hồi sáng sớm tôi xuống Đơn Dương bằng quốc lộ 11, đường sửa lung tung, bây giờ tôi về bằng quốc lộ 20 B qua Filnôm, lên Định An, lên Prenn, tới Đà Lạt, mai tôi xa... Gió cao nguyên chải mượt từng chòm thông xanh mướt. Tôi nhắm mắt thấy ai đó mặc áo dài vàng hai tà bay trong gió... Tôi tiếc mình không ở lâu để dạo xem cảnh Chùa, xem một vài đám cưới... Tôi thích nhìn áo dài! Tôi nhớ quá học trò tôi, những tà áo dài trắng muốt bốn mươi năm hơn gió mưa phiêu giạt về đâu?

01/2019

CON CHIM NHẶT HẠT NGÔ ĐỒNG...

Nhan đề đầy đủ của tập thơ mới nhất của Tôn Nữ Thu Dung là *Con Chim Nhặt Hạt Ngô Đồng Còn Tôi Lơ Đãng Nhặt Hồn Cỏ Hoa*.

Tập thơ này, dày 152 trang, in trên giấy trắng, bìa màu xám, vàng, nâu, trang nhã, hài hòa và rất đẹp. Bìa mềm. Nếu là bìa cứng thì đây là cuốn sách không chê được điểm nào. Tuy nhiên nó rất xứng với ảnh bán thân của tác giả in ở bìa sau, bao nhiêu tuổi không biết mà vẫn dung dáng hiền ngoan như cô bé ngày nào từng là ký giả của các báo tuổi thơ trước 30-4-1975 tại Sài Gòn, Tuổi Ngọc, Tuổi Hoa...

Tôn Nữ Thu Dung làm thơ, đã có một tập xuất bản khi-còn-trẻ-lắm và cũng là tác giả nhiều truyện ngắn và truyện vừa, xuất bản tại Việt Nam và tại Mỹ. Viết văn và làm thơ là công việc chính của Tôn Nữ Thu Dung, "phụ thêm" hiện là Nhân Viên Xã Hội của Mỹ. Như thế... là o ấy không "nghèo" để mình khỏi thương! Mà "khỏi thương" thiệt nha vì o ấy là Tôn Nữ, là Huế... và rất xinh! Mong đồng hồ đứng lại trong khi o ấy cứ điệu đà bước tới với bầy cháu Ngoại "dễ ghét" vô cùng.

Thơ đẹp và hay là thơ buồn. Thơ của Tôn Nữ Thu Dung thuộc về thơ "chính đạo". Tìm ở thơ Tôn Nữ Thu Dung một Niềm Vui, một Tin Tưởng Tương Lai hay một Mong Đợi Tốt Đẹp cho Quê Hương, cho Đất Nước mình đều không có... bởi nó "như thị" sau cuộc chiến Bắc Nam, sau cuộc đổi đời tráo trở kể từ năm 1956 đến 1975 và tồn tại tới bây giờ. Tập thơ Con Chim Nhặt Hạt Ngô Đồng Còn Tôi Lơ Đãng Nhặt Hồn Cỏ Hoa có tất cả 122 bài (95 bài thơ chính thức và 17 bài... khác) có nội dung Buồn và Đẹp... áo não! Ai mà "nòi tình", đọc thơ Tôn Nữ Thu Dung chắc chắn thấy tác giả và mình là "đồng điệu".

Độc giả, dĩ nhiên, có người cũng thắc mắc: Tại sao Thơ Phải Buồn? Thơ Dễ Thương Mà Đừng Buồn Có Được Không? Bạn thắc mắc thì bạn hãy trả lời lấy cho bạn nhé! Theo tôi, người nào làm thơ cũng có "hoàn cảnh" riêng của người ấy. Tôi đọc trên Facebook của Tôn Nữ Thu Dung, thấy "nàng" có bài này, xin mạn phép "người ta" đưa vào đây cho rộng-đường-dư-luận:

BẢN SAO TỘI NGHIỆP

Mười bảy tuổi, quyển sách đầu tay của tôi được tủ sách Tuổi Hoa xuất bản... Cả một thế giới nhỏ bé quanh tôi xôn xao, nhưng ba vẫn thản nhiên:

– Ba tưởng con thích làm một nhà thơ hơn chứ!

Tôi cũng tưởng thế, từ năm lớp tám, tôi đã có những bài thơ trẻ con đăng trên các báo, tôi trả lời:

– Con muốn khẳng định mình.

Hơi huênh hoang, nhưng ba chẳng nói gì... Tôi biết những việc tôi làm được là nhờ ba tôi... Tâm hồn thơ dại của tôi được nuôi dưỡng trong một môi trường đẹp, tôi có một tủ sách cổ quý giá của ông nội để đắm chìm vào đọc thay vì rong chơi cùng bè bạn, tôi có một vườn Quỳnh để thao thức nửa đêm ngắm từng nụ hoa run rẩy nở, đẹp đến trào nước mắt, tôi có một con đường Trúc Đào tuyệt vời trong khoảng sân để mỗi ngày cứ thơ thẩn "còn lối bâng khuâng ngõ Trúc Đào"... Những buổi ngâm thơ, bình thơ của ba vào những ngày trăng tỏ đã ru ấu thời tôi vào dòng cổ tích. Các thầy cô dạy văn đã rất ngạc nhiên vì một con bé non choẹt như tôi lại rành rẽ điển tích, điển cố như một nhà nho chân chính...

Ba tôi hiền lắm, tất cả mọi người tiếp xúc với ông đều yêu quý ông, nhưng ông lại rất nghiêm khắc với tôi, có lẽ hơn ai hết, ông biết tôi là một con nhóc bất trị, nhưng thật ra ngoài cái vẻ huênh hoang bất cần, trái tim tôi chỉ là một chiếc lá non run rẩy – như con ốc mượn vỏ che thân vậy mà – Làm bất cứ việc gì tôi cũng cố gắng hết sức để ba hài lòng và tôi sống không một chút nào bình an... Một người bạn lớn làm thơ ở phương xa có hẹn đến nhà, rồi khi tìm đến chỉ để bỏ vào thùng thư một tờ thư nhẹ hẫng: "Tôi đã đến nhà, nhà em kín cổng cao tường, hàng xóm nói em là con ông lớn..." Đọc thư, tôi đã đau đớn biết bao!

Năm 1972, mùa hè đỏ lửa, Nha Trang của tôi lúc ấy là một thị xã yên bình nhất nước, nửa đêm cả xóm hốt hoảng vì tiếng xe cộ ầm ĩ, xôn xao... Khu vực Xóm Mới thuở ấy còn rộng rãi lắm, cuối đường nhà tôi là một rừng dương liễu có đường mòn đi ra biển... Những người dân Pleiku di tản xuống Nha Trang đã tìm đến ba tôi trong cơn hoảng loạn trước khi tìm đến chính quyền... Những năm trước đó, ba tôi đã nhận thêm một trách nhiệm khác nữa thuộc ngành giáo dục...

Khi ba tôi mất, tôi như một con diều đứt dây, bay lang thang cùng trời cuối đất mà không biết lúc nào rơi xuống... chỉ biết là cần phải bay cao bay xa... Tôi ra trường năm 1978, về dạy học ở một nơi tận cùng của tỉnh, ông Hiệu Trưởng trấn an:

– Cô yên tâm, ngày xưa ba cô nuôi tôi suốt mấy năm sư phạm.

Tôi không hề biết chuyện đó, mẹ tôi chỉ nói:

– Có mấy đứa sinh viên của ba ở quê ra, nghèo lắm, ba cho tiền ăn học... sau nghe nói lên rừng.

Và trong một dịp đến trại An Dưỡng nuôi người già và trẻ mồ côi Lạc Thiện, ông Giám Đốc đã nhận ra tôi không biết qua tên hay qua nét mặt.

– Ngày đó, tôi được lệnh ném một quả lựu đạn vào nhà ba cô nhưng tôi không thể, thay vào đó tôi chỉ quăng một cục sắt để cảnh cáo... Sau đó tôi bị điều qua nơi khác.

Chuyện này thì tôi biết, năm 1970, bên ngoài cục sắt là những lớp giấy báo và một lá thư... Đó cũng là lý do ba tôi muốn từ chức để bảo vệ sự an toàn cho cả gia đình, nhưng rất tiếc ba đã không làm được điều ấy để rồi 5 năm sau trả nợ cho đất nước bằng chính sinh mạng của mình.

Thuở nhỏ, tôi vừa đau khổ vừa hãnh diện vì ba, những mối tình thơ dại của tôi bị ánh mắt giễu cợt của ba đốt thành tro bụi và biến tôi thành một kẻ bạc tình bạc nghĩa. Rồi những bài thơ đăng ở Tuổi Hoa, Tuổi Ngọc, Ngàn Thông, Mây Hồng, Áo Trắng... Những truyện ngắn đăng ở Sóng Thần, Thời Tập... Ban đầu vì đam mê, thích thú sau dần dần như một cái nghiệp phải trả hoài trả hủy... Nhiều lúc tôi quá mệt mỏi vì những cố gắng của mình... Tôi chỉ muốn nằm dài ngày này qua ngày khác, nhưng tôi biết ba kỳ vọng vào tôi những hoài bão lớn. Khi ông đọc bài phỏng vấn tôi trên một tờ báo trẻ, tôi đã trả lời rất thành thật vào lúc đó, ước mơ của tuổi mười bảy dễ thương: "Em muốn khi ra trường sẽ được làm tùy viên báo chí của tổng thống." Thật sự không ai biết tôi mơ ước những gì, vì khi quá mệt mỏi, tôi vẫn thường tự nhủ: tôi chỉ thích làm thơ và đi chơi lang thang !!! Tôi muôn đời chỉ là một bản sao tồi tệ.

Thế rồi khi ba mất, tôi buông thả hết, tôi có làm gì bậy bạ cũng chẳng sợ ai, tôi đi xóa mù trên núi, tôi học Cao Đẳng Sư Phạm, tôi ra trường đi dạy xa lơ xa lắc, bỏ dạy, lấy chồng, viết diễn văn thuê, mở nhà hàng nổi tiếng có tên trong các sách giới thiệu du lịch của Thái Lan, viết lách lăng nhăng rẻ tiền theo đơn đặt hàng không dám ký cả tên mình... Nhiều lúc trái tim loạn nhịp than van, vì đâu nên nỗi ???

Cách giáo dục của ba tôi đúng hay sai tôi không biết vì 5 người khác trong gia đình đều thành công mỹ mãn, trừ tôi ra, lơ ngơ láo ngáo: "Ma đưa lối, quỷ dẫn đường/ Lại tìm những chốn đoạn trường mà đi"...

Nhưng tôi không sợ, tôi chưa bao giờ biết thế nào là sợ hãi... vì quanh tôi lúc nào cũng có những thiên thần.

...

Tôn – Nữ Thu – Dung (Thanksgiving's Day To My Dad)

*

Còn non một tuần lễ nữa là ngày Lễ Tạ Ơn của nước Mỹ, Tôn Nữ Thu Dung có món quà gửi dâng Ba, tôi đọc và cảm động lắm. Tôi biết Ba của Tôn Nữ Thu Dung là một nhân-vật-quantrọng của tỉnh Khánh Hòa (ngày xưa). Ông như mọi người, đau đớn giống nhau, khi tỉnh Khánh Hòa và thị xã Nha Trang đổi đời một cách "dị hợm", 29-3-1975. Mọi việc gần như đâu-là-đó, chỉ có chộn rộn là Lính Dù tự dưng bỏ Khánh Dương ùa vào Thành Phố, cộng thêm Lính Thủy Quân Lục Chiến từ Huế cũng "trào" về rồi chạy tiếp vào Cam Ranh, Phan Rang... Sau bước chân của hai binh chủng rắn-mất-đầu là anh-em-ta hiện diện ngay và trương ngay lá cờ của họ. Không một mình Ba của Tôn Nữ Thu Dung "thúc thủ" mà tất cả các thành phần Dân Sự, Cán Bộ và quân trường đều "bó tay", sau đó thì "trút áo" lẫn vào dân chúng hay về nhà mình khép cổng (không khóa vì khóa sẽ bị phá, nghĩ vậy).

Ông Nguyễn Du "tại thế" cách năm 1975 gần 200 năm về trước, đã buột miệng câu nào cũng đúng: "Bó tay về với triều đình, hàng thần lơ láo phận mình ra chi?" và rồi không lâu: "Hoa trôi nước lặng đã yên, hay đâu địa ngục giữa miền trần gian!". Gia đình của Tôn Nữ Thu Dung như mọi gia đình có người liên hệ với chế độ "cũ" đều bị coi là Cũ! Họ phải "đổi mới". Họ phải "Cải Tạo Bản Thân"! Ba của Tôn Nữ Thu Dung tay xách "tư trang đủ dùng 1 tháng" lên đường... thời gian hun hút. "May" cho Ông! Ông mất khi chưa được trao bằng Tiến Sĩ Lao Động Tay Chơn! Lúc đó tôi vừa "chuyển" tới trại A 30 Phú Khánh, gặp anh em "tù chính trị" Nha Trang cùng lao động, nhiều người nói qua hai hàng nước mắt: "Ông Phó Tỉnh Trưởng Tỉnh Em Mất Trong Trại Ngoài Bắc Rồi!". Tôi từng có thời ở Nha Trang khá lâu, tôi từng thấy cô bé nhà ai đó di chuyển bằng xe cyclo riêng; năm 1979 và về sau năm đó... Phú Khanh là tên tỉnh mới của Phú Yên và Khánh Hòa (có cả Cam Ranh) hợp lại, vẫn còn đó trong cảnh hoa trôi nước lặng! Quê Hương, Tổ Quốc đâu nữa mà gào? Một chút mồ hôi của Ba, của Má cũng nhòe nhoẹt trong nhang khói hay là trong nắng gió hết rồi. Cô Tôn Nữ đi học, ráng đi học cho xong cái Cử Nhân và đi lao động, nằm gai nếm mật, "sòng phẳng, chẳng ngán cái mẹ gì!". Nhưng sau đó phải âm thầm nói với hai đầu gối: "Một là Con Nuôi Má, Hai là Con Nuôi Cá, Ba là... Má Nuôi Con!". Ngàn câu thơ, vạn câu thơ... chỉ là một câu này! Cảm ơn Trời Phật cho Tôn Nữ Thu Dung còn sống để làm Thơ!

Cái gì mà Tôn Nữ Thu Dung nhặt được có thể là Hồn Cỏ Hoa, Hồn Sông Núi... cũng có thể là Hồn Bướm Mơ Tiên vậy!

*

Tôi đọc tập thơ mới nhất của Tôn Nữ Thu Dung xuất bản trong năm 2022, Con Chim Nhặt Hạt Ngô Đồng Còn Tôi Lơ Đãng Nhặt Hồn Cỏ Hoa, trong "tâm thế" đó!

Tôi đa tạ Tôn Nữ Thu Dung gửi tặng tôi tác phẩm mới nhất của O. Tôi viết bài này... hơi lâu vì phải mất ba ngày để tôi nhớ lại anh em của tôi ở trại A 30 Phú Khánh. đã nói gì với tôi, đồng thời cũng để nhớ con sông Đà Rằng mùa mưa hay mùa hạn luôn luôn tràn trề nước mắt!

Tháng 11/ 2022

ĐỌC THƠ ĐẶNG TOẢN: XẾP MÀU CHO TUỔI

Thơ Đặng Toản... ba chữ là hàng chữ cuối trên bìa cuốn sách nhan đề Xếp Màu Cho Tuổi. Cái bìa trước của cuốn thơ Đặng Toản "giản đơn" như thế. Bìa sau chỉ có màu. Bia trước phía trong có hình phác họa tác giả qua "nét vẽ tài hoa của họa sĩ Trương Đình Uyên", đó có thể coi như độc giả đã bước đầu biết tác giả ra sao qua ngòi bút chì đặc biệt của một họa sĩ đặc biệt nổi tiếng phác họa chân dung...

Tôi đã từng uống-mút-chỉ với Trương Đình Uyên... Chưa gặp Đặng Toản bao giờ, nhưng qua bức phác họa tác giả Xếp Màu Cho Tuổi... tôi gặp Đặng Toản như người trong mơ! Với tôi Đặng Toản là Thi Sĩ, anh làm thơ, anh có tác phẩm.

Cuốn thơ Xếp Màu Cho Tuổi, tuy dày như cuốn Từ Điển không làm cho tôi chán mà ngược lại nó gây cho tôi tò mò, cho tôi thích thú, tôi hiểu ra Thơ là Thơ! Đặng Toản dễ thương và hùng dũng đi trên mặt nước đầy sóng, vẫn tới nơi: In Một Cuốn Thơ! Đặng Toản đã in xong... không phải là một cuốn sách! Nó không giống bất cứ cuốn sách nào mà người ta bày bán giữa chợ. Tôi nghĩ nó là công trình của một kiến trúc sư xây dựng công trình trên những tờ giấy dùng để vẽ "họa đồ". Đặng Toản đi làm mướn kiếm sống trên nước Mỹ như bao người Mễ, người Nam Mỹ đi tìm mặt trời mới. Tôi cũng vậy, nhưng tôi âm thầm, tôi thẹn thùa, tôi giấu giếm cái tôi thiếu-khả-năng thừa hơi thở để sống sót. Tôi chiêm ngưỡng Đặng Toản qua cuốn thơ có bề dày thật là bề dày. Tôi gặp lại Lâm Anh người bạn học cùng lớp Đệ Tam Đệ Nhị hồi năm 1958... 1960, ở Đà Lạt. Năm 2016, tôi về Đà Lạt, gặp Nguyễn Dương Quang, anh ấy có nhắc Lâm Anh với nhiều thương yêu. Nay thấy Đặng Toản nhắc nữa một người làm thơ chưa có tên mà đã tử vong rồi... Hỏi sao tôi không xúc động?

Tôi xúc động khi đọc được hơn một bài Đặng Toản nhắc Lâm Anh... tôi đọc thêm: bài nào của Đặng Toản cũng tràn trề hồi ức!

Thơ Đặng Toản không "vong bản". Thơ Đặng Toản hồn nhiên như nhiên. Thấy sao thì viết vậy. Nhớ sao thì nhớ thêm. Yêu quý như nước suối chảy đá không mòn, không bao giờ mòn để sụp đổ! Tôi mơ màng... thơ Đặng Toản cho tôi cái chập chờn của con người tha hương biệt xứ...

Cuốn thơ Xếp Màu Cho Tuổi chỉ có màu mè ở bìa ngoài và những bài thơ in bên trong. Không tựa, không bạt. Không có lời giới thiệu của ai. Không cả lời phân bua, thổ lộ điều gì của tác giả. Nó đã là Tác Phẩm. Và tôi đọc hết rồi: Nó là Tác Phẩm Văn Chương! Tôi đã hồi âm cho tác giả sau khi tôi nhận được cái bì thơ dày từ nhà Bưu Điện, nhân dịp Father's Day, tôi cảm ơn và chúc tác giả best wishes!

Tôi chú ý về cái bìa sách. Nó là khung bố loang lổ màu. Tôi nghĩ thầm: nó chứa đựng cái gì đó ở bên trong! Quả thật thế! Với 180 bài thơ chỉ là một trái tim, tôi bắt gặp – trái tim bị thương, trái tim bị bóp giẹp, trái tim được nâng niu, trái tim còn đập, còn làm nhiệm vụ của Bộ Tuần Hoàn! Tôi thật lòng muốn trích dẫn ra đây, bài viết này, vài bài thơ tiêu biểu, vài khổ thơ, vài cặp câu mình tâm đắc... nhưng tôi mệt quá! Tôi ở tuổi chớp mắt là xong... Bài thơ nào của Đặng Toản cũng dài, những bài ngắn nhất thì tôi không muốn nó chừng đó. Tôi biết tôi đang làm chuyện không ai yêu cầu, chỉ tại tôi có nhu cầu: muốn nói về Đặng Toản. Tôi muốn tôi phơi bày chút tình cho thơ... Đặng Toản là Thơ! Đặng Toản khác "người ta" ở chỗ Đặng Toản là Đặng Toản, chừng đó! Đặng Toản không than thở, không vọng tưởng, không ra ngoài quê hương dù thực tế đang vong quốc!

Làm sao tôi gợi ý cho bạn có sách của Đặng Toản đây? Đây là cuốn sách không bán và tác giả không khoe địa chỉ của tác giả?

Tôi thấy trên Website TranThiNguyetMai.wordpress.com... có giới thiệu tập thơ Đặng Toản, có in ra một số bài tâm đắc.

Cũng trên Website này, bạn có thể đọc thêm bài Đọc Thơ Đặng Toản của Hai Trầu Lương Thư Trung, một nhà phê bình văn thơ rất nổi tiếng. Bài ấy Rất Hay!

*

Phần riêng tôi, tôi thích mấy câu này, bốn dòng, cuối trang 279:

Khi em dừng chải tóc
và nhìn theo bóng bầy chim quần đảo
anh lặng lẽ ngồi
thắp một nén thơ...

Chừng nhiêu! Không chấm, không phết, không mời mọc, không se sua...

Tháng 7/2023

Đọc Tập Thơ Lục Bát Tản Thần Của Thi Sĩ Nguyễn Hàn Chung

Tập thơ Lục Bát Tản Thần của Nguyễn Hàn Chung xuất bản bởi Nhà Xuất Bản Bản Sắc Việt (chắc NXB này ở Mỹ, không thấy ghi địa chỉ) xuất bản trong năm 2018. Tôi được tác giả, thi sĩ Nguyễn Hàn Chung, gửi tặng, qua đường bưu điện của nước Mỹ. Địa chỉ người gửi, Nguyễn Hàn Chung ở Houston Texas.

Tôi đinh ninh: đây là tác phẩm Thơ được xuất bản tại Mỹ và tác giả, qua địa chỉ ghi trên phong bì, có con dấu của bưu cục cũng tại Mỹ, tôi rất đỗi vui. Vài năm nay, ở Mỹ, tức quốc ngoại của nước Cộng Hòa Xã Hội Chủ Nghĩa Việt Nam, mới thấy có một cuốn sách bề thế và hoành tráng. Bề thế tức cái hình thức "ngon lắm", bắt mắt lắm, và hoành tráng là đẹp và "bự", có thể nghĩ bao gồm hình thức và nội dung.

Mới đây, chừng một tháng, trên báo Người Việt có bài đề cập đến thơ; báo Người Việt do người Việt làm chủ, xuất bản và phát hành tại thành phố Westminter, thuộc Little Sài Gòn, Thủ Đô nhỏ của nước Việt Nam Cộng Hòa hiện có nhiều Chính Phủ của người Việt Nam chống lại chính quyền trong nước Việt Nam, như Chính Phủ Nguyễn Hữu Chánh, Chính Phủ Hồ Văn Sinh..., Tổng Thống Việt Nam Cộng Hòa hiện tại là Đào Minh Quân (ngài họ gì, tôi quên, nhưng cái tên Minh Quân thì ai cũng trầm trồ khen ngợi như một anh hùng có công đào mả Vua, mà toàn Vua Tốt, rất xứng với chữ Minh Quân). Chính Phủ Việt Nam Cộng Hòa Đào Minh Quân hình như nằm ở thành phố Anaheim, gần với Đại Lộ Trần Hưng Đạo tức Bolsa Avenue trong thành phố Westminster, cũng nằm rất gần đại lộ Quang Trung, gốc gác tên Mỹ mà tôi không chú ý vì đại lộ Quang Trung là một khúc đường rất ngắn, trong thành phố Garden Grove. Là người Mỹ gốc gác Việt Nam, tôi vô cùng hoan hỉ thấy đất nước gốc gác mình càng ngày càng phình to ra. Người Việt Nam ở Mỹ gọi nước Mỹ là Hải Ngoại, từ điển giải nghĩa rằng: Hải Ngoại là thuộc địa của một nước lớn. Việt Nam từng có tên là Đại Cồ Việt mà lỵ! Người Việt Nam không tuyên bố gì thì... im lặng, hễ tuyên bố gì thì đúng là toang bố! Tản Thần!

Cầm trên tay cuốn Lục Bát Tản Thần của Nguyễn Hàn Chung, lòng tự hào của tôi như cũng bành trướng. Tôi hoàn toàn sửng sốt khi thi sĩ Du Tử Lê, tác giả của một bài đăng trên báo Người Việt tường thuật một cuộc mừng lễ thơ của thi sĩ Trần Dạ Từ, khen Trần Dạ Từ nức nở nhưng thi sĩ Du Tử Lê cho thấy "Thơ Việt Nam Đang Xuống Cấp", hiểu một cách thông thái, uyên bác và uyên ảo (chữ của thi sĩ Đặng Phú Phong) thì chỉ có thơ Trần Dạ Từ là "tuyệt vời". Tôi rất đa tạ lời ca ngợi này của thi sĩ Du Tử Lê! Và,... hơn một tháng, tôi chỉ ngắm nghía cái bìa của cuốn thơ Lục Bát Tản Thần!

Ô! Tôi nhầm rồi! Tôi nhầm rồi! Thơ Việt Nam không xuống cấp, ngược lại nó đang lên, sừng sững đi lên như con voi của Trưng Nữ Vương! Là to lớn, là hoành tráng, là hay lắm! Tôi ném bỏ tất cả bức xúc. Nhủ lòng: Ngoài Trần Dạ Từ nhất định phải có nhiều Trần Dạ Từ... Tôi từng khoe với bạn bè: thơ Ngô Minh Hằng, thơ Lê Khắc Anh Hào, thơ Hồ Công Tâm, thơ Tô Thùy Yên, thơ Trần Trung Đạo, thơ Khai Trinh... đều là thơ quý, hay và rất yêu nước Việt Nam! Nay, trước mặt tôi đây, có tập thơ Lục Bát Tản Thần...

Một tập thơ in rất đẹp, bìa và cả bên trong. Dày 200 trang, đúng là 248 trang, in đầy đủ 200 bài thơ Lục Bát không sai một vần nào. Cái nhan đề Tản Thần... tưởng tên chung té ra nó rất riêng, nó gây một sự kinh ngạc cho ai nhìn thấy và thưởng thức nó. Tản là Tởn. Là Sợ. Là Nể Nang. Cái thành ngữ "Một lần tởn tới già" nằm trong hai chữ Tản Thần này. Sợ thiệt! Nể thiệt!

Hình như tác giả Nguyễn Hàn Chung muốn hù "chúng ta" từ việc đặt tên khai sinh một đứa con tinh thần đến việc đăng bản mục lục ngay khi độc giả mở cuốn sách. 200 bài thơ, không dài thậm thượt, đặt tựa để chắc mệt mà phơi cả 200 cái tên của từng bài thơ trên bảng Mục Lục chắc cũng cam go? Ôi! Một cái Mục Lục mà phải cần đến 8 trang giấy! Quả thật tự cổ lai hi... hi hi...

Nguyễn Hàn Chung là ai, thế nào, thì bạn cứ đọc ở trang bìa sau nhé! Tác giả Nguyễn Hàn Chung có vẻ không còn trẻ, chuyên nghề dạy học từ năm 1971 đến năm 2006, trong nước, dưới hai chế độ. Tác giả từng cộng tác với các báo , tạp chí, xuất bản thời Việt Nam Cộng Hòa rồi cộng tác tiếp theo với các báo xuất bản thời thành phố Sài Gòn đổi ra thành phố Hồ Chí Minh. Tác giả chuyển qua định cư tại Mỹ từ năm 2006 và hợp tác với các báo chống Cộng. Chưa hết, trên nhiều trang websites, Blogs và Face Books, Fan Pages lộng lẫy cũng thấy có bài của Nguyễn Hàn Chung! Thế thì "Thơ Việt Nam đang Xuống Cấp" là thế nào?

*

Nguyễn Hàn Chung làm thơ nhiều, chắc là nhiều kinh khủng! Trên Face Book, Nguyễn Hàn Chung có hứa sẽ in tập thơ Lục Bát mới, đã hoàn tất về mặt bản thảo nhưng tiếc là Amazon của Mỹ không in sách Việt Nam ngữ nữa. Trái đất tròn vo, chúng ta cứ chờ trong niềm hy vọng vậy! Nghe nói sắp có một chỗ in khác, bảo đảm "chất lượng" in, hơn hẳn Amazon, giá cả có hơi cao hơn. Tiền nào của nấy thôi!

Tôi thăm dò tình hình người đọc thơ Nguyễn Hàn Chung, mười người như một: Thơ Nguyễn Hàn Chung tuyệt vời. Tôi hỏi tuyệt vời là sao? Bạn tôi đều như nhất trí: Nguyễn Hàn Chung làm thơ Lục Bát ngang ngửa với các bậc Thi Hào Thi Bá. Tôi tha thiết yêu cầu dẫn chứng. Bạn tôi đọc thơ Nguyễn Du làm thí dụ cụ thể:

Kim lang ơi hỡi Kim lang
Thôi thôi thiếp đã phụ chàng từ nay!

Rồi thơ Nguyễn Đình Chiểu:

Kim Liên ơi hỡi Kim Liên
Đẩy xe cho chị qua miền Hà Khê!

Rồi thơ Tản Đà:

Nước non nặng một lời thề
Nước đi đi mãi sẽ về với non!

Rồi thơ Vũ Hoàng Chương:

Kiều Thu hề Tố hỡi em
Nghiêng chân rốn bể mà xem lửa bùng...

Rồi thơ Du Tử Lê:

Đêm về trên vết xe lăn
Tôi trăng viễn xứ hồn thanh niên, vàng!

Rồi... rồi lu bù... Dĩ nhiên chỉ dẫn chứng thơ Lục Bát để sánh vai thơ Lục Bát của Nguyễn Hàn Chung. Tôi có hỏi thêm: thế thơ Luân Hoán có hơn Nguyễn Hàn Chung không? Có người làm thinh. Có người lắc đầu... vì Luân Hoán nhiều khi cóc cần chạy theo luật thơ cứ làm theo luật... riêng. Tôi ưng cái bụng lắm, lẩm nhẩm hai câu của Nguyễn Hàn Chung như kinh nhật tụng, bạn bè đứa nào nghe cũng không cần mời, đều hưởng ứng: Dô! Dô! Chăm phần chăm em ơi! Ui chao là vui hết biết!

Tôi đọc:

Thơ như ma quỷ nặng liều
Đọc vài câu tưởng đã vèo cõi âm!
(Trích bài Thơ Tình Viết Muộn, LBTT, trang 144)

Tiếp:

Quấn ôm riết chặt lúc trưa
Xế thôi đã thấy như chưa thấm gì!
(Trích bài Tim Sao Chịu Thấu Mà Gào Thét Yêu, LBTT trang 152)

Tiếp:

Đàn ông khi đã quy hàng
Bàn chân càng bó chặt càng u minh!
(Trích bài Sự Đàn Ông, LBTT trang 132)

Tôi hào hứng muốn đọc tiếp thêm, tiếp theo... mấy bạn tôi khuyên lơn: Đủ rồi! Thơ Lục Bát làm thế là đúng niêm luật và gợi tình da diết lắm. Nguyễn Hàn Chung tự khoe thơ Lục Bát của Nguyễn Hàn Chung là Lục Bát Tản Thần thì miễn phê, miễn so sánh, chỉ cần gật gù và đi tìm mua cả cuốn về đọc cho bõ ghiền!

*

Đọc Lục Bát Tản Thần, càng đọc càng thấm cái hay ho của ngôn ngữ Việt Nam. Từ cái trong sáng của Nguyễn Du đến cái u minh của Nguyễn Hàn Chung thấy thơ ai cũng nằm trong ánh đèn LED. Thời đại nào cũng là thời đại Công Nghệ không bao giờ có Công Ngủ! Thương cho ai nếu say mê đọc mà tản thần, gặp tai nạn, chỉ phải ngồi xe lăn thôi. Mong xe lăn êm ái như thơ Lục Bát của Hồ Dzếnh:

"Đừng buồn mà cũng đừng vui,
êm êm nắng nhạt bên giời chuyển mưa!".

Thời đại thơ Con Cóc đã xóa mờ rồi. Nay là thời đại thơ Tản Thần, thơ Con Cọp! Tiến lên cả nước đồng bào, đánh cho Tàu tởn, cho Tàu chịu thua! Lấy lại Hoàng Sa, Trường Sa... lấy lại tất cả đàn bà lấy Tây!

Nào, chúng ta cùng làm thơ lai rai...

Tháng 6/2024

TM

Cảm Ơn Đà Lạt
Cho Tôi Thương Nhớ Gửi Về

Đà Lạt.

Tôi đến đó khi tôi mười sáu tuổi.

Tôi bắt đầu đến Đà Lạt tháng 9 năm 1958, thành phố Đà Lạt với tên chữ Pháp: Ville de Dalat. Ông bà chủ trọ và các bạn ở chung có nói với tôi về "nếp sống" ở đây: tôn trọng luật lệ, không xả rác, không hái trộm hoa, không bẻ bất cứ cành cây nào. Tôi sẽ bị phạt nặng nếu phạm một trong những lỗi đó. Thành phố không có bóng dáng lính tráng, ở ngã ba, ngã tư mới thấy cảnh sát đứng làm việc, chẳng nhọc nhằn gì... Đà Lạt có máy bay bay, thỉnh thoảng; có hai phi trường: Liên Khương và Cam Ly. Đà Lạt là cao nguyên, cao 1.500 mét. Đà Lạt không có biển, chỉ có biển lòng bao la...

Tôi ở với Đà Lạt cho đến đầu năm 1989 mới rời. Ba mươi mốt năm, nhiều chuyện muốn nói lắm, muốn nhắc lắm... mà hai mươi bảy năm nay, ở quê người, chỉ giàn giụa trông về. Tôi thương quá ngôi trường tôi từng dạy học, năm cuối cùng, 1974-1975, lúc đó có khoảng 3.000 học trò nữ, hơn sáu mươi cô giáo, hơn bốn mươi thầy giáo, sáu mươi lớp... Học trò tôi bây giờ đã trên năm mươi tuổi, có nhiều em đã sáu mươi. Tôi nhớ những tà áo dài... Tôi nhớ những mái tóc thề, tôi nhớ hoa quỳ nở quanh trường, trên triền đồi Sân Cù, dọc đường Bùi Thị Xuân, Võ Tánh. Tôi nhớ Cây Số Bốn. Tôi nhớ Đa Thành, hồ Vạn Kiếp. Tôi nhớ tới Đơn Dương xanh biếc giàn "chouchou" (*). Tôi nhớ Eo Gió, nghĩ thầm gió cũng có eo thì đời người... cong queo cũng chịu vậy! Tôi nhớ ông Nguyễn Du có nói: *"Đã không lấy sống làm vui, tấm thân nào biết thiệt thời là thương!"* Bao nhiêu vật đổi sao dời, tôi xin một điều: lòng tôi như con đường Hai Bà Trưng có những cây đào mà Tết nào cũng đỏ rực. Ôi lòng tôi thơm phức, Đà Lạt biết không?

...

May hết sức là may! Trái tim tôi để ở quê nhà rồi từ đầu năm 1989, cuối năm đó tới Mỹ, rờ ngực không nghe xập xình, yên tâm từ ngày 17 tháng 11 năm 1989 trở đi không bị đau tim! Có điều lạ: cái đầu tôi cứ nhớ về Nha Trang, tôi đến đó vào mùa Hè năm 1960, lần đầu tiên tôi thấy biển Nha Trang êm ả như một cái hồ, điều này khiến tôi nhớ Đà Lạt nơi quê lòng quê dạ của tôi có cái hồ ngay giữa thành phố mang cái tên của một thi sĩ, tôi bèn sửa lại cái tên đó cho nên thơ hơn... Hồ Thị Xuân Hương!

Đó, một ngày đang là cuối tháng
Vầng trăng lên muộn để còn đây
Cuối đời, tôi có như trăng đó
Để phiến thơ còn cảm động ai?
(Mực Tím Còn Tươi)

(*) Su su: tiếng Pháp dùng tại các lãnh thổ hải ngoại của Pháp ở Thái Bình Dương và Ấn Độ Dương gọi là chouchou.

MỘT CHẶNG ĐƯỜNG ĐÃ QUA, MỘT CHẶNG ĐƯỜNG VẪN NHỚ

Thú thật, tôi lấy cớ đọc bài thơ Mẹ để tôi nhớ cho phần tôi một chặng đường. Chặng đường ấy không dài thăm thẳm nhưng rì rào cây lá rừng reo, nhưng rì rầm bánh xe sắt nghiến đường răng cưa sắt.

Buồn tay, tôi mở một cuốn sách, tôi thấy bài thơ này:

MẸ

Mẹ bắt đầu quên
Những gì đáng nhớ
Mẹ bắt đầu nhớ
Những gì đáng quên
Mẹ vẫn ngồi yên
Khi cần đứng dậy
Mẹ đi run rẩy
Khi cần ngồi yên
Mẹ ơi con biết sẽ có ngày
Con sẽ mất hình ai cần giữ
Con sẽ giữ hình ai đã mất
Mẹ sẽ bình yên nhắm mắt
Và con chờ dông bão xé tim đau!
Thúc Hà (Sông Bé, tháng 7/1990)

Tôi không biết tác giả Thúc Hà, tác giả của bài thơ trên đây, nhưng tôi đã từng qua con sông Bé, tôi nhớ nước dưới cầu trôi, tôi nhớ mây trên đầu bay... Tôi cũng nhớ má tôi, má già lắm ngày tôi xa má để đi xa không hứa hẹn gì.

Lúc đó má tôi hơn tám mươi rồi. Ba tôi mất ba năm trước ngày ngừng chiến. Má ở với vợ chồng thằng con út, thằng em út của tôi. Một chặng đời tôi, ngày cầm tay má tôi lần cuối, tôi đi, tôi biết nó khép lại.

Có thể vĩnh viễn, trước hết là má tôi, ngủ luôn trong một đêm rằm đầu năm sau khi biết tôi đã đến nơi không phải là quê hương; sau đó, tiếp theo là tôi, năm ba năm nữa không chừng, sẽ có lần trở lưng, sẽ là lần cuối... Tôi chẳng bận tâm. Thương má, nhớ một chặng đời bé bỏng của tôi.

Thương tôi, thời gian thổi tôi xa má... Một chặng đời tôi nhớ, âm thầm và giản dị vậy thôi. Không ai ngăn được nước mắt tôi đang ứa ra. Thế nào thì những con sông vẫn cứ chảy. Tôi không nói dài hơn về chặng đời của tôi, của một hạt bụi bay trong không gian, thời gian...

Thú thật, tôi lấy cớ đọc bài thơ Mẹ để tôi nhớ cho phần tôi một chặng đường. Chặng đường ấy không dài thăm thẳm nhưng rì rào cây lá rừng reo, nhưng rì rầm bánh xe sắt nghiến đường răng cưa sắt.

Bạn à, đó là chặng đường xe lửa... ngày xưa, từ Tháp Chàm, Phan Rang, đi Đà Lạt. Lên Đà Lạt, từ Phan Rang có hai con đường, đường bộ là quốc lộ số 11, dài 110km, đường sắt từ ga Tháp Chàm, lên Đà Lạt, đến ga cuối cùng của nó là Đà Lạt, để quay đầu lại dài chỉ 81km.

Đường sắt sở dĩ ngắn hơn đường bộ vì người ta đục ba cái hầm trong núi để cho con đường thẳng băng. Đường sắt là con đường đặc biệt ở Việt Nam, chỉ một đoạn 81km, và một nước nữa trên thế giới là Thuỵ Sĩ ở châu Âu, không biết dài bao nhiêu.

Tôi chỉ biết Chính phủ Thuỵ Sĩ đã mua lại ba cái đầu kéo của xe lửa mình đem về xài bên đó. Đường sắt răng cưa của Việt Nam bị xoá bỏ trên ba mươi năm nay, ai lớn tuổi – già như má tôi, già như tôi bây giờ, có đi qua một lần, ít nhất, vẫn nhớ.

Đường xe lửa Phan Rang/Đà Lạt mở ra vào hồi đầu thế kỷ 20, gồm một quãng đường bằng từ Tháp Chàm lên Krong Pha dài 39km, xe lửa chạy tốc độ bình thường 30 – 40km/giờ.

Từ Krong Pha trở lên là núi cao trên 1.000 mét so với mặt biển. Xe lửa phải leo trên quãng dài chừng 40km, đúng ra là từ Krong Pha tới Trại Mát, 34km, còn hơn 7km để vào ga Đà Lạt là đường bằng, đường ray không có hàng răng cưa.

Khi xe lửa Tháp Chàm lên tới Krong Pha, nó phải dừng lại hơi lâu, độ một tiếng đồng hồ, người ta thay đầu máy kéo, gắn móc răng cưa dưới bụng xe lửa để ăn khớp với đường răng cưa nó sắp chạy. Đường lên dốc, vì phải dính vào răng cưa để khỏi tuột, xe lửa chạy rất chậm, chừng mươi, mười lăm km/giờ.

Chặng đường này ngắn mà nhiều ga, cũng là cách coi ngó lại hàng răng cưa. Xe lửa đi qua các ga: Eo Gió, Dran, Cà Beu, Trạm Hành, Cầu Đất, Trại Mát. Ga cuối cùng là Đà Lạt. Ga lớn ngang với ga Krong Pha là ga Dran. Ga lớn nhất, đẹp nhất, cuối cùng là ga Đà Lạt.

Vượt qua 41km ghé lại nhiều ga... mục đích dễ thương: để hành khách phủi bụi than bám trên người, trên quần áo. Chặng lên Đà Lạt, xe lửa chun qua ba cái hầm đục xuyên núi nằm trong dãy núi có đèo Belle Vue, dịch ra tiếng Việt là Ngoạn Mục.

Ngoạn là ngắm, là thưởng ngoạn, là xem để mà khen ngợi; mục là nhìn tận con mắt mình, không nghe ai mô tả. Chữ Belle Vue, mang ý nghĩa đó, belle là đẹp, vue là cái nhìn... thấy cái gì cũng đẹp!

Ba cái hầm xe lửa chun qua núi có một cái ngắn, một cái khá dài và một cái rất dài. Xe lửa chun hầm không thấy đèn đâu cả, có lẽ khói và bụi than che kín hết, thấy tàn lửa bay lung tung (xe lửa chạy bằng than đá). Lòng nghe rờn rợn mà cũng vui vui. Mùi than có khó chịu, nhớ lại thì thấy thơm thơm...

Ra khỏi hầm, mỗi người nhìn lại mình, nhìn người bên cạnh, buồn cười không chịu được. Khách toa couchette (giường nằm), toa hạng nhất, hạng nhì ít bị bụi than bám, toa hạng ba, hạng tư thì miễn bàn, người nghèo phải lam lũ và lem luốc, khỏi than van!

Thời đi học ở Đà Lạt, ở Nha Trang, tôi có thẻ học sinh nên đi xe lửa giảm tới nửa giá, vé xe dễ mua, thay đổi hạng để nếm đủ mùi khói. Chặng đường Tháp Chàm/Đà Lạt, tôi thích nhất là lúc xe lửa ghé lại Eo Gió, Dran, Cầu Đất. Ở Eo Gió hành khách mua đặc sản của bà con Thượng, rẻ và nguyên chất.

Ở Dran tha hồ ngắm hoa và hít thở khí trời thơm ngát, nhất là mùa hoa quỳ cuối năm, khu vực này đa số người Kinh sinh cơ lập nghiệp, ai cũng xinh, đàn ông tuấn tú, đàn bà mượt mà...

Tôi trở lại bài thơ hồi nãy: với người có tuổi hầu như ai cũng bắt đầu quên những gì đáng nhớ và bắt đầu nhớ những gì đáng quên. Tâm trạng con người thật là lộn xộn, nhớ nhớ quên quên, lung tung tưới xượi!

Nhiều lúc tôi quên bẵng mình bao nhiêu tuổi, nói thế vì tôi nghĩ tôi còn trẻ lắm. Nhưng... tại sao sáng nay ai xui khiến tôi mở một cuốn sách, thấy và đọc một bài thơ... có vẻ ngậm ngùi?

Bốn mươi năm hơn tôi chưa lần trở lại cung đường xưa. Đường xe lửa Tháp Chàm/Đà Lạt không còn, người ta gỡ bán sắt. Xưa, khá xưa, người ta có quyền hành, cũng đã gỡ đường xe lửa Sài Gòn/Mỹ Tho, đường xe lửa Sài Gòn/Lộc Ninh, đường xe lửa Ba Ngòi/Cam Ranh, đường xe lửa Phan Thiết/Cồn Chà...

Tôi có buồn thì thầm nhủ: đời là khói sương...

Có lẽ, chạm đến hai chữ khói sương tôi không nên viết tiếp.

Dòng Sông Con Sông

Tôi viễn xứ nhận ra điều có lẽ
Tim mỗi người đều có một dòng sông?

Kai Hoàng

*

Một hôm "phượt" facebook, tôi đọc Bích Nga một câu: "*Sông ơi trôi đi đâu?*". Bích Nga đứng ngay trên con sông không sâu... vì sông không có nước! Sông ở California chắc cũng đi "phượt" ở đâu, hết rồi. Mùa mưa, sông vẫn vơi, vì mưa rất là ít. Nhiều con sông đen nghịt bầy quạ đậu kiếm ăn. Nhiều con sông lang thang... trong mắt người giọt lệ.

California này là thế. Đọc thơ Kai Hoàng, tôi nhận ra điều có lẽ mỗi trái tim người tha hương đều có một dòng sông! Đúng như... boong! Lưu Trọng Lư từng nói: "Mắt em là một dòng sông, thuyền anh bơi lội giữa dòng mắt em!" Nhiều con sông đổ ra biển thì... thành biển. Đúng thôi! Mà biển khi người tha hương vượt sóng lên bờ rồi thì đâu còn có nước mặn nữa, chỉ còn nước mắt! Hồi nào "Một là con nuôi Má, hai là con nuôi cá, ba là Má nuôi con", may mắn được dung thân có công ăn việc làm, có tiền con gửi về hay mua quà gửi về nuôi Má, là điều thứ nhất, là điều ao ước nhất! Còn hai điều kia, không may bể thuyền, bị cá đớp, con người thành mồi ngon của cá. Và, cái ít không may hơn, lỡ mà bị "bộ đội duyên phòng" chớp được, con chắc chắn đi tù..., lúc đó Má tha hồ lặn lội thăm nuôi con! Sau

30/4 Việt Nam mình, chuyện "bỏ đi" như nước chảy đá mòn... Tôi viết con số 4, bạn à, tôi không viết chữ Tư... vì ai cũng đếm một, hai, ba, bốn. Tháng thứ tư của năm là tháng bốn, đúng chứ? Đúng... y chang! Hầu như người mình ai cũng biết có một nhà thơ... thường giả vờ khùng là Bùi Giáng. Ông làm thơ thả giàn, nhiều vô số kể, nhà văn Mai Thảo, tác giả nổi tiếng với truyện ngắn đầu đời của mình là Đêm Giã Từ Hà Nội cho biết là có đêm ở lại tòa soạn báo Văn ở Sài Gòn, Bùi Giáng làm cả ngàn bài thơ, không chuyện gì mà ông né, kể cả chuyện ông viết những câu thơ van nài nghệ sĩ Kim Cương đái trên mồ ông vài giọt... khi một mai ông chết! Vì làm thơ nhiều quá, ông phải để nhiều bút hiệu... cho vui. Ông từng có bút hiệu Báng Giùi, Bùi Văn Bốn, Bùi Văn Bốn Lù. Cái bút hiệu Bùi Văn Bốn của ông động lòng trắc ẩn của một nhà thơ ngoài nước Việt Nam, người ấy khoe mình từng dựa hơi Bùi Giáng, kết thân cùng Bùi Giáng những hai mươi năm hơn khi còn "sanh hoạt" ở thành phố Hồ Chí Minh, trước khi Bùi Giáng đột ngột chuyển sang từ trần và thi sĩ ấy đột ngột chuyển sang...đi Mỹ – tại Mỹ, chàng "mần" nhiều bài thơ nhớ nhung Bùi Giáng và noi gương Bùi Giáng, chàng "sáng tạo" chữ nghĩa theo "kiểu" của Bùi Sư Phụ... là những bài thơ "chuyên" nói lái... lái dủm, giải phóng, tồn lưu, nắng cực... Con số 4 mà tôi viết cũng xin được coi là tí tí dựa hơi một thi hào vĩ đại là Bùi Giáng vậy nha! Bạn ơi, bạn thử nói ngày-ba-mươi-tháng-bốn-năm-bảy-nhăm, đi, nghe nó mát cái miệng biết đến ngần nào! Hút thuốc lào và ăn nói có "văn hóa" như thế mới là người văn minh chớ bộ! Chẳng chi cũng thể hoa nhài, chẳng chi chi cũng là người Tràng An, mà lại!

Kai Hoàng, thật tình tôi mới thấy tên một người thơ, lần đầu nhờ tôi "phượt" trên cái website vanchuongviet.org. Dù chưa đọc được thơ Kai Hoàng (nếu đã in thành sách hay trên báo nào), tôi vẫn thích một cách sững sờ, một cách không ngờ, hai câu nói như tưng tửng: Tôi viễn xứ nhận ra điều có lẽ / tim mỗi người đều có một dòng sông. Tôi không giấu là tôi rất mềm yếu khi đọc được một bài thơ của Trúc Thông, ngắn thôi, trước Kai Hoàng, hơn mười câu thì phải, trong đó có sáu câu làm tôi nghẹn ngào:

... Xin người hãy trở về quê
Một lần cuối... một lần về cuối thôi
Về thương lại bến sông trôi
Về buồn lại đã một đời tóc xanh!
...
Lá ngô lay ở bờ sông
Bờ sông vẫn gió, người không thấy về!

Trúc Thông chắc làm xong mấy câu "đoạn trường thất thanh" đó không ngó ra bờ sông nữa, mà úp mặt? Tôi tưởng tượng vậy vì tôi đang úp mặt! Không có cách nào, không còn cách nào, không biết làm sao... mà tôi tràn trề nước mắt! Lá ngô lay ở bờ sông, ờ sông vẫn gió, Trời ạ, Trời ơi, bờ sông vẫn gió!

Tôi sinh ra ở Phan Thiết, học tiểu học và trung học đệ nhất cấp ở quê nhà, trung học đệ nhị cấp thì lên Đà Lạt học tiếp và Đà Lạt tôi ở hoài hơn ba mươi năm, nếu không có biến cố lịch sử ba-mươi-tháng-bốn-bảy-nhăm, thì tôi ở hoài với Đà Lạt. Những giai đoạn đi lính có xa Đà Lạt nhưng không phải là từ biệt Đà Lạt. Có thể Đà Lạt sẽ là Vùng Năm Chiến Thuật của tôi lắm. Đà Lạt ơi, tôi thương nhất đời tôi, xứ sở lạ lùng: bạn đi giẫm nát núi rừng Đà Lạt bạn không hề đạp gai vì không có loài cây nào có gai! Cây hoa hồng có gai thật và chắc là loài cây (hoa) duy nhất, là vũ khí của các nàng. Muốn có cây hoa hồng, người ta nghiên cứu tạo nó ra từ cây hoa tầm xuân... mà hoa tầm xuân thì chỉ nở ra cánh biếc! Em có chồng rồi, anh biết! Người con gái ngồi trên lưng voi đóng vai Trưng Nhị, đã đi lấy chồng từ năm mươi bảy. Trăng khuyết rồi khuyết mãi trong hồn tôi... Tôi nhẩn nha lang thang nãy giờ là tôi muốn nói tới con sông Cà Ty ở Phan Thiết. Con sông không dài lắm, chừng hai mươi cây số ngàn, phát nguyên từ vùng sơn cước cuối của dãy Trường Sơn, ở đó có một cái ga xe lửa, bây giờ mang tên Ga Bình Thuận, trăm năm trước nó là ga Mương Mán(g). Đúng nó là Mương Máng do bởi người Pháp đào một cái hồ chứa nước ngọt, họ đào một con mương dẫn nguồn nước chính vào hồ chảy qua một cái máng rất lớn, dân địa phương thấy cái mương cái máng thì gọi tên đây là Mương Máng. Năm 1954, đồng bào miền Bắc di cư ồ ạt và ào ạt vào Nam, nhóm người này là dân mạn ngược ở miền Bắc gồm có người Mường, người Mán, người Lô Lô..., nói gọn là dân-thiểu-số... được chính quyền Ngô Đình Diệm "đặt đâu ngồi đó" thôi, rồi thì vùng đất này có tên nửa vời Mường Mán, và câu ca dao biến thành câu hát ru con: "Tiếc thay cây quế giữa rừng để cho thằng Mán, thằng Mường nó leo!". Nước trong cái hồ chứa khi ở cái mức nhất định thì trào ra ngoài và theo dòng có sẵn chảy về Phan Thiết. Đó là sông Cà Ty, tên đọc từ tiếng Thượng, viết K' Ty, đọc Ca Ty, nhưng người Việt mình thích dấu huyền nên nó thành Cà Ty. Mấy chữ K'rongpha, K'Tang, K' Đú, K'Loon..., người mình đọc Cà Rông Pha hay Sông Pha, Cà Tang, Cà Đú, Cà Loan... Nói đến Cà Ty, tôi nhớ con sông Cà Ty lắm. Con sông này tôi đã từng lội qua, không sâu, tôi từng tắm, giỡn hồi còn con nít học đệ thất, đệ lục. Nó là ký ức tuổi thơ của tôi, với tôi, hồi tôi nhỏ, nó chỉ là con sông... không mơ mộng, mơ mòng gì cả. Nhưng với những người làm thơ chắc chắn có vấn đề! Tôi gặp Hoài Khanh một lần ở Đà Lạt, tôi nhắc cho ông ấy nghe một bài thơ ngắn, lục bát, chỉ có bốn câu, của ông ấy nằm mãi trong đầu tôi. Với tôi, nó hay tuyệt. Hoài Khanh bảo tôi đọc đi. Và...

Một dòng xanh mấy niềm sâu
Chợt nghe gió lạnh từ đâu thổi về
Giật mình sương rụng trên đê
Người đi rồi chẳng thấy về, chao ôi!

Tôi đọc xong, Hoài Khanh rưng rưng... Ông rút trong cái cặp táp, cartable, cuốn truyện ngắn Chị Tôi Dế Mèn Và Gió ký tặng tôi. Hoài Khanh làm bài thơ trên đặt tựa đề Cà Ty tôi thấy đăng trong giai phẩm Mây Thu do Tạ Tỵ chủ trương. Ông không sống thường ở Phan Thiết mà có cơ ngơi trong Biên Hòa.

Bài thơ Cà Ty theo tôi từ năm 1958... Năm 1978, cải tạo tại K'Loon, đêm trăng tôi tới phiên trực gác anh em, ngồi trên bờ sông nhỏ, ngó trăng, cảm khái bài thơ ấy, nhớ lại. Giật mình. Không phải vì sương rụng mà vì Hoài Khanh làm thơ chỉ có bốn câu mà mắc lỗi: hai chữ về! Bài thơ vẫn hay! Vẫn hay? Chắc vậy... vì cái bài Sen cũng chỉ bốn câu, trật luật thơ lục bát, vẫn cứ là hay, mãi mãi:

Trong đầm gì đẹp bằng sen
Lá xanh bông trắng lại chen nhụy vàng
Nhụy vàng bông trắng lá xanh
Gần bùn mà chẳng hôi tanh mùi bùn!

Bài Sen này tôi phải học thuộc lòng từ năm học lớp Đồng Ấu ở trường Sơ Học Phú Trinh Phan Thiết, nó đi theo tôi từ năm 1948, 1949 đến ngày tôi chết! Tôi nhớ bài Sen, nhớ luôn cô giáo dậy vỡ lòng tôi là cô Trần Thị Sen. Tôi cũng không bao giờ quên năm lớp Dự Bị tôi học thầy Trần Văn Cúc, năm lớp Sơ Đẳng tôi học Thầy Trần Thiện Mưu, năm lớp Nhì tôi học Thầy Nguyễn Mô, năm lớp Nhất tôi học Thầy Nguyễn Khánh. Từ khi lên lớp Đệ Thất tới chấm dứt ở lớp Đệ Nhất, tôi chỉ học Thầy, không hề có cô giáo nào dạy tôi. Nhưng học Sư Phạm thì có cô Ưng Sâm (tên chồng), cô người Huế, thấp, đẹp như Má tôi và hiền chắc hơn Má tôi! Cô về hưu hình như năm 1963, tôi thường có viết thư thăm vào dịp Tết khi tôi chưa vào lính, địa chỉ của cô thật dễ thương và "hên" vì chín nút: Bà Ưng Sâm, 18 đường Quang Trung, Nha Trang. Tôi cũng rất thương Thầy Trần Quý Tuệ, sao Thầy dễ thương kỳ lạ, Thầy truyền cho tôi cái tình thương của người Thầy đến với học trò, tôi đi dạy học hơn mười bốn năm, học trò cũng thương tôi quá là thương. Địa chỉ nhà Thầy tôi: Ông Trần Quý Tuệ số 9 đường Phương Sài Nha Trang. Các Thầy, các Cô dạy tôi bây giờ đều ở cõi khác... *Giật mình sương rụng trên đê!*

Rồi... con sông, dòng sông, sương rụng, lá bắp lay ở bờ sông... lại chuyển động trong tôi, lại lay động trong tôi... và cào cào hai con mắt tôi! Cảm ơn Kai Hoàng nha, hai câu thơ của anh giúp cho tôi biết tôi còn sống, còn mơ màng bát ngát một con sông! Anh, hay là tôi nhỉ? Tôi viễn xứ nhận ra điều có lẽ: *Tim mỗi người đều có một dòng sông!* Tôi muốn nghe hoài hoài câu gào thét của Bích Nga khi Bích Nga đứng trên mặt đáy của dòng sông cạn khô Los Angeles: *"Sông Ơi Trôi Đi Đâu?"*

TM

THƠ TÔI, CUỘC ĐỜI TÔI

Tôi sinh ra ở Phan Thiết, vào một ngày cuối tháng 5 năm 1942.

Phan Thiết quê tôi là xứ Thơ.

Tôi từng ngồi ở Mũi Né. Địa danh một vùng biển của tỉnh Bình Thuận. Từ Phan Thiết đi Mũi Né có một con đường độc đạo dài 22 cây số, qua Thanh Hải, Ngọc Lâm, Rạng rồi tới Mũi Né, hết đường. Phú Hài là một làng chài lưới, cá đổ về đây để vài nhà Hàm Hộ mua đem về Thùng Lều làm nước mắm. Ngọc Lâm có một Tháp Chàm, Tháp cuối cùng của người Chàm, thường chỉ thấy người Chàm ở Ma Lâm Chàm về đây cúng bái, không thấy người Chàm ở Phan Rí vào. Người Chàm trước 4 – 1975 được gọi là người Hời, người Chiêm Thành. Sau 4 – 1975 gọi theo tên người Pháp gọi, là người Chăm. Ngọc Lâm xưa có một ngôi lầu của người Pháp (có sách nói là một vị Hoàng Tử người Tây Ban Nha) nên dân địa phương gọi là Lầu Ông Hoàng. Nhà thơ Hàn Mạc Tử và nhạc sĩ Trần Thiện Thanh có tác phẩm nặng tình ở đây. Lầu Ông Hoàng ra sao, ít người biết vì "được" chủ nhân của nó phá, dẹp và dọn sach trước năm 1940. Khu lầu này đầy đủ cơ ngơi của một cung điện chắc cũng huy hoàng lắm. Hồi còn đi học Trung Học, tôi có cắm trại tại đây, chỉ thấy dấu tích là một sân Tennis. Tôi không biết gì về lai lịch của nơi này, chỉ thấy núi lúp xúp ngó ra biển khơi không một bóng dáng ghe thuyền đánh cá... Xung quanh nó và gần đó không có làng mạc nào của người mình. Cảnh trí đẹp, rất đẹp... mà hoang vu! Một chuyện tình lưu lại vài bài báo mang tính chất tiểu thuyết hơn là lịch sử.

Qua Ngọc Lâm là tới Rạng. Cái tên hay, gọn gàng, không hiểu ý nghĩa gì. Bạn tôi, con ông Lý Mỹ, Huỳnh Ngọc Mỹ, lập nghiệp bằng cách trồng dừa. Chắc thuộc hàng địa chủ nên ông Huỳnh Ngọc Mỹ từng là Lý Trưởng nên mới có danh là Ông Lý Mỹ. Tôi có ghé đây, dạo chơi, nghỉ ngơi trong các vườn dừa. Thời xưa chiến tranh nhưng khu này không sao có lẽ vì ít người mà họ sống bằng nghề chài lưới qua ngày nên khó có tiếp tế.

Tôi rời Rạng để bắt xe đò vào Mũi Né. Chú Tám tôi cưới vợ người ở đây. Vợ chú tôi là Chị ruột của nhà thơ Vũ Anh Khanh. Vũ Anh Khanh tôi chưa hề biết mặt vì ông đi theo Việt Minh lúc tôi mới 5 tuổi. Ông đưa Cậu Mười (em của má tôi) và anh Hai của tôi theo Việt Minh chống Pháp. Tôi rất thích đọc Thơ và Truyện Vũ Anh Khanh. Thơ văn Vũ Anh Khanh nhẹ nhàng, sắc sảo, kêu gọi kháng Pháp.

Tôi ra Mũi Né thăm gia đình Chú tôi. Lúc đó, khoảng năm 1957-1958 tôi vừa xong Trung Học Đệ Nhất Cấp. Tôi vẫn là đứa con nít. Tôi ở nhà Chú tôi, ra biển ngắm trăng... ngắm biển. Tôi không quan tâm gì về nhà thơ Vũ Anh Khanh. Biết Vũ Anh Khanh là em ruột của Thím tôi, tôi có phần tự hào. Tôi biết rõ hơn chút về giòng họ gia tộc của Thím tôi, Thím tôi là con gái của ông bà Trợ Đãi (Trợ là Thầy giáo, ông tên là Võ Văn Đãi, dạy ở Quảng Ngãi, đưa cả gia đình vào Bình Thuận khoảng sau 1930, lập nghiệp Hàm Hộ tại Mũi Né, hãng nước mắm nổi tiếng tên là Quảng Thuận (Quảng Ngãi + Bình Thuận).

Tôi nhìn vầng trăng ở bãi biển Mũi Né, đêm trăng khuyết, tôi thấy ánh trăng tan trên biển như máu loang... Các con ông Phan Lý Ngư, có người học trước tôi, có hai người cùng lớp với tôi. Hai người bạn cùng lớp với tôi là Phan Nguyên Lý và Phan Đồng Lý. Phan Đồng Lý hiện ở Australia, vượt biển tới bến. Phan Nguyên Lý có vợ người Đà Lạt, cả hai vợ chồng đều dạy học... không biết họ sống chết ra sao. Các anh của Đồng Lý, Nguyên Lý mà tôi biết có tên là Kinh Lý, Thiên Lý. Cả nhà con trai đông, đều một tên chung là Lý. Trần Thiện Thanh ở gần nhà

Phan Đổng Lý, học sau Phan Đổng Lý một năm...

Đêm ngắm trăng không tròn đầy thời tôi thơ dại, nhớ lại không rõ ràng, mênh mang trong lòng tôi nỗi niềm gì đâu xa xăm một quá khứ tỏ mờ... Mờ hơn là tỏ.

*

Tôi nhìn trăng ở tuổi tôi biết buồn. Biết cả cõi đời hoang vu tịch mịch. Chẳng có gì ngoài mấy chút đọng lại trong đầu.

Rồi tôi khôn lớn hơn. Tôi đi dạy học. Dạy học là chuyện bình thường vì tôi đã là người "chuyên nghiệp". Từ đầu năm 1962 trở đi, tôi để hơn nửa lòng mình chờ ngóng cái giấy gọi tôi nhập ngũ. Tôi ở cái tuổi lính mà. Chiến tranh bừng bừng. Con trai đi lính. Tôi chờ hoài rồi nó tới. Tôi đi trình diện Tiểu Khu Tuyên Đức. Tôi và bốn chàng nữa có mặt, mỗi người một vé xe lửa hạng ba từ ga Đà Lạt xuống ga Tháp Chàm, vào trình diện Trại Nhập Ngũ số 2 Phan Rang. Mọi thủ tục xong: bốn anh chàng kia ở lại để được chuyển vào Trung Tâm Huấn Luyện, tôi được phát một tờ giấy hoãn dịch lý do Thặng Dư Tài Nguyên. Tôi về Đà Lạt... bằng vé xe lửa tự bỏ tiền ra. Vui được về, hao tốn kệ nó! Tôi chào bốn anh em. Tôi chào những con rệp, trời ơi là rệp hút máu người trong cái trại này.

Tôi kịp chuyến tàu về Đà Lạt. Chạy băng băng từ Tháp Chàm lên K'rongpha, chui qua đèo Ngoạn Mục. Tôi ngó ga Eo Gió, Cà Beu, Trạm Hành, Cầu Đất... Những đồi trà bát ngát. Những đồi sương đẹp làm sao... Đêm bắt đầu hiện ra. Đêm Rằm, trăng tròn. Xe lửa chạy dưới trăng... về ga Đà Lạt.

Tôi nhớ bốn người đồng hành với tôi còn ở lại Phan Rang. Tôi có bốn đêm ngủ ở đó ngắm trăng trong hàng rào kẽm gai. Tôi về lẻ loi. Trăng tròn trịa, chỉ dành cho tôi ngày mai trở lại trường trở lại với học trò. Trong bốn anh em cùng chuyến đi hôm nào, chừ nhớ lại chẳng đứa nào còn. Tôi còn, người thứ năm, một người lính cô đơn?

Tôi lại chờ đợi cái giấy gọi nhập ngũ tiếp. Trong khi bao nhiêu người trai đã "bị". xởn cái đầu, mặc đồ xúng xính, ắc ê với súng với lưỡi lê. Tôi biết tôi sẽ như vậy.

Ngày đó đã tới, đó là một ngày vào tháng Mười Một năm 1966.

Lần này tôi phải trình diện ở Nha Trang, trại Nhập Ngũ Số 2 chuyển ra Thành, Khánh Hòa... Lần này, chúng tôi có ba người, đi bằng máy bay 123 xuống Nha Trang, đi tiếp bằng xe Dodge lên Diên Khánh. Làm thủ tục. Rồi về phòng ăn, phòng ngủ... Đẹp và sạch hơn hồi Phan Rang. Chúng tôi, nhiều lắm, những người ở Phan Thiết, Phan Rang, Nha Trang, Phú Yên, Quy Nhơn... chờ đợi chuyến tàu thủy vào Sài Gòn. Tàu đi 26 tiếng đồng hồ tới bến Bạch Đằng. Ai về Hóc Môn lên xe này! Ai về Đồng Đế lên xe này! Ai về Thủ Đức lên xe này! Tôi trong tốp người đi về Thủ Đức, lên xe GMC. Xe ngừng ở Câu lạc Bộ Vãng Lai đường Trình Minh Thế. Xuống và nghe lệnh: Đêm nay anh em ngủ tạm ở đây, sáng mai 6 giờ sáng có xe Thủ Đức ra đón.

Nghe lệnh xong, tan hàng, vào phòng được chỉ, mỗi người một cái giường, xong đi kiếm đồ ăn bữa chiều. Trời tối rồi. Trăng lên. Đời Lính mới nghe đêm có cái mùi mới của đường trường xa...

Đêm đó, tôi nhìn trăng ở đường Trình Minh Thế, nghe sóng ở bến Nhà Rồng bập bềnh... Trăng lên, không có gì ấn tượng!

*

Những đêm trăng sau đó, bao nhiêu đêm, tôi không còn nhớ được nữa.

Từ khi em là Trăng, từ khi Trăng là Nguyệt, tôi cứ trôi theo dòng đời.

Tôi dạy học, các em nữ sinh khuôn mặt sáng đẹp như trăng rằm.

Tôi đi lính, pháo sáng nhập nhòe những họng súng. Trăng mờ mờ, loang loang màu máu.

Tôi đi cải tạo sau 1975. Tôi ra tù. Tôi đi làm thuê trước khi sang Mỹ. Trăng nhạt nhòa, trăng một màu buồn và thơ tôi cũng buồn một màu.

Không lâu nữa, tôi sẽ đón thêm tuổi mới. Đứng gần cuối con

dốc cuộc đời, tôi bâng khuâng hoài, nhớ thương hoài về một thời đã qua. Đây Phan Thiết, có cha mẹ tôi, có gia đình tôi bảng lảng khói sương. Đây Đà Lạt, tuổi trẻ – tình yêu – khát vọng, một thời đẹp nhất của tôi; chừ chút mưa bụi cũng đủ làm cay mắt nhớ. Những giọt lệ đã chảy ngược vào trong, làm tôi đớn đau, làm tôi day dứt. Thơ tôi cũng vậy thôi. Đó là những niềm riêng. Có người thấu hiểu, có người không. Có người thương thơ, vì thơ là tiếng lòng. Có người hờ hững...

Đời và Thơ.

Một lần nữa, tôi tin, *tình thương mến thương lan tỏa như màu trăng bát ngát*.

Temple, tháng 1/2024
Trần Vấn Lệ

MÀU TRĂNG TRONG THƠ LOANG LOANG

Mấy hôm nay trời vào Hạ. Nóng. Nóng đến lạnh người! Lạnh là rợn đấy! Đi chút công chuyện phải lên xe. Đường ra xe chút xíu mà nóng ê ẩm cả cái đầu. Đêm nay chắc là trăng sáng lắm?

Ở Mỹ tôi không nghe ai nói gì về trăng. Hình như đến xứ người ai cũng lo phần mình, lo nhất là đóng thuế! Làm gì ra tiền cũng phải đóng thuế để về già không bị nghèo! Anh em bè bạn ít khi gặp nhau. Gặp nhau thường vào sáng Thứ Bảy, cà phê rồi tụ họp đâu đó uống bia, uống rượu nói chuyện tào lao! Tuổi của người nào cũng... có tuổi! Nhiều người vào Viện Dưỡng Lão, nhiều người mới thấy đó rồi không thấy nữa! Chết dần... May mà chẳng ai có chí hướng. Thôi thế cũng đành! "Lũ chúng ta lạc loài dăm bảy đứa, bị Quê Hương ruồng bỏ Giống Nòi khinh!", thỉnh thoảng ai đó nhắc thơ Vũ Hoàng Chương rồi rùng mình! Thật như mơ! Mơ không tỉnh! Đọc báo thì đọc Phân Ưu Cáo Phó... Anh em thương nhau thật tình, chỉ cái tình thôi chớ ai viết văn, viết báo đều bó tay vì không có tiền nhuận bút bao giờ! Lũ chúng ta... đều cười rộ cho qua biển. Vui chứ?

Tôi ôm trăng và làm thơ!

Tôi nhớ Lý Bạch ôm trăng mà chết. Tôi nhớ Nguyễn Du ngây thơ không biết ai cầm dao xẻ mặt trăng làm hai. Tôi nhớ Hàn Mạc Tử thấy trăng giống y chang cái khuôn vàng lấp lánh dưới đáy khe...Tôi ôm trăng, nếu thơ không có thì ngủ. Vậy thôi!

Buồn nhất của tôi là nhớ Đoàn Thị Điểm, những câu:

Hồn tử sĩ gió ù ù thổi
Mặt chinh phu trăng dõi dõi soi!

Bạn tôi nhiều, nhiều lắm, chết cũng khá nhiều... Bây giờ hồn tụi nó ở đâu? Trên đầu ngọn sóng? Trên đầu ngọn gió...

Tôi có mừng, có vui khi biết vợ con những bạn từng ở chung một cõi núi rừng, chết vì bệnh, nay được qua Mỹ theo diện chữ H... Chúng tôi không gặp nhau. Đường xa. Chẳng giúp gì nhau được thì ngày tháng sẽ quên thôi. Biết bao người đã bị lãng quên?

Chàng từ đi vào nơi gió cát
Đêm trăng này nghỉ mát phương nao?

Chuyện của Chính Phủ, của Nhà Nước... không có gì phiền! Mình vô tư cách! Mình chỉ còn dăm bảy chữ thả hồn theo mây bay...

Tôi yêu trăng. Tưởng tượng trăng có cánh. Tôi là con chim cánh cụt... ngước lên trời ngó trăng!

Yêu lắm ngón tay ai đó chỉ lên trăng... Yêu trăng mãi mãi từ ngón tay đó!

Tháng 7.2023

PHẦN IV

BẰNG HỮU

VIẾT VỀ TRẦN VẤN LỆ

CHÂU THẠCH

ĐỌC "HÀNH PHƯƠNG TÂY" – THƠ TRẦN VẤN LỆ

HÀNH PHƯƠNG TÂY

Ta với ngươi hề phương Tây hành. Tóc xanh, nào phải, chỉ trời xanh! Lòng thơm? Không phải! Hương hoa cỏ. Mơ mộng... Mà ôi mộng chẳng thành!

Ta với ngươi hề đi lang thang. Không ai kinh ngạc người-Việt-Nam. Ai ai cũng vậy, đều lo sống. Đời ngược xuôi và... đời dọc ngang!

Ta với ngươi hề vào đây chơi. Mộ kia ngươi tựa tấm bia ngồi. Mộ đây... ta đọc tên người chết... hay nhỉ như là tên-họ-tôi!

Ta với ngươi hề đốt thuốc đi. Đốt cho bay khói tưởng đang về. Phương Đông Bất Bạt Ba Vì núi, một dải sông hiền chở bóng mây...

Ta với ngươi hề không thở than. Có hơi nào sót chẳng hơi tàn? Ba năm đường nhỏ lòng ngơ ngác, chí cả khác nào cọng khói tan!

Ba năm Mẹ già chừ ra sao? Ba năm đâu phải mới đây nào! Dốc tiền mua thẻ nhang ngồi đốt, Mạ với Ba hề đang ở đâu?

Ta với ngươi hề mai chia xa... Trời Tây không có một hiên nhà. Trời Nam di điểu mờ trong nắng... Mình cũng là loài di điểu, kia!

Trời ơi trời ơi ta và ngươi, dang tay như Chúa ngó lên trời, Ai đưa tay khép giùm con mắt, đừng thấy quê nhà nữa. Biển khơi!
(Trần Vấn Lệ)

Đối với Châu Thạch tôi, nhà thơ Trần Vấn Lệ là bậc thầy về thơ. Không có bài thơ nào của ông mà tôi không yêu quý. Thế nhưng đã nhiều lần tính viết cảm nhận về thơ ông nhưng tôi đành buông tay. Buông tay bởi vì thơ ông dễ hiểu, không cầu kỳ, vần điệu uyển chuyển, âm ba êm ái, nhưng chính những điều đó khiến tôi không có chữ nghĩa để diễn đạt cho đúng, cho đủ về cái hay của mỗi bài thơ ông sáng tác.

Để khen thơ Trần Vấn Lệ, tôi chỉ có cách nói chung chung, đạo một khổ thơ trong "Mùa Xuân Chín" của Hàn Mạc Tử, họa may nói được chút nào cảm nhận của tôi về thơ ông: "*Tiếng thơ vắt vẻo lưng chừng núi/ Hổn hển như lời của nước mây/ Thầm thỉ với ai ngồi dưới trúc/Nghe ra ý vị và thơ ngây*".

Sáng nay, sau nhiều ngày bỏ viết vì trời quá nóng, lại thêm bận theo dõi bước đi của vị thầy kính trọng Thích Minh Tuệ, tôi lại ngồi vào bàn phím vì bài thơ "Hành Phương Tây" của Trần Vấn Lệ. Tất nhiên tôi không dám viết thành bài bản cái gọi là cảm nhận về bài thơ nầy, chớ nói chi đến chữ bình thơ. Tôi chỉ xin viết ra đây, lung tung như là trò chuyện quanh bàn cà phê, mong ai vui thì đọc giải khuây và xin đừng chê trách. Cảm ơn!

Đọc khổ thơ đầu tiên của "Hành Phương Tây" ta gặp ngay

hai con người mà ta yêu mến vì dáng dấp nghệ sĩ, phong trần, lang thang phiêu bạt:

> *"Ta với ngươi hề phương Tây hành. Tóc xanh, nào phải, chỉ trời xanh! Lòng thơm? Không phải! Hương hoa cỏ. Mơ mộng... Mà ôi mộng chẳng thành!"*

Đây là hai nhân vật chỉ nhìn qua thơ ta đã thấy được tâm hồn họ bao la như nền trời xanh, thơm như muôn loài hoa cỏ và họ là hai con người bất đắc chí giữa cuộc đời nầy. Phải, họ phải là người bất đắc chí thì ta mới yêu mến họ, chớ nếu họ thành đạt thì chuyện rất bình thường, chắc không thể đưa họ vào thơ làm gì.

Vâng, chỉ một khổ thơ văn xuôi ngắn gọn, Trần Vấn Lệ đã giới thiệu hai con người mà ta ái mộ ngay. Ái mộ vì thấy được tâm hồn họ cao rộng, đơn sơ, thơm hương đồng cỏ nội.

Vào khổ thơ thứ hai, Trần Vấn Lệ đồng hóa hình ảnh hai con người nghệ sĩ lang thang với hình ảnh dân tộc Việt Nam, một dân tộc "ngược xuôi và... dọc ngang" đến nỗi không ai nhìn thấy mà kinh ngạc nữa, vì họ đã quen nhìn thấy sức sống dẻo dai của dân tộc ấy, đã chịu đựng biết bao nhiêu là biến cố đau thương:

> *"Ta với ngươi hề đi lang thang. Không ai kinh ngạc người-việt-Nam. Ai ai cũng vậy, đều lo sống. Đời ngược xuôi và... đời dọc ngang!"*

Đọc khổ thơ nầy tôi nhớ ngay đến dân Do Thái với mấy ngàn năm bị lưu đày. Tôi thương cho Trần Vấn Lệ và hàng triệu người như ông, phải "Hành Phương Tây" gần suốt một đời người.

Khổ thơ thứ 3 hai người đi vào nghĩa địa, không phải để ngủ trong ấy như những nhà sư tu Hạnh Đầu Đà, nhưng tôi nghĩ họ cũng có chút ít tâm tình của Hạnh Đầu Đà, bởi vì vào nghĩa địa để làm chi nếu không muốn quán tưởng sự chết mà buông bỏ bớt sự đời:

> *"Ta với ngươi hề vào đây chơi. Mộ kia ngươi tựa tấm bia*

ngồi. Mộ đây... ta đọc tên người chết... hay nhỉ như là tên-họ-tôi!”

Ở hai khổ thơ tiếp theo, hai người vào nghĩa địa đốt thuốc để tưởng nhớ núi Ba Vì, họ nhìn khói thuốc bay mà nghĩ đến chí cả đời mình đã tan như khói thuốc:

“Ta với ngươi hề đốt thuôc đi. Đốt cho bay khói tưởng đang về. Phương Đông Bất Bạt Ba Vì núi, một dải sông hiền chở bóng mây...”

“Ta với ngươi hề không thở than. Có hơi nào sót chẳng hơi tàn? Ba năm đường nhỏ lòng ngơ ngác, chí cả khác nào cọng khói tan!”

Đọc cụm từ “Phương Đông Bất Bạt Ba Vì núi” tôi lại nhớ đến bài thơ “Đôi Mắt Người Sơn Tây” của Quang Dũng có những câu thơ như sau:

Tôi ở thành Sơn chạy giặc về
Em từ chinh chiến cũng ra đi
Cách biệt bao ngày quê Bất Bạt
Chiều xanh không thấy bóng Ba Vì.

Vừng trán em vương trời quê hương
Mắt em dìu dịu buồn Tây phương
Tôi nhớ xứ Đoài mây trắng lắm
Em đã bao ngày em nhớ thương?

“Bất Bạt” ngày nay là một phố thuộc xã Sơn Đà, huyện Ba Vì, thủ đô Hà Nội, vùng đất có núi Ba Vì mà ngày xưa Quang Dũng đã đưa vào bài thơ bất hủ của mình.

Ngày nay, Trần Vấn Lệ quê tại Phan Thiết, sống nhiều ở Đà Lạt, vậy tại sao lại vào nghĩa địa để *“Đốt cho bay khói tưởng đương về. Phương Đông Bất Bạt Ba Vì núi, một dải sông hiền chở bóng mây”*? Hỏi Trần Vấn Lệ có liên quan chi với núi Ba Vì để ông thương nhớ?.

Ta biết Núi Ba Vì chiếm một vị trí quan trọng, không những về mặt địa lý mà còn có địa vị độc tôn trong tâm linh người Việt. Trong nhiều thế kỷ qua, nhiều sách vở, công trình nghiên cứu đã có một số kết luận về nền văn hóa dân gian xứ Đoài gắn với truyền thuyết Sơn Tinh – Thủy Tinh liên quan đến núi Ba Vì.

Những truyền thuyết dân gian về cuộc giao chiến giữa Sơn Tinh và Thủy Tinh chứng tỏ tổ tiên ta đã bắt đầu cuộc trị thủy mở mang bờ cõi từ hạ lưu sông Đà, sông Tích để tạo ra một vùng núi Ba Vì trù phú như ngày nay.

Cả trong chính sử như sách Dư địa chí của Nguyễn Trãi cũng dành nhiều sự chú ý đến núi Ba Vì và cho rằng "Núi ấy là núi tổ của nước ta đó".

Sau khi đọc lịch sư núi Ba Vì, ta suy diễn, và hiểu được thơ Trần Vấn Lệ:

Đối với nhà thơ Trần Vấn Lệ, "Phương Đông Bất Bạt Ba Vì núi" là linh địa, là đất tổ của quê hương Việt Nam. Bài thơ nầy, nhà thơ không tâm sự cho riêng mình, mà viết cho nỗi lòng của tất cả những người đang "Hành Phương Tây" như ông, đang nhớ thương về quê hương Việt Nam yêu dấu của họ như ông.

Ba khổ thơ cuối cùng nói rõ thêm tấm lòng của nhà thơ Trần Vấn Lệ, tấm lòng của một người mang chí lớn không thành, nợ nước chưa xong đầu đã bạc. Tâm sự của nhà thơ bất đắc chí không khác chi tâm sự Đặng Dung:

> *"Ba năm Mẹ già chừ ra sao? Ba năm đâu phải mới đây nào! Dốc tiền mua thẻ nhang ngồi đốt, Mạ với Ba hề đang ở đâu?"*
>
> *"Ta với ngươi hề mai chia xa... Trời Tây không có một hiên nhà. Trời Nam di điểu mờ trong nắng... Mình cũng là loài di điểu, kia!"*
>
> *"Trời ơi trời ơi ta và ngươi, dang tay như Chúa ngó lên trời, Ai đưa tay khép giùm con mắt, đừng thấy quê nhà nữa. Biển khơi!"*

Ba khổ thơ cuối cùng như nỗi sầu xoáy ba vòng đinh ốc, mỗi vòng mỗi cao lên và làm cho cây đinh ốc nhọn thêm. Mũi của cây đinh đâm vào tim, để tiếng sầu kêu lên giữa đời gần như tuyệt vọng: "Ai đưa tay khép giùm con mắt. đừng thấy quê nhà nữa. Biển khơi". Vâng, dầu có ai đưa tay khép giùm con mắt thì nỗi sầu vẫn luôn còn đó, bởi vì nó không ở trên con mắt mà nằm trong con tim ta!

Đây là một bài thơ yêu của Trần Vấn Lệ, không phải yêu người nữ mà yêu quê hương. Bối cảnh của bài thơ là hai con người lang thang, mang dáng dấp mơ hồ của một nhà sư tu Hạnh Đầu Đà, vào nghĩa địa ngồi bên mộ bia để đốt thuốc mà tương tư, tương tư về một quê hương đã mất. Đọc bài thơ ta thấy có cái gì ngộ ngộ, nhưng từ cái ngộ ngộ đó đem đến cho ta một nỗi sầu thấm thía từ từ thấm đượm vào tim. Ôi thơ Trần Vấn Lệ, giá như ông cho hai chàng nghệ sĩ kia ôm thêm cái lõi nồi cơm điện, thì chắc sẽ có người quỳ khấn vái bài thơ./.

Châu Thạch

Diễm Lệ Kiều

Đà Lạt Hơi Thở Trong Thơ Trần Vấn Lệ

"Tiếng Cựa Mình Của Trang Giấy" là tên một tùy bút hay như tất cả tùy bút của nhà văn Võ Phiến, đăng trong tác phẩm "Cuối Cùng" xuất bản năm 2010.

Mở cảm hứng cho áng văn bàn về những nỗi ám ảnh thúc đẩy người cầm bút sáng tác, ông đã viết: *"Một câu thơ của ông Trần Vấn Lệ ám ảnh tôi. Ông Trần than thở: "Mỗi ngày là một ngày xưa"*...

Từ một câu thơ của Trần Vấn Lệ, tác giả phân tích những rung động nhỏ nhẹ, những kỷ niệm, ký ức từ những hành động thoáng qua, thật mơ hồ nhưng sống mãi với thời gian trong tác phẩm của những tên tuổi lớn Nhất Linh, Edgar Poe, Gustave Flaubert... Và như thể rất tự nhiên, ông trở lại:

> *"Tôi lại nghĩ tới ông Trần Vấn Lệ:*
> *Đà Lạt ơi! Đà Lạt ơi!*
> *Những cây thông nói với trời điều chi?*
> *Hồ Xuân Hương, liễu thầm thì*
> *Phải chăng thông đã nói gì mà quên?*
> (Tôi Về Thăm Chỗ Tôi Đi)
>
> *Liễu thầm thì bảo vậy có tin được không? Thông nói rồi thông quên tuốt! Cả thông, cả liễu, cả hồ, cả Đà Lạt, cả Trời đều sống thảnh thơi, an lành, nhẹ nhõm. Ngay người*

đời nói chung, thỉnh thoảng có gặp điều gì — hoặc vui hoặc buồn — đem ra tỉ tê với bạn bè; rồi trải qua năm tháng biền biệt cũng có thể quên dần, có khi quên luôn. Chỉ có các tác giả là không thoát được quá khứ. Nó nằm đó, đủ bầy đủ lũ, im lặng mà chòng chọc. Nó ám ảnh đấng sinh thành không buông tha."

Ông Võ Phiến đã nhìn thấu tâm can thi sĩ họ Trần: nỗi nhớ nơi ở trọ cái thời trai trẻ, thời tươi đẹp nhất của một đời người luôn day dứt, da diết, trăn trở trong thơ ông như một nỗi niềm không thể nguôi quên. Trong thơ Trần Vấn Lệ, Đà Lạt không hiện ra là một quá khứ cứ "chòng chọc" vào ông, mà Đà Lạt như bầu không khí trong lành để nhà thơ hít thở mỗi ngày mà sáng tác. Thơ của ông, chính ông cũng không đếm được, hàng vạn bài, mà trong số hàng vạn đó, Đà Lạt dù có được nhắc tên hay không thì cứ vẫn hiện hữu như hơi thở mỗi ngày cho ông sống vậy.

Năm 1958, Trần Vấn Lệ rời quê hương Phan Thiết – Bình Thuận lên trọ học tại Đà Lạt, cuộc ở trọ kéo dài suốt 31 năm đã gắn bó nhà thơ với xứ sở sương mù, với những kỷ niệm một thời đẹp nhất nhưng cũng khởi đầu cho giai đoạn đau đớn nhất của đời ông. Trong hơn 18 năm làm thầy giáo tại Đà Lạt, ông từng dạy tại nhiều trường và kết thúc nghiệp dĩ đưa đò khi đang là giáo sư Việt văn trường nữ trung học Bùi Thị Xuân. Khoảng thời gian gắn bó với phấn trắng, bảng đen có lẽ là thời đẹp nhất của cuộc đời ông, vì vậy mà cứ vương víu trong thơ ông những tà áo dài trắng tinh khiết với nắng sân trường, với khoảng hành lang lộng gió của ký ức.

Một ngày ở Los Angeles: *"Con chim buồn hiu không hót. Hôm nay rét ngọt tím người. Trời trong không có mây trôi. Tuyết rơi. Rơi đầy trắng ngõ..."*. Trong cái rét buốt của ngày tuyết rơi trắng xóa đó, nỗi nhớ của thi nhân liền như chắp cánh, bay về nơi cách xa hơn nửa vòng trái đất: *"Trời trong không có chút gió, nhớ ơi tà áo dài xưa, vàng như hoa cúc vườn trưa, vàng như ánh trăng khuya lạnh"*. (Rét ngọt – TVL) Cái hay ở đây, ông không hề nhắc đến

Đà Lạt, nhưng đọc lên là ta nhận ngay ra Đà Lạt đó: Đà Lạt trong cái lạnh ngọt ngào chứ không rét buốt, Đà Lạt lại còn thơ ngây với tà áo dài học trò, Đà Lạt ấm áp vàng mơ màu hoa cúc, vàng hoa dã quỳ, cả ánh trăng cũng như võ vàng trong ký ức.

Cũng trong đôi mắt ký ức đó, những em học trò hiện về trong nỗi nhớ của người thầy cũng thật khác lắm: *"Đà Lạt tôi thắm thiết/ thời tôi dạy học trò/ có em thơm như ngo/ có em hiền như liễu..."* (Nói Trước Dẫu Muộn Màng – TVL). Có lẽ cũng chỉ có học trò của thầy giáo – nhà thơ Trần Vấn Lệ mới có nét đặc biệt "thơm như ngo", "hiền như liễu". Thông với liễu ở Đà Lạt thời đó thì nhiều lắm, thành phố giữa rừng thông mà, quanh năm rì rào vi vu tiếng thông reo. Hàng liễu rũ thướt tha dọc ven hồ Xuân Hương giữa lòng thành phố, hiền dịu nghiêng nghiêng bên những ngôi biệt thự kiêu sa. Những em học trò hồn nhiên, trong veo tiếng cười hay e ấp tuổi mộng mơ giữa thành phố của thơ ca nhạc họa đó, khi ùa về trong ký ức của người thầy thuở nào mang mùi thơm của thông, mang sự hiền dịu của liễu. Ký ức của người thầy thật đẹp và thơ mộng, vì vậy mà dù đã không còn đứng trên bục giảng hơn 20 năm, nhà thơ trong ông liền tâm niệm: *"Ngày nào còn thở nán/ gọi Đà Lạt thêm thương/ ngày nào hai tay buông/ chào bảng xanh phấn trắng!"* (Nói Trước Dẫu Muộn Màng – TVL)

Cũng đất trời đó, nhà thơ Hàn Mặc Tử một lần đến để lại những câu thơ bất tử với thành phố ngàn hoa: *"Ai hãy làm thinh chớ nói nhiều. Để nghe dưới đáy nước hồ reo. Để nghe tơ liễu run trong gió. Và để xem trời giải nghĩa yêu"*. (Đà Lạt Trăng Mờ – HMT). Đã có không biết bao nhiêu người phân tích cái hay của những câu thơ này, tôi không có ý muốn lặp lại, chỉ muốn lưu ý rằng đây là rung động của một thi nhân lớn, nhưng là một khách thơ chỉ đến Đà Lạt một lần rồi đi. Còn Trần Vấn Lệ, đến với Đà Lạt lúc còn là một thư sinh, được hương gió hồn hoa mù sương của đất trời Đà Lạt tạo tác thành cảm hứng mà cầm bút. 31 năm trưởng thành, làm việc ở Đà Lạt, ông đã là một đứa con của mảnh đất này. Nhưng đa số sáng tác của ông được người ta biết đến khi ông đã rời quá xa một phần máu thịt của mình, nhưng vì đó là máu thịt, nên nó ám ảnh, nó "chòng chọc" vào ông thì cũng đúng thôi. Nhưng Đà Lạt trong thơ ông, trong ký ức của ông rất đỗi dịu dàng, đáng yêu, thân thiết vô cùng:

"Đà Lạt, dễ thương, ngay giữa phố: có con đường nhỏ – Dốc Nhà Làng. Đường không xe cộ, người đi bộ, cấp đá, không ai bước vội vàng...
Lòng đường chỉ rộng chừng hai mét, kẻ xuống người lên giáp mặt nhau. Chưa kịp nói chi thì cũng đã / chạm tay nheo mắt thế câu chào...
Rất xưa, tôi ở trên Đà Lạt, đi trốn mù sương, len lách đây, nhẩm đếm cấp lên rồi cấp xuống, tưởng mình lơ lửng giữa tầng mây...
Đà Lạt, dễ thương, không dễ ghét / bởi người tôi gặp thuở xuân xanh / là ai, mãi mãi tôi còn nhớ... mà mãi mãi buồn khi ngó quanh!"
(Kỷ Niệm Đà Lạt – TVL)

A, đây rồi, không thể khác! Chàng trai xứ biển lớn lên ở xứ sở tình yêu mà không có một bóng hồng để tơ tưởng thì kể mới lạ, huống hồ chàng đã được biết bao thiếu nữ không chỉ ở Đà Lạt tự thời nào đã e ấp chép vào sổ tay câu thơ màu mực tím: *"Ai bảo em sinh ra làm con gái, để tôi thề chê hết thảy giai nhân"*. Và dấu chân Nàng Thơ ấy đã in trong thơ Trần Vấn Lệ cùng với Đà Lạt, Dran, đi suốt cả quãng đường thơ của ông cũng như cả cuộc đời ông. Đó là một nỗi ám ảnh khác trong thơ Trần Vấn Lệ cùng Đà Lạt – Dran: đó là người con gái 17 tuổi bỏ học theo chồng, để lại vầng trăng mãi khuyết trong trái tim ông.

Đây, ở một ***Quán Cóc Bên Đường***: *"... Đất níu chân đi, gió cản áo về, biết bao giờ nữa? Níu cành hoa nở, hoa quỳ dễ thương, tôi để nụ hôn, hôn ai, ai biết? Em ơi, nói thiệt: Nhớ Em, Anh Về. Nhớ mái tóc thề, chiều xanh tuổi xanh..."* (Quán Cóc Bên Đường – TVL).

Rồi giữa một ***Đêm Đông***: *"Bây giờ mà Đơn Dương, anh lên đèo Ngoạn Mục, ngồi nhìn con trăng khóc bên góc trời biển xa... Ở đó tuyết bay qua, tóc em buồn ai chải? Ai biểu em con gái... mười bảy tuổi, ngày xưa! Mười bảy tuổi ai đưa em qua bờ bến lạ? Kìa, cây xanh còn lá, đa đa vỗ cánh bay..."* (Đêm Đông – TVL)

Trong một ***Sáng Hôm Nay Lạnh Quá***: *"Em ơi em nhiều năm anh nhớ áo dài em bay trắng sân trường. Em dễ thương như bà Bùi Thị Xuân đưa tay phất bầy voi rạp xuống. Em đưa tay phất tà áo dài bay lượn, anh mơ hồ tưởng bụi phấn bay lên... Hoa quỳ nở vì em. Đà Lạt mình đẹp chi đẹp lạ! Trước cổng nhà đường Hai Bà Trưng em vòng tay chào Ba chào Mạ. Em không chào anh. Anh không ở đó. Em đi..."*

Và ***Tuổi Cố Nhân***: *"Em ơi em à trăng đêm Rằm, hôm nay tuổi Chúa mấy ngàn năm, tuổi em chắc cũng ngàn năm nhỉ? Ôi tuổi Tình Yêu tuổi Cố Nhân!"*

Vậy đó, người bạn học 17 tuổi bước xuống đò ngang từ thuở nào, nhưng đôi chân nàng đã đi theo nhà thơ suốt cả đời. Có thể trong đời Trần Vấn Lệ, đã hiện hữu thêm những người phụ nữ ông quen, nhưng ông cũng chỉ theo đôi chân người đó để tràn về miền hồi tưởng cùng người con gái mãi tuổi thanh xuân ấy, với đôi má hồng, với mái tóc thề muôn thuở. Chính vì vậy mà khách tri âm thơ Trần Vấn Lệ cứ thấy thơ ông trẻ mãi với thời gian. Thơ trẻ, người cũng trẻ chăng? Có ai đi ngược được với quy luật của Tạo hóa đâu? Nhưng giữ được một tâm hồn mãi trẻ với thời gian, để cho đời những vần thơ ướp mật, dù mật có lúc không ngọt, như pha chút vị đắng cay man mác một nỗi buồn, buồn nỗi quê hương dâu bể, buồn nỗi lòng người đổi thay: *"Tôi nhớ quá đi Đà Lạt hình như sóng gợn... Đâu nữa những rừng thông bạt ngàn? Tại sao tôi cứ là thằng bé lang thang. Mà không bao giờ là một Hoàng Tử Bé?"* (Đó Là Đà Lạt Hay Sao? – TVL)

Hơn 30 năm ở, cũng gần bằng chừng ấy năm xa, mỗi ngày ông vẫn ràn rụa trông về miền đất sương khói ấy. Mỗi ngày một bài thơ, ông gửi về Đà Lạt nỗi niềm hoài niệm, luyến nhớ. Đà Lạt xa xôi, nhưng đó là bầu không khí để thi sĩ họ Trần thở hít mỗi ngày, nên thơ ông mang nặng hồn Đà Lạt. Ông giải thích cho ông, cũng để giải thích với mọi người: *"Tôi đang nhớ Giang Sơn Cẩm Tú. Phải chi còn học trò tôi giảng cho các em nghe. Tại sao con người có một cảnh Quê, có một nơi gọi là Nơi-Chôn-Nhau-Cắt-Rốn. Không có ai bên, tôi nói với người-trong-mộng."* (Đà Lạt Mùa Hoa Quỳ – TVL)

ĐẶNG XUÂN XUYẾN

THƠ, EM VÀ QUÊ HƯƠNG TRONG "THƠ TRẦN VẤN LỆ"

Nhận được tập thơ THƠ TRẦN VẤN LỆ từ nhà thơ Nguyễn Thiên Nga (nhà thơ Trần Vấn Lệ ủy thác) từ Đà Lạt gửi tặng, tôi rất vui vì có được tập thơ của nhà thơ tôi yêu quý nhưng có chút tiêng tiếc là không được chính nhà thơ Trần Vấn Lệ đề tặng vì cách trở địa lý.

Tôi kết bạn facebook với ông từ tháng 6 năm 2019, từ tình cờ đọc những comment trao đổi giữa ông với bạn facebook về thơ ca, thấy cách "nói chuyện" của ông lạ lạ nên tò mò vào đọc trang facebook của ông và tôi bị thơ ông chinh phục. Sau đó ít ngày, tôi được nhà thơ Trần Quốc Phiệt cho biết đôi chút về ông: *"Nhà thơ Trần Vấn Lệ, sinh ngày 31-5-1942 tại Phan Thiết tỉnh Bình Thuận. Trưởng thành và dạy học ở Đà Lạt. Hiện định cư tại Los Angeles – Hoa Kỳ"*. Sau này, khi đã trở thành bạn facebook một thời gian, nhà thơ Trần Vấn Lệ cho tôi thêm chút thông tin về ông: Định cư tại thị trấn Temple, Nam California, Hoa Kỳ từ năm 1989. Trước năm 1975, là Giáo sư Việt Văn trường Bùi Thị Xuân (Đà Lạt), đã từng tham gia Quân lực Việt Nam Cộng Hòa, phục vụ trong đơn vị Bộ binh, Quân khu II của Chính quyền Việt Nam Cộng Hòa.

Tập thơ "Thơ Trần Vấn Lệ" là tập thơ thứ 22 (?) của ông đã xuất bản thành sách.

Thơ ông viết tự nhiên, chân thực, không câu nệ hình thức,

viết như trải lòng, như có gì viết nấy nhưng lại rất tài dùng câu chữ trong những văn cảnh cụ thể, cũng rất khéo ngụy trang cách thể hiện thi ảnh thi tứ để bạn đọc luôn cảm nhận được sự chân chất, tự nhiên mà sâu lắng, tinh tế trong không gian thơ ca đa tầng, đa chiều của thế giới thơ ca Trần Vấn Lệ.

Bài viết này là chút cảm nhận của tôi khi đọc tập thơ "Thơ Trần Vấn Lệ" qua một số bài thơ viết về THƠ, EM VÀ QUÊ HƯƠNG.

1.

Ông viết về "Em" và tình yêu ông dành cho "Em" lạ lắm, chả như mọi người cứ gồng lên em đẹp đến thế này, em đẹp đến thế kia, em đẹp đến *"nghiêng nước nghiêng thành"*, đến *"hoa ghen nguyệt thẹn"*... "Em" của ông đơn giản chỉ là những niềm vui bình dị chợt đến từ câu thơ *"nói về em"*, từ nụ cười *"mỉm"* của "Em"... chỉ vậy thôi cũng đủ khiến cuộc sống quanh ông trở nên tươi ấm:

"Có câu thơ, một hôm rất lạ,
nói về em như nói một ngày vui!
Em biết không em đã mỉm cười
và hôm ấy tự nhiên trời nắng ấm!"
(Bài Thơ Làm Từ Hồi Năm Xưa Xưa Lắm)

Những câu thơ được cố ý viết bằng cách sắp xếp câu chữ thật bình dị, cấu tứ thật đơn giản với chủ ý diễn tả tâm trạng thật tự nhiên như tiếng lòng chân chất bật ra, đã khiến những câu thơ có ngữ điệu mộc mạc như thế trở nên ấm áp hơn, thật hơn, đời hơn bằng giọng thơ rất riêng của thơ Trần Vấn Lệ. Người đàn ông Trần Vấn Lệ ấy đã rất si mê, cũng rất biết nhịn nhường và biết hết mình vì "Em" với một tình yêu ăm ắp lãng mạn!

Hay những câu thơ:

"Sáng thức dậy, đóa hoa hồng trắng nở,
nụ môi em thì lại rất hồng!
Đang còn là tháng Chạp mùa Đông
em chớp mắt mùa Xuân đẹp quá!"
(Bài Thơ Làm Từ Hồi Năm Xưa Xưa Lắm)

là khối tình si ông giành cho "Em" thật độc đáo đến độc nhất vô nhị. Hỏi thế gian này liệu có người thứ hai yêu "Em" như nhà thơ Trần Vấn Lệ?! Tôi không biết "Em" ở đời thực của ông đẹp thế nào nhưng với những câu thơ: *"Đang còn là tháng Chạp mùa Đông / em chớp mắt mùa Xuân đẹp quá!"* thì hẳn "Em" trong tâm tưởng của nhà thơ Trần Vấn Lệ không chỉ *"bát ngát Xuân"*, căng tràn nhựa sống mà còn đem đến cho nhà thơ niềm tin yêu phơi phới. Hai chữ *"chớp mắt"* khiến câu thơ: *"em chớp mắt mùa Xuân đẹp quá!"* trở thành điểm nhấn lấp lánh làm bừng sáng "Em", bừng sáng sang cả bài thơ. Những câu thơ tinh tế đậm chất riêng như thế tôi gặp khá nhiều trong "Thơ Trần Vấn Lệ".

Ông viết về tình yêu, về nỗi nhớ "Em" cũng lạ lắm, cũng chả cần phải "cồn cào", "da diết", "thôi thúc"... đến ồn ã, khuếch đại như nhiều nhà thơ mà là những cảm xúc rất thật, những tưởng tượng cũng rất thật với những hoàn cảnh thực tại mà ông – nhân vật trữ tình trong thơ – đang cô đơn độc thoại với lòng mình:

"Giờ này, Mỹ, tôi thức. Mặt trời lên. Chói chang
Em vẫn ở Việt Nam. Đêm. Trăng cài song cửa.

.

Tôi dang tay. Tôi thở. Tay em trên ngực em?
Tôi đang nghe tiếng chim. Em lim dim đi nhé..."
(Một Bài Thơ Nằm Ngoài Giới Hạn)

Hay:

- *"Tôi nhìn nước mênh mông. Tôi nhìn trời bát ngát. Tôi muốn nghe ai hát bài Tình Xa. Tình Xa...*
  Em ơi em dễ thương, bài Tình Xa cứ hát... Tôi thèm cơn gió tạt áo dài em mênh mông!"
  (Tình Xa)

- *"Màu tím của áo dài, gió vương nhòa sắc đá, đôi mắt huyền đẹp lạ... làm nao nao lòng người!"*
  (Dốc Nhà Làng Đà Lạt Để Thương Để Nhớ)

– *"Ờ nhỉ anh hôn mắt*
của em xinh quá nha!
Cái miệng em nở hoa
hình như... chưa hôn nhé!"
(Đi Chơi Hoài Trong Thơ)

Những câu thơ đầy ắp cảm xúc với cách bộc lộ trực tiếp bằng những lo lắng cụ thể, những nỗi nhớ cụ thể của tâm thế cô đơn: Lặng lẽ yêu, lặng lẽ nhớ của nhà thơ Trần Vấn Lệ đã tạo sức nặng ám ảnh tới người đọc bởi những da diết yêu thương, những quặn thắt nỗi nhớ và dằng dặc những nỗi buồn bủa vây "khách lãng tử" đa tình cô đơn, cay đắng:

"Thương em quá, bàn tay, hai cái bàn tay ngọc! Thương em quá, mái tóc... Mái tóc dài như sông! Thương em quá cái lưng... cái lưng tàn nhang bám... Hay là anh phơi nắng... giấy trắng cho nó vàng?

.

Tôi đã nói với nàng những câu buồn như vậy!
Nước mắt nàng vẫn chảy. Thơ tôi ràn rụa theo!"
(Thơ Và Em)

Hay:

– *"Thương em quá cái mặt. Nhớ em quá cái lưng.*
Nói với nụ hoa hồng... Nụ hoa hồng màu trắng!"
(Một Bài Thơ Nằm Ngoài Giới Hạn)

– *"Hoa có hương là hương Xuân nồng*
Mưa phùn không chỉ một bên sông!
Người đi nửa bước đầu không nón
Nửa bước làm ai vạn nhớ nhung!"
(Mưa Phùn Mỗi Tết)

Không cố ý cách tân làm mới thơ theo hình thức Thơ Hậu Hiện đại, cũng không cố công gọt dũa câu chữ, sáng tạo ngôn từ nhưng nhà thơ Trần Vấn Lệ luôn chú trọng cách thể hiện tâm trạng nhân vật trữ tình bằng sự nâng niu cảm xúc, bằng cách chọn lựa câu chữ, sắp xếp câu chữ và sắp xếp thi tứ, thi ảnh sao thật chân chất, gần gũi, dễ thương, dễ cảm để thông điệp bài thơ truyền tải đến bạn đọc thật tự nhiên nên thơ Trần Vấn Lệ luôn mộc mạc mà tinh tế, bình dị mà sâu lắng:

- *"Lúc đó gió động lay bức rèm xuân...*
  Lúc đó bâng khuâng mấy nhành liễu chạm!
  .
  Mặt trời bỗng sáng – sáng hơn hôm qua
  Con ngõ vàng hoa – vàng hơn bữa trước..."
  (Bài Thơ Yêu Quá)

- *"Trước khi em đi ngủ, em gọi tôi: "Anh à...*
  Trăng, đúng là trăng ngà, đêm nay Rằm anh ạ!".
  .
  Mới "anh à, anh ạ". Em không nói gì thêm,
  có lẽ em kéo mền che hai chân ngà ngọc?"
  (Một Bài Thơ Nằm Ngoài Giới Hạn)

- *"Mưa Đà Lạt trong veo, tôi nhớ thương Đà Lạt, tóc ai trầm hương ngát, chạm nhẹ mà ngát hương!"*
  (Dốc Nhà Làng Đà Lạt Để Thương Để Nhớ)

  "Hình như tôi mới bật cười! Con sông Ba nước cuốn trời Phú Yên... cuốn em luôn cái mặt hiền... câu thơ tôi sợi chỉ viền áo xưa!"
  (Dẫn Nhau Đi Tới Đỉnh Ngàn)

- *"Anh nhớ vườn cau, em với Ngoại*
  Mưa làm lá rụng ngỡ tàu bay
  Em sau bước Ngoại nâng tà áo
  Chút xíu mưa làm má đỏ hây"
  (Mù Sương Mùa Đông)

- *"Nàng mỉm cười như hoa ban mai*
  Tuyết băng óng ánh cặp chân mày
  Mùa Xuân không đợi chờ chi nữa
  Nắng bỗng chói ngời mỗi ngón tay!"
  (Noel Quê Người Quê Nhà)

Đến cách đặt tên bài thơ ông cũng không giống mọi người, rất khác, rất ngộ, rất riêng của Trần Vấn Lệ: Năm nay năm con hổ năm nào năm con người, Buồn tay ghi lại dòng năm tháng, Dốc nhà làng Đà Lạt để thương để nhớ, Bạn có bao giờ nhặt nắng chưa, Bài thơ làm từ hồi năm xưa xưa lắm, Bài thơ có vị thơ, Bài thơ mồ côi, Mãi mãi thơ là thơ, Một bài thơ nằm ngoài giới hạn, Bài thơ yêu quá, Đi chơi hoài trong thơ, Gió chờ hoài không gió, Thế mà cũng xong một bài thơ...

2.

Cuộc chiến tranh 2 miền Nam – Bắc Việt Nam kết thúc vào ngày 30 tháng 4 năm 1975 và ông (nhà thơ Trần Vấn Lệ) thuộc phía những người "thua cuộc". Dời bỏ Tổ Quốc đến định cư tại xứ sở cờ hoa từ năm 1989 nhưng mãi tới tháng 3 năm 2016 ông mới có cơ duyên trở về thăm lại Cố Hương. Có lẽ vì thế mà thơ ông luôn đau đáu trầm buồn 2 tiếng Quê Hương:

> *"Lâu quá, lâu rồi, hai Thế Kỷ, người thì cuối biển kẻ đầu non... Tôi xa Tổ Quốc như chim én nhớ tổ bay tìm hương Cố Hương..."*
> (Hương Tóc)

Hay:

- *"Đà Lạt đào nở thắm*
  mùa Xuân ôi mùa Xuân!
  Tôi đang sống tha hương,
  mơ màng về thiên cổ!"
  (Đi Chơi Hoài Trong Thơ)

- *"Tết nay năm mới mùa Xuân mới*
  Đào đứng mong hoài gió ấm, không!
  Gió có tới bay vào cửa điện
  Giai nhân chải tóc, điểm môi son..."
  (Nhắm Mắt Buồn Thôi Nhé Cố Hương)

Đọc thơ ông, chỉ thấy những nhớ thương đầy vơi, những xót xa buồn tủi nặng lòng kẻ phải cô đơn tha hương nơi xa xứ. Và lãng đãng trong thơ Trần Vấn Lệ, nhưng cũng hiếm hoi lắm mới chợt gặp tâm trạng ngậm ngùi tiếc nuối về quá khứ của "*miền Nam tự hào*", của "*Sử vàng một giấc chiêm bao*", xen lẫn chút xót xa trước (hiện trạng) "*Sử hồng máu lệ đã trào tiếp theo...*" (?) bằng tâm thế bi ai của người phía "bên thua cuộc":

> "*Mình yêu biết mấy Đà Rằng, yêu cây cầu thuở miền Nam tự hào... Sử vàng một giấc chiêm bao. Sử hồng máu lệ đã trào tiếp theo...*"
>
> (Dẫn Nhau Đi Tới Đỉnh Ngàn)

mà tuyệt không thấy câu thơ oán thán, hô hào "chống cộng" như không ít nhà văn nhà thơ đứng bên kia chiến tuyến với những người "anh em cùng dòng giống Tiên Rồng" phía "bên thắng cuộc". Có lẽ nhà thơ Trần Vấn Lệ đã ngộ ra được nỗi đau sau cuộc chiến sẽ loang tới tận hang cùng ngõ hẻm, luồn lách tới mọi ngóc ngách cuộc sống của người dân nên dù là "bên thắng cuộc" hay "bên thua cuộc" thì những di họa của cuộc chiến cũng đổ hết lên đầu người dân và những di chứng của cuộc chiến do đối lập ý thức hệ giữa 2 chính thể ở 2 miền Nam – Bắc còn mãi âm ỉ đau trong dòng chảy lịch sử của dân tộc:

> "*Tôi biết quê tôi không có tuyết*
> *Chỉ làn khói quyện mỗi mai, chiều*
> *Khói nhang hay khói cơm dằn bụng?*
> *... những tấm bia mồ lính ngả xiêu...*"
> (Noel Quê Người Quê Nhà)

Hay:

> "*Có những miếu đình trơ đống gạch*
> *Có những Nhà Thờ dấu đạn ghim*
> *Những túp lều tranh đều lụp xụp*
> *Bếp còn củi gộc cháy trong đêm...*"
> (Buồn Tay Ghi Lại Dòng Năm Tháng)

Tôi nghĩ đó là những cảm xúc rất thật của nhà thơ Trần Vấn

Lệ, không phải ông cố diễn để dung hòa với những "người bạn" đang cổ súy tinh thần "chống Cộng" cực đoan nên Thơ và "Em" đã trở thành cứu cánh để nhà thơ Trần Vấn Lệ bám víu, tự xoa dịu những hệ lụy tàn khốc của cuộc chiến "huynh đệ tương tàn" mà trụ lại với đời. Nhưng rồi Thơ và cả "Em" nữa cũng trở thành thứ yếu, không đủ sức để làm dịu mát nỗi đau, nỗi buồn, nỗi nhớ... khi tuổi ông đã dần ngả về chiều, khi trái tim ông ngày đêm thêm quặn thắt hướng về Cố Hương:

"Liệu còn về được hay không? Quê Hương, nhật nguyệt hay vòng khói nhang? Khói vòng rồi khói cũng tan, cây nhang cắm đất mà tàn không bay..."
(Giấc Mơ Hồi Hương)

Hay:

– *"Thế là chúng ta đã thấy*
Bốn tám năm rồi phù vân
Giao thừa không một âm thanh
Chỉ tiếng thở dài thậm thượt!
(Thêm Một Mùa Xuân Tha Hương)

– *"Tôi muốn về Cheo Reo... đứng nhìn mãi ngọn núi.*
Tôi muốn tìm bờ suối, hái, săm soi hoa quỳ...
Em ơi, anh muốn đi / tới đầu trời cuối biển. Thơ, anh hốt, anh liệng, ném khắp Thái Bình Dương? Ai cũng có Quê Hương... thơ thì vô Tổ Quốc?
.
Bây giờ thì tôi khóc!
Tại sao tôi làm thơ?"
(Thơ Và Em)

Tôi có chút "kỷ niệm" về câu kết một bài thơ với nhà thơ Trần Vấn Lệ khi viết vài dòng cảm nhận về bài thơ "Như Một Bài Tập Làm Văn" của ông.

Khổ cuối của bài thơ, ông bỏ lửng, chỉ có 2 câu:

"Cho tôi được im lặng
khi nghĩ về Quê Hương!"

Đây là dạng câu "kết mở", sẽ có những cảm nhận khác biệt giữa những người đọc và cả người đọc với tác giả.

Khi cảm nhận bài thơ này tôi đã viết: "Tôi không thích cái kết của bài thơ như thế! Bởi yêu Quê Hương ai lại chọn giải pháp im lặng? Bất kỳ lý do nào, hoàn cảnh nào thì tôi nghĩ giải pháp: *"Cho tôi được im lặng / khi nghĩ về Quê Hương"* vẫn thuộc tâm thế của người có tình yêu Quê Hương chưa đủ lớn để vượt qua những trở ngại của phép tính giữ mình.", nhưng khi đọc tập thơ "THƠ TRẦN VẤN LỆ" – (những sáng tác từ mùa Đông năm 2021 đến mùa Xuân năm 2022), với những câu thơ day dứt, nặng lòng về Quê Hương:

– *"Trăng rơi! Có lẽ trăng rơi thật?*
Ướt mắt tôi là những ánh sương!
Lấy giấy lau khô mà vẫn ướt
Lẽ nào đang bão ở Quê Hương?"
(Hỏi Bờ Lau Sậy Gió Bay Qua)

– *"Ai yêu Hà Nội, xa Hà Nội, chỉ để buồn cho ai ngó theo...*
Còn để lại chăng là tiếng gió, tiếng dương cầm những giọt trong veo!"
(Vĩnh biệt nhạc sỹ Phú Quang)

– *"Vừa mới Noel rồi sắp Tết*
bao giờ nước Mỹ hết mùa Đông?
Dĩ nhiên ai cũng nhìn lên lịch
hoa sắp nở nhiều, Xuân phải không?"
(Đường Xa Chi Mấy)

– *"Quê Hương thành cái ảo, từ lâu rồi, quá buồn! Khi không mình tha hương, ba mươi ba năm, nhớ!*
(Gửi Hương Cho Gió)

– *"Những người lầm lũi, nay lầm lũi*
Gánh núi non mình lên núi xa

Họ hứng mây sương làm áo mặc
Hứng mưa làm nước mắt, tuôn ra"
(Nhắm Mắt Buồn Thôi Nhé Cố Hương)

– *"Bao giờ mình về thật*
cúi nhặt tuổi hai mươi?
Không lẽ cứ đi chơi
trong thơ hoài, buồn quá!"
(Đi Chơi Hoài Trong Thơ)

– *"Nụ hồng trắng đắm đuối*
Nở trong bàn tay ai...
Đó không phải Tương Lai
... mà Trời ơi! Dĩ Vãng!"
(Nụ Hoa Hồng Trắng Và Bàn Tay Em)

– *"Đời đẹp như bài thơ! Đâu bài thơ nào đẹp?*
Mắt tôi từ từ khép. Lòng cửa kính sương lăn..."
(Đêm Mùa Đông)

"Chắc chắn Chúa giật mình... giật rớt cây Thánh Giá, cái lư hương được trả... khói thơm suốt bờ sông..."
(Thế Mà Cũng Xong Một Bài Thơ)

Và những câu thơ đã trích dẫn đưa vào bài viết từ tập thơ "Thơ Trần Vấn Lệ" thì tôi hiểu "đòi hỏi" như thế với nhà thơ Trần Vấn Lệ quả là không thỏa đáng. Bởi cũng như ở Việt Nam, bên cạnh những vòng tay luôn giang rộng đón chào "người anh em từng ở bên kia chiến tuyến" gác lại quá khứ trở về Việt Nam cùng hàn gắn vết thương chiến tranh, cùng chung tay xây dựng Đất nước thì vẫn còn những kẻ luôn tìm cách cản trở tiến trình Hòa giải Hòa hợp Dân tộc bằng sự phân biệt đối xử, tạo thêm hận thù, gây chia rẽ tình đoàn kết Dân tộc thì trong cộng đồng người Việt ở hải ngoại cũng vậy, bên cạnh những trái tim luôn đau đáu hướng về Tổ Quốc với tinh thần Hòa hợp Hòa giải Dân tộc cụ thể, thiết thực thì vẫn còn những kẻ rắp tâm cản trở tiến trình Hòa giải Hòa hợp Dân tộc bằng những hành động "chống Cộng" cực đoan.

Từng là người lính, tuổi cũng đã dần ngả về chiều nên có lẽ nhà thơ Trần Vấn Lệ sợ chiến tranh, sợ tái diễn cảnh "huynh đệ tương tàn", sợ những đau thương mất mát lại tái hiện trên mảnh đất Việt Nam nên ông đã chọn phép dung hòa để "giữ mình", để hy vọng tình yêu ông dành cho Quê Hương Việt Nam được vẹn nguyên, không sứt mẻ.

Tôi chép vào đây bài thơ "Xa Quê" viết tặng nhà thơ Trần Vấn Lệ ngày 23 tháng 6 năm 2021 để kết thúc bài viết này.

XA QUÊ...

– Kính tặng nhà thơ Trần Vấn Lệ –

Xa quê lâu ngày tưởng nhớ
Ai ngờ cứ dửng dưng quê
Chiều nay, hay tin núi lở
Cả làng vùi dưới chân đê...

.

Hôm tê, từ quê báo thế
Lũ dâng, dâng kín mái nhà
Người người hò nhau cứu tế
Lửa gần mà nước quá xa...

.

Hôm qua, thêm ba "tàu lạ"
Bắn chìm dân đảo Phú Lâm
Biển ta sắp là biển lạ
Dân ta nuốt lệ lặng thầm...

.

Ừ thôi, cứ bàn chân dậm
Ừ thì, cứ chặt nắm tay
Xa quê, thì đau thì thấm
Nước mắt ngược dòng mới hay...

*

Hà Nội, ngày 15 tháng 5 năm 2022

ĐỖ HỒNG NGỌC

VIẾT VỀ TRẦN VẤN LỆ

BÀI 1: TRẦN VẤN LỆ "MAY MÀ CÒN NHỚ THƯƠNG!"

Trần Vấn Lệ ở Mỹ, về Việt Nam chơi mấy hôm! Ái chà. Không dễ đâu nha. Anh chàng thi sĩ từng đòi "một đi không trở lại" mà lần này quyết về thăm "người ta ở bển...", nơi Cồn Thới Sơn sông nước Tiền Giang một chuyến. Lại vừa có tập thơ Dã Quỳ Thương Nhớ ra mắt! Rồi làm một vòng lên Dalat, đến Dran, về Phan Thiết... rất vui.

Về Đà Lạt, không khóc mà nước mắt cứ chảy, Lệ nói. Đã ở đó 32 năm mà! Rồi về Tiền Giang, qua Cồn Thới Sơn thăm... người xưa, chỉ để vuốt mái tóc bạc phơ của nàng (một cái)... Còn về Phan Thiết thì chỉ kịp thăm mồ mả ông bà!

MAY MÀ CÒN NHỚ THƯƠNG
(Thơ Trần Vấn Lệ)

Gửi bạn tôi,

Bây giờ Phan Thiết mình dọc bờ sông phượng đỏ. Ngọc ơi sao mình nhớ ngày xưa thuở học trò...

Ngày xưa ôi ngày xưa khi cây cầu đúc gãy, đò xé dòng nước chảy, hoa phượng trôi theo đò...

Mấy mươi năm không chờ, con sông đó chừ khác: ba cây cầu được bắc...mà một người đi xa...

Mỗi năm một mùa hoa không bao giờ thay đổi, hoa phượng tàn, rơi, nổi, con sông đỏ ráng chiều...

Bạn mình cứ nhắc hoài – chuyện thời gian, hoa phượng. Lòng mình thật đau đớn: Tại sao mình bỏ quê?

Ngày xưa mỗi độ Hè, mình ra bờ sông hứng, hoa phượng bay trong nắng, lòng mình như nắng trong...

Hồi đó, Ngọc nửa chừng bỏ trường và xa bạn, mãi đến năm chín tám mình mới tìm lại nhau!

Thời gian qua thật mau, năm mươi năm thiếu chút, tưởng người còn người mất...té ra hai đứa còn!

Mình đang ở đầu non, đang trông về cuối biển: Phan Thiết mình hiển hiện, Ngọc tóc bạc gió đùa...

Đang cũng vào mùa Hè, mình thấy thêm hoa phượng, đỏ rực trong trời nắng...mà tím hườm trong mơ!

Ngọc ơi, một chút thơ gửi về cho Ngọc ngó – mình, con thuyền chưa đỗ, mình, con thuyền còn trôi...

Mình đang rất xa xôi. Ngọc cũng không gần gũi. Phận người, con dế nhũi...May mà còn nhớ thương!

Trần Vấn Lệ viết ngày về thăm lại quê hương:

"Năm 2016 tôi có chuyến về thăm gia đình ở Phan Thiết, tôi có gặp Đỗ Hồng Ngọc bằng-da-bằng-thịt tại Sài Gòn ngay lúc tôi vừa rời phi trường Tân Sơn Nhứt để về khách sạn. Ôi bạn tôi... giống tôi: Già! Xa nhau từ năm 1955 đến năm 2016 mới gặp lại, ai còn sống mà không già khú đế? Tay bắt mặt mừng, và khách sáo như không khách sáo: Cả hai đều ứa nước mắt. Cả hai đều gọi tên nhau như...hồi nhỏ: Ồ Ngọc! Ồ Lệ! Rồi, trước khi cầm đũa bữa cơm trưa, hai đứa mặc kệ lu bù người khách mời của BS Đỗ Hồng Ngọc, hai đứa chúng tôi nhắc lại một vài chuyện của thời tí hon: Trong lớp mình có hai thằng trùng họ trùng tên, chỉ khác có tên lót là Đỗ Hồng Ngọc và Đỗ Hoàng Ngọc. Đỗ Hồng Ngọc biến mất khỏi trường Trung Học Phan Bội Châu Phan Thiết từ niên khóa 1955-1956 trở đi... biền biệt. Năm 1989, tôi mới thấy lại cái tên Đỗ Hồng Ngọc trên báo trong nước. Nay, hội ngộ Đỗ Hồng

Ngọc thật tình... cứ ngỡ mình gặp ma! Thời gian như nước chảy qua, tại sao con người hay đi ngược lại nhỉ? Tìm gì trong quá khứ? Những nụ cười thắm tươi? Những giọt lệ đoanh tròng? Ôi, tìm gì cũng được...cốt là thấy cái bóng cái hình của cố nhân!

Trong chuyến về của tôi sau hai mươi bảy năm "trời ơi đất hỡi", Đỗ Hồng Ngọc ký tặng cho tôi tập Tùy Bút mới nhất: Một Hôm Gặp Lại.

Đây là một cuốn sách khá dày của Đỗ Hồng Ngọc, 300 trang, khổ sách, vuông vắn, dễ thương. Tôi từng "mê" tùy bút của Nguyễn Tuân, Vũ Bằng. Có nhiều năm rất chờ mong tác phẩm mới của Võ Phiến về Tùy Bút. Nay đọc Một Hôm Gặp Lại...của Đỗ Hồng Ngọc tôi thấy Tùy Bút là một thể văn đẹp, mềm mại, tao nhã không khác gì Thơ! Xưa, xưa lắm Phạm Đình Hổ có cuốn Vũ Trung Tùy Bút...mô tả, cô đọng, hâm nóng chỉ vài ba giọt mưa trên tàu lá chuối mà đã ấm cả lòng người. Bậy giờ đọc Một Hôm Gặp Lại của Đỗ Hồng Ngọc, xếp sách mấy lần, gần hai năm tròn trịa, vẫn nghe lòng nao nao, êm ru và diệu vợi..."

Còn tôi, mỗi khi viết cho Trần Vấn Lệ không bao giờ quên nhắc Phan Thiết, lần nào đi ngang núi Tà Cú, dãy Ba Hòn, lang thang bên bờ sông Cà Ty (sông Mương Mán) ... không thể không nhớ Hoài Khanh, nhà thơ xứ mình. Nhất là khi đi ngang Ba Hòn mình thường nhẩm câu thơ của Hoài Khanh "Người đi để dãy Ba Hòn chơ vơ" và cái Bưng Cò Ke ở ngay dưới chân dãy núi đó. Thế nhưng, nhớ lần ghé thăm Hoài Khanh ở Biên Hòa, anh đính chánh "Người đi nhớ dãy Ba Hòn trơ vơ" chứ!

Hoài Khanh sinh ra và lớn lên ở Đức Nghĩa, Phan Thiết. Nhà anh cách chỗ chùa mình ở không xa. Anh lứa lớn, đã phiêu bạt... giang hồ tự thuở nào, lúc mình còn cắp sách đến trường tiểu học bên bờ sông Cà Ty! Anh vào Saigon, làm thơ, làm báo và một mình dựng nên Nhà xuất bản Ca Dao nổi tiếng một thời. Và thơ Hoài Khanh thì thời tụi mình không ai không thuộc ít nhiều. Trong bài thơ Đức Nghĩa, Hoài Khanh viết:

Biển mang niềm nhớ đi hoang
Gió Trường Sơn luyến mây ngàn Tà Dôn

Ôi sương Núi Cú lạnh hồn
Người đi nhớ dẫy Ba Hòn trơ vơ
Cành dương cát trắng hững hờ
Nhìn nhau thuở ấy bây giờ nhớ nhau.
(Hoài Khanh)

Vậy đó. Nói tới Phan Thiết là vậy đó. Biển. Cát trắng. Đồi dương. Mây ngàn. Tà Dôn. Tà Cú. Ba Hòn...Tình cờ gặp Phạm Gia Cẩn, ở Úc về, là học sinh đệ thất Phan Bội Châu Phan Thiết 1956, sau bọn mình 2 lớp. Cẩn nhận ra mình, anh em bèn kéo vào quán café ngồi nhắc ngôi trường Phan Bội Châu cũ – là chỗ trường Tiến Đức ngày xưa bọn mình đã học ở đường Trần Hưng Đạo – trước khi dời qua trường mới sau này... Rồi nhắc Phan Đổng Lý, Trần Vấn Lệ, Phan Bá Thụy Dương... và những con đường làm mình không thể không kêu lên:

Ơi những con đường ta đã đi
Gia Long Đồng Khánh mượt xuân thì
Chân run rẩy cát bờ Thương Chánh
Gió ở đâu về thơm bước khuya...
(Đỗ Hồng Ngọc, Trên Sông Khói Sóng 1970)

Núi Tà Cú, bạn nhớ không? Bọn mình ở Phan Thiết ngày xưa Mùng 2 Tết thường đi xe đò hay xe đạp lên Núi Cú chơi. Ôi nam thanh nữ tú. Đường bộ leo suốt vài giờ không thấy mệt. Riêng mình, nhà bà Ngoại ở ngay dưới chân núi Cú nên từ hồi 4,5 tuổi đã được các cậu cõng lên núi cùng Ba má, có khi ở luôn mấy ngày liền, ăn tương chao cũng đã quen.

Bây giờ Tà Cú đã có cáp treo. Trong đoàn có nhà văn Elena, người Ý, vợ nhà văn Trương Văn Dân cứ nhứt định "Tà Cu, Tà Cu" dù đã học tiếng Việt mấy năm vẫn chưa phát âm đúng!

Tà là "núi", vùng này mình có Tà Cú, Tà Dôn, Tà Đặng, Tà Lài, Tà Bao... Cũng như La là "sông", có La Gi, La Gàn, La Ngà, La Ngâu v.v... (tiếng Chăm).

Tà Cú nổi tiếng với tượng Phật nằm, dài 49m, được xây dựng từ năm 1960 đến nay vẫn là một thắng cảnh tuyệt đẹp.

Nguiễn Ngu Í đã có mấy câu thơ về Tà Cú:

Nhè nhẹ sương bông ôm núi lịm
Êm đềm cây cỏ đắm trong mơ
Tiếng chuông đâu bỗng rung lòng đá
Ngó xuống trần ai thấy mịt mờ...
(Nguiễn Ngu I, 1945)

Hãy đọc Trần Vấn Lệ qua ngòi bút Kiều Minh Mạnh, người xứ Dran dịp ra mắt tập thơ Dã Quỳ Thương Nhớ:

"Ông là người con của Phan Thiết – Bình Thuận. Nhưng là một người đã ở trọ Đà Lạt suốt 31 năm thì thành phố sương mù đối với Trần Vấn Lệ chắc chắn không chỉ "là nơi đất ở", như ông đã tâm sự: "... Mình coi Đà Lạt như Cha Mẹ. Cha Mẹ đổi thay nét mặt, thân hình...nhưng không đổi thay tấm lòng...". "Ai đã lên Đà Lạt, quả thật không muốn về...Tôi nhớ quá rừng thông, xanh xanh từng dốc núi. Nhớ cả con dế nhũi, chạy dưới gốc dã quỳ. Đà Lạt – tôi ở đây, mấy mươi năm khôn lớn..."

Hơn 15 năm làm thầy giáo: "Đà Lạt tôi thắm thiết, thời tôi dạy học trò, có em thơm như ngo, có em hiền như liễu..." Chắc chỉ có thầy giáo nhà thơ thì mới cảm nhận học trò mình "thơm như ngo, hiền như liễu". Ngo và liễu ở Đà Lạt thì nhiều lắm...mà sao lại không "thơm như thông" mà lại "thơm như ngo" nhỉ? Ngo được chẻ ra từ thân cây thông, là những đoạn thân đọng nhiều tinh dầu nhất, người ta dùng nhóm lửa.

Trong màu vàng thủy chung nhưng đầy tiếc nuối xuyên suốt Dã Quỳ Thương Nhớ, có một địa danh thi nhân thường nhắc đến bên cạnh Đà Lạt, đó là Dran – Đơn Dương: "Chiếc xe đò Đà Lạt xuống dốc về Dran, đường xe lửa nghiến răng chỉ còn trong ký ức. Lạy trời em đừng mất...vì còn hoa quỳ kia"...(TVL).

Thơ Trần Vấn Lệ như văn xuôi nhưng có vần có điệu. Nhiều bài chẳng có dấu câu khiến người đọc phải tự tìm ngắt điệu, có người tưởng đó là lỗi của biên tập in ấn, đọc đến bài gần cuối mới vỡ lẽ. Thơ ông lạ, nhưng ông làm thơ dễ dàng như hơi thở, câu từ bình dị, cấu tứ giản đơn, dễ tìm được sự đồng cảm. Trần Vấn Lệ suy nghĩ bằng thơ, hoài niệm thành thơ, khóc cười cũng nên thơ...” (KMM).

Cũng nên thêm một bài thơ nữa kiểu Trần Vấn Lệ:

MỖI BƯỚC EM MÙA XUÂN

Tôi không biết bây giờ bãi biển Phan Thiết sao; nhưng tôi nhớ hồi nào...bãi biển Phan Thiết đẹp bởi em không mang dép, em đi hai chân trần, mỗi bước em, mùa Xuân gờn gợn như làn sóng...

Buổi chiều không gió lộng, tóc em vẫn bềnh bồng. Nắng hoàng hôn cửa sông (con sông Cà Ty đó), em trong manh áo gió, lồng lộng một hình dung. Em là đóa hoa hồng, tôi bồng mà được nhỉ, hôn bao nhiêu cho phỉ...cho trọn lòng nhớ nhung...

Em đuổi những con còng / vòng quanh bàn chân ngọc. Em đã quên mái tóc / thổi ngược về phía tôi. Em em à em ơi... ngày đầu đời tôi biết mình yêu người ta thiệt (hồi đó tuổi hai mươi).

...Rồi thì lặn mặt trời. Rồi em về, bỏ biển. Những con còng đau điếng cũng lội về biển sâu. Em biết tôi đứng đâu cúi đầu thương nhớ lắm? Bãi biển Phan Thiết ấm...còn hương thừa tóc em...

Nhiều năm tôi lênh đênh trên rừng và trên núi. Biển Phan Thiết vời vợi thấy ngang đường chân mây. Nhiều năm tôi ở đây, nghẹn ngào đời viễn xứ, biển Phan Thiết...ai đó, có còn đi đuổi còng? Tôi hỏi và tôi không nghe một lời vọng lại. Tôi biết đời tang hải. Tôi hiểu chữ đổi đời. Nhưng tôi nhớ một người tóc thề thơm gió biển!

Như...con còng đau điếng, tôi làm bài thơ này... Đó, là chiều hôm nay / lòng tôi đây yêu quý. Tôi nhớ về tới Huế, ôi ai đó tóc thề...

(Trần Vấn Lệ)

Bài thơ viết về sông Cà Ty Phan Thiết mà bỗng nhớ tới sông

Hương khiến cho Tôn Nữ Thu Dung cũng phải kêu lên:

Nỗi nhớ từ Phan Thiết
Lang thang về sông Hương
Bởi con còng... đau điếng
Ngậm hoài một vết thương !
(TNTD)

Lần nọ, Trần Vấn Lệ nghe tôi có dịp về Mỹ Tho bèn nhắn:

NGƯỜI TA Ở BẾN...

bạn có qua cồn Thới Sơn
người ta ở bến...
(Trần Vấn Lệ)

bạn nhắn nhờ thăm người ta ở bến
cồn Thới Sơn giữa dòng Mekong
ta lặn lội trăm lần tìm kiếm
ngược xuôi khắp ngả chằng chịt bóng dừa xanh.
sông rạch quanh co lách con thuyền nhỏ
bập bềnh sóng nước phương Nam

bạn dặn người ta mười bảy
tóc chải mượt dầu dừa
môi thơm mùi kẹo
nước da trắng muốt
nhờ tắm nước dừa xiêm
ta lang thang kiếm tìm
gặp ai cũng hỏi
những cô gái Thới Sơn
má hồng hây hẩy
lắc đầu quầy quậy
hổng quen!

cho đến một hôm trời cũng chiều lòng
có một cô răng khểnh,
bẻ gãy sừng trâu,
rất xinh

đúng là người xưa của bạn
nàng nhìn ta đôi mắt long lanh
khi ta nhắc tên,
nàng ôm chầm lấy ta rồi kêu to
ngoại ơi ngoại ơi...
trần vấn lệ
ổng dìa nè!

Đỗ Hồng Ngọc
(Saigon, 22.01.2015)

Khi đọc tập thơ "Thư cho Bé Sơ Sinh & Những bài thơ khác" của Đỗ Hồng Ngọc / Đỗ Nghê (2010), Trần Vấn Lệ viết: "*... VUI VÌ NGHE TRÁI TIM MÌNH ĐẬP*", *bởi vì* "*Thơ ông không rườm rà, không làm duyên làm dáng, không lập dị. Thơ ông là Thơ Hồn Nhiên, Thơ Nhã Nhặn, Thơ Ngọt Ngào. Tôi đọc thơ ông rồi úp cuốn sách lên ngực nghe ấm...Gió Bấc đang thổi ở quê nhà, ngày Xuân đang đến không riêng ai...*".

Khuất Đẩu ở Nha Trang bảo bài viết rất lạ. Mới nghe như có vẻ cà rỡn, bông lơn. Nhưng càng nghe càng thấy người viết cũng vào hạng thượng thừa. Viết như chơi, như giỡn, mà bóc tách được cái ẩn tàng của thi sĩ tình yêu. Xa cách đến vậy mà cũng gần nhau đến vậy. Điều ấy chỉ có văn chương mới làm được. Lại nữa, trong số hiếm hoi ấy có một người luôn tự nhận mình không phải là nhà thơ mà làm được như Đỗ Nghê. ***(Nha Trang, 10.1.2010)***

Còn cô giáo Lê Uyển Văn ở Trà Vinh thì bảo: *Em đọc liền một mạch bài viết dài 9 trang này. Lòng rung lên theo chữ, nghẹn ngào theo chữ. Hạnh phúc vì tìm thấy trong bài viết đó những suy nghĩ của mình nhưng ở một tầm cao hơn, sâu rộng hơn, đáng ngả mũ kính trọng vì cái tâm, cái tài của người viết. Em thích nhiều đoạn lắm, nhưng đoạn này mới tuyệt vời làm sao! "Thơ Đỗ Hồng Ngọc / Đỗ Nghê không rườm rà, không làm duyên làm dáng, không lập dị. Thơ ông là Thơ Hồn Nhiên, Thơ Nhã Nhặn, Thơ Ngọt Ngào. Tôi đọc thơ ông rồi úp cuốn sách lên ngực nghe ấm... Gió Bấc đang thổi ở quê nhà, ngày Xuân đang đến không riêng ai..." Cái hình ảnh úp một quyển sách nào đó của anh lên ngực mà nghe ấm quả rất thực, và em tin nó thực với nhiều người. Ngoài kia, có chút lạnh, em hôm nay có chút buồn, buồn cho một đồng nghiệp trẻ sắp qua đời vì bệnh nan y, nhưng đọc bài viết này, em nghe ấm lắm! Em xin cảm ơn rất nhiều vì sự chia sẻ bài viết này.* ***(Trà Vinh 1.2010)***

Nói cách nào khác, phải chăng cái chất muối mặn, cái mùi gió Bấc thoảng hương của xứ sở Phan Thiết kia đã làm cho bọn họ gần nhau đến vậy?

(ĐHN, Saigon 7.2022)

BÀI 2: CHÂN DUNG BẠN TÔI

Tặng Trần Vấn Lệ

ta cứ ngỡ ngươi vẫn là chú bé con
chạy loăng quăng bên bờ sông mường mán
hay ít ra cũng là cậu thiếu niên
lững thững theo sau tà áo tím
tệ lắm cũng là ông thầy giáo
ngóng học trò bên dốc mờ sương
ai dè ngươi diện cặp kiếng đen
ngậm thuốc lá ngầu như anh chị bự
lởm chởm râu ria mọc rầu mọc rĩ
nhăn nheo không chừa một chỗ nào
(trên khuôn mặt đẹp trai ngày đó)
vậy mà thơ tình làm nhanh như gió
khiến bao cô nàng ray rứt khôn nguôi
anh chàng thi sĩ bạn tôi
mới có cái tên... trần vấn lệ!

Đỗ Hồng Ngọc
(saigon 27.12.2014)

Trần Vấn Lệ và Đỗ Hồng Ngọc (Sài Gòn – 22.03.2016)

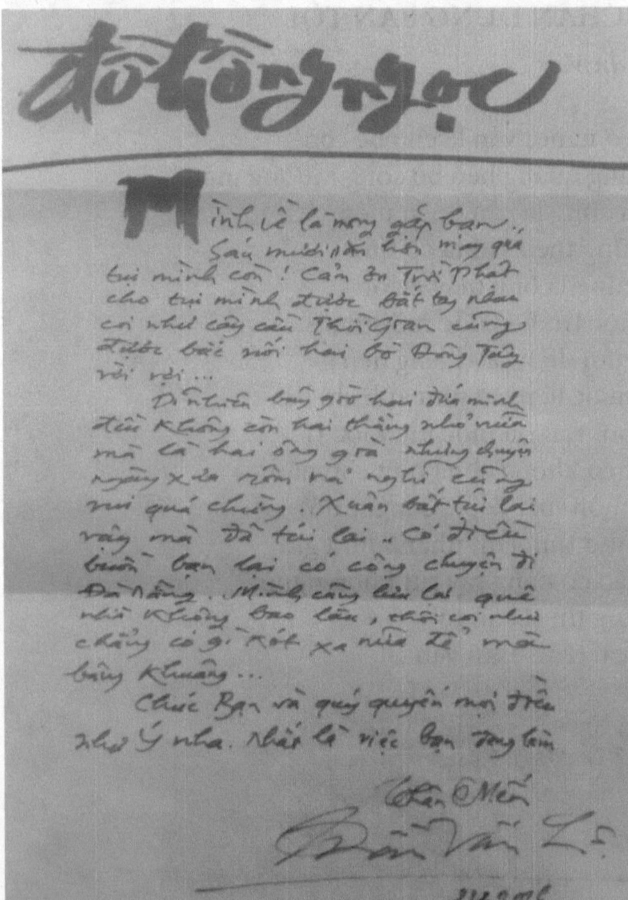

đỗ hồng ngọc

Mình về là mong gặp bạn..
Sáu mươi năm hơn mừng quá
tụi mình còn! Cảm ơn Trời Phật
cho tụi mình được bắt tay nhau
coi như cây cầu Thời Gian cũng
được bắc nối hai bờ Đông Tây
rồi vợi...
Dĩ nhiên bây giờ hai đứa mình
đâu không còn hai thằng nhỏ nữa
mà là hai ông già. Những chuyện
ngày xưa nhớ lại nghĩ cũng
vui quá chừng. Xuân bất tái lai
vậy mà đã tái lai.. Có điều
buồn bạn lại có công chuyện đi
Đà Nẵng.. Mình cũng lâu lắm quê
nhà không bao lâu, thôi coi như
chẳng có gì xót xa nữa để mà
bâng khuâng...
Chúc Bạn và quý quyến mọi điều
như ý nha. Nhất là việc bạn đang làm

Thân Mến
Trần Vấn Lệ
24/3/2016

Hạ Thái – Trần Quốc Phiệt

Thơ Gởi Anh Trần Vấn Lệ

Bài thơ nào cũng thế
anh làm tôi say mê
tôi một kẻ xa quê
anh là người xa xứ!

Sao giống nhau quá nhỉ
anh suy nghĩ thế nào
tôi cũng như anh vậy
đọc thấm thía vô cùng!

Nhờ anh rất tài tình
nói dùm cho tất cả
cho luôn hai thế hệ
thế kỷ trước, bây giờ...

Những điều tưởng vu vơ
là nỗi đau chung đó
thơ anh là tiếng gió
thơ anh là vầng trăng

thơ anh là dòng sông
thơ anh là là núi thẳm
thơ anh là biển trắng
thơ anh là đồng bằng...

thơ anh chất nỗi lòng
niềm vui thì ít ỏi
nỗi buồn lại mênh mông
sự thật xót xa lòng!

Lại, cám ơn anh nữa
nói hoài không thấy nhàm
anh là một hiện tượng
của văn học hôm nay.
26/3/2018

TM

Hai Trầu – Lương Thư Trung

Đôi Lời Tâm Tình

Tui rất khoái đọc thơ của tác giả Trần Vấn Lệ trên trang nhà của Bác sĩ Đỗ Hồng Ngọc. Đọc thơ ông tui có cảm tưởng như trong bụng ông lúc nào cũng có sẵn thơ và mỗi lần ông ngồi xuống đặt bút viết là thơ cứ như dòng suối róc rách chảy xuôi theo ý tưởng dường như bất tận...

Nhưng tui là người cũ, thế hệ những người sanh khoảng những năm 1940-1943, nên khoái thơ theo kiểu cũ, nên xin phép tác giả cho tui được chép lại bài thơ này theo thể cũ để tui có thể ngồi ngâm nga một mình chơi cho vui vậy!

Xin chân thành cảm ơn bác sĩ Đỗ Hồng Ngọc và tác giả Trần vấn Lệ rất nhiều.

Trân trọng,

HT
Long Xuyên, 29/11/2021 lúc 9:24 sáng

CŨNG ĐÀNH GIÓ LẠC MÙI HƯƠNG

Bỗng thơm như có hương ngàn /
bay qua nội cỏ tới làng xóm khuya...
Có ai trong gió đi về /
áo bay và tóc bay kìa, đêm trăng!

Chuyện này có tự muôn năm,
đêm nay lại hiện và thầm thì thơ...

Chuyện tình nào cũng rất xưa,
rất sau mà chẳng ai ngờ mới tinh...

Trăng vàng thêm tỏ áo xanh!
Gió thơm hai vạt thình lình dễ thương!

Lại thêm hai má rất hường,
hai môi rất ngọt một nguồn suối trong...

Người về lòng tưởng đêm không,
đi êm đến nỗi trăng song song người...

Còn ai trên ngựa cứ ngồi,
nhánh cây che khuất mặt trời cũng duyên...

Chuyện rằng khởi tự một đêm
viết câu tình nhớ trao em xa mờ...

cũng vì duyên khởi mà chưa
trầu cau nên nỗi đường tơ mịt mùng...

Nếu xưa mà chiến tranh đừng...
đâu thơm rất lạ gió rừng hỡi em?

Nếu sau đừng nghĩ có Tiên...
thì câu thơ chắc không phiền lụy đâu!

Tại em, ai biểu qua cầu.
tại em áo đổi sang màu hoàng hôn...

Em xa gió đã hoảng hồn
bay tan hết khói, đạn còn mảnh tim!

Bài thơ này tạ tình em,
cũng là ta tạ tình riêng của mình...

Có ai khi đã hòa bình
ngẩn ngơ đến nỗi nhớ hình như thương?

Cũng đành gió lạc mùi hương,
hoa thơm lối cũ hồn dường trăng sao!
(TVL)

Hoàng Xuân Sơn

Đoạn Ráp Tặng Bác Trần [Vấn Lệ]

có bè có bạn can chi tủi?
còn gió còn trăng thế mới... dzui!
(trích email TVL gửi HXS)

bác cho tôi bay thì tôi bổng
bác cho tôi sống
tôi sẽ chuồn[g]
bác cho tôi luồn
tôi cứ [tà tà] lọt
bác cho tôi ngọt
tôi hóa bùi
bác cho tôi dzui
xin tuyên thể bái lĩnh

mười lăm tháng tám
2016

Hoàng Vĩnh Thao

Mưa Mùa Hạ

Tháng 5, những cơn mưa đầu mùa đã về với Đà Lạt. Đà Lạt trở nên trầm mặc và buồn hơn trong mưa như làm tăng thêm sự quyến luyến của tuổi học trò lúc chia tay bạn bè, thầy cô, xa tuổi học trò để bước vào đời của những học sinh cuối Trung học. Mùa hè của tuổi học trò Đà Lạt không gắn với những cánh phượng đỏ rực, với tiếng ve kêu râm ran mà thay vào đó là những bức màn mưa bàng bạc.

Tuổi học trò cuối cấp Trung học Đà Lạt được báo hiệu bằng những dòng lưu bút với bạn bè, với bao ước mơ hoài bão cho tương lai. Rồi mai kia mỗi người một ngã, người tiếp tục bút nghiên, kẻ lên đường thực hiện nghĩa vụ của một thanh niên với Đất nước như bao lớp người đi trước. Những cô cậu học trò thư sinh hôm nào còn vô tư chưa thấu hiểu hết câu nói sâu sắc: CƠM CHA – ÁO MẸ – CÔNG THẦY sẽ phải tự trang bị cho mình một hành trang vào đời nhưng các em vẫn may mắn hơn lớp anh chị đi trước cách đây hơn ba mươi năm khi đất nước vừa đi qua cuộc chiến tranh với muôn vàn khó khăn.

Còn nhớ những ngày đầu thập niên 70 khi cuộc chiến tranh đang hồi khốc liệt và gay gắt nhất thì Đà Lạt vẫn được sống trong hoàn cảnh tương đối yên ổn nhưng thỉnh thoảng vẫn nghe tiếng đại bác từ xa xăm vọng về làm cho người lớn cảm thấy lo lắng cho sự bình yên đang bị đe dọa từng ngày. Rồi biến cố lịch sử tháng 4 – 1975 đã xáo trộn cuộc sống, có những cuộc chia ly ngoài mong muốn, kẻ ở người đi theo tình hình thời cuộc. Những cuộc di dân để ổn định nền kinh tế sau chiến tranh, những cuộc ra đi không hẹn ngày về và cả những cuộc chia ly của những người lớn có liên quan đến những vấn đề nhạy cảm.

Viết những dòng miên man như trên để những người thuộc thế hệ sau hoặc những người chưa có mặt ở Đà Lạt vào thời điểm ấy hình dung được phần nào về thế hệ học trò của những năm 70 – 80 vô cùng gian nan nhưng cũng lắm mộng mơ của tuổi học trò mà thời nào cũng có.

Ngót một phần ba thế kỷ rời xa tuổi học trò, xa mái trường thân yêu với thầy cô, bè bạn, xa gia đình để bước vào cuộc mưu sinh. Hôm nay nhìn mưa rơi đầu hạ chợt nhớ ngày xưa tuổi học trò lớn tồng ngồng còn chơi bi, đánh đáo, tuổi hoa niên mộng mơ khờ dại. Thương thầy, nhớ bạn khi tóc đã pha sương, những chai sạn cuộc đời cũng đã tạo nên vết hằn trên khóe mắt, trên trán của những đứa học trò dạo ấy. Bỗng nhớ một bài thơ về nghĩa thầy trò Đà Lạt năm nào của Nhà thơ Trần Vấn Lệ. Chính xác tựa để bài thơ là gì thì không nhớ rõ thôi thì tạm chép lại bài thơ với nội dung như sau:

NHỚ ĐÀ LẠT.

Nhìn các em ngồi đó
Một góc sân trường xưa
Thương quá thời nắng gió
Nhớ quá chiều, sáng mưa...
Đà Lạt, các em ở.
Đà Lạt, Thầy bỏ đi.
Các em thì vẫn nhỏ
Như vầng trăng núi kia...
Đà Lạt các em ở
Xanh biếc nhé bầu trời
Ngước lên nhìn nỗi nhớ
Thầy là áng mây trôi...
(Thơ Trần Vấn Lệ)

Ở đây xin nói rõ một chút về các câu thơ nêu trên. Bài thơ gần như viết dưới dạng văn xuôi theo từng đoạn ngắn, người đọc tùy theo cảm nhận của cá nhân mà ngắt câu, xuống dòng theo vần điệu. Vì chỉ mượn một bài thơ trong những tập thơ của Trần Vấn Lệ nên không đi sâu vào thân thế và các tác phẩm của tác giả. Ở đây chỉ nhắc đến một chi tiết là Trần Vấn Lệ có một thời kỳ dạy Quốc văn ở Trường Nữ Trung học Bùi Thị Xuân trước 1975. Sau tháng 4 – 1975 vì những lý do khách quan nên ông không dạy học ở Bùi Thị Xuân nữa. Có lẽ do mảnh đất Đà Lạt vốn hiền hòa níu giữ mặc khách tao nhân chăng mà có nhiều những người thầy, người cô khi đã rời xa bục giảng, xa lũ học trò tinh nghịch nhưng trong sáng đáng yêu mà trong số họ đã có những người viết nên những vần thơ đầy cảm xúc. Trần Vấn Lệ cũng là một người thầy nằm trong số đó.

Nhìn các em ngồi đó.
Một góc sân trường xưa.

Cổng trường Bùi Thị Xuân, Đà Lạt. Ảnh: Internet

Một sự luyến tiếc trong tâm hồn người thầy khi phải bỏ giữa chừng tay chèo con thuyền chữ nghĩa cho lũ học trò thân yêu. Nỗi khắc khoải khi vì thời cuộc hay vì một lý do nào đó người những thầy, người cô buộc phải chia tay đám học trò Đà Lạt để đi về một nơi nào đó:

Đà Lạt các em ở.
Đà Lạt thầy bỏ đi.
Các em thì vẫn nhỏ.
Như vầng trăng núi kia.

Nỗi day dứt còn đó, lo lắng cho học trò bé nhỏ còn đó nhưng chia ly là điều không thể tránh khỏi đối với một số thầy cô giáo lúc bấy giờ. Ra đi bất đắc dĩ nhưng biết làm sao được khi con người ta buộc phải chấp nhận những sóng gió thời cuộc, những xô đẩy cuộc đời.

Người ra đi nhưng vẫn hy vọng một tương lai tốt đẹp cho những đứa học trò, hy vọng cho con đường tương lai sẽ rộng mở cho người ở lại:

Đà Lạt các em ở.
Xanh biếc nhé bầu trời.

Chất chứa nỗi niềm chia ly, người ra đi an ủi động viên người ở lại:

Ngước lên nhìn bầu trời.
Thầy là áng mây trôi.

"*Thầy là áng mây trôi*" – Đúng vậy, mây không thể không trôi. Cuộc đời mỗi con người cũng giống như những áng mây trên bầu trời kia. Những áng mây có thể trôi đi không theo một quỹ đạo nhất định nào nhưng cũng có những áng mây chịu tác động của ngoại cảnh mà bay theo một quỹ đạo vạch sẵn. Suy cho cùng rồi cũng đến một lúc nào đó mây phải tan đi hoặc biến đổi thành một vật chất nào đó, cũng như thân xác con người sẽ hóa thành cát bụi khi trở về với lòng đất. Tất cả sẽ được xóa mờ theo bụi thời gian, duy chỉ có tâm hồn và tấm lòng con người là mãi mãi đọng lại trong cuộc sống đời người.

Ngồi viết đôi dòng tự tâm sự với chính mình và cũng là lời tri ân đến các thầy cô xưa đã hao hơi tốn sức để dạy dỗ mình làm người. Mãi mãi vẫn không bao giờ quên tuổi cắp sách đến trường với những trò nghịch ngợm bị thầy cô phạt roi đánh đòn đau quắn đít mà vẫn cứ nghịch như ma như quỷ. Sẽ mãi mãi không bao giờ được trở về thời thơ ấu, không bao giờ được trở về với cái tuổi ăn chưa no lo chưa tới mà vẫn thích làm người lớn ngày xưa.

Cảm ơn những vần thơ của nhà thơ Trần Vấn Lệ. Những vần thơ nhẹ nhàng chan chứa tình nghĩa thầy trò làm xúc tác cho những dòng cảm xúc hôm nay. Và cũng xin xin lỗi nhà thơ nếu trong quá trình trích dẫn có gì sai sót hoặc diễn đạt chưa đúng thì Nhà thơ cũng rộng lòng thứ cho.

Sài Gòn, Đêm 29/05/2016

HỒ ĐÌNH NGHIÊM
VIẾT VỀ TRẦN VẤN LỆ

BÀI 1: LỆ

Lệ là nước mắt. Chừng như ai cũng hiểu thấu.

Vậy còn ước lệ là gì? Khoan giải thích. Ước lệ khác ướt lệ (rèm mi).

Và vấn lệ? Tra hỏi giọt nước mắt? Hay giòng lệ vấn vương? Chớ cất công gạn đục khơi trong, ngoại trừ viết hoa thành Vấn Lệ, chú thích một đôi hàng về hai chữ kia chưa chắc đã thấu đáo, đã hiểu ra.

Trước đây, họa sĩ Đinh Cường làm nhiều thơ, hầu như mỗi ngày đều có đôi ba bài, anh xem đó chỉ là những đoạn ghi, kể lại những gặp gỡ, các kỷ niệm, những hồi ức. Thuật lại bao sự tình sống động vừa xẩy tới hoặc thoáng hiện trong cơn mê thiếp. Đơn giản, anh gọi công việc đó là một phương cách vận động đầu óc. Bổ sung thêm ba chữ của Bùi Giáng: "Vui thôi mà".

Anh mất đi, tôi mon men vào trang nhà chị Nguyệt Mai (giao tình đáng mến ngày cũ, nơi sửa lỗi chính tả giúp anh) và tôi choáng trước sức sáng tác chẳng mỏi mệt của một người mang tên Vấn Lệ, họ Trần. Anh gửi thơ vào mảnh đất "xin những tình thân ái/ còn hoài như hôm nay" đều đặn, như kiểu mỗi ngày người yêu vườn tược không quên cầm bình nước tưới hoa. Cành này bông nọ thảy đều ướt át, đều tươi mươi, đều lại thần hồn để khoe sắc.

Xưa, có Đinh Cường. Nay, có Trần Vấn Lệ. Hình như mức độ "thể dục đầu óc" của nhị vị trước sau chưa ai đạt tới mức hỏa hầu tựa thế. Cổ văn gọi sự tựu thành đó bằng mấy chữ: "dễ như lấy đồ trong túi". Có dễ không? Sai lầm. Hoặc dễ theo kiểu "dễ như ăn ớt". Tôi từng động não, từng loay hoay, từng trăn trở xuýt xoa với ớt hiểm, ớt chỉ thiên, chảy nước mắt. Ngày này qua tháng nọ, lâu rồi, cây kim trong bọc cứ không chịu ló đầu ra. Hoàn cảnh lắm! Kín cổng cao tường thay cho nhân vật được người đời gán là nàng Thơ. Thiếu căn cơ, khó vận công lên tới mười hai thành công lực? Sức nhà ngươi bao tá?

Thơ Trần Vấn Lệ có khi là áng văn xuôi mượt mà, đằm thắm một tâm sự. Tưởng tượng ra một đối tượng để nắm tay mà hàn huyên, ngôi thứ hai nọ dùng dằng chân bước, bỏ đi không đành, bởi hiểu tầm quan trọng của sự tỉ tê kia, không nghe không được mà nghe thì đâm xốn lòng. Tiến thoái lưỡng nan! Mưa rơi bất chợt, nắng chiếu vu vơ giữa hai hàng chữ của anh cũng tác thành ra thứ khí hậu riêng biệt. Ôn đới, mùa màng xanh tươi, tuyệt chẳng bắt gặp hạn hán hay triều cường nước lũ. Bảo hiền hoà cũng được. Nói mưa thuận gió hoà cũng chẳng sai. Bởi cái đẹp khó hiện diện trong cuồng nộ, trong phẫn hận, trong nặng lời, trong rối rắm ngôn ngữ. Chữ dùng của anh không cầu kỳ, thản nhiên trôi, êm ả, là con sông nước ngọt chừng không thích đổ ra xao xác vùng biển mặn. Tôi yêu chuộng âm thanh róc rách ấy nếu nhỡ phải chảy qua một địa hình xa lạ nhiều chướng ngại. Đó là câu cú thật giản dị, mộc mạc, đơn sơ nhưng tạo được nhạc tính. Ngần ấy đã đủ vậy!

Ở lãnh vực hội họa, những nghệ sĩ tạo hình giàu công thử nghiệm đã đúc lại một nhận định: Chừng nào bạn tiến gần tới sự đơn giản, như một chắt lọc, chừng ấy bạn nắm bắt được cái cốt lõi của nghệ thuật. Những bước khởi đầu thường hăm hở, như tâm lý của con trẻ là ham hố màu, ưa nhồi nhét lắm đường nét ngang dọc; càng đứng tuổi, càng chín chắn người ta luôn tìm cách giản lược chúng đi. Lữ hành đa phần đều ưa nhẹ gánh hành trang trong cuộc tìm về đích tới. Một lá thư dài bốn năm trang viết cho người tình chưa chắc đã gây tác động bằng lá thư mỏng cô lại nỗi nhớ thương. Thơ Trần Vấn Lệ là tờ giấy xanh tựa thế, chẳng nhiều lời. Tựa một bức ảnh, và ảnh đã nói hơn vạn điều.

Thời gian gần đây tôi đọc được hai bài thơ hay: "Năm Ngoái Tôi Về" và "Bốn Mươi Hai Năm Biền Biệt". Bài "Một Thời Mãi Mãi" cũng vậy, nghe rung động. Bài "Một Thời Mình Không Đi Sang Sông". Rồi đến "Trăng Đêm Nay Chờ Trăng Mai Mốt":

Trăng đêm nay đã tròn chưa em nhỉ?
Chắc chưa tròn vì mới tối mười hai...
Ba ngày nữa thì trăng Rằm em nhé
Mình ở bên nhau còn chỉ một ngày!

Nói ngày mai nghe sao buồn quá vậy?
Có ngày mai nào đã chẳng hôm nay
Trăng không tròn thì gọi là trăng khuyết
Tình rất tròn sao lại phải chia tay?

Mấy mươi năm anh mới về cố quận
Cảm ơn em không là cố nhân
Chỉ bến đò ngày xưa là cổ độ
Cảm ơn vườn còn nở hoa Xuân!

Cảm ơn gì nữa... nói đi cho hết
Cảm ơn mình đầu tóc bạc hay sao?
Cây cổ thụ ngàn năm không chết
Tình ngàn năm cũng thế, giấc chiêm bao!

Trăng đêm nay chờ trăng mai mốt
Mai mốt anh về trăng sẽ tròn trăng
Cứ nghĩ anh còn là Tư Mã
Thì em là mãi mãi Trác Văn Quân!

Hai đứa mình ra vườn một chút
Anh hái cho em hạt ngọc sương nha!
Anh nâng niu trái tim em ngà ngọc
Sáng mãi lòng anh dẫu có tối trăng tà...

Giản dị trong phân trần, mộc mạc trong lý giải, dịu dàng trong phân bua. Đặc điểm thơ của Trần Vấn Lệ đều vậy cả. Từ tốn là chất giọng của anh, thích con chim Quyên, ưa con cá lia thia và thường trộn chút điển tích nằm lẫn trong ca dao. EM là nguyên cớ để lời thơ tìm đến, không đổi, dù em có khi là một địa danh, một bến đò, một hàng cây, một khung cảnh, một chốn cũ. Và dĩ nhiên, em còn đó là nàng thơ, là người tình duy nhất, một và chỉ một mà thôi.

Tôi thử dọ tìm trong Vuông Chiếu Luân Hoán, thấy tiểu sử và tác phẩm chỉ ghi vắn tắt (ắt hẳn còn nhiều khiếm khuyết):

Trần Vấn Lệ sinh ngày 31 tháng 5 năm 1942 tại Phan Thiết, trưởng thành tại Đà Lạt. Cựu giáo chức và Sĩ quan VNCH. Định cư ở Los Angeles từ 1989. Đã xuất bản:

– Bay Về Đâu Đó Ở Quê Hương (1992)
– Hồn Tan Trong Thơ (1993)
– Nắng Rớt Vườn Xuân (1995).

Thơ anh mang nhiều cảnh sắc đặc thù của từng địa phương, từ trong nước trôi giạt sang xứ cờ Huê, nhưng "đụng" tới Huế chừng như nghe thấm cái e ấp rất sương khói của chốn cố đô toả lan, vướng lòng. Tiểu sử anh cô đọng quá, chẳng nói chi tới Huế cả. E hồ đồ rằng xứ thần kinh đã trao vào lòng anh một mối tình sâu đậm nào đó? Kể từ Hàn Mặc Tử, Nguyễn Bính, nhà thơ nào nhỡ ghé qua một lần e phải "chân đi không đành", chảy trôi vào thơ, lắng đọng chút sầu muộn của mưa giăng mờ sông Hương, co ro và hoài cảm cuộc lữ.

Trần Vấn Lệ là tên thật mà ban đầu tôi ngỡ anh dùng bút danh. Vấn Lệ là gì, thưa nhà thơ? Thơ anh làm chỉ gây cho người đọc chút "buồn vương cây Ngô đồng", nghe ra một lời than rất nhẹ và tôi tin chắc chẳng có ai phải lệ vấn vương hàng mi cả. Hay chữ lệ này có ý nghĩa: Phép vua thua lệ làng? Tôi chỉ có đôi hàng lẩn thẩn nói ra cảm nhận như rứa đó. Anh có là vua một cõi thì vị tình cho cái lệ của (làng) tôi không?

Apr. 12, 2017

BÀI 2: TIẾNG TRƯA THƠ THẨN TÍM THÁNG TƯ

Phố tôi cây cỏ đang làm đầy sắc xanh, diệp lục tố mỗi năm cựa mình thức dịp này. Mưa qua nắng lại chút gió thoảng, vậy là góp đủ lực hồi sinh. Trời phơi phới đất cựa mình giúp người hưởng được chút lâng lâng. Trưa đứng bóng mát dịu màu nắng, trưa không ngủ, trưa gửi thầm tiếng to nhỏ. Ừ, mùa Xuân nhắc nhẹ nỗi xa xăm chợt về.

"Tháng Tư, tôi một bài thơ
Gửi cho em đọc, bây giờ. Trời ơi!"

Bưu điện than ế đổ hô lỗi do internet, cắt giảm nhân viên, thời khoá biểu xáo những hạn kỳ, nhưng ông phát thư quen mặt vẫn còn đó, vai nghiêng túi nặng chào buổi trưa. Tôi xin passport điền đơn nhờ ông này ký. Ồ, moa biết lũy này người Việt chôn chân chốn ni đã gần bốn mươi niên. Chả biết hắn làm chi mà trăm khi moa giao bưu kiện tuyển sách vở, cánh nhạn la đà tới lũy bao giờ cũng khiến lệch vai moa. Tôi giao lưu tình cảm: Ờ bị tui có viết lách lai rai đa phần đều ca cẩm nên giấy mới nặng, đã mất rồi thời nhận thư xanh mỏng tang những thề nguyền lứa đôi.

"Đến đây không nước không nhà
Tháng Tư cỏ mượt ngồi phà khói sương..."

Khi nhận sách, muốn khoe khoang, thường người ta chụp lại cái bìa. Tôi khác, tôi ưa chìa cái ruột ra. Này, bạn từng thấy qua một hàng chữ đẹp? Tôi hạp bụng với cố họa sỹ Võ Đình: Mang cảm tình với những ai có đôi bàn tay đong đủ mười hột gạo. Họ mà viết thư tình, con chim Quyên đang bay phải đậu lại hót du dương. Tôi sợ anh phật lòng nhưng cứ ưa xiển dương cái đẹp, bởi người xưa dặn "thiệt vàng sợ chi lửa" ai ơi! Tôi không lạ khi biết anh từng là nhà giáo, chữ viết đẹp biểu sao học trò không nhớ thương? Tôi chỉ hồ nghi tại răng hồi trọ học ở Đà Lạt lại chẳng được nhìn thấy anh! Đồi Cù mù sương cho tới hư ảo cầu Ông Đạo, khu Hòa Bình rét run tin chiến sự, hoang mang dốc Minh Mạng đổ dài... tới mấy chục năm đứng lại, thở hào hển: Ủa, xưa ở Trại Hầm ổng làm thầy, nghe dân khu phố 4 bảo, người giáo viên mười chín tuổi ấy chuyển trường rồi nhập ngũ, mút mùa cải tạo lệ thủy, ngang đập chắn kêu Danhim là hồ nước mắt. Hồ thủy lệ là chị của Hồ Đình Nghiêm đó thầy! Ôi, xa xăm, bên này hồ ngó sang sóng gợn mây nhăn những cụm lưu lạc!

> *"Có một buổi trưa nghe tiếng gió, tiếng ru nhè nhẹ, tiếng xa xôi..."*

Xa lắm người ạ! Năm 1967 người đeo lon Chuẩn Úy, lúc đó mắt tôi chưa vướng lệ sầu, đầu tôi xanh nằm ngủ còn ôm siết Mạ một bên lưng đòi nghe kể chuyện cổ tích. *"Em đi. Bóng khuất. Còn hương tóc. Còn nụ cười trong tấm ảnh xưa. Tôi sẽ làm thơ bằng nước mắt từ nay... không biết tới bao giờ!"*

Tôi hứng đủ những giòng lệ chảy, tan trong lòng tôi những nét đẹp lung linh. Tôi hạnh phúc vì có được những người anh sẵn lòng cầm súng ra mặt trận, bảo vệ cho giấc ngủ tôi thơm thảo những mộng lành. Tôi cảm động khi bài luận văn tôi viết đầy sai lạc, anh độ lượng cười cho một nấc điểm cao. Nửa đời người tôi chậm bước theo anh, rưng rưng khi nhận được những tặng vật gom chặt tiếng thở dài. Tôi yêu những địa danh chưa nhạt dấu thơ soi đủ, yêu những người con gái được gọi tên bằng các mẫu tự T. rồi P. rồi từ A cho tới Y. Thậm chí khản giọng kêu bất tận người tên 55555555555. Từ 17 tuổi sang sông thương về màu nước tím, thương cánh hoa vàng trên đồi rộ đóa dã quỳ, hiển lộng hóa thành tà áo dài em mặc, chưa sờn phai đã 50 năm từ độ... con sáo bay đi.

> *"Bạn mình Phan Thiết lai "người Huế", lấy vợ mơ màng gái Quảng Nam. Thỉnh thoảng vợ cho ăn món Quảng, khen hoài Mì Quảng, cứ thèm ăn... Hôm nay "bà xã" đi về chợ, nói với chồng, chờ: "ăn món... em!".*

Món em, sao nghe duyên dáng lạ, ông nhà thơ Luân Hoán chính hiệu chắc phải thèm. "Đất xứ Quảng chưa mưa đã thấm", có ngấm không món Mì Quảng được vợ cho ăn? Tôi no nê hít hà hương nồng đậm, vin vào thơ anh đãi bữa quê nhà. Tôi biết khoe gì thêm về cái duyên anh bày lối, giữ riêng tôi một nhân ảnh thật thân quen.

> *"Bạn đưa tặng mình một nụ hồng tím, bảo: "Giữ làm kỷ niệm!", rồi bạn quay lưng... Ôi hoa kỷ niệm bạn mới cho mình..."*

Anh Trần Vấn Lệ kính mến, hoa nào rồi cũng tàn úa nhưng hoa kỷ niệm thì ngoại lệ, bước ra ngoài định luật khắc nghiệt của thiên nhiên, anh nhỉ? Tôi khắc ghi.

> *"Ngồi đây quán trọ hiên người, một ly trà đá, một trời tà huy, một non sông hết mong về, một trái tim héo, còn gì nữa đâu!"*

Hạnh phúc thay cho tôi, tôi đang ngồi dưới trời tà huy, tôi đang uống ly trà đá, nhưng tim tôi chưa héo, ở đó vừa nở một nụ hồng. Cảm ơn nhà thơ giàu lòng nhân Trần Vấn Lệ, đã đơm bông kết trái, người đang ngụ ở thành phố mang tên Miếu Đền. Cali. giờ này có ngập tràn màu nắng rát bỏng Phan Thiết không anh? Tháng Tư đang rơi những tờ lịch cuối và mắt tôi ngấn lệ khi lật trang hai tập thơ anh cho. Mong anh luôn tâm thân an lạc. Ồ, có con chim lạ vừa bay ngang, gửi xuống tiếng trưa một giai điệu say nồng...

27 tháng Tư, 2017

BÀI 3: THƯ GỬI ANH TRẦN VẤN LỆ

Buổi trưa nghe tiếng chuông reo, phát hiệu lệnh biểu tôi ra ngồi quán cà phê, bị có một số em nhiễm máu văn nghệ thích cà kê. Tôi mừng không phải vì được rủ rê mà vui vì mấy nàng thích thơ gần như thiếp mệt mê.

Cả ba cô đều là người ngoại đạo, nhưng tin lòng dậy sóng ba đào lỡ gặp thơ hay, chúng em mô có xạo! Tất thảy rất tươi dung mạo.

Bên này hỏi tuổi đàn bà là điều tối kỵ. Còn đàn ông, chắc đâu nỡ hiềm tỵ? Anh à, Trần Vấn Lệ đã lớn tuổi chưa hỉ? Sao lời thơ dễ thương, vấn vương tươi trẻ, cao tay là ngũ thập, nhỉ?

Cà phê thơm, như tên ai vừa nhắc quá thảo. Tiếc là nhà thơ ở chỗ quá xa, tôi bảo. Xa chi xa mút chỉ hổng tha, không thì đã hát ca: Có ba đóa dã quỳ vừa nở bông nha. Đà Lạt mùa này bỗng tuyết rơi, vào quán ngồi để nghiệm lòng bớt chơi vơi, ôi anh ơi!

Mấy em ạ, nhà thơ vốn không có tuổi tác, hãy đọc lấy rồi phát giác "thiệt dễ thương" hoặc hay chi "hay ác"! Rứa là đủ cho sự tương tác giữa song phương. Nếu có thương nhà thơ các em cứ hô đại ảnh tuổi mười bảy. Ồ, mười bảy tuổi em lên ghe vượt biển sang đây. Em nào biết gì vào độ tuổi hàm oan bẻ gãy sừng trâu khi hai trái cau vừa nhú. Người ta lấy chồng thì gọi người ấy sang sông. Em lấy ai mà phải cực lòng băng trường giang đại hải để đánh đổi bến đục bến trong? Thế thì đừng quở thơ ai sao dỗi buồn đến lạ, mình không may phải rời xa đất mạ. Ai sang ngang nở nụ cười chừng ướt mặt, đứng dại khờ nơi khô làm răng nhặt cánh hoa trôi, quá ngặt!

Em thích thơ nghe tâm sự nửa dằn vặt, lời thở than chẳng cho bi lụy dự phần. Ly cà phê đậm làm tôi bần thần, nghĩ mấy em quen vui với ngoại ngữ tới nửa đời, giờ này còn giữ sót một chương vàng ngọc. Tìm lời ấp úng ngó khó nhọc, thấy thương đứt đuôi con nòng nọc. Có em nói: đôi khi em muốn vọc, thử chuyển đôi bài sang tiếng Pháp cho anh đọc. Ai can du, tôi nhủ trộm rồi thốt đừng, dịch là phản. Tỷ như em tên Hoa anh gọi Flower hoặc Fleur luống ngượng mồm. Hồng kêu bằng Pink hay Rose nghe thêm oải, mất tình tứ. Vấn Lệ là gì đừng giải nghĩa sang Tây u, như anh thích thơ hai cu của Nhật nhưng nó quá cụt. Nhớ em nhiều thì dẫu mưa to cũng thôi đụt, dầm thân đi chẳng thậm thụt một phân nao. Sao người ta ví con chim bồ câu là biểu tượng của hòa bình? Mình không rõ. Tô son trái tim nhằm đại diện cho chữ tình? Vẽ chẳng liền lạc liền kêu rằng tim vỡ. Liệu ký hiệu nọ có chuyên chở đủ không?

Tôi mang hai bài "Tuổi Của Em Con Gì" và "Bạn Ơi Làm Tiếp Với Tôi Bài Thơ" cho Phượng, Hồng, Hoa đọc. Xuýt xoa. Đọc qua một lần rồi đọc lại. Thích quá, ông Trần Vấn Lệ ui, tui không nói ngoa.

Em ạ, nếu anh biết làm thơ chỉ nuôi một ước mơ, nó thế khăn tay cho em chặm khi buồn chảy, đắp lên ngực em mỗi khi nghe gió chướng xua lạnh. Sự cứu chuộc có giúp em thêm mạnh? Anh từng ngơ ngác đứng ở sân ga năm 79 móc hết tiền mua ổ bánh mì có độn thịt. Ăn xong mới nhìn ra nguồn lương thực èo uột đó được gói bằng một trang báo cũ, in nhạt màu một bài thơ chính quyền mới không dung. Bài thơ đi theo anh lên tàu hỏa nhọc mệt ngốn một phần ba bề dài lãnh thổ, đầy đau khổ. Cảm ơn tác giả "ngụy quân ngụy quyền" không chân dung đã dìu anh tới được bãi bốc. Xa quê hương nhớ mẹ hiền, binh lính miền Nam thích xăm vào tay hàng chữ ấy, anh rời đất mẹ trong đêm đen mà bài thơ vô danh kia tựa một ngọn hải đăng. Sóng hung dữ chỉ xem chừng lăn tăn, nào ai đủ sức can ngăn...

Chuyện trò chưa chín mùi, đại diện những loài hoa đứng lên thốt lời tái ngộ. Mới đó mà thoi thóp bóng xế chiều, anh có chộ? Nếu có quen nhà thơ nhờ anh nhắn, tụi em từng mang ơn một ông Trần Vấn Lệ. Trần Quốc Toản bóp nát trái cam, riêng người Vấn Lệ lại mang dạ sầu. Chúng em là lữ hành không cầu lại được lót lòng một trang thơ êm đẹp. Ổ bánh mì kẹp thịt anh từng ăn hồi chưa chắc đã ngon bằng... Thôi chia tay nha, tin rằng tụi mình còn lắm phen hội tụ hàn huyên.

nói gì... đừng có đứng im
mà cây ngả bóng, trăng chìm, nước trôi...
thơ tôi không thể cạn lời
tới đây xin để mọi người làm thêm...
tôi nâng vạt áo dài em
thấy lung linh nắng: một thềm nở hoa...

Tôi viết thư này sau buổi líu lo được gần bên chim quyên đầy hạnh ngộ. Trời giăng tuyết, vắng xe cộ và người nghe ấm vô độ. Chỉ tường thuật vậy thôi, mỡ không bôi môi. Cuối thư thế chim quyên lỡ ăn trái nhãn lồng, chúc nhà thơ an mạnh ở chốn xa xôi. Quý mến là chữ sau cùng của tôi.

Hồ Đình Nghiêm
Ngày đầu tháng Hai sắp qua năm Mậu Tuất.

BÀI 4: TRANG PHƯỢNG THẮM

Họ hẹn gặp trong một quán ăn ở Nam Cali, không mưa lũ như phía Bắc từng hứng chịu. Tất cả là chín người. Chín người vượt biển, đứa vượt trời, đường đi muôn lối. Phải sáu mươi ba năm mới được thấy nhau, bạn bè tả tơi, thương quá... Tóc đã bạc, thì cũng phải, đâu còn như thuở đầu xanh, 63 năm nghe tàn phai tuổi chiều bóng xế. Họ ăn ít, chỉ bận nhìn ngó nhau qua đôi mắt có nhiều vết chân chim. Nhắc chuyện cũ, ừ, sao hồi đó tụi mình cứ ưa giận hờn! Có bạn nhận xét: Lệ nói như thơ! Thơ ra sao: "Phượng à hoa nở vì em". Phượng là Kim Phượng hay Thúy Phượng? Phan Thiết có trường Phan Bội Châu. Từ 1954 đến 1958 vẫn còn đó, trên mặt Phượng mấy sợi tóc vương...

Bức tranh ở trên được vẽ ra bởi một người có ký ức thật tốt: Trần Vấn Lệ. Mừng vui thay, anh còn tới những tám người bạn vụng dại thuở ấu thời đang kề cận mà kẻ khác, hậu sinh như tôi, chưa bao giờ đếm đủ. Nằm mộng cũng hao hụt loe ngoe ra một hai. Tôi lẻ loi, tôi buồn, tôi ganh tị. Làm sao đọc thông cái phân giải của ai kia: "Tình bạn, nó không là thứ gì lớn lao cả, nó chỉ gom một triệu điều bé nhỏ để gầy dựng nên". Về già, người ta vui với bạn hiền, cười đùa với cháu bé bỏng (một ngày sao chóng thế!).

Ở trên có nhắc tới Lệ nhân vật nam. Có nói tới Phượng nhân vật nữ, khiến dẫn trí nhớ tôi về bốn câu thơ của Bùi Giáng:

"Em có khóc? Ta xin em đừng khóc
Em nhìn ta? Lệ chảy có vui gì
Trang phượng mở giữa nguồn em hãy đọc

Nước xuôi dòng ngàn thu hận tan đi".

Hẳn các bạn từng đọc qua một trang phượng, ít nhất một lần trong đời. Trang phượng ấy nhằm dẫn chứng chữ lệ không nên hiểu là nước mắt (nào có vui gì!). Lệ này là Hoa Lệ, Lệ kia là Mỹ Lệ, thậm chí là Cẩm Lệ (địa danh nằm sát vòng đai thành phố Đà Nẵng, nổi tiếng món thuốc lá vấn mà Mạ tôi ưa hút).

Vậy thì với tôi, Trần Vấn Lệ là "trang phượng mở giữa nguồn em hãy đọc". Tôi đọc và nhìn ra đầy đủ tấm lòng nhân ái anh bày chật giữa những dòng thơ luân lưu chảy một điệp khúc êm ả: Tình Người. Tôi cảm ơn sự lạc quan anh mang đến trao trong khi người làm thơ khác vẫn còn giấu ở đó bao bất bình, bao phẫn hận chưa nguôi.

Thơ Trần Vấn Lệ luôn loay hoay với vấn nạn tình yêu, cách anh gỡ rối gần biến thành một thứ triết lý riêng anh tạo dựng. Trong "Làm Xong Một Bài Thơ" có nhiều câu "tới":

Làm xong bài thơ, chắc tôi bơ phờ? Có người vuốt tóc, một giọt nước mắt rớt trên tóc tôi... Tóc bạc hết rồi, không ngó lên nữa. Người đó ra cửa. Bài thơ tôi theo...

Tôi biết tình yêu không già như tóc... nhưng mà hạnh phúc thì... bạc như mây.

Tôi thích chữ đặng trong câu ca dao, "lấy nhau chẳng đặng, thương hoài ngàn năm". Ngàn năm bao lăm khi người ta bước xuống một bến nước, xuống đò sang sông?

Nếu bạn không cho đó là triết lý thì có chữ khác điền thế: Vô thường. Tôi rất mến chuộng bài thơ "Đời Vô Thường" sau đây, yêu lắm:

Tôi đi về Việt Nam, mua một ký thóc, đem rải cho chim ăn... thấy mình thật hạnh phúc. Bầy chim đậu lúc nhúc, chúng giành ăn, vui ghê! Rồi hết, chúng bay đi... về đâu, tôi không biết!

Một ký thóc ít thiệt, tôi vui được hai tuần. Tôi ngắm nghía cái sân... Cái sân chừ hoang vắng. Hết mưa, đang là nắng. Cái vắng là cái buồn. Sáng sáng mờ mờ sương. Trời bốn phương tụ lại. Tôi cứ ngồi nhìn mãi cái mặt sân bao la...

Không còn thóc ném ra thì chim không còn nữa... Việt Nam tôi còn đó mà xa lắm người ơi! Tôi thật là buồn cười, thấy mình như con nít! Thích cái gì ưa thích! Có gì thích bền đâu! Ngay cặp chim bồ câu, cũng không về mái ngói...

Hình như tôi mới nói? Nói gì trong cơn mê? Nói gì hỡi nắng hoe, nói gì hỡi lá héo? Đưa tay níu nhành liễu, tôi làm nhánh liễu cong. Tôi ngó về phương Đông, quê nhà tôi ở đó. Cái vòng trời quá nhỏ, nửa vòng trời mênh mông! Tôi thèm mình là sông trôi ra ngoài biển cả, về bưng cánh đồng mạ trải như lòng tôi phơi...

Hai tuần lễ qua rồi, một ký thóc đã hết! Bao giờ thì tôi chết? Hỏi Phật, Phật không biết... chỉ biết đời Vô Thường!

Tôi xúc động, tôi tự hỏi, tôi bần thần, tôi mê mệt: Có ông Việt kiều nào lạ lùng đến thế không? Ông dắt tay tôi về, cù ra ngồi ngoài sân, trong hai tuần chỉ để cho chim ăn. Thích lắm! Vui ghê! Có thế thôi. Ngắm nghía sự hợp tan, mới tụ bấy giờ thì trống vắng. Hết mưa tới nắng. Tỉnh táo rồi mê sảng. Quá nhỏ rồi mênh mông. Buồn cười cho hạnh phúc. Rồi tự nhận mình là con nít. Lạ, con nít làm gì biết tới lẽ vô thường!

Có nhiều chữ "ông con nít" ấy dùng mà người lớn đọc phải giật mình, ví dụ chữ "bưng": Tôi thèm mình là sông trôi ra ngoài biển cả, về bưng cánh đồng mạ trải lòng tôi phơi. "Người lớn" khác ông hẳn đã viết xuống chữ "ôm", hoặc "quàng", hoặc "vây", hoặc "níu". Hoặc này hoặc nọ chẳng sáng bằng bưng, không ví được. Ôi, ông Việt kiều nọ thật đáng yêu làm sao! Tôi ngồi bia ôm gọi vào di động ổng không bắt máy. Tôi tham quan Chú Ía, tìm lại động hoa vàng ở Lăng Cha Cả hối thúc liên hồi kỳ trận mà ổng bận ngồi cho chim ăn. Lạ đời là ông, mà vô thường cũng là ông vậy! Ông níu nhành liễu, mới hay ra nhành liễu cong là bởi tay mình. Hết thóc thì chim thôi tới, ấy là lẽ thường, sao ông nghĩ tới Việt Nam còn đó mà xa xôi? Ừ, thì chữ Vô Thường đã ẩn chứa một dấu hỏi. Triết lý là gì? Không phải nó mang đầy ngờ vực sao?

Trang phượng mở ra một bài thơ hay khác, xúc động dấy lên trong dịu dàng, vu vơ một nỗi buồn chưa tìm ra lối thoát. Và buộc tôi phải chép lại ở đây. Bài thơ mang tên ***Chẳng Qua Là Cái Cớ***:

Chị tôi lấy chồng có duyên Bình Định. Anh rể tôi, lính, hết giặc về quê, Chị tôi theo về nói giọng Xứ Nẫu...

Giọng nói không xấu (không xấu bao giờ). Thăm Chị, sau tù, tôi về ghé đó. Mấy đứa cháu nhỏ nói nghe như chim, khi đục khi êm líu lo ríu rít...

Tôi rời đất nước, nay, ba mươi năm, chỉ thư về thăm chớ chưa về lại. Nhiều khi tự hỏi Chị mình ra sao, nhưng không thư nào hồi âm tôi cả...

Sáu đứa cháu đã, chắc giờ lớn khôn? Tôi nhớ dập dồn. Tôi hỏi, im lặng... Trời mưa trời nắng, tôi nghĩ thôi thì thương nhớ làm chi để nghe đứt ruột! Tôi cầm cây thước đo lòng mình đau...

Cứ sống chiêm bao, đời ta thoải mái? Chị tôi con gái lấy chồng thì quên – quên anh quên em, quên Cha quên Mẹ. Xưa nay vẫn thế, ai lấy chồng xa...

Xứ Nẫu bao la hồi tôi ghé đó. Bây giờ nó nhỏ bằng giọt lệ lăn. Tôi có cố nhân, sang ngang mười bảy, từ rời xa Huế, bây chừ biết mô? Trời mưa, đang mưa, nhớ Quy Nhơn quá, nhớ Nam Phổ lạ. Nhớ cả đèo Cả, con đường xuôi Nam, xe ngang Phan Rang vang vang tiếng Nẫu, tôi đưa tay bấu thành xe, ngẩn ngơ!

Xe lên Cà Beu, xe lên Cầu Đất, tôi nghe tức ngực: phía sau Dran! Tôi nhớ cố nhân, nghe nói về đó từ ngày áo đỏ theo chồng cao nguyên... Xe ngang Đa Nhim, một hồ nước mắt...

Bài thơ buồn thật, tôi nhớ lung tung...

Trong tất cả những bài thơ của thi nhân Trần Vấn Lệ đặc biệt anh dùng đôi câu, một khổ, một đoạn đổi sang chữ nghiêng. Và chẳng mấy khi chú thích ngày tháng bên dưới. Cũng dễ hiểu bởi tôi biết, có khi, một ngày anh làm tới năm bảy bài là chuyện thường. Mười, hai mươi, ba mươi, lẽ nào đứng chung vào một ô lịch đóng khung, giam chật?

Ở ***Tôi Biết Sáng Mai Nàng Thức Giấc*** có thắp sáng một hình ảnh:

> *"Tôi làm thơ cho em gần xong... tôi xoay lưng ngắm má em hồng... em ơi biển không bờ em thấy... thấy nhé tình yêu chẳng tận cùng...*
>
> ...
>
> *Tôi hôn chân nàng hôn ngón út... tôi gọi tên làng Út của anh... tôi biết sáng mai nàng thức giấc... mắt huyền đậu lại ngón chân xanh..."*

Luôn luôn, nhập hồn vào thơ Trần Vấn Lệ, tôi thấy mình trẻ lại. Cảm giác như đang đi ngược thời gian, bởi chăng những nhân vật Nữ, những Nàng hiện diện trong thơ anh họ toàn là thiếu nữ cả, độ chừng mười sáu tới hai mươi, mà dẫu họ có là Chị, là Phu nhân, là Mẹ, là Ngoại, là Nội... thì tâm hồn họ tuồng như mới vừa va với bụi trần. Tóm gọn, họ có muốn già nhà thơ cũng chưa thuận lòng để phải lật trang đời vàng phai. *"Đưa cho anh hôn cái miệng"*, *"kìa cái mặt không ai đánh đã sưng, cái môi chưa ai hôn đã hồng"* là một ví dụ về thứ đánh cắp thời gian qua thủ pháp ân cần của nhà thơ.

Một đôi khi trang phượng có ký tên Trần Vấn Lệ chở tôi đi giật lùi về miền quá khứ, đánh động tới khung cảnh một "Vườn Xưa" của Tế Hanh (1957):

> *"... một ngày xuân em trở lại nhà*
> *nghe mẹ nói anh có về anh hái ổi*
> *em nhìn lên vòm cây gió thổi*
> *lá như môi thầm thì gọi anh về*

lần sau anh trở lại một ngày hè
nghe mẹ nói em có về bên giếng giặt
anh nhìn giếng giếng sâu trong vắt
nước như gương soi lẻ bóng hình anh".

Xong lại dẫn tôi về dặt dờ trước cánh cổng của Joseph Huỳnh Văn:

"ai cầm dưới nguyệt ai như mây
cỏ hoa rất lệ ngát hiên tây...
ai xoã tóc xanh, ai đẫm áo
nửa đêm ngất tạnh cầm buông dây
ôi nửa đêm sầu, sầu ngất tạnh
sầu như cầm, nguyệt tàn về đâu..."

Rồi khóa cứng tôi lại với hai câu của Bùi Giáng:

"Lên rừng hỏi lại chóc chim
vùng sương cố quận ai tìm ở đâu".

Trong mười hai trang lịch lớn, có một ngày tô son bằng một quả tim nhỏ. Lịch tiếng Pháp ghi chú: Saint-Valentine. Đó là ngày gì? Với tôi, ấy là hai mươi bốn giờ dành cho mơ mộng. Mỗi năm trải ra một giấc mơ. Tôi mong năm tới, giấc mơ tôi tựu thành là mong đón nhận một thi tập mang tên Trần Vấn Lệ. Tôi sẽ cẩn trọng gói trong giấy hoa, cột nơ đỏ để làm quà cho cô bạn cũ mãi còn lận đận ở phương xa. Em hãy đọc hết giúp anh, bởi em hiểu cho, người đủ sức để nói tới tình yêu, thay anh, chính là nhà thơ Trần Vấn Lệ. Một dòng thơ chân tình chảy trôi vào lòng, em có cảm được chăng? Em có thấy vậy không? Một món quà Hoa Lệ! Yêu em, lệ ngát hiên tây...

18 tháng Tư, 2017

* Chú thích: Những câu thơ nằm trong ngoặc kép là của nhà thơ Trần Vấn Lệ, không ghi năm tháng.

Kiều Minh Mạnh

Dran – Khối Tình Trong Thơ Trần Vấn Lệ

"Lâu rồi, hai thế kỷ/ bỗng tôi nhớ Đơn Dương/ nhớ con – dê – cô – đơn – ăn cỏ vàng tháng chạp/ thằng bé chăn dê hát/ Ai lên xứ Hoa đào"... Vậy đó, thật giản dị đến dung dị, Dran – Đơn Dương, mảnh đất như dải lụa kết nối vùng duyên hải miền Trung với cao nguyên Lang Biang đi vào thơ của Trần Vấn Lệ.

Giản dị vậy, bởi Dran – Đơn Dương chỉ được người ta biết đến như một vùng ngoại ô của thành phố ngàn hoa Đà Lạt. Một điểm dừng chân của khách du vừa vượt chặng đèo Ngoạn Mục, bắt đầu cảm nhận cái không khí mát lành của cao nguyên, sự bình yên bên những nếp nhà chen dày trong thung lũng, thấp thoáng bên triền đồi... giữa bạt ngàn màu xanh của rừng thông, của những vườn rau ven đôi bờ dòng Đa Nhim... Con người sống nơi đây cần cù cày xới, yên lành với cuộc sống bình yên như một tên gọi khác của Dran: Lạc Nghiệp. Nhưng cũng có biết bao đứa con đã vượt sông ra biển lớn, để rồi khắc khoải nhớ về nơi chôn nhau cắt rốn của mình với bao kỷ niệm buồn thương. Hình ảnh họ nhớ về là dòng sông tuổi thơ êm ả, những vườn hồng trái ngọt và màu vàng hoang hoải của những đồi hoa quỳ mỗi độ đông về... Chắc chắn đã có nhiều người viết về hoa quỳ, nhưng viết nhiều để người đọc có cảm giác màu hoa quỳ như một nỗi ám ảnh trong thơ hay trải suốt cuộc đời nhà thơ thì chắc mới chỉ có Trần Vấn Lệ.

Sinh năm 1942, ở Phan Thiết. Năm 1958, 16 tuổi, Trần Vấn Lệ được cha đưa lên Đà Lạt để tiếp tục học lấy bằng trung học đệ nhất cấp và tú tài. Chuyến đi đó như là định mệnh, vì nơi đến đã thành quê hương thứ hai, nơi ông trưởng thành và làm việc đến 31 năm, để lại trong ông những ấn tượng, kỷ niệm sâu nặng trở thành nỗi niềm hoài niệm khôn nguôi. Ông tâm sự: "*... Mình coi Đà Lạt như cha mẹ. Cha mẹ đổi thay nét mặt, thân hình... nhưng không đổi thay tấm lòng...*". Khối tình sâu nặng vậy nên Đà Lạt luôn hiển hiện trong thơ ông, hy vọng sẽ được nhắc sâu hơn trong một bài viết khác. Trong bài viết này, xin cho phép tôi dành riêng Trần Vấn Lệ cho Dran – Đơn Dương, một ga nhỏ ông đã dừng chân trên con đường đến nơi ở trọ...

Trong tâm tưởng của nhà thơ, Dran hiện lên như trong mơ một màu vàng chung thủy của nắng thơm ướp mật hoa quỳ. Dran đẹp như người con gái đẹp, với dải khăn len trắng vắt ngang sườn núi, với những vườn hồng trĩu trái chín, tiếng nhạc ngựa rung vang trong chiều. Dran thơ mộng "thơm ngát khói của ngày xưa" trên chuyến tàu lửa đã xa hơn năm mươi năm. Để bây giờ trong ông, nỗi niềm tiếc nhớ hiện ra với "Con đường xe lửa răng cưa nghiến"... Cũng trên con đường sắt lên xứ sở sương mù ấy, mà lúc trẻ trai chỉ nghe mùi thơm tho của khói, của nắng, của hoa; trong cuộc "trở về" trong tâm tưởng hơn nửa thế kỷ sau thì chỉ còn tiếng nghiến trong lòng, bởi đoàn tàu sắt từ lâu đã mất...

Quận Dran xưa như một cánh cung ôm bọc thành phố Đà Lạt gần trọn hướng đông nam từ Cầu Đất đến tận Liên Khương thuộc huyện Đức Trọng bây giờ. Dran bây giờ chỉ còn là một thị trấn nhỏ, bằng xã Lạc Nghiệp ngày xưa. Dran nhỏ vậy thôi nhưng đó chính là khu quận lỵ Dran ngày xưa, hình thành đồng thời với Đà Lạt, đối với người Dran là một trời kỷ niệm. Chỉ là một ga nhỏ giữa chặng đường sắt răng cưa huyền thoại Tháp Chàm – Đà Lạt, Dran đã là nơi dừng chân của bao lữ khách vô tình, nhưng lại hữu duyên với không chỉ chàng trai Trần Vấn Lệ. Mảnh đất này đã là nơi tạo cảm hứng để họa sĩ Đinh Cường vẽ nên những bức tranh để đời. Cũng mảnh đất này đã in dấu chân chàng du ca họ Trịnh, là nơi nhạc sĩ sáng tác nhạc phẩm "Chiều trên quê hương tôi" thi vị. Riêng đối với Trần Vấn Lệ, Dran đi vào thi ca thắm thiết màu hoa quỳ vàng, tha thiết bóng hình người thiếu nữ 17 tuổi sang ngang, để thi nhân mê mị trao đời hai câu thơ tình tứ: "Ai biểu em sinh ra làm con gái, để anh thề chê hết thảy giai nhân".

> *"... Chiếc xe đò Đà Lạt, xuống dốc về Dran, đường xe lửa nghiến răng, chỉ còn trong ký ức. Lạy trời em đừng mất... vì còn hoa quỳ kia! Lạy trời cuộc ngăn chia, đây là bờ bến cuối... Em ơi rừng với núi, anh lạy hết núi rừng. Anh như một con sông, ngược dòng tìm Mẹ suối. Anh như tàu lá chuối, trùm đầu một cơn mưa...*
>
> *... Nãy giờ tôi làm thơ... Lần đầu tiên giấy trắng, chở trái tim tôi nặng, về Dran cho nàng. Một chỗ mây tan hoang, cảm ơn lòng chưa vỡ. Em ơi, anh còn nhớ, em từng dấu bàn chân..."*
>
> (Em Ơi, Anh Còn Nhớ Em Từng Dấu Chân – Thơ TVL)

Mới đọc chỉ tưởng là một bài thơ tình, của một người thất tình, khi người trong mộng đã sang sông mà thi nhân thì chưa đủ tuổi lớn... Đó là người con gái 17 tuổi xuất hiện thường xuyên trong thơ Trần Vấn Lệ. Người con gái mới 17 tuổi áo hồng sang sông, như vầng trăng chưa kịp tròn, cứ khuyết mãi trong trái tim người. Nhưng lắng sâu hơn trong từng hơi thở của thơ ông, ta còn như thấy nỗi buồn sâu kín hơn, nỗi buồn bể dâu của dân tộc qua cuộc chiến chinh đẫm máu một thời hằn vào thân phận mỗi con người. Trong thơ, Trần Vấn Lệ như mượn một đôi chân hữu hình đưa ông trở về với quá khứ, với ký ức, với những kỷ niệm cứ trăn trở, quấn quýt trong trái tim đa sầu đa cảm. Người con gái như có như không, hòa lẫn vào màu hoa quỳ, hòa trong nắng thơm, vào hơi gió thoảng trong miền tâm tưởng.

Chúng ta sẽ còn đọc thấy rất nhiều lần trong thơ của Trần Vấn Lệ hình bóng người thiếu nữ tuổi 17 sang ngang đầy tiếc nuối. Có phải người con gái sinh ở Dran, đã học ở Trường Bùi

Thị Xuân – Đà Lạt, nói giọng Huế dịu dàng đã níu vướng trái tim chàng thi sĩ từ ngày ấy đến tận bây giờ. Để thêm cuộc chia ly, sự cách ngăn về địa lý giữa nhà thơ và cố quốc, khiến nỗi niềm hoài niệm của ông như cao lên, như sâu hơn. Đó là hình bóng một người con gái vô danh vô hình ẩn trong màu hoa quỳ chung thủy, hình bóng đó là em, em là hoa Dã quỳ – Dã quỳ là quê hương – quê hương giữa lòng Tổ quốc! *"Với người, tôi nghĩ là hoa. Với hoa, tôi nghĩ người là núi sông! Quê hương, ôi đẹp vô cùng. Câu thơ cẩm tú tôi lồng trong tranh"* (Chiều Sương Khói Tỏa – TVL).

Thơ Trần Vấn Lệ như văn xuôi nhưng có vần có điệu. Ông nắm rõ luật của thơ nên như tung hứng cùng con chữ, có bài hàng ngàn từ mà chẳng có dấu chấm, phẩy nào như đùa nghịch với khách tri âm. Thơ ông lạ, nhưng ông làm thơ dễ dàng như hơi thở, câu từ bình dị, cấu tứ giản đơn, dễ tìm được sự đồng cảm. Trần Vấn Lệ suy nghĩ bằng thơ, hoài niệm thành thơ, khóc cười cũng nên thơ...

Một góc Đơn Dương. Ảnh: Nguyễn Hữu Đô

LÂM TRUNG CHÂU
ĐỌC THƠ TRẦN VẤN LỆ

Ồ! THÌ RA LÀ VẬY!

Sáng mùa Thu trời đẹp. Lá vàng lác đác rơi. Nhà Sư huơ chổi quét. Thỉnh thoảng dừng tay, cười: "Trăm năm một kiếp người, một năm một kiếp lá. Xanh tươi và tàn tạ, bắt đầu – kết thúc, thôi!"

Nhà Sư nghe ai gọi. Quay lại, người đàn bà, ôm cái bọc chìa ra: "Này con của ông, đấy!". "Ồ! Thì ra là vậy!". Ông ôm bọc, vào Chùa. Người đàn bà ngẩn ngơ, quay lưng và đi mất.

Nhà Sư trước bệ Phật, mở bọc nhìn hài nhi, ông hôn, không nói chi. Ngày ngày chăm sóc nó. Mỗi sáng ông quét lá. Chiều chiều ông bế con / đi vòng quanh cái sân. Bánh luân hồi cứ chuyển.

Rồi một ngày lại đến, người đàn bà năm nao, thêm người đàn ông, vào, cúi chào ông lí nhí: "Thưa Thầy xin đại xá, trả lại con cho tôi". Nhà Sư mỉm nụ cười: "Ồ! Thì ra là vậy!"

Đứa bé thơ năm ấy / nó là con người ta. Ông gọi thằng bé ra, bảo nó chào Cha Mẹ. Dĩ nhiên có giọt lệ / từ con mắt ông lăn, ông nuôi nó bao năm, không luyến lưu không thể!

Ông nhìn theo thằng bé. Nó quay lại nhìn ông. Lá vàng

rơi trắng sân, ông cầm cây chổi quét. Bánh luân hồi quay miết. Hết Hạ đang là Thu. Mai mốt Đông vi vu / gọi mời mùa Xuân khác...

Xếp bằng trước bệ Phật, ông chắp tay nhìn lên. Trước mặt ông, mông mênh. Trong lòng ông, bát ngát. Ngoài vườn, tiếng chim hót / nghe vui như tiếng chuông.

Giọt nước mắt ông tuôn lăn tròn như viên ngọc...

Nam Mô A Di Đà Phật
Nam Mô A Di Đà Phật...

MỘT THOÁNG ĐƠN DƯƠNG

"Vô duyên sao khéo gây kỳ ngộ?
Trái nợ xui chi gặp gỡ này!" (*)
Không biết thơ ai mình cứ nhớ
Nhớ thơ... và cũng nhớ thương ai!

Xưa, xuống Dran, không ở mãi
Chỉ vài ngày tạm, ở rồi đi
Chiến tranh, bè bạn hao mòn hết
Có ở lâu thì cũng biệt ly!

Đến nỗi núi sông mà cũng biệt
Đất không níu được bước chân người!
Gió không thổi ngược bao mùa gió
Lòng cứ như là mây trắng trôi!

Vẫn nhớ Dran, nhớ lũng ngàn
Ngàn thông bát ngát gió thênh thang
Lũng chouchou mượt màu xanh mướt
Và tóc ai, Trời ơi dễ thương!

Hồi đó, ai là o nữ sinh
Hai con mắt biếc cứ ưa nhìn
(dĩ nhiên một thoáng rồi ngơ ngẩn
Rồi cũng mong chờ một tiếng Anh!)

... rồi chẳng bao giờ nghe tiếng đó,
Nghe chừng mười bảy nàng sang sông
Nàng sang cả biển, nàng sang Mỹ?
Trong lúc tôi trên núi trên rừng...

Thiếu ý làm thơ, tôi chắp vá
Thơ ai mờ mờ trong sương mây:
"Vô duyên sao khéo gây kỳ ngộ?
Trái nợ xui chi gặp gỡ này!"

Người ta hay bảo "đời vô thường"
Không trả lời giùm "sao cứ thương?"
Thương quá nắng kia, chiều nắng quái
Thương hoài dẫu một thoáng Đơn Dương!

(*) Thơ của bà Tú Hoa, mào đầu tiểu thuyết Bến Mộng.

Vào một ngày tháng 3-2016 Trần Vấn Lệ đi cùng Nguyễn Dương Quang đến tận nhà thăm tôi. Mà kể cũng lạ, chiếc cầu nối đưa Lệ đến với tôi lại là Nguyễn Thị Thanh Thúy một học trò cũ của tôi mà Lệ thường gọi là Nguyễn trong các bài viết của mình. Trước đó tôi và TV Lệ chỉ biết nhau qua một số bài cùng viết trong tuyển tập ***Tự Tình Cùng Sương Khói***, đây là lần đầu gặp mặt và trò chuyện với nhau. Sinh ra và lớn lên ở Phan Thiết nhưng chẳng mấy khi TV Lệ nhắc về vùng biển mặn quê mình ngược lại dạy học tại Dalat không lâu, lưu trú Dran cũng chẳng bao ngày, vậy mà mấy cái tên Dran/ĐơnDương/Dalat cứ như chất chứa trong tim của Lệ, lúc nào cũng chực tuôn trào:

LẺ LOI CON CHIM ÉN BAY TRÊN HỒ DANHIM

Tháng Mười về Đơn Dương, đúng mùa hoa quỳ nở...
Em về... vì em nhớ, ai đó, người tha hương!

Tháng Mười, mưa Đơn Dương, mưa trắng trời Đà Lạt, em nghe buồn man mác, người xa ôi người xa...

Tháng Mười rừng đơm hoa mà đầm đìa nước mắt. Núi, kìa núi cao ngất, rừng, kìa rừng thâm nghiêm...

Ai từng nói với em: Em-Người-Yêu-Duy-Nhất, mà kìa, con ong mật đi tìm hoa như em... Em biết nói gì thêm, trời đang mưa anh ạ, mùa Thu còn xanh lá, hoa quỳ vàng lưa thưa...

Đây, những con đường xưa, xe thổ mộ cọc cạch, tháng Mười nào len lách, anh hái hoa cho em... Em biết nói gì thêm? Trời bao la không bớt cái màu xanh nhợt nhạt, bao la bao la buồn!

*

Tháng Mười về Đơn Dương, em buồn, ai có biết? Tại sao anh biền biệt tháng Mười, đây, Quê Hương!

Tháng Mười ôi Đơn Dương tháng Mười ôi Đơn Dương ăn miếng cơm mà nghẹn! Lẻ loi con chim én bay trên hồ Đanhim...

(Trần Vấn Lệ)

Lẽ ra phải gắn liền với vùng biển trời bát ngát thì TV. Lệ lại mải mê ôm ấp rừng thông bạt ngàn với Cúc Quỳ hoang dại. Lệ tương tư Dran/ĐơnDương/Dalat rồi đó. Lệ tương tư Dã Quỳ rồi đó.

TV. Lệ là dân K24/SQTB/Thủ Đức, con nhà lính mà tính nhà thơ. Trái với vẻ ngoài thô ráp tưởng chừng khô khan nhưng đây lại là một con người rất giàu tình cảm, sống nội tâm. Tuy chỉ là buổi sơ giao, tưởng chừng gặp nhau một lần rồi như gió thoảng, không ngờ một tháng sau tôi lại nhận được mail của TV.

Lệ từ Cali. Ở vào cái thời buổi mà người ta chỉ cần nhắc phone lên hoặc mở máy ra gõ vài dòng messages là đủ để thăm hỏi nhau rồi, vậy mà Lệ đã dành nhiều thời gian để viết cho tôi một cái e-mail dài dằng dặc, lời lẽ chan chứa cảm tình:

Kính Thưa Anh Lâm Trung Châu (Dran)

Hôm nọ, 26 tháng 3 năm 2016, nhà thơ Nguyễn Dương Quang và Nguyễn đưa tôi tới nhà thăm anh chị. Dran, buổi chiều êm ả. Anh chị tiếp đón chúng tôi bằng nụ cười và chén trà thơm ngát. Lần đầu tiên tôi biết anh chị và tôi có cảm tình với anh chị. Tôi biết ơn anh chị đãi tôi chén trà thơm mùi Cầu Đất. Tôi biết ơn anh chị hỏi thăm tôi chuyện đường xa, chuyện đời xa. (trích e-mail)...

Chúng ta chia tay nhau mà bịn rịn thật tình, nhất là món quà anh dành cho riêng tôi, tập thơ anh làm, tự đánh máy, in copy, đóng và cho bạn bè, ai tri âm của anh. Tôi bỗng thành tri âm của anh, nghĩ khôngsướng sao! Tôi cầm tập thơ anh cho, ***Thư Cho Em Và Những Giây Phút Tản Mạn****, ôm nó vào lòng và hôn nó thay lời chào anh chị. Từ đó, tập thơ của anh luôn luôn đồng hành với tôi, tôi đọc, tôi cảm, tôi thương thơ, tôi thương anh...* (trích e-mail)

Trần Vấn Lệ là thế đó. Nhìn vẻ ngoài tưởng chừng cứng cáp lắm nhưng bên trong lại khá yếu mềm, có phần ủy mị nữa là đằng khác. Tôi tự hỏi, anh là Vấn Lệ hay Ngấn Lệ? Mà thôi, cứ đọc qua mấy dòng anh tiễn biệt bạn bè lần cuối:

VĨNH BIỆT ANH ĐINH CƯỜNG

Ở Dran hoa quỳ đang nở
Anh hứa về, sau Tết, mà thôi Tuyết đang bay nơi anh ngủ tuyệt vời
Tôi xin trải thêm nước mắt cho anh trôi về Tổ Quốc!
Anh Đinh Cường! Tôi, Trần Vấn Lệ, tôi đang khóc...
Thôi anh đi đi đường xa khổ nhọc
Tôi xa xôi không kể vai vác chút xíu quan tài...
(Temple City, CA 10 giờ 30 sáng 8 tháng Giêng 2016)

VĨNH BIỆT VÕ PHIẾN

Tối đó trăng tròn, trăng tròn đầy, người đi tan khuất tựa làn mây! Cali đưa tiễn mưa không hạt, tôi nóng ran người thương tiếc ai... Con hạc vàng bay trong trăng vàng. Con hạc vàng bay về Quy Nhơn. Tôi đưa tay hứng gì, không biết. Một chiếc lá rơi. Một nỗi buồn! Tôi khóc. Trời ơi tôi bật khóc. Từ nay tôi mất một Tình Yêu. Từ nay, vĩnh viễn...người-tro-bụi, còn lại Người...trang sách lật theo!

VĨNH BIỆT NGUYỄN XUÂN HOÀNG

Thêm một người rời Nhà Dưỡng Lão Tay không còn vin nữa chiếc xe lăn Không còn cần ai dìu đi từng bước chân Con Hạc Vàng cõng người về chắc đã tới Trời Đâu Suất? ... Nhà Dưỡng Lão Mission De La Casa buổi trưa lất phất Lá vàng bay Vĩnh Biệt Nguyễn Xuân Hoàng! Hai hàng ghế ở nhà họa sĩ Nguyễn Đình Thuần Chúa Nhật này một cái để trống...

Như thế là ủy mị quá rồi chứ còn gì, một sự ủy mị đáng yêu, đáng trân trọng. TV. Lệ viết rất nhiều, rất khỏe, không dưới ngàn bài thơ, đã xuất bản mười bảy, mười tám tập cả trong và ngoài nước, đọc không xuể. Thi thoảng Lệ cũng có viết tùy bút, tạp bút và cũng đã sử dụng nhiều bút danh như Trần Trung Tá, Trần Tú Uyên, Lê Phụng An, Lê Nhiên Hạo...

Đừng mong tìm ở TV. Lệ những câu thơ trau chuốt, bóng bẩy, mượt mà đọc lên nghe êm tai bởi ngôn từ anh dùng rất đỗi bình dị gần gũi với đời thường. Cách viết cũng vậy, là lạ, thơ mà cứ như văn, đọc văn mà cứ như đang nghe anh tỉ tê kể chuyện, như chuyện Nhà Sư nuôi đứa bé. Bỏ qua điều tiếng thị phi, mặc cho người đời đàm tiếu, Sư lặng lẽ nuôi bé nên vóc nên hình. Từ đầu chí cuối Sư chỉ thốt một câu: "Ồ! Thì ra là vậy! "rồi mặc cho Pháp Luân Thường Chuyển. Trần Vấn Lệ là vậy đó.

Lê Tam Anh

Trần Vấn Lệ – Người Thơ Và Đời Thường

Một gã đàn ông. Phải! lần đầu tiên tôi gặp, tóc tai bù xù, khói thuốc nhả liên miên, nói năng bất cần ai phê phán, thật mất cảm tình – tại tư gia nhà văn Đặng Phú Phong. Khi anh phát ngôn miệng có quai có xách. Lúc nào trên tay cũng có lon bia, để làm chứng ta đây một tay có sừng có gạc, nhưng đó cũng chỉ là làm dáng với kẻ lạ mà thôi. Tôi nghĩ là mình khó kết bạn với người nầy. Nhưng khi rượu vào... lời ra... thơ văng tung tóe như pháo nổ đầu xuân, tôi mới biết, à! Thì ra người dễ ghét kia là nhà thơ Trần Vấn Lệ. Đó là một ngày nắng đẹp, mùa hè năm 1997.

Trần Vấn Lệ trông bề ngoài rất ngầu, to con, có gương mặt rất nghệ sĩ, miệng hơi trề ra, môi dày, mũi thẳng và cao, mang cặp mắt kiếng to tổ chảng! Nhìn chung, vẻ đẹp trai nhưng hơi có tướng tay anh chị! Anh làm thơ dễ dàng, nhẹ nhàng như hơi thở, không suy nghĩ đắn đo, không cố gắng vay mượn điển tích hay đánh bóng văn phong!

Đúng là có duyên nợ với nhau, tôi lần lần có cảm tình, và mến tài năng của anh. Chúng tôi thỉnh thoảng gặp nhau mỗi tuần hoặc vài tuần một lần tại nhà của các bạn nghệ sĩ, họ tụ hợp để làm "văn nghệ" thơ văn bỏ túi. Nhà của Họa Sĩ Nguyễn Đình Thuần có thể nói là thường xuyên hơn hết.

Trần Vấn Lệ không lái xe, lúc nào tài xế đưa anh từ Temple City – Los Angeles cũng là anh bạn Huế, Nguyễn Phúc Liên Kỳ!

Hình như thứ bảy nào cũng thế, một nhạc sĩ Huế làm tài xế, đưa anh chàng thi sĩ gốc Phan Thiết "ngược đường vong quốc" về Little Saigon. Hầu như thứ bảy nào cũng có mặt một trong các quán càphê, cà kê dê ngỗng với đủ mọi hạng người thơ, văn, nhạc, họa... Và cuối cùng là xách vài thùng bia và ít đồ nhậu, rủ mấy bạn hợp gu đến nhà anh nào "chịu chơi" để "bù khú" cho đến chiều! Thỉnh thoảng tôi cũng có tham dự vào những cuộc vui nầy và rất là tâm đắc. Nhưng tôi, vì còn nghiệp chướng chưa cởi được, vẫn phải đi cày đêm tám tiếng đồng hồ, ngày thẳng cẳng ngủ... Cho nên năm khi mười họa mới lạc chân vào chốn "trần ai" đây bia rượu và thơ nẩy!

Trần Vấn Lệ, thoạt tiên, nếu ai mới gặp đều ít cảm tình vì cái "ngông" của một nhà thơ, mang đầy những vết hằn, những uất nghẹn thăng trầm lịch sử. Nhưng gần anh một thời gian, ta sẽ thích thú và mong gặp để nhìn nụ cười khinh đời của anh! Sau nầy chúng tôi đã thân nhau, tôi gọi anh là "Ông Đồ Gàn". Anh nghe tôi đặt tên anh như thế, anh chỉ mỉm cười.

Trần Vấn Lệ là tên thật của anh. Tôi lại giải thích theo kiểu chọc tức anh: "Tên của anh sao kỳ quá, vấn là dùng giấy cuốn lại, mà cuốn giọt lệ để làm thuốc hút cho nên mới chảy xuống trần ai...!" Nghe thế anh vẫn cười theo kiểu "don't care"! Đây là một con người có nhiều bút hiệu nhất, một thi nhân có nhiều thơ nhất: Trần Vấn Lệ! Ta thử kể những bút hiệu anh tự đặt cho mình là: Trần Trung Tá – Trần Trung Thuần – Trần Tú Uyên – Lê Phụng An – Lê Nhiên Hạo – Lê Nguyên Khái – Lê Hành Khuyên – Trương Nghĩa Kỳ – Nguyễn Tần Trãi... sở dĩ tôi còn thêm mấy chấm sau những tên "bút hiệu" là vì tôi nghĩ cái "Ông Đồ Gàn" nầy có thể đặt thêm cho mình nhiều tên nữa chứ không dừng ở con số đó đâu!

"Đồ Gàn" sinh năm 1942 tại Phan Thiết – Bình Thuận. Thuở "thiếu thời" là học sinh Phan Bội Châu – Sau đó vào Trường Sư Phạm. Làm nghề "gõ đầu trẻ" tại Đà Lạt, Lâm Đồng. Khi "Sơn Hà nguy biến" chàng cũng theo nghiệp đao cung vì tiếng gọi núi sông – Khóa 24 SQTB Trường Bộ Binh Thủ Đức. Ra trường "Chàng tuổi trẻ vốn giòng hào kiệt" về phục vụ ngay quê nhà –

Tiểu Khu Bình Thuận. Do tài làm thơ, cho nên vị sĩ quan hào hoa đã kết duyên với người đẹp nhất vùng năm 1963 và có với nhau được nhị Kiều! Nhưng nghiệp văn chương và nghề giáo của anh lại được Bộ Giáo Dục biệt phái trở lại học đường để dạy Quốc Văn trường Nữ Trung Học Bùi Thị Xuân Đà Lạt.

Cuộc đời tưởng đã yên phận với nghiệp văn chương và bầu rượu túi thơ, nào ngờ con thuyền Tổ Quốc ngả nghiêng trong cơn bão tố 30-4-75! Cũng như mọi người, anh quảy ba lô vào "trường Đại Học tù" tại G3 Sông Mao; ra tù năm 1981 và sang Mỹ vào năm 1989. Anh hiện cùng gia đình và các con định cư tại Temple City, Los Angles thuộc Calfornia.

Bây giờ ta sẽ lần lượt giở bầu thơ của ông Đồ Gàn Trần Vấn Lệ. Trong tay tôi có được mười sáu (16) tập thơ, được anh tuần tự xuất bản trong những năm tha hương tị nạn. Nghe nói anh còn những tập thơ lúc mới qua Hoa Kỳ được anh đánh máy, viết tay và photocopy tặng bạn bè và những bài đăng rải rác trong vô số báo chí – nhật báo, Tuần Báo, Đặc San, Nguyệt San... thì không kể... Trong tất cả các lần xuất bản, "ông Đồ Gàn" đã tự đặt tên cho các nhà xuất bản theo tưởng tượng gàn bướng của anh. Vì cho đến hôm nay, khi cầm tập thơ nào của anh ta lên đọc, chúng ta đều không biết nhà xuất bản mà anh ghi ngoài bìa nó ở đâu...! Nẩy nhé, chúng ta cứ xem các tập thơ: ***Hình Như Từ Trong Chiêm Bao*** do nhà xuất bản "Người Thượng" – ***Hỏi Sao Không Buồn Cho Được***, nhà xuất bản "Người Tàu 2000" – ***Nếu Bước Chân Ngà Có Mỏi*** nhà xuất bản "Người Nga 2004" – ***5 Năm Ngàn*** người Ba Lan xuất bản! ***Mai Sau Kiếp Khác***, Người Anh xuất bản tại Mỹ (?) – ***Chiều Bên Song Đứng Trông Làn Khói***, Người Ban Mê Thuột xuất bản...! Có thể nói, Trần Vấn Lệ là một nhà thơ "ngông" hay tàng tàng... Những nhà xuất bản theo kiểu nẩy chỉ lập ra để có trên bìa thơ của nhiều bút hiệu Trần Vấn Lệ mà thôi!

Với tập thơ May ***Mà Có Em Đời Còn Dễ Thương*** do nhà xuất bản Người Mỹ (?) năm 2001. Ngoài bìa sau có bài thơ viết với dạng văn, không sang hàng theo thứ tự:

"Trời xanh lốm đốm làn mây trắng, tưởng suối ngàn khô trải tấm lòng! Em cũng hiện ra như thế nhĩ, tôi đâu buồn mãi với thương mong! Chao ôi! Tôi nói như thi sĩ, tựa cái mơ hồ nói ngân ngơ! Em tận bên trời, xa lắm lắm, gió rừng mây núi cũng bơ vơ..."

Trong một đoạn thơ "Tội và tình":

"Vì sao Chúa chết cho ta sống?
Câu hỏi ngàn năm đã mốc meo!
Cây Thánh Giá kìa, sương nhỏ lệ
Không chừng mai một rậm dây leo!"

Hay ta giở những trang thơ trong ***Nếu Bước Chân Ngà Có Mỏi***:

"Em đãi anh ăn tô bún Huế, ngồi bên cứ nhắc: chớ ăn cay, đừng nêm thêm mắm, nên kiêng mặn. Bún Huế bỗng thành mì La Cai!

"Hai đứa mình chiều đi dạo phố, đi bên em cấm anh nhìn nghiêng, cũng đừng liếc dọc hay nheo mắt, em nhắc: anh thề chỉ có em!...

"...Rất nhiều kỷ niệm em khơi lại, em vẫn hiền như em rất xưa; Thế mà anh lỡ nhìn sương khói, có bữa em hờn xé hết thơ..."

Đồ Gàn được ghen như thế nầy thì rất là "đã"!

Bên trong, trang 61, có bài thơ ***Đoạn Trường Tân Thanh*** như sau:

"Buổi chiều, người yêu tôi nói: Anh à em mới xem phim thấy Việt Nam mình khổ quá! Quê hương mình em muốn quên! Đây cảnh những người đánh cá, khổ ơi là khổ trăm bề. Không bàn tay nào lành lặn, những đường nứt thấy mà... ghê! Đó là những ray rứt khôn nguôi về một quê nhà đau khổ trong lời thơ..."

Hình như Trần Vấn Lệ đã xa quê hương hơn hai mươi năm, nhưng tâm hồn anh lúc nào cũng vương vấn vào bờ biển cá tôm quê hương Phan Thiết. Qua gần hơn hai mươi (20) tập thơ được ra đời; đây là những đứa con tinh thần của anh và hình như ta cũng cảm nhận được nỗi đau "mất quê hương" của một tâm hồn nhà giáo đã bị "tháo giày" từ cơn hồng thủy năm 1975! Toàn bộ những bài thơ trong tất cả những tập thơ dày cộm là hàng nghìn tiếng thở dài, hàng vạn niềm ước mơ trong chỉ có một con người mang theo cho mình nhiều bút hiệu.

Trong tập ***Mấy Ai Biết Mình Sống Một Thời Trong Trang Thơ***, anh than thở ngoài bìa sau:

"Sáng tự dưng nghe gió trở mùa
Buồn
Con chim hót tiếng vui thưa...
Hoa
Còn ngậm giọt sương mai đọng
Trời ảm đạm trời như muốn mưa!
Tôi đốt thuốc lên
Nhìn khói tỏa
Mù tan...
Không để chút hương thừa!
lạnh buồn
Chẳng biết từ đâu lại
Nhớ quá quê nhà lúc tiễn đưa...
...
Nhìn ra trời đất không gì lạ
Chỉ lạ sao mình lại có thơ

Đây là một bài thơ, tác giả để lộ hết tâm tư và nỗi buồn vào ***Vịnh Năm Ất Dậu 2005***:

"Tết nhất của ta hay của Tàu,
Đại Hàn Nhật Bản
có là sao"
Một năm tất bật mong ngày mới

Nhật tân! Nhật Tân! Hựu nhật tân
Ối dào!
Năm con Gà
Pháo lưa thưa nổ
Là biết Tàu chê Ất Dậu niên!
Sáu chục năm xưa – năm Ất Dậu
Dân mình chết đói, hỏi ai quên"
Năm con gà... cúm gà đang phát
Du khách co chân cụt cẳng rồi
Châu Á vừa qua cơn sóng dữ
Lại thêm hết chỗ để mua vui!
.....
Những người homeless không nơi tựa
Thì rũ rê nhau xuống địa đàng!
Năm con Gà hóa năm con Ngỗng
Mặc sức tung bay bốn phương trời...
Ta – Nhật – Đại Hàn – Tàu... ngửa mặt
Pháo thành tiếng sấm của thiên lôi!"

Với một gia tài hàng ngàn bài thơ trong nhiều bút hiệu rải khắp mấy chục tập thơ dầy cộm là một đặc biệt của con người thơ Trần Vấn Lệ! Chắt chiu từng đồng, rồi gửi cho nhà in để có thêm một tập thơ nữa tặng bạn bè, cứ thế ngày tháng dần trôi... Con dốc, anh thường chứng kiến qua làn sương mù vùng thị trấn Temple, thấy những bóng dáng lạ xứ người mà mơ về vùng Ban Mê Thuột xa lắc xa lơ, vùng rừng thông Đà Lạt đầy hoa rừng và thông reo; hay quê hương Phan Thiết đầy tôm cá! Ôi! Ngày hai buổi lầm lũi trên những con đường xa lạ xứ người mà đau lòng xót dạ. Tuy quê hương mới đã nuôi sống thân già, nhưng người thơ trong lòng cứ giục giã quay về với những quá khứ đam mê! Con người Trần Vấn Lệ vì thế mà trở nên xa lạ với chính mình, hồn thơ dồn dập với chỉ có thơ nhưng không thể thỏa mãn được khát khao trở về mộng cũ! Cho nên thỉnh thoảng Trần Vấn Lệ nổi loạn trong chính anh và cũng chính anh đã kiềm chế để phun ra những lời thơ ước đẫm hoài mong, nặng trĩu từng trang

Trong tập thơ ***5 Năm Ngàn***, có bài ***Mai Kia Tôi Chết***

"Bằng hữu của tôi còn mấy đứa, một mai tôi chết cũng không sao! Chúng sinh tị tỉ loài chen chúc, tro bụi rồi bay tới chỗ nào"

... Tôi sẽ chết như người lính cũ, chôn bờ chôn bụi chốn sơn lâm. Biển dâu đã khiến tôi quên họ, không có lúc nào đi viếng thăm.

...Tôi thường ra nghĩa trang thành phố, đứng rất lâu nhìn những mộ bia, này kẻ nổi danh người đạo hạnh, thấy mình mãi mãi đứa nhà quê.

... Chiều nghĩa trang! Chiều nghĩa trang! Tôi nhai cọng cỏ nói mơ màng; mai kia mình chết nằm đây nhỉ, người lạ thương tình đốt nén nhang"

Đây là một bài thơ Đường Luật tiêu biểu của Trần Vấn lệ nói về chính mình được in trong ***Mấy Ai Biết Mình Sống Một Thời Trong Trang Thơ***:

SINH NĂM 1942

"Từ tuổi thanh xuân tới tuổi già,
Đường thời gian đó có bao xa.
Bao lần dâu bể xoay luồng nước,
Mấy lượt phong sương xóa mộng ngà!

Nhớ tiếng nôi đưa không trẻ lại,
Nghĩ lời tiễn biệt muốn tuôn ra.
Trót sinh nhằm lúc đời ly loạn,
Nhắm mắt chưa nghe khúc thái hòa!"

Qua bài thơ nầy, chúng ta có thể thấy hết nét thơ và dáng dấp người thơ Trần Vấn Lệ! và cũng thấy được một trong những nét rất "đời", bất cứ bài thơ nào, câu thơ nào trong thơ Trần Vấn Lệ ta cũng thấy có hình bóng của chính ta!

Nếu Bước Chân Ngà Có Mỏi, Mấy Ai Biết Mình Sống Một Thời Trong Thơ, May mà có em đời còn dễ thương, Ta Nhớ Người Xa Cách Núi Sông, 5 Năm Ngàn, Mai Sau Kiếp Khác,

Nói Thầm Với Thơ, Hình Như Từ Trong Chiêm Bao, Hỏi Sao Không Buồn Cho Được, Con Trao Trảo Bờ Ao Bay Đi Buồn Lẳng Lặng, Ngàn Thu Hội Lại, Trăm Năm Để Lại, Gởi Em Một Đóa Hoa Hồng, Chiều Bên Sông Đứng Trông Làn Khói, Từ Lúc Đưa Em Về Là Biết Xa Ngàn Trùng, Chữ Gì Mang Không Nổi Chữ Gì Gió Thổi Không Bay... Là những tập thơ tiêu biểu của nhà thơ Trần Vấn Lệ!

Có thể nói, ta sẽ không bao giờ đọc hết thơ và hiểu hết ý thơ của nhà thơ "Gàn Bát Sách" nầy đâu! Làm thế nào ta có thể ngồi ngâm nga, nhâm nhi hàng ngàn bài thơ, "một đống thơ" của một thi nhân sáng tác thơ của Trần Vấn Lệ" Nó như như hơi thở, như làn khói hay đám mây bay hàng hà sa số...!

Có lần tôi nói riêng với "Ông Đồ Gàn" là tôi sẽ viết một bài về anh! Anh gạt đi và mắng: *"Con người khi chết không để lại gì là an bình nhất. Đừng để cho hậu thế thấy cái mặt của những người không làm gì được cho quê hương...!"*

Ôi sao mà thấm thế! Hôm sau anh gởi cho tôi qua email một bài thơ không đề:

"Lòng không chi cả sao nằng nặng,
Hay tại chiều mưa... mưa ở đâu"
Ở mắt người thương vừa mới nhắm,
Ở trong vườn ngoại gió vi vu...

Hai mươi năm chẳng tôi lầm lũi,
Cơm áo vô duyên bạc tóc đầu,
Chưa một tiếng mừng cho kẻ đợi,
Nói chi tay nắm – mắt nhìn nhau...!

Thế cho nên, qua thời gian, tôi tự tìm kiếm những gì liên quan đến Ông Đồ Gàn Trần Vấn Lệ để viết những dòng nầy gọi là chút tri âm tri kỷ! Mong anh hiểu và sẽ thứ lỗi cho tôi là đã "đem thơ anh rao khắp bốn phương trời"!

Cuối năm 2009

LÊ THỊ MỸ CÔNG
LẤY THƠ LÀM THUYỀN

Thật may mắn bất ngờ khi đọc tập thơ Mai Sau Kiếp Khác của thi nhân Trần Vấn Lệ (TVL), như cuộc du ngoạn vào cõi tâm thơ sâu sắc và độc đáo! Được gặp một tâm hồn lãng đãng thơ ở thời hiện đại của thế kỷ 21 là điều vô cùng quý hiếm!!!

Người thơ ấy bước trong đời thực như la đà trong cõi mơ! Thi nhân đã hòa tan hiện tại vào cõi hoài niệm; đem sắc màu kỷ niệm tô lên đời sống thực để mà chiêm ngưỡng!

> "*Ta vừa đốt thuốc cho bay khói, ta tưởng ta ngồi trong gió mưa!*
> *Mưa gió! Hỡi ơi! Mưa gió cũ! Chẳng bao giờ mới với thời gian! Năm xưa, đào nở thơm đầu ngõ. Năm mới, bây giờ, hương xốn xang...*" (tr. 51)

Mang "cái tâm thơ", thi nhân cho rằng:

> "*Không gì sâu hơn thương*
> *Không gì xa hơn nhớ!*" (tr. 77)

Và vì thế, bàng bạc khắp tập thơ luôn tràn đầy những trăn trở với kỷ niệm, với quê hương; những niềm thương và nỗi nhớ da diết xa xăm!

Điều rất đặc biệt khi đọc tác phẩm của thi nhân TVL: mạch

thơ chảy tuôn nhè nhẹ, thong thả như từ mạch liên tưởng miên man giữa thực và mộng, giữa hiện tại và hoài niệm; sự suy tưởng nhạy cảm, đa cảm và đầy suy tư! Một phong thái biểu cảm thoáng chừng như văn xuôi nhưng rất du dương nhịp nhàng, rất ngọt ngào, và thơ hơn thơ!

Với cách riêng đó, thi nhân đem những điều trông thấy, hoặc chỉ ẩn bên trong những việc bình dị đơn sơ, nhưng mang cả nỗi niềm, gợi ra những phần đời, đậm đà sắc màu kỷ niệm:

> *"Ba giờ. Thức dậy, nghe xe ngựa lóc cóc...*
> *Hé cửa nhìn ra... sương sa trăng rọi..."*
>
> *"Ba giờ. Thức dậy theo thường lệ, ta bắc nồi cơm ngó lửa hồng, nhìn nước sôi lên và gạo nở và nồi cơm chín, vắt ra đồng..."* (tr. 57)

Bạn đã bao giờ ngồi bên bếp lửa hồng reo vui, bên nồi cơm sôi chín tới, và trông trời đêm hừng sáng?

Nghe thương quá những kỷ niệm nơi quê nhà! Đã bao lâu rồi bạn không nấu cơm như thế nữa?! Trong một ai đó đã từng có những phần đời chắt chiu như thế!

Ơi! Những trái tim xa xứ hãy bồi hồi cùng thi nhân:

> *"Lâu rồi, nhớ lắm đêm hừng sáng, thổ mộ lăn lăn đá sỏi buồn. Ta bỗng nghe lăn dòng nước mắt, chảy hoài biết có tới Quê Hương? "*(tr. 58)

Mạch thơ của TVL cứ tự nhiên, cứ ngọt ngào trong bất cứ đề tài nào: thời sự, lịch sử, hoặc kể chuyện bình thường nhất:

> ... *"Một hôm, tôi làm thơ, chợt nhớ chuyện con chó, tôi bèn viết về nó. Như vậy. Còn chi hơn? Nếu có hôm nào buồn, mở ra và đọc lại. Chuyện đời quên phải trái, giữ mãi trong tim mình, chữ Tình – Tình Bất Diệt! ..."* (tr. 118)

(chuyện con chó giữ mồ chủ đã chết, rồi cũng chết sau đó ba năm)

Hoặc những băn khoăn như:

> *"Nước mạnh dân giàu, như thế chăng? Làm quan nhỏ, lớn, đều quan tham! Làm người, thì phải người xa xứ, áo gấm về làng mới vẻ vang!*
>
> *Tội nghiệp thằng dân ngồi ngó núi, nhìn sông, rên siết núi sông ơi..."* (tr. 31)

Qua sự sụp đổ của hòn Phu Tử, người thơ buồn cho thế sự:

> *"Đá cứng thế kia mà rã rượi*
> *Lòng mềm mấy cũng thế, không hơn?"* (tr. 169)

Thi nhân thường tựa lưng vào hiện tại nhưng mắt hướng về hoài niệm xa xưa:

> *"Chỗ này, tôi biết, tôi đang ở xa lắm vườn dừa xao xác chim, xa lắm tiếng chuông chùa ngói đỏ rong rêu nằm bám giấc sầu miên..."*
>
> *"Tôi đứng ngả lưng cây trụ điện ngó ra xa lộ bụi bay mù – cái mù của một ngày đang xuống, cũng cái mù xui nhung nhớ xưa..."* (tr. 14)
> *...những con cò đã bay về núi. Núi đã mờ. Mờ, như Cố Hương..."* (tr. 16)

Con người bất lực trước vận mệnh. Thế cuộc xoay vần, người thi sĩ cũng không thoát khỏi vòng xoay ấy và người làm thơ chỉ còn một cứu cánh cho mình:

> *"Ơi em, sông có hai bờ, đời ta không lẽ lấy thơ làm thuyền?"* (tr. 50)

Vâng! Thơ là cứu cánh cho người làm thơ vậy!!! Thơ sẽ chuyên chở giùm thi nhân – người luôn mang nặng nợ ân tình; thương mây, thương gió, thương màu quê hương, thương hương đồng nội, thương hoài không thôi. Nên có khi:

"Tôi ngồi trên đỉnh tháp (tháp xây bằng nỗi buồn). Không gì sâu hơn thương. Không gì xa hơn nhớ! Đà Lạt thương không ở, mỗi lần nhắc là đau như vừa tỉnh chiêm bao..." (tr. 77)

Nhớ quá quê hương, Đà Lạt khi mưa lê thê của thi nhân đẹp như mái tóc thề trong mưa:

"Tôi nhớ em muốn về, chải cho em tóc thề những dòng mưa lóng lánh..." (tr. 77)
"Ôi tôi buồn tôi nói. Nghe gì không mưa, mưa..." (tr. 78)

Tình quê thì quá nồng nàn, nhưng dòng đời cứ đem con người đi mãi... Cho nên người thơ bỗng trở thành lãng đãng:

"Nếu có chiêm bao... chẳng bận lòng..."

"Thấy được chiêm bao rồi tỉnh ngủ... người ta quên bẵng giấc sầu miên? Mười năm lạ xứ ngờ lâu lắm, mà đã hơn mười, vẫn chửa quen!" (tr. 98)

Và cũng rất lãng đãng với tình yêu:

"Em đọc bài thơ nhảm, xin em một nụ cười. Bây giờ xa thăm thẳm hồi anh tuổi hai mươi..."

Tình yêu với thi nhân luôn ngời sáng như tia nắng mặt trời:

"Nhiều lúc tôi bồng bềnh thấy mình như mây nổi, thấy ngày không bóng tối vì em là mặt trời. Nhiều lúc tôi bật cười, thấy mình vô lý lạ: tại sao em xinh quá cho thiên đường bao quanh?..." (tr, 108)

Và người thơ còn muốn mang thơ để:

"Nối cõi người ta với cõi Tiên..." (tr. 137)

Tình của thi sĩ là thế! Cứ trải rộng ra như không có giới hạn nào cho thơ:

"Nếu dẫu giữa nhà bưng bít cửa, ngọn đèn leo lét... vẫn mông mênh!" (tr. 138)

Thi nhân Trần Vấn Lệ đã làm điều kỳ diệu qua mạch thơ tự nhiên trôi trong bất cứ đề tài nào, như hơi thở ra, như lời tâm tình miên man của mạch văn xuôi, nhưng ngọt ngào hơn cả thơ!!!!

Và trước tất cả những trăn trở của cuộc đời... người thi sĩ chỉ còn thốt lên:

"Tôi làm gì, bây giờ, không lẽ cứ... làm Thơ?" (tr. 163)

Vâng! Xin cám ơn Thi Nhân! Hãy dùng Thơ để chuyên chở giùm Cuộc Đời những gánh truân chuyên, bằng cung bậc THƠ nồng nàn; để Cuộc Sống nhẹ nhàng và thi vị hơn.

Lê Thị Mỹ Công
Plano – Texas, 2005

T

MÙI QUÝ BỒNG

BUỔI TỐI ĐỌC THƠ TRẦN VẤN LỆ

(tặng TVL)

Buổi tối đọc thơ Trần Vấn Lệ,
Không dưng lòng bỗng thấy rưng rưng,
Phải chăng ai đó người tri kỷ,
Đã nói giùm tôi những vấn vương.

Đưa em là biết xa ngàn trùng,
Là chất trong hồn nỗi nhớ thương,
Là môi khô héo lời âu yếm,
Là mắt hoen mờ, lệ ngả nghiêng.

Trời mưa buồn quá sáng hôm nay,
Những cành cây khóc giữa ban ngày,
Những ngọn cỏ hờn đau nước mắt,
Và tôi vòi vọi ngóng ai đây?

Đừng trả lời tôi, em nhớ thương,
Để yên tôi ấp ủ mùi hương,
Cứ để tôi mơ ngày tái ngộ,
Nói chi những sáo ngữ vô lường!

Mưa nắng hai trời, mình hai ngả,
Tôi mưa, em nắng, khác chi đâu?
Hà cớ phân chia hai vũ trụ?
Còn, mất cuộc tình, cuộc bể dâu?

Mùa Thu nào khác kẻ qua đường?
Em đến, rồi đi, như khói sương,
Tôi có, rồi không. Không hay có,
Cách nào thì cũng vẫn bung xung!

Tất cả thơ tôi là tiểu thuyết,
Đời thật nào có chút gì vui?
Những chữ ngợi ca tình diễm tuyệt,
Chẳng qua chỉ để đọc chơi thôi!

Xé lịch mười năm nhìn nát dạ,
Mười năm tôi vắng bóng em rồi,
Mười năm tự nhủ: "Ồ sao lạ,
Từ mất em rồi, tôi vẫn tôi."

Nguyễn Hữu Thời
Trần Vấn Lệ, Anh Là Ai?

Tôi nghĩ Trần Vấn Lệ là một người bạn văn nghệ mà tôi đã "gặp" trên nẻo đường đời mịt mù gió bụi.

Tôi nghĩ thế; nhưng... tôi biết gì về con người Trần Vấn Lệ, để trả lời câu hỏi trên?

Tôi biết quá ít.

Tôi chỉ biết quê nhà của Trần Vấn Lệ là vùng biển cực Nam miền Trung, nơi đã sản sinh một nhà thơ thiên tài bất hạnh.

Trần Vấn Lệ sinh ra và lớn lên ở đó, thành phố mặn chát muối biển; nhưng anh rời nó mà đi, để sống quãng đời thơ mộng nhất ở Dalat, nơi anh dạy học tại một ngôi trường nữ nổi tiếng. Trần Vấn Lệ đã sống, làm việc ở Dalat một thời gian khá dài, đủ để anh thấy mình đã thuộc về nó.

Về thơ Trần Vấn Lệ thì tôi càng biết ít hơn nữa.

Bài thơ đầu tiên mà tôi đọc được cho biết anh đã là một người lính:

"3 giờ chiều rồi đó, mà nắng vẫn chưa lên. Ba tháng rồi sau Giêng, tháng Tư buồn muốn khóc. Thời gian con

đường dọc, lòng tôi con đường ngang. Tôi nhớ ai? Việt Nam? Tôi nhớ ai miên man...Tôi nhớ làng, nhớ xóm, nhớ những con đom đóm những đêm không có trăng. Tôi nhớ những dấu chân, chân em in đường đất. Ôi trời mưa lất phất, nước mắt của trời sa..."
(3 Giờ Chiều)

Trong bài thơ này, anh nói lên nỗi nhớ của mình. Anh nhớ miên man, nhiều thứ: làng, xóm, những con đom đóm... cơn mưa lất phất... một người con gái, với những dấu chân trên con dốc đường Hai Bà Trưng, trong "Tháng Tư Buồn Muốn Khóc".

Đã nhớ một ngày tháng Tư buồn muốn khóc thì không thể không nhớ ngày người ấy đi lấy chồng; vì hai biến cố này, cái xảy ra sau, cái xảy ra trước; đều buồn như nhau, buồn bằng nhau:

"*Người ta thì rượu hồng, người ta thì pháo đỏ, em vẫn cô gái đó, cúi đầu đi bên ai. Rồi, tôi một người trai, súng gối đầu nằm ngủ. Bao nhiêu năm rừng rú, em, hú hồn lạnh tanh...*"
(3 Giờ Chiều)

Anh đi lính; và cũng vì cái biến cố "tháng Tư buồn muốn khóc", đã phải trôi dạt "quê người lạc lõng", "mất mát... cả Quê Hương", quê hương được anh viết hoa.

"*... Tôi đang tựa chỗ nào trên quê người lạc lõng? Mỗi ngày mình còn sống, mỗi ngày mình còn xa...Ngôi nhà núp dưới hoa, con đường đi lên dốc. Em ơi hoa quỳ mọc trên vệ đường... long lanh, tôi quỳ xuống chung quanh bao nhiêu người kinh ngạc. Có gì cũng mất mát... cả Quê Hương Trời ơi!*"
(3 giờ chiều)

Hai tiếng kêu "Trời ơi!" thoát ra không kềm hãm xuất phát từ đáy lòng một con người đa cảm là kết tụ của nỗi hoài hương ray rứt.

Đã mất quê hương; người ta chỉ còn biết hoài niệm.

> *"Mười bảy tuổi em cười, cố gắng cười, chụp ảnh. Mười chín tuổi tôi tránh thành phố...vào quân trường! Nói thế, em khỏi buồn để sinh con đủ tháng. Tôi lau từng viên đạn bắn vào trái tim tôi!"*
> (3 Giờ Chiều).

Bài thơ rất hay này, mà nhà thơ gọi là tùy bút, là loại ngũ ngôn "riêng" của Trần Vấn Lệ, một phong cách khó lẫn với người khác. Ngắt câu tự do như văn xuôi, mà đầy nhịp điệu, mạch thơ liền lạc, chữ nghĩa của Trần Vấn Lệ đơn giản; nhưng cách dùng những chữ nghĩa ấy thật điêu luyện. Nếu có thể đi vào thế giới thơ của Trần Vấn Lệ, người đọc tha hồ thưởng ngoạn những bài thơ kiểu tùy bút như vậy:

> *"Giờ này, Mỹ, tôi thức. Mặt trời lên, chói chang. Em vẫn ở Việt Nam. Đêm. Trăng cài song cửa..."*
> (Một Bài Thơ Nằm Ngoài Giới Hạn)

Thơ nằm ngoài giới hạn, vì tình yêu không biên giới. Ở Mỹ mà luôn nhớ về Việt Nam; vì xác thì ra đi, mà hồn thì ở lại; với em (một chữ M viết hoa, như tựa một tập thơ của tác giả mà tôi chưa được đọc).

Em là một người con gái; mà em cũng là quê hương. Nhưng... e rằng quê hương yêu dấu đó giờ đã thay đổi (hay đã mất?):

> *"...Một Việt Nam đẹp xinh*
> *Tất cả là giấu giếm*
> *Đại lộ thành đường hẻm*
> *Những đống rác cháy xém cứ cháy xém hoài, mùi hôi!*
> *Những đứa trẻ mồ côi làm ăn mày mãi mãi... Tiên không học lễ nghĩa Hậu, cần gì văn chương*
> (Thư Gửi Về Việt Nam Không Tới Tay Người Nhận)

Những câu thơ trơ trụi và đau... Đau lắm! Trần Vấn Lệ tự thấy đáng lẽ mình không nên viết ra những câu thơ như vậy:

"Tôi làm thơ, em nói vô duyên Thôi đừng đọc để cho tôi chờ gió...để tôi chờ áo lụa vàng qua ngõ, cô học trò mười bảy tuổi, xa xăm!..."
(Em Có Bao Giờ Đứng Ngắm Mùa Đông)

Thời gian đã lấy mất của nhà thơ những gì rất đẹp, nên đã có những câu thơ "vô duyên" đó. Chiếc "áo lụa vàng qua ngõ" và "cô học trò mười bảy tuổi" đã quá xa xăm!

Không còn nữa!

Chỉ còn sự trần trụi... của cuộc sống và của thơ. Nhà thơ nhìn nhận:

"Thơ tôi trần trụi thiệt kỳ! Không vui đừng đọc, buồn thì buồn thêm! Vậy mà cứ gửi về em, để em mở thấy đầy thềm lá bay... Từ bao giờ đến hôm nay, không hình ảnh mới chỉ đầy cố nhân!..."
(Thơ Tôi Độc Thoại)

Nhưng... đọc lại mới thấy cái trần trụi đó chính là thơ.

Như bao người trai khác, nhà thơ không quên những năm tháng làm lính:

"Nhớ thuở Bình Long/ qua rừng trăng vỡ/ lá cao su đổ/ đường rừng máu rơi...

Nhớ thuở xa xôi/ đi trong lằn đạn/ buồn bay tứ tán/ rừng cao su tan...

Một thuở Việt Nam/ trăng còn một nửa/ nửa kia là gió/ lộng áo nhà binh...
(Trăng Đêm Mồng Bảy)

Người ta thường nói "Gió bay tà áo em..." chẳng hạn; Trần Vấn Lệ lại nói "lộng áo nhà binh". Hay thật! Mà đúng quá! Người lính cũng có vầng trăng của riêng mình, dù chỉ còn một nửa. Để nghe gió thổi. Để mơ mộng.

Dù rất mộng, nhưng thơ Trần Vấn Lệ không vui chút nào.

Ai cũng "thấy" như vậy, trước hết là tác giả:

> *"Thơ tôi... một cõi tứ bề, buồn trăm phương cứ đổ về một phương!"*
> (Thơ Tôi Độc Thoại)

Nỗi buồn đến ngay trong sự hoài niệm về những khung trời cũ:

> *"Có thể là ngàn năm, ngàn năm, ai tôi nhớ không còn về đây nữa... giống như bây giờ tôi đang chờ gió thổi mây trời bay xuống Đơn Dương..."*
> (Em Có Bao Giờ Đứng Ngắm Mùa Đông?)

Thơ Trần Vấn Lệ ngập tràn Dalat – Dalat của một thời quá khứ và Dalat thực tại:

> *"Không biết Đà Lạt giờ, 16 Trần Hưng Đạo, những con chim sáo sậu/ còn tụ về đấy không?*
>
> *Biệt thự giữa rừng thông/ nghe nói giờ trống trải, lá thông rơi trên mái/ gió đã bay hết rồi...*
>
> *Đà Lạt vậy, xa xôi/ nếu tôi về đường cũ...con đường không phải phố/ đã mất chiều dài xưa?...*
>
> *Đà Lạt vậy, hết thơ, tôi sẽ buồn biết mấy..."*
> (Hỏi Thăm Đà Lạt)

Buồn; nhưng vẫn hẹn một ngày về:

> *"Mai mốt tôi về thăm Đơn Dương*
> *Chao ôi tôi nói mà tôi buồn*
> *Hẹn hoài mai mốt, còn mai mốt*
> *Ai khiến quê nhà hóa Cố Hương?..."*
> (Mai Mốt Tôi Về)

Thời tiết, khí hậu ở thành phố cao nguyên đó cũng đặc biệt, khó quên như nỗi nhớ:

"Khi anh biết em lạnh...thì anh ở trong tù !
Nhìn mưa, Giọt Mưa Thu nhớ trời ơi Tương Phố...
Nhớ lắm bà, ngôi mộ giữa đường qua Prenn...
Nhớ, nhớ đỉnh Langbian, mây, mù, sương, khói, trắng"
(Cơn Bão Ngày Thứ Hai)

Những địa danh thân quen được nhà thơ nhắc đến nhiều lần:

"...Tôi nhớ Đà Lạt lắm, ở đó phấn thông bay, áo dài em gió lay...nhẹ nhàng mà thơm ngát...

Một thời xưa Trại Mát. Một thời xưa Trại Hầm. Nhà thờ xưa Xuân An. Nắng vàng hườm hổ biếc...

Tất cả lời tha thiết, tôi rót vào tai em Lúc đó có gió lên, tôi ôm em càng chặt

Đà Lạt ơi Đà Lạt...nắng sau những ngày mưa ! Nắng đẹp như bài thơ, vì nắng, lời thơm thảo!..."
(Hoa Hồng Trắng Tuyết Sương)

Nhà thơ yêu Dalat quá; nên đã cùng khóc với thành phố của mình:

"Tôi hỏi, nhiều người nói: Bồng Lai chừ tiêu rồi!
Tôi không nói thành lời. Tự nhiên. Nước mắt chảy!
Từ Liên Khương, bên phải/ lên Đà Lạt ngày... xưa...
Một cánh rừng như... Mơ. Một... Thiên Đàng... Trên Đất!
Nửa thế kỷ, biến mất/ công trình còn dở dang...
Lịch sử mới nửa trang, sang hàng mà nghèn nghẹn!
Mồ hôi đổ và đến... trong cảnh huống Ngạc Nhiên:
Không Lẽ Hậu Thế Điên Xóa Tấm Lòng Người Trước"
(Mưa Bay Trên Thành Phố Cao)

Nửa thế kỷ đã trôi qua, như một giấc mộng. Còn gì nguyên vẹn nữa đâu!

"Tôi thèm hôn Đà Lạt người-con-gái-không-bao-giờ – điểm trang!

Đà Lạt tôi nằm ngang Đà Lạt tôi nằm dọc
Đà Lạt rồi khóc!"
(Mưa Bay Trên Thành Phố Cao)

Đó là nỗi buồn của một người đã đi quá xa quê hương của mình. Là nỗi đau, của một người có thể, hoặc sẽ mãi mãi, đánh mất những gì tha thiết nhất:

"Tôi nhớ quá đi ! Không kể hết
Mà thôi tôi có trở về đâu
Thương Đà Lạt lắm. Thương và nhớ
Đất nước quê hương. Nhớ. Cúi đầu !"
(Tôi Nhớ Quá Đi Chừng Đó Kể)

Nhớ! Đôi mắt nhớ, bàn tay nhớ, cái mũi cũng nhớ:

"Tôi nhớ quá đi Quê Hương! Cái mùi thơm của Mạ
Tôi cũng nhớ Ba khôn tả...Cái giọt mồ hôi cũng thơm
Chao ôi Quê Hương Quê Hương!
Không gì đẹp hơn Tổ Quốc!
(Cung Chúc Tân Xuân)

Một người nói về quê hương và tổ quốc của mình một cách tự nhiên như thế không thể nào là người không yêu nước:

"... Quê hương là Tổ Quốc là tiếng ngựa lọc cọc vang vang trên đường xa!
Lính nào không nhớ nhà? Lính nào không yêu nước?
Người con gái chưa bước...tiếng tim mình đã reo!..."
(Áo Dài Em Óng Ánh Biển Trời Ơi Quê Hương)

"... Đà Lạt mù sương
Bay bay áo lụa
Sao tôi không nhớ
Sao tôi không yêu..."
(Merry Christmas)

"Tháng này của chúng mình
Hoa Dã Quỳ bung nở!
Ôi chao ôi là nhớ
tháng Chạp vào mỗi năm...

Hồi đó anh xa xăm
Bởi vì anh đi lính!
Rồi bây giờ vô định
vì anh ở quê người..."
(Khi Đà Lạt Hết Mưa)

Quê người đó xa quá. Khoảng cách là một đại dương; nhưng nhiều lúc, vì cái yếu tính mơ mộng và thơ mộng mà nhà thơ cứ tưởng như mình đang nhìn thấy, bằng đôi mắt đã mờ, những ngọn đồi, những cánh rừng thông, con dốc đi về ngôi trường cũ, những chiếc lá trúc đào rơi bên sân nhà hàng xóm...Có lúc nhà thơ tưởng như mình đang sờ nắm và cảm nhận, bằng bàn tay đã mỏi, những cánh hoa dã quỳ mềm mại, những trái thông nham nhám dễ chịu... Có lúc nhà thơ tưởng như mình đang ngửi thấy, bằng cái khứu giác đã không còn nhạy bén, mùi thơm của những giọt mồ hôi trên lưng áo của người Cha lam lũ...

Đó chỉ là một phần kỷ niệm và tình cảm của Trần Vấn Lệ. mà độc giả hiểu được qua những bài thơ, rất đằm thắm.

Lưu vong xứ người, đã ở khoảng cuối đời, nhà thơ tóm tắt cuộc tồn sinh của mình, bằng tiếng than:

> *"Tôi sinh ra đời, ầm ầm tiếng súng; tôi sống cuối đời, như chim lẻ loi... Có Tổ Quốc sao đành xa Tổ Quốc? Có Quê Hương sao chịu kiếp lạc loài?..."*

Câu hỏi đó, chỉ để hỏi chính mình.

> *"Thắp điếu thuốc ngồi nhìn khói tỏa, núi rừng xưa, làng xóm xưa mờ*
> *Mưa trắng núi và đầu ta trắng tóc, thơ thì xanh mà mong manh, mong manh"*
> (Mưa Trắng Núi Và Đầu Ta Trắng Tóc).

Nói chung, thơ Trần Vấn Lệ buồn, rất buồn. Nhà thơ nhìn nhận:

> *"Thơ tôi... một cõi tứ bề*
> *Buồn trăm phương cứ đổ về một phương"*
> (Thơ Tôi Độc Thoại)

Tại sao tôi đặt câu hỏi Trần Vấn Lệ là ai?

Tôi không hỏi Trần Vấn Lệ mà tôi hỏi mình; và chờ đợi câu trả lời từ những người khác, những nhà phê bình văn học hay những độc giả của anh, những người hiểu biết về anh, về thơ anh, nhiều hơn tôi. Tôi "biết" anh hơi muộn.

Tôi đọc Trần Vấn Lệ quá ít – so với tài sản khổng lồ hàng chục tập thơ anh đã in, trong nước hay ở hải ngoại – để có thể nói hay viết một điều gì thỏa đáng.

Tôi cũng chưa hề được gặp anh và e rằng một lần hạnh ngộ cũng là khó. Đường như trong mọi chuyện, tôi luôn là một kẻ muộn màng.

Và tại sao Trần Vấn Lệ? Cái tên lạ quá. Như một định mệnh. Muốn gói lại những giọt nước mắt mà chúng vẫn rơi; bởi lẽ trái tim yêu thương vẫn còn đập trong lồng ngực. Thơ Trần Vấn Lệ đầy nước mắt:

> *"Bỗng dưng lệ tôi trào Tôi hiểu chữ hạnh phúc Qua dòng mưa lất phất như dòng kẻ học trò..."*
> (Đêm Nay Thiên Chúa Giáng Sinh)

Nhà thơ lại tự hỏi mình, trong nỗi hoài nghi:

> *"... Bao giờ gió thổi ngược-người tha hương trở về? Ngoại ơi cái nón mê con cầm cho Ngoại nhé, để con chờ Ngoại hái mấy trái cam cho con...và nước mắt con tuôn yêu Ngoại bằng Tổ Quốc!..."*
> (Có Nắng Là Có Tình)

Bài thơ mới nhất, cũng buồn như bài thơ đầu tiên:

"...Tôi đi kiếm ý thơ, giụi mắt từng hạt lệ chưa bao giờ nhiều thế, lăn tròn kiếp tha hương!..."
(Đáo Bỉ Ngạn)

Tôi đã đọc nhiều người viết về thơ Trần Vấn Lệ; và tôi nghĩ bài viết này của tôi dù có hay có dở có đúng có sai thế nào cũng không bao giờ là đủ; mà vẫn là thiếu; vì làm sao có thể nói, viết cho hết cái mênh mông trong hồn thơ Trần Vấn Lệ?

Mặc dù giữa chúng tôi có nhiều điểm chung; nhưng tôi thấy viết về thơ anh thật không dễ. Đối với tôi, đọc thơ anh "đã" hơn nhiều. Tôi mong sẽ có thêm nhiều người nữa tiếp tục viết về thơ anh, một phong cách kỳ lạ.

Mặc cho nỗi buồn, khi nào viết cho M, giọng thơ Trần Vấn Lệ cũng nồng nàn, âu yếm; rất tình tứ, ngọt ngào:

"Em ơi em, cho hồn anh ở đậu...
hai bờ vai em nha
thương lắm những tàn nhang
những ánh sao rơi trên mái tóc rẽ hai hàng...
Anh sẽ chải lại cho em
khi hai đứa mình vào trong quán
Người ta bật sưởi và ly cà phê đen, nóng
Hai đứa mình ngồi nhìn khói mùa Đông bay lên!..."
(Tháng Chạp Lễ Nô En)

Mộng tưởng của tình yêu bao giờ cũng rất đẹp:

"...Một chiều có mưa nho nhỏ. Một chiều áo lụa tung bay. Anh kẻ cho em chân mày...chỉ em: chân mày vời vợi!

Anh rất chờ mong em nói: "Anh à, em rất yêu anh!" Anh hôn em áo dài xanh, anh hôn tóc em nón lá...

Chúng mình đi thăm đồng mạ chúng mình đi thăm Quê Hương!"
(Cánh Đồng Mạ Quê Hương Áo Dài Em)

Vì tình yêu đó càng lớn hơn khi không tách rời khỏi tình yêu Quê Hương, Tổ Quốc:

"Anh không muốn em khóc! Hỡi nước mắt kim cương!
Anh không muốn Quê Hương...mình buồn như năm ngoái
Anh nói đi, nói lại:
Anh Yêu Em Vô Cùng!"
(Thơ Mãi Là Tổ Quốc)

Có những bài thơ, câu thơ rất dễ thương, cái dễ thương của tuổi teen:

"Chúng ta ới ới ơi
Hoa cẩm tú cầu đổi sắc
Anh hôn em cái mặt
Nhăn nheo tuổi lên mười...
Anh hôn em nụ cười, anh nhớ hoài đến chết !..."
(Vũng Lầy Thời Gian)

Qua bao nhiêu "vũng lầy thời gian", tâm hồn của nhà thơ vẫn như cũ, già dặn một cách trẻ trung, mệt mỏi một cách nồng nhiệt:

"Bây giờ đã lạnh lắm, mai lạnh biết bao nhiêu? Ôi Tổ Quốc thương yêu... đâu con diều giấy cũ... Em à, em yêu dấu, em là mặt trời nha!
(Ôm Mặt Trời Đi Ngủ)

Nhà thơ muốn người yêu là mặt trời, để soi sáng và làm ấm áp cái không gian lạnh lẽo của đời sống anh.

Được thế đã là vui, trong lúc cùng đường, mạt lộ:

"...Anh không còn Tổ Quốc! Anh hết đường để đi!
Anh không còn cái chi cả tình em hờn dỗi..."
(California Mùa Đông)

Rồi sẽ một kết thúc ngậm ngùi?

"Đây đang là mùa Đông, mai mốt sẽ có tuyết...
Mai mốt sẽ chấm hết...mai mốt bình tro thôi!
Mai mốt anh ngậm cười, ước ngậm ngón tay em nhỉ?
Mà thôi...tình chung thủy ngàn năm mây trắng trôi..."
(California Mùa Đông)

Nhà thơ kêu gọi những người đồng cảnh ngộ, những người suốt đời mồ côi:

"Tôi nói thế có nghe không hỡi những người bạn thiết?
Còn bao nhiêu... xin hãy đọc thơ tôi !
Chúng ta mồ côi, chúng ta đã mồ côi.
Từ năm 1975 đến giờ, đến bao giờ nữa chớ ?"
(Ngày Đầu Năm 2022 Ở Los Angeles)

Dường như đã không có ai trả lời câu hỏi đó của Trần Vấn Lệ.

Vì thế mà anh vẫn làm thơ, trong cô độc, mỗi ngày; trong trí tưởng (tượng) ở đâu cũng là chốn quê nhà:

"Chỗ nào trời cũng trời quê Để cho anh nhớ em kìa núi non...Muôn năm rồi núi chẳng mòn Muôn năm sau nữa sông còn cứ trôi..."
(Hôm Nay Ở Los Angeles)

Sông trôi về đâu? Hẳn là về hướng quê nhà xa lắc:

"Đi mặc thêm chiếc áo
Trời lạnh thêm... bỗng dày
Quê nhà ở hướng Tây
Cố quốc Cố hương và... Cố lý!"
(Nói Thế Cho Nó Phỉ)

Có lẽ, ở xứ người, nhiều buổi chiều, giữa cảnh tàn phai của khung trời màu sắc, có người thi sĩ già một mình đi ra bờ sông, để nhìn dòng nước chảy, chảy hoài không nghỉ, rồi nghe trong lòng một tiếng gọi, và thấy không có ai, không một ai, ngoài chính mình, cô độc, lủi thủi, như một đứa con lạc loài:

"Chiều chiều ra đứng bờ sông
Muốn về quê mẹ mà không có đò"
(Ca Dao)

Nguyễn Hữu Thời
7/1/2022

Nguyễn Mạnh Trinh

Đọc Thơ Trần Vấn Lệ

Có lẽ, Trần Vấn Lệ là một trong những người làm thơ có sức sáng tác sung mãn nhất trong hàng ngũ những người làm thơ. Làm thơ, tạo cho mình một sắc thái riêng đã khó, mà, làm thơ để khác với chính mình, để vượt qua chính mình lại khó hơn. Nhất là ở trường hợp Trần Vấn Lệ, đã in trên 10 tập thơ...

Đọc tất cả những tập thơ đã xuất bản của Trần Vấn Lệ, tôi thấy được nỗ lực ấy. Có nhiều sự khác biệt giữa tập đầu và tập cuối, cả về ý tưởng lẫn ngôn ngữ, cả về hình thức lẫn nội dung.

Nhưng có một điều chung mang, là, những cảm nhận từ đời sống. Có lúc, thơ là lời tâm sự. Nhưng, có khi, lại là những chất chứa nỗi niềm, những phẫn hận của một đời lưu lạc ít vui nhiều buồn. thơ Trần Vấn Lệ, có cái tha thiết của một người coi thi ca là lẽ sống. Đọc thơ ông, tôi có cảm giác thơ là cây gậy chống để sau cơn vấp ngã, gượng đứng dậy và tiếp tục đi trên những đoạn dốc nhân sinh.

Tôi thấy được nhịp thơ mạnh mẽ dài hơi của thi ca ông. Ngôn ngữ cứ liên miên bất tuyệt nối tiếp nhau, như dòng nước, cuồn cuộn chảy. thơ không phải chỉ đơn thuần gợi cảm giác, mà, có khi là những đoạn tản văn có ý hướng muốn kể chuyện hoặc mô tả sự kiện. Với những câu bảy chữ hoặc tám chữ, ngôn ngữ đã được chọn lọc và xếp đặt để có một âm điệu rất gần với nhạc điệu và có thể chuyên chở được ý tưởng. Có lần, nhạc sĩ

Song Ngọc phổ nhạc bài thơ "Đi Chùa Hương" của Trần Vấn Lệ, anh đã thú thực với tôi là hoàn tất công việc rất nhanh vì anh đọc từng câu thơ mà nốt nhạc hiện ra ngay trong đầu bởi âm điệu của thơ và nhạc như là một.

Với tôi, đọc thơ anh, tôi thấy được sự tha thiết trong ngôn ngữ. Có thể đó, là những lời chân tình đối thoại với người hay độc thoại cho mình.

Nỗi niềm, chất chứa từ cuộc sống, của những kỷ niệm luôn cất giữ nâng niu, và của cả một khung trời quá khứ lúc nào cũng canh cánh trong tâm.

Trần Vấn Lệ nặng lòng với kỷ niệm và với những nơi chốn, những thành phố đã ở, là những nỗi nhớ cứ mãi dằn vặt trong tâm. Nhất là với Đà lạt, thành phố sương mù:

"Qua một cơn dâu biển, chúng ta còn lại gì? Những bài thơ lưu luyến? Những tàn phai chia ly?

Nhìn các em ngồi đó, một góc sân trường xưa, thương qua thời nắng gió, nhớ quá chiều nắng mưa...

Đà Lạt, các em ở. Đà Lạt thầy bỏ đi. Các em thì vẫn nhỏ như vầng trăng núi kia

Thầy thì như sương khói loang thoáng cuối chân mây, ngang chân mây đồng nội, cỏ úa tàn hương bay...

Qua một cơn dâu biển, mờ mờ biển với dâu, nếu có gì ẩn hiện chẳng là gì của nhau!

Cuối câu thơ phải chấm một dấu than nghẹn ngào, là em ơi buồn lắm, bây giờ và muôn sau

Những bài thơ lưu luyến, đọc chơi rồi quên thôi. Chúng ta về sông biển không đâu là một nơi

Đà Lạt các em ở, xanh biếc nhé bầu trời ngước lên nhìn nỗi nhớ Thầy là áng mây trôi

Những con đường thăm thẳm xé rách từng trang thơ.

Những tình sâu nghĩa nặng lắng xuống giùm giọt mưa!"

Những bài thơ như thế rất nhiều trong thơ Trần Vấn Lệ. Có thể là những câu ngũ ngôn không xuống hàng, hay bảy chữ tám chữ một câu dài liên tiếp như một đoạn thơ, cái âm điệu ấy cứ nối tiếp nhau, tao một cảm giác rung động, trầm buồn nhưng không đơn điệu. Có điều, nếu đọc nhiều bài, có sự trùng ý hoặc trùng lời. Điều đó cũng khó tránh, với một người làm thơ nhiều và có vẻ dễ dàng như tác giả "Con trao trảo bờ ao bay đi buồn lẳng lặng" hay" Chữ gì mang không nổi chữ gì gió thổi không bay"...

Như một cách thế sống, làm thơ. Cuộc đời và thơ Trần Vấn Lệ hình như quấn quít bên nhau không một giây phút chia lìa:

> *"Tôi xem chữ nghĩa như con cái: có đứa buồn hiu có đứa vui, quanh quẩn bên tôi chiều với sớm, líu lo như thể lũ chân trời*
>
> *Tôi xem chữ nghĩa như cơm cháo, khi đói thì ăn no để dành, dư ném cho chim nhìn chúng hót thấy đời hẹp bớt chút mông mênh*
>
> *Tôi xem chữ nghĩa như bè bạn, kết thả trôi sông chở cả trời nếu có lúc bơi giòng nước ngược, buồn buồn nhớ lại lúc miền xuôi*
>
> *Tôi xem chữ nghĩa như chăn gối, khi lạnh thì ôm, nóng bỏ ra, nhưng chẳng lúc nào không ở cạnh, trăm năm thương mãi chữ Chan Hòa!*
>
> *Chữ nghĩa và tôi nặng cái tình, như là khi thấy lệ long lanh giọt sương trên lá khi chiều xuống, nhớ quá Quê Hương khóc đoạn đành*
>
> *Chữ nghĩa theo tôi thời ấu thơ, chữ a, chữ ă, chữ o, ô... Chữ nào cũng ngộ như ông Phật đưa một bàn tay chỉ học trò.*
>
> *Chữ nghĩa và tôi đến xứ người, ngậm ngùi tan nát giống*

như tôi... sót vài ba chữ ngồi hiên quán gặp bạn nâng ly một tiếng cười

Chữ nghĩa và Tôi sẽ xuống mồ mai này cỏ mọc sắc xanh lơ ai đi ngang để cành hoa xuống là cũng cho đời một chút thơ."

Đọc xong những tập thơ, tôi cứ ngờ ngợ về cái phân định giữa thơ và tản văn. Có biên giới hay không trong thơ Trần Vấn Lệ. Tôi tự hỏi? Những câu năm chữ, bảy chữ, hoặc tám chữ nối liền nhau không xuống hàng với những câu thơ mỗi hàng mỗi câu có gì khác nhau. Có làm thay đổi được ngữ nghĩa cũng như vần điệu không?

Nhưng, hỏi hay không thì tôi cũng cảm được cái tha thiết của người thi sĩ. Lúc nào buồn, tôi giở những trang thơ đọc. Và sẽ thấy bao la biết bao biển trời chữ nghĩa. thơ sẽ muôn đời ở cạnh bên ta, chứ không phải khi vui nó đậu khi buồn nó bay...

10/2012

NGUYỄN THÀNH
NỐT LẶNG BÊN KIA BỜ ĐẠI DƯƠNG

Ai cũng phải trải qua quy luật nhân sinh, nhưng số phận của mỗi người lại có nhiều ngã rẽ trong cuộc đăng trình của đời mình. Thuận buồm xuôi gió hay trắc trở đều có mối lương duyên và nợ nần trên mỗi chặng đường để lại nhiều dấu ấn theo năm tháng cùng những buồn vui và những trăn trở khắc sâu trong tiềm thức...

Đã vượt qua ngưỡng tuổi "Thất thập nhi tùng..", thi sĩ Trần Vấn Lệ thấu hiểu mọi lẽ ở đời và có thể buông xuôi mọi ý niệm để thanh thản cõi lòng... nhưng không thể.

Có những nỗi buồn chất chứa, gặm nhấm ký ức, khắc khoải bởi những còn mất... mà đáng lý ra thi sĩ Trần Vấn Lệ có thể thực hiện và đạt được nhiều hơn, nếu như...

Nếu như dòng đời không biến đổi với những bất ngờ ngoài dự tính... để anh phải đánh đổi cả một ước mơ thời thanh xuân và ôm những ưu tư vào lòng. Thời gian không làm phai mờ ký ức mà còn chồng chất nặng trĩu những riêng mang theo tháng năm dài.

Thi phẩm "M" như một thước phim đĩ vãng mà anh trải lòng với nhịp điệu bất tận của bản trường ca "Sầu vạn cổ" là những yêu thương hoài niệm, tiếc nuối...

"M" là em hay là tên một người nào đó thật đặc biệt, chiếm một vị trí quan trọng trong trái tim anh tạo thành một nỗi nhớ khôn nguôi.

Một bóng người trong quá khứ hay hiện tại chỉ là khái niệm trừu tượng với thời gian. Nỗi nhớ ấy, trong thơ anh hiện hữu khắp nơi bất kể không gian, cách trở địa lý và mọi trở ngại...

Thấp thoáng tà áo dài nơi ngôi trường xưa, một chút lưu luyến Bình Dương, một chút vương vấn Đà Lạt, một chút chạnh long Los Angeles... xen lẫn với những vần thơ bồi hồi về cố quận, những kỷ niệm bạn bè, những ưu tư phiền muộn thời cuộc... nhưng bóng em theo trong từng nhịp thở của thơ. Cái quạnh hiu đẩy nội tâm anh phiêu lãng vào miền cảm xúc, một cơn gió giao mùa, chiếc lá thu bay, cơn mưa bất chợt... đong đầy nỗi nhớ đến nghẹt thở.

Thơ anh buồn quá, tôi có tâm sự với anh Lê Hân như vậy và anh nói: *"Thương anh ấy lắm, thơ buồn sâu thẳm chân trời..."*. Có một sự đồng cảm sâu sắc của người bạn đồng liêu là anh Luân Hoán, anh đã cất công góp nhặt những vần thơ mà anh Trần Vấn Lệ thả trên mây cho thành thi tập cùng với sự chia sẻ nỗi niềm của anh Lê Hân đã động viên tôi: *"Cố làm tập thơ hoàn chỉnh để anh ấy vui..."*

Thấu cảm tâm trạng của tác giả trong thi tập "M", xúc động với tình cảm của anh Luân

Hoán và anh Lê Hân dành cho tác giả nên tôi cảm xúc viết vội ít dòng như một lời giới thiệu đến độc giả gần xa.

Đại thi hào Nguyễn Du đã viết:

Lời quê chắp nhặt dông dài
Mua vui cũng được một vài trống canh.

Với thi sĩ Trần Vấn Lệ, thơ anh không phải "lời quê" mà là "trái tim rướm máu" thoát ra từ tận cùng của những rung động. Anh không mua vui, anh chỉ vui khi có bạn bè cùng phiêu bồng trong những cung bậc cảm xúc với những vần thơ mà anh đánh đổi cả một đời người....

Sài Gòn, 20/5/2020

NGUYỄN THỊ THANH THÚY

ĂN CỦA RỪNG RƯNG RƯNG NƯỚC MẮT

Cuối tháng 3 năm 2016, tôi nhận lời của các anh Phan Dung Dalat, anh Tin Tri – học trò cũ của thầy Trần Vấn Lệ kết hợp chuyến công tác tại Đà Lạt để đưa thầy về thăm lại Đà Lạt sau hai mươi bảy năm thầy xa quê hương.

Tôi còn nhớ rất rõ, buổi chiều muộn hôm ấy, tôi cùng với anh Nguyễn Dương Quang và thầy ngồi ở góc đường gần khách sạn Duy Tân. Thầy nhìn về hướng ngôi nhà xưa và nhìn ra góc đường Trần Phú rồi nước mắt chảy dài. Thầy buồn vì thấy rừng không còn trong phố.

Sáng hôm sau, tinh mơ tôi đưa thầy sang chỗ trường Cao Đẳng Nghề Đà Lạt, chỉ cho thầy chỗ vườn ươm cây cảnh Bình Minh, nơi Hội Quán Các Bà Mẹ vẫn thường mua cây thông và nhiều giống cây khác để trồng vườn rừng. Tôi chụp cho thầy và anh Trí Tín một tấm ảnh ở nơi này. Thầy nở nụ cười dù lòng chưa thể vui.

Anh Nguyễn Dương Quang còn đưa thầy ngang qua Trại Mát (có ghé cả Trại Hầm), Cầu Đất, Trạm Hành, về thăm thầy

Lamnguyen Lam, thăm ngôi nhà của người xưa ở Dran từ hơn nửa thế kỷ trước! Thầy thăm lại đập Đa Nhim, ghé Đèo Ngoạn Mục, Miếu Ông Cọp chiều lại đổi đường ngang qua Lạc Lâm, Thạnh Mỹ và suýt chút nữa là ghé cả Bồng Lai!.

Chuyến đi có hai ngày ngắn ngủi, thầy trở lại nước Mỹ mang theo bao nỗi buồn vui.

Ngày qua ngày, đọc thơ thầy. Thơ như hơi thở cuộc sống. Thầy buồn vui theo tin tức quê nhà.

Thi thoảng trở lên Đà Lạt, tôi vẫn thường chụp vài tấm ảnh lưu lại kỷ niệm với rừng. Đọc bài nào tôi nghe cũng thấm, Vài năm qua, Rừng cũng là mối quan tâm lớn của chúng tôi. Những ngày này, chúng tôi cũng muốn giữ lại đồi thông và cỏ hồng ở tận Gia Lai, rồi lại lo khi rừng chẳng còn, cây thông cũng khó "đứng giữa trời mà reo". Thầy cứ nhắc tới Rừng "Ăn Của Rừng Rưng Rưng Nước Mắt". Tôi cũng muốn góp tiếng nói để giữ rừng, trồng rừng để còn có cây giữ đất, giữ nước và giữ tiếng thông reo vi vu và giữ không khí mát mẻ. Muốn đừng có thêm nhiều sân golf, muốn trồng thêm nhiều rừng cây. Vậy là tôi chọn những bài thơ của thầy Trần Vấn Lệ có chữ Rừng, Núi, Non và Trường Sơn để tập hợp các bài viết về Rừng vào tập thơ này để giới thiệu cùng quý vị nhân dịp thầy bước sang tuổi 80!

Những nhánh thông rưng rưng mưa rừng ơi thương lắm...

> *"Em mới gửi thư qua viết như thời đi học, những câu văn lúp xúp chạy theo bước thời gian, quyện trong cái mơ màng những chiều rừng sương khói"* – Trần Vấn Lệ

Và hy vọng:

Rừng thêm cây, rừng đầy bóng mát

Trăng sắp Rằm bàng bạc núi sông.

NGUYỄN THIÊN NGA

VIẾT VỀ TRẦN VẤN LỆ

BÀI 1: MỞ CỬA VƯỜN THƠ

Một ngày, một ngày bình yên sau bao ngày giông bão.

Tôi lạc vào vườn của Nhà Thơ Trần Vấn Lệ, một khu vườn Cổ tích - vườn cổ tích dành cho người lớn, chỉ còn sót lại chút nắng cuối ngày và chiếu lên mênh mang sương khói...

Lặng lẽ với thơ của ông, từ những bài có cấu trúc chặt chẽ, giàu tính nhạc đến những bài nhẹ nhàng như văn xuôi, tôi luôn tưởng tượng mình đang ngồi đối diện và lắng nghe ông kể, ông tỉ tê về tình yêu, mưa nắng, trăng sao và đặc biệt là về Đà Lạt, về Quê Hương yêu dấu...

Thơ ông nhẹ nhàng như hơi thở đều đều phả ra từ trái tim ấm nóng. Trái tim cứ như đập hụt đi một nhịp khi nhắc tới Quê Hương. Trái tim còn nồng nàn trong ánh chiều vời vợi...

TÌNH YÊU VỜI VỢI DÀNH CHO QUÊ HƯƠNG

Đọc thơ của Nhà Thơ Trần Vấn Lệ, "Em" là chủ thể trong tất cả những bài thơ. "Em" là tình yêu bất diệt. Bởi "Em" là *Quê Hương*

> *"Ai nói với anh, em-áo-trắng/ em là vầng trăng em dễ thương!/ em là Tổ Quốc anh yêu dấu/ hồn anh bay đâu cũng vấn vương!"*
>
> *"Tôi nhớ em từng ngõ ngách tâm hồn. Em nhớ tôi từng lối mòn đất nước..."*
>
> *"Cảm ơn em nụ cười, em là Quê Hương, đó! Anh thở ra cùng gió thổi tà áo em bay..."*
> (Nụ Bạch Hường)

Quê Hương với những kỷ niệm gắn liền với nơi ông sinh ra; buồn não nùng với màu hoa gắn liền với bao nhiêu kỷ niệm ngày thơ bé:

> *"Hè rồi... Phan Thiết đỏ hoa vông, tôi ở xa xôi nhớ quá chừng! Nhớ chỗ mình sinh, mình được lớn, một thời thơ dại vượt con sông."*

Rồi nghẹn ngào... *"Từ nay hỡi nhánh hoa vông cũ, có nhớ gì ai Phan Thiết xưa? Một chặng thời gian không cắm mốc, tình Quê Hương lấy thước nào đo?"* (Mùa Vông Phan Thiết Cũ)

Rời phố biển, lên với xứ sở sương mù Đà Lạt, ông Trần Vấn Lệ đã kịp gắn bó với thiên đường của kỷ niệm, của hạnh phúc này suốt hơn 30 năm. Thơ là hơi thở, là sự sống của ông và ông đã hít thở mỗi ngày không khí trong lành của bầu trời Đà Lạt xưa cũ. Mỗi hơi thở của ông ướp đầy hương đất đỏ bazan vương gót giày ông đến lớp, thoảng hương phấn thông vàng vương trên tóc ai mà thương thương quá đỗi...

Vâng, Đà Lạt của những ngày tháng cũ đã đọng lại trong ông niềm thương nhớ đến tận cùng.

Ông nhớ miên man về nơi mình từng dạy học:

"Bùi Thị Xuân trường một thuở xưa/ trên đồi Đà Lạt nở vàng hoa/ những cây khuynh diệp run trong gió/ đang lạnh lòng người vạn dặm xa"
(Bùi Thị Xuân Ơi Trường Rất Nhớ)

"Tự dưng tôi nhớ trường xưa quá, trưa thẩm hành lang thẩm thẩm buồn, cô giáo ra hiên nhìn nắng rụng bên thềm mấy giọt nắng vương vương..."
(Tùy Bút Trưa)

và học trò *"có em thơm như ngo/ có em hiền như liễu..."* (Nói Trước Dẫu Muộn Màng)

Nhìn đâu ông cũng thấy thương Đà Lạt – nhớ thương vời vợi, từ thềm sân ga cũ với những đóa Cẩm Tú Cầu xinh xắn: *"Bây giờ Đà Lạt cuối mùa Đông. Nhớ hoa Cẩm – thềm ga quá..."* (Đôi Khi Mở Lại Chồng Thơ Cũ) đến những con dốc dài đặc trưng của thành phố vừa đi đã mỏi, có cái tên gần gũi nghe thân thương lạ lùng...

"Đà Lạt, dễ thương, ngay giữa phố: có con đường nhỏ – Dốc Nhà Làng. Đường không xe cộ, người đi bộ, cấp đá, không ai bước vội vàng..."
(Kỷ niệm Đà Lạt)

"Dốc Nhà Thờ tản mát những mù sương năm xưa..."
(Thương Em Bài Thơ Gió)

Nỗi nhớ về một Đà Lạt sao êm đềm, thơ mộng quá!

"Những ngày Đà Lạt nắng, những ngày Đà Lạt mưa/ Nắng mưa Đà Lạt đều xanh mướt/ Như tóc người yêu thuở ngẩn ngơ.../Rừng thông nằm thấp, núi Bà cao.../ Hoa hướng dương vàng quanh núi phố..."
(Những Tấm Hình Đà Lạt)

Quê Hương là Tổ Quốc, nhà thơ Trần Vấn Lệ đã khẳng định như vậy. Làm sao đo đếm được khi nỗi nhớ Quê Hương của ông ngày càng thật đầy, thật dài

"...Từng nhớ thương ngàn năm mây bay.../ôi thương như thế chưa là đủ/ mà phải rừng cây bao nhiêu cây?"
(Chắc Có Một Ngày)

Tôi tưởng tượng, ông cứ đưa bàn tay ra, cả năm ngón đều chạm vào nỗi nhớ thương vời vợi. Những câu thơ nhớ nhà vang lên đều đều, buồn buồn, khắc khoải:

"Hồn lênh đênh mãi ở quê xa. Gợi câu sông núi mà tê tái, ngày tháng vô tình cứ lướt qua..."
(Hồn Lênh Đênh Mãi Ở Quê Xa)

"Con rất thèm nhìn lại nắng Quê Hương, nhưng lúc đó hai mắt mòn, con khép..."
(Cúi Lậy Trời Cao)

"Tôi nhớ quá Quê Hương! Quê Hương tôi Đẹp Nhất! Tôi viết chữ Hạnh Phúc / nạm vàng để muôn năm!"
(Quê Hương Là Tổ Quốc)

Một chiều mưa hay nhiều chiều mưa thật buồn nơi xứ người, lắng nghe bản nhạc "Chiều" quen thuộc của nhạc sĩ Dương Thiệu Tước phổ thơ của thi sĩ Hồ Dzếnh, điếu thuốc gắn trên môi và thả từng vòng khói lên không gian hiu quạnh, ông đã đi đến tận cùng nỗi nhớ phải không, hỡi người lữ khách (?)

"Quê Hương mình chỗ nào / không bến bờ, vô tận! /... Điếu thuốc mình hút tàn / vẫn còn vương vấn khói! Nhớ nhà không chịu nổi! Nhà ơi là nhà ơi!"
(Nhớ Nhà Châm Điếu Thuốc Khói Huyền Bay Lên Cây)

Ông ước ao mình sẽ trở về Quê Hương, những việc đầu tiên ông sẽ làm sao quá bình dị, đáng yêu:

"... Anh sẽ về mặc áo cho em/ mình đi thăm hết bà con quen/ mình cũng đi thăm thêm bà con lạ... Anh sẽ dẫn em qua cầu/ mình đi ngang sông nhìn sông nước chảy"
(Áo Bà Ba Bay Qua Ruộng Lúa)

Đường về nhà rất xa nhưng cũng thật gần. Ông sẽ về. Tôi tin như vậy.

THƠ TRẦN VẤN LỆ VỜI VỢI NHỮNG NIỀM THƯƠNG

Hình ảnh người mẹ Việt Nam tảo tần, lúc nào cũng thương con dù đang ở đâu và làm gì:

> *"Thế là biêng biếc xanh / thế là hun hút trắng! Bà Mẹ quê gánh nặng, gì trong gánh, nói đi?.../ Cảm ơn bạn! Tình Quê! Con cái về, chưa thấy, Mẹ vẫn nguồn suối chảy / trong veo cái tình người!"*
> (Có Hai Câu Thơ Đẹp)

Yêu cả nỗi buồn riêng ông hướng về người mẹ hiền lành, bao năm đợi con về:

> *"Em giống Má anh ngồi tựa cửa mười năm thằng Lệ vẫn chưa về. Mười năm nhang khói, mười năm biệt... Những nấm mồ hiu hắt nắng hoe..."*
> (Đôi Khi Mở Lại Chồng Thơ Cũ)

và thảng thốt với câu hỏi không lời đáp: *"Má ơi Má nuôi hy vọng/ tại sao Má bỏ con rồi?/ Hồn Má có bay lên trời/ như bầy hải âu không vậy?"* (Má Tôi Không Còn Đọc Thơ Của Tôi Nữa)

Thương dáng ngoại lom khom thân thương trong vườn cau Nam Phổ...

> *"Mấy hôm nay đất trời với lòng tôi là một, với tiếng ve thảng thốt nhắc hoài tôi Quê Hương. Ngoại có lẽ trong vườn đang ngó chim nhành khế. Thương Ngoại tôi muốn kể từng bài thơ tháng Năm..."*
> (Tùy Bút)

Từ tình yêu lớn dành cho Quê Hương, gợi nhớ thương vời vợi một nhân ảnh, một dáng hình:

"Ai nói với anh, em-áo-trắng/ em là vầng trăng em dễ thương!/ em là Tổ Quốc anh yêu dấu/ hồn anh bay đâu cũng vấn vương!"

"Tôi nhớ em từng ngõ ngách tâm hồn. Em nhớ tôi từng lối mòn đất nước..."

"Cảm ơn em nụ cười, em là Quê Hương, đó! Anh thở ra cùng gió thổi tà áo em bay..."

Em – áo bà ba bay bay trong gió, nhẹ nhàng thôi cũng đủ bâng khuâng suốt một đời. Chiếc áo bà ba thấp thoáng trên cánh đồng bát ngát ngày nào vẫn khắc khoải trong miền Ký Ức. Mùi vị Quê Hương ngào ngạt, mùi thơm của lúa đang mùa, mùi hương áo và cả mùi thơm của thơ rất thơ.

Áo bà ba bay bay, gió gió/ nhẹ nhàng thôi cũng đủ bâng khuâng! /Anh ở xa xôi sáng đợi tối mừng/ em thấp thoáng trên cánh đồng bát ngát/ áo bà ba chứa Quê Hương ngào ngạt/ cái mùi thơm của lúa đang mùa/ cái mùi thơm của thơ rất thơ/ cái tình nghĩa cũng là mùi hương áo!"
(Áo Bà Ba Bay Qua Ruộng Lúa)

"Anh nhớ em tóc thề. Thế nào? Mưa chắc ướt? Anh nhớ em tóc mướt, bây giờ còn mướt không?" (Mộng Dưới Hoa) hay *"Anh nhớ em mái tóc gió bay/ tóc em nằm ngủ trên vai anh hồi đó..."* (Mimosa), *"Em nhìn đi mùa Xuân đang về, tóc thề em chiều gió mân mê... Áo dài em màu bông lau nở, không nét nào làm mình chia ly..."* (Đà Lạt Ơi Muôn Năm Yêu Quý)

Nỗi nhớ vời vợi về người con gái mười bảy tuổi đã sang sông. Người yêu của ông không có tuổi, tình yêu không có tuổi.

"Ai có đợi chờ, ai biết khổ/ Biết đau, biết đớn, thế nào không? Ôi chao em đẹp năm mười bảy/ Nước lặng mây ngừng một bến sông!"
(Mùi Gió Cũ)

"Em ơi anh nhớ em nhiều lắm, con gái đời em mơ ước

nhiều... mười bảy em xa nhà của Mạ, xa Ba không phải bởi Tình Yêu"
(Tạ Ơn Tình Rất Đỗi Mong Manh)

Mãi mãi nàng Thơ tuổi mười bảy hiện hữu. Thời gian cũng như ngừng lại, để rồi khoảng trời Quê Hương ông nhớ về luôn là những gì rất thân thuộc của nhiều năm trước: hương bồ kết, hàng cau, bậc thềm tam cấp, tiếng còi tàu vào ga, ...

Đôi khi chỉ thoảng qua mùi gió cũ, một vạt nắng ấm cũng nâng nỗi nhớ cao vời vợi:

"Cái mùi gió cũ mùa Thu cũ
Bay ở tầng ba xuống lộ phường
Một phiến lụa ngà trăm phía gió
Cuối cùng là một phía yêu thương!"
(Mùi Gió Cũ)

Rất nhiều khi, em cũng trở nên hư ảo và em vời vợi xa...

"Không biết nói gì thêm với gió
Sợ mà mưa theo gió bay về...
Sợ mà em chẳng là em thật
Cũng sợ vô cùng cuộc biệt ly!"
(Mùi Gió Cũ)

Vườn Thơ ông mênh mông, vời vợi...

Mỗi loại hoa trong vườn không lạ nhưng hương sắc khác biệt dưới bàn tay chăm sóc của ông.

Tôi choáng ngợp. Đi hết cuộc đời, có lẽ tôi không thể đọc và hiểu hết thơ ông. Ý tứ tưởng đơn giản mà không hề vậy, đọc tới lui mới thấm được điều ông muốn giãi bày, gửi gắm.

Ngày, từng ngày lại qua. Mỗi ngày ông có thêm nhiều bài thơ mới.

Ngồi bên hiên thời gian, tôi say sưa đọc và chợt nhận ra: Thơ ông như một Tôn Giáo và tôi là một trong những tín đồ.

Mỗi ngày tôi lại thầm thì những câu kinh nhật tụng, ngắm trời xanh cao và xin ***"Cảm Ơn Đời Bốn Phía Thơ"***...

Tháng 4/2021
Nguyễn Thiên Nga

BÀI 2: VẪN TỪNG GIỌT BUỒN RƠI

Tôi vẫn ở lại đây, Vườn Thơ Trần Vấn Lệ, sáng sáng, chiều chiều... trong suốt thời gian đại dịch Covid-19 ập đến Sài Gòn như một cơn bão nghiệt ngã.

Những ngày này, Vườn Thơ của ông vắng lặng hơn. Đứng trên thềm ga cũ, chỉ còn nghe vọng về từ xa xưa tiếng còi tàu rời sân ga, cho lữ khách ngoái nhìn những đóa Cẩm Tú Cầu tim tím mà hồn bâng khuâng.

Không gian trầm buồn, cái buồn bàng bạc giăng mắc khắp trời quê hương bởi đại dịch. Tiếng Thơ ông rơi đều, thật khẽ và đủ chạm đến trái tim những người yêu thơ.

Cũng như rất nhiều bài thơ khác trong những tập đã xuất bản trước đây, thơ của thi sĩ Trần Vấn Lệ thời gian này vẫn giữ nguyên sự tổng hòa, đan xen tình yêu đối với Quê Hương, với gia đình, bạn bè, ... Đó còn là những Tùy Bút viết theo thể ngũ ngôn, lục bát, thất ngôn, ... mang phong cách nghệ thuật hết sức tự do, phóng khoáng và giàu chất trữ tình.

Những Tùy Bút này vừa mang đậm chất thơ và cũng đậm chất "báo".

Chất thơ thể hiện ở những cảm xúc và suy tư của tác giả đôi khi lãng mạn, bay bổng, có lúc lại rất sâu sắc và đa chiều. Ngôn ngữ sử dụng vẫn bình dị, dễ thương nhưng truyền tải được đầy đủ ý nghĩa sâu xa.

Ra đời giữa những ngày đại dịch nên chất "báo" trong Tùy Bút của tác giả thể hiện rất chân thực và rõ nét. Ông cập nhật rất nhanh mọi việc thực diễn ra trong đời sống hàng ngày. Đó chính là tài nghệ của ngòi bút tinh tế Trần Vấn Lệ.

Đọc và bâng khuâng. Có lẽ khi Nhà Thơ Trần Vấn Lệ viết những dòng này, những giọt nước mắt ông đã lăn dài theo mỗi bước chạy của đồng bào đang cư ngụ tại hàng chục ngàn khu nhà trọ ở Sài Gòn để kiếm bát cơm manh áo mưu sinh, bắt đầu ùn ùn tìm đường về quê:

"Nắng quá mưa không kịp/ năm sáu tháng nay rồi/ dịch bệnh từ khắp nơi/ về tuôn ra quốc lộ...

Có người thì đi bộ/ tay xách với nách mang/ Có người thì vội vàng/ cỡi xe máy xe gió...

Buồn lắm chớ câu hỏi/ tràng giang trôi lê thê/ người bỏ phố đi về/ về lại quê... thất thểu!
(Bỏ Phố Về Quê)

Ấy là những cuộc "di cư" thấm đẫm nỗi buồn. Đêm ngày, mưa nắng, đèo dốc, buồn tủi, đói khát... để đi ngược lại hướng thiên di ngày nào. Không ở trong tâm dịch, ai đọc báo, nghe tin đã thấy rưng rưng và quá đau lòng:

"Lòng tôi buồn vời vợi/ Lòng tôi buồn bao la/ Tôi nghĩ tới quê nhà/ bà con đang trốn dịch...
(Cảm Ơn Vài Bóng Mây Vừa Bay Ngang Thành Phố)

Thơ ông như chựng lại, tiếng Thơ như nghẹn ngào:

"Tôi muốn gọi Thơ ơi/ mà không sao gọi được! Dịch nhúc nhích từng bước. Bước nào cũng... thăng, trầm!

Thăng thì như cao thâm. Trầm thì như vẫn thế. Người chào nhau nói khẽ... sợ lời nói gió bay!"
(Tùy Bút Hôm Nay)

Đại dịch kéo dài.

Mùa Xuân ít tiếng cười. Mọi người thoáng sự dè dặt khi đến thăm nhau chúc Tết. Tết cổ truyền không còn là Tết đoàn viên. Ngày Lễ Tình Nhân vắng bóng những đôi tình nhân trao nhau hương môi chocolate ngọt ngào...

Hoa Phượng thắp đỏ phố phường, ve vẫn râm ran báo Hạ về nhưng không có cảnh học trò bịn rịn chia tay nhau cuối niên học.

Thu sang cùng heo may. Không có ngày khai trường rộn ràng tiếng trống, bạn bè không được nô nức gặp lại nhau sau mấy tháng hè xa cách. Những người trung niên già sống ở Sài Gòn không thể bay ra Hà Nội để hít hà cái mùi nồng nàn phố cổ, nhìn đám lá sấu vàng ươm lăn lóc trong vàng nhạt nắng chiều. Sài Gòn vẫn mướt xanh những hàng me, điệp rộ hoa vàng, có một chút se se lạnh vào một buổi sáng đẹp trời... Vẫn không gian đó mà bây giờ yên ắng đến tê lòng.

Sài Gòn bệnh nặng.

Cả nước bệnh nặng.

> *"Việt Nam mình đang cách ly từng gang tấc. Thì anh hôn em, hôn trong giấc mơ!*
>
> *Ai cũng muốn đọc được một bài thơ đẹp... biết tìm đâu những dấu dép đã phai mờ/ Mặt đất hết nở hoa. Ánh trăng Rằm ràn rụa...*
>
> *
>
> *Rằm Trung Nguyên...*
> *Trăng Rằm không tỏ...*
> *Mặt trời lên, ngày mới thấy mặt trời...*
> *Đang vào Thu nắng buồn không tỏa mà lạnh lùng theo nước sông trôi...*
> *Em em ơi thơ anh... vậy là Thơ-Đứt-Ruột!*
> *Có vết thương nào không làm người ta đau?"*
> (Rằm Trung Nguyên Hai Mươi Hai Mốt)

Vâng! Vết thương nào cũng làm người ta đau.

Tôi nghe tiếng sột soạt của ngòi bút chạy trên giấy, từng giọt mực hay giọt nước mắt rơi run run...

"Biển sông run bần bật... Trường Sơn cũng oằn mình!
Tháng Tám thật vô tình... cả nước mình phong tỏa!"
(Tháng 8 Việt Nam Hai Ngàn Hai Mốt)

Không phải chỉ "muốn khóc", mà chắc chắn ông đã khóc khi viết những dòng này.

Tựa vào câu ca dao xưa, câu kết của bài thơ Ngó Nắng Cho Qua Ngày vương nỗi đắng cay và xót xa:

"Chúng ta có qua cầu, thương nhau xin đổi áo... đem đi mà đổi gạo sống những ngày... giới nghiêm! "

*

Dòng đời vẫn trôi dẫu niềm đau vẫn còn nguyên đó. Người ta vẫn phải tồn tại, vẫn phải sống:

"Người quen nhau nhận ra nhau sau lưng/ Sự quen thuộc của lòng mến thân
Mặt che nên không ai thấy miệng/ Mà thấy thì có muốn hôn không?
Vì lý do cần thiết, đi làm/ Vì lý do cần thiết, ở nhà online
Gần hai năm, ngày hôm nay như ngày hôm trước

Đời thản nhiên và người thản nhiên...
(Trời Vẫn Xanh Và Trong Pha Lê)

Và chỉ một ngày không nghe tin buồn vì dịch bệnh, những dòng thơ của ông cũng trong veo, vui hơn dù vẫn biết rằng tất cả những khó khăn còn đang phía trước:

"Hôm nay báo không đăng cảnh người dân chạy dịch, thấy lòng mình thinh thích Đất Nước mình bình yên...

Đất Nước mình đẹp giàu, rừng vàng và biển bạc...mong đừng ai nói khác, mong dịch sẽ đi qua!
Mình thấy mình dễ thương: Có Một Bài Thơ Đẹp! Mình cầm cây bút chép lòng mình giấy Hoa Tiên..."
(Thưa Em Đà Lạt Yêu Quý)

Rồi một ngày như mọi ngày, ông lặng lẽ nhớ về Quê Hương, nhớ về gia đình, bạn bè,...

"Tôi nhớ... chuyện gì tôi cũng nhớ
bỗng dưng nỗi nhớ lại lem, nhòa
Sáng nay tôi trải lòng nao nức
sao ngõ vàng hoa chưa thấy hoa?"
(Sáng Bừng Trời Êm Mát Dịu Dàng)

Đọc những dòng thơ ông viết cho người mẹ thân yêu của mình, tôi tin rằng bất cứ ai cũng rưng rưng xúc động.

"Má ơi, con làm thơ cho Má
hay là chỉ đọc thơ-người-ta?
Mai mốt con về... Thơ có thật
hay là giọt lệ nắng chiều sa?"
(Má Ơi Con Làm Thơ Cho Má)

"Tôi Đã Từng Về Thăm Má Tôi Ở Phan Thiết" là một câu chuyện có khởi đầu, có kết thúc được kể lại bằng thơ, những câu thơ thật buồn:

"Với Phan Thiết lòng tôi luôn đằm thắm...
Ngày tôi về, tôi biết tôi cô đơn
Nhưng nếu tôi còn về là tôi cònlàm cho Má tôi thêm một bài thơ nữa..."

*

Năm 2016, ông về thăm và buồn khi thấy Đà Lạt không còn như xưa. Đứng ở gần cuối dốc Duy Tân cũ, nhìn qua đường Hoàng Diệu, chỉ cách một con suối nhỏ mà ông không thể bước qua để thăm lại chốn cũ dấu xưa đầy kỷ niệm. Ngỡ ngàng vì có quá nhiều đổi thay, thoáng chốc ông trở nên ngại ngần ngay trên Quê Hương mình. Hồi ức trở về, ông thầm thì gọi tên từng người bạn thân thiết thuở nào và chua chát nhận ra...

"Bạn bè coi như hết, người thân còn mấy người, có hỏi

thăm: đã chết, có hỏi thăm... đổi đời.

Chẳng hạn Nguyễn Đức Minh, anh chết già, nhất định.
Chẳng hạn Lê Hữu Tín, cũng lớn tuổi lắm rồi...

Ông Cam Lĩnh ngậm cười, chuyện dĩ nhiên như thế...
Quá khứ từng giọt lệ nối dài mấy nhiêu sông?"

Rồi xót xa:

"Tình nào cũng Tình Xa! Tình Gần là khoảnh khắc cầm tay nhau không chắc... thì cũng đành Thiên Thu!"
(Tình Nào Cũng Tình Xa)

Bây giờ, theo dõi tin tức hàng ngày, biết chút rừng đang sót lại trong phố sẽ không còn, chắc ông càng buồn hơn.

Trong nỗi buồn nhớ thương và day dứt, hẳn ông đã rơi lệ khi viết những dòng này...

"Những đồi thông bên đường bây giờ là... mặt phẳng, cây không còn chỗ đứng, chúng nằm trên xe be!

Người ta lái xe đi, người ta chạy xe tới, người ta bang hết núi, gọt đến ngọn núi Bà!

Ôi tôi nhớ Lang Bian, ngọn núi cao đỉnh nhớ, nơi tôi từng ngả tựa một nhánh thông vi vu...
(Đà Lạt Tôi Bao Giờ Đà Lạt Tôi Bây Giờ)

Đà Lạt bây giờ thưa thớt thông/ Đà Lạt bây giờ em đau lòng!
Cuốn album cũ vô tình thấy/ thuở thiếu thời sương mây giăng giăng...
(Bên Trời Dăm Bảy Cánh Chim Bay)

Ai đã đọc tập thơ "Ăn Của Rừng Rưng Rưng Nước Nước Mắt" của nhà thơ Trần Vấn Lệ xuất bản vào tháng 7/2021 cũng đã cùng thấm nỗi đau mất rừng. Nỗi đau đó không dừng lại, nó cứ được nhắc lại, lúc tách bạch, lúc hòa xen vào những cung bậc, hình thái cảm xúc khác trong tập thơ mới này.

*

Ông không đơn giản là làm thơ. Ông đã thốt lên tiếng lòng mình bằng một giai điệu riêng thật đẹp... Ngôn từ giản dị mà không hề dễ dãi, lắng đọng cảm xúc nhưng lại dạt dào, oà vỡ trong không gian yêu thương với những lời nồng nàn...

> *"Cũng mong Trời làm thơ, chớ làm mưa thì khó! Giọt mưa thành giọt nhớ ở Cali lâu rồi...*
> *... Tà áo dài em phơi cùng màn sương rất nhẹ. Anh hôn em chút nhé cái miệng em thơm sương..."*
> (Hôm Nay Có Điềm Lành)

> *"Có một mùa Thu thật dễ thương... có hoa tim tím nở bên đường... có ai tim tím đôi môi lạnh... một chút ngờ như buổi tịch dương...*
>
> *Ôi một mùa Thu ta muốn khóc... nhớ ơi những cọng khói lam chiều..."*
> (Có Một Mùa Thu Thật Dễ Thương)

Thơ ông không men say nhưng cũng đủ để ta thấy mình chuếnh choáng. Lạ lắm!

> *"Hình như... không phải câu thơ, chỉ là chữ ghép cho tờ giấy kêu... em à em rất thương yêu, anh là thi sĩ để chiều em thôi?*
>
> *Nói gì đi hỡi đôi môi, hỡi hoa hé nụ, hỡi lời văn chương! Đừng ngân hai tiếng Đoạn Trường, đừng xa xôi nữa Quê Hương ngày về...*
>
> *Đêm nghe có tiếng não nề, tiếng lưng em trở, tiếng gì chạm vai? Tiếng thơ... từ mái tóc dài, ánh trăng tháng Chạp còn cài tháng Giêng!*
>
> (Tiếng Thơ)

Tôi vẫn cảm nhận được điều đó khi đọc nhiều bài thơ gần đây của ông. Nếu trong thơ ông có thấp thoáng chút tình riêng thơ mộng nào đó thì cuối cùng vẫn có tiếng thở dài nhè nhẹ, hiển hiện nỗi nhớ tận cùng về Quê Hương giữa niềm cô đơn, u uẩn.

"Viết trong nỗi cô đơn đến tận cùng:
Xưa Thâm Tâm buồn, nay ta buồn
Trăng mờ cố quận tại mù sương?
Ai tri âm nhỉ? Ai tri kỷ?
Ai giải giùm ta chữ Đoạn Trường"
(Trăng Mờ Cố Quận)

Tôi không biết dùng nhiều mỹ từ để ca tụng, nhưng thật sự từng câu, từng từ trong tất cả những bài thơ của Thi sĩ Trần Vấn Lệ dù viết trong tâm trạng nào cũng luôn mang lại cho tôi quá nhiều cảm xúc. Cảm xúc vô cùng gần gụi, bởi nó được tạo nên thật tự nhiên như hơi thở. Hơi thở cuộc sống, triết lý nhân sinh được ông bày tỏ thật sâu xa và quá "điêu luyện". Tôi có cảm giác chỉ cần xòe bàn tay ra, năm đầu ngón đụng ngay cái lạnh giá của mùa đông dai dẳng, của lòng người buốt giá. Nắm tay lại, hơi ấm lại tỏa lan bởi chút chia sẻ của ngọn lửa trái tim, tình yêu thương và lòng nhân ái.

Tôi mong ông sẽ thấy ấm, bớt cô độc vì đâu đó giữa dòng đời xuôi ngược, ông vẫn có những tri âm, có những đồng vọng.

Tôi kết thúc bài viết thiên về cảm xúc của mình bằng một bài thơ rất tuyệt vời của Thi sĩ Trần Vấn Lệ

"Tôi xem chữ nghĩa như con cái: có đứa buồn hiu có đứa vui, quanh quẩn bên tôi chiều với sớm, líu lo như thể lũ chân trời

Tôi xem chữ nghĩa như cơm cháo, khi đói thì ăn no để dành, dư ném cho chim nhìn chúng hót thấy đời hẹp bớt chút mông mênh

Tôi xem chữ nghĩa như bè bạn, kết thả trôi sông chở cả

trời nếu có lúc bơi giòng nước ngược, buồn buồn nhớ lại lúc miền xuôi

Tôi xem chữ nghĩa như chăn gối, khi lạnh thì ôm, nóng bỏ ra, nhưng chẳng lúc nào không ở cạnh, trăm năm thương mãi chữ Chan Hòa!

Chữ nghĩa và tôi nặng cái tình, như là khi thấy lệ long lanh giọt sương trên lá khi chiều xuống, nhớ quá Quê Hương khóc đoạn đành

Chữ nghĩa theo tôi thời ấu thơ, chữ a, chữ ă, chữ o, ô... Chữ nào cũng ngộ như ông Phật đưa một bàn tay chỉ học trò.

Chữ nghĩa và tôi đến xứ người, ngậm ngùi tan nát giống như tôi... sót vài ba chữ ngồi hiên quán gặp bạn nâng ly một tiếng cười

Chữ nghĩa và Tôi sẽ xuống mồ mai này cỏ mọc sắc xanh lơ ai đi ngang để cành hoa xuống là cũng cho đời một chút thơ."

Đó chính là Trần Vấn Lệ, chỉ đơn giản là Ông thôi, đơn giản như những nét bút tài hoa ông để lại cuối tập thơ này.

Tất cả những dòng ông viết về Quê Hương, về hoa lá cỏ cây đất trời Đà Lạt hay cả thân phận con người trong mùa dịch bệnh đều thấm đẫm tính nhân văn, một chút triết lý, một chút ngang tàng – khí phách.

Vâng, khí phách của một người từng là lính...

Chất lính trong Ông cũng thật đáng yêu. Rất cứng cỏi và cũng lãng mạn đến vô cùng. Rất lạnh lùng và cũng thật nồng nàn quyến rũ...

Dalat, 11/ 2021

Nguyễn Thiên Nga

BÀI 3: THƠ TRẦN VẤN LỆ THƠ CHO NGÀY THÁNG CŨ VÀ NHỮNG MÔI HÔN NỒNG NÀN

Bài thơ nào của ông cũng tạo cho tôi cảm giác bâng khuâng trong không gian đa chiều, chấp chới theo từng vòng bánh xe thời gian quay ngược hay dừng hẳn lại ở tháng ngày yêu dấu cũ.

"Thơ tôi trần trụi thiệt kỳ! Không vui đừng đọc, buồn thì buồn thêm! Vậy mà... cứ gửi về em, để em mở thấy đầy thềm lá bay..."

"Thơ tôi trần trụi trần truồng... như hồi chuông một giáo đường bỗng ngân! Con nai lạc núi còn dừng, tiếng thơ tôi chẳng động lòng cỏ hoa! Phải chăng con bướm mù lòa hay muôn nhân ảnh đã mờ khói sương?"

"Thơ tôi... một cõi tứ bề, buồn trăm phương cứ đổ về một phương!"
(Thơ Tôi Độc Thoại)

Nhiều người yêu thơ, thấy mình trong thơ ông và đôi khi có cả sự ngộ nhận. Sau sự ngộ nhận sẽ chuếnh choáng buồn, vì như ông nói:

"Từ bao giờ đến hôm nay, không hình ảnh mới chỉ đầy cố nhân!"
(Thơ Tôi Độc Thoại)

Và cố nhân ấy:

"... ở Đà Lạt,
Huế,
hay Cồn Thới Sơn?
khi cô là mưa,
khi cô là nắng,
có lúc cô là trăng,
cô là sao,

là cơn gió nhẹ,
là dòng sông, là đóa hoa đào, đầu xuân...
nhưng mãi mãi, cô vẫn 17 tuổi
và, thi sĩ muôn đời là thi sĩ,
làm thơ...
tình mười bảy."
(Cảm đề bài thơ "Người Ta Ở Bến"
từ trang nhà Bác Sĩ Đỗ Hồng Ngọc)

"Cố nhân" ấy có là chút nắng nhạt cuối ngày, cơn mưa chiều lất phất, làn gió mỏng bay tà áo lụa hay muôn đời là trăng: trăng tròn, trăng khuyết, trăng hao gầy, ...thì những dòng thơ của Thi Sĩ Trần Vấn Lệ vẫn ngưng đọng trong một không gian riêng, cứ một nét riêng không thể lẫn.

"Mươi quyển sách, mươi văn đàn, trang mạng/ Dáng thơ ông, văn học Việt chẳng ai trùng/ Đứng một mình nhưng rất mực tình chung/ Yêu nàng Thơ, yêu người, yêu cuộc sống."
(trích thơ tác giả Phạm Tương Như viết tặng TS Trần Vấn Lệ)

Thơ ông có sự trần trụi rất duyên, trần trụi mà tinh tế, trần trụi đặc quánh của nghĩ suy. Từ dùng của ông không trau chuốt nhưng cũng đủ mỹ miều. Ông không ngần ngại đưa tố chất văn xuôi vào thơ, có khi là những lời thoại, nhiều nhất là độc thoại với nỗi buồn riêng, niềm đau riêng. Tiếng thơ cất lên, hay và bùi ngùi theo nhiều kiểu rất khác nhau.

"Em nói gì vậy TA? Anh hết muốn thở ra / những câu thơ Lục Bát! Anh ném thơ Song Thất / về lại thời Ôn Như? Anh đi theo Tự Do / như Thanh Tâm Tuyền, nhé?
Em ơi, anh muốn đi / tới đầu trời cuối biển. Thơ, anh hốt, anh liệng, ném khắp Thái Bình Dương? Ai cũng có Quê Hương... thơ thì vô Tổ Quốc?"
(Thơ Và Em)

"Buồn lòng biết nói với ai? Thả đôi câu với mưa mai nắng

chiều? Nắng mưa tháng Chạp buồn hiu, buồn lòng có thể đang nhiều thêm thôi...”

“Buồn mà như trái chín treo, như chiếc lá nhỉ cho chiều vô tư! Tôi làm thơ? Đó là thơ? Thưa không! Chỉ chút ỡm ờ vô duyên!”
(Dẫn Nhau Đi Tới Đỉnh Ngàn)

“Cái nỗi buồn nằm trên những ngọn cây
chim không đậu câu thơ này không đẹp!
...
Nãy tới giờ tôi có mấy câu thơ thật lạ
mà cũng hồn nhiên chắc bạn gật đầu?
Những người làm thơ chẳng hề sống với nhau
nên mỗi bài thơ là một cõi người ta lẻ bạn!”
(Cái Bao La Bao Quanh Thành Phố Nhỏ)

Đôi khi cũng thoáng nụ cười hiếm hoi làm câu thơ bừng sáng, dễ thương lạ lùng!

Hình như tôi mới bật cười! Con sông Ba nước cuốn trời Phú Yên... cuốn em luôn cái mặt hiền... câu thơ tôi sợi chỉ viền áo xưa!
(Dẫn Nhau Đi Tới Đỉnh Ngàn)

*

Con nước thời gian cứ mải miết trôi theo dòng của nó. Ông lặng lẽ đứng lại ngắm nhìn, tự *“lắng nghe ta”*, độc thoại với chính mình, tự trút hết nỗi cay đắng và nghe *“hồn ta gió cát phù du bay về”*... Đó là những lúc Thi Sĩ cảm thấy cô đơn đến tận cùng.

Thơ là hơi thở của ông. “Hơi thở” ấy nhịp nhàng, nhẹ nhõm và cũng nhiều khi “rẽ ngoặt”, hụt nhịp bất ngờ. Lướt qua thi tứ êm ái quen thuộc, thơ ông có khi như lạc vần. Tuy nhiên, hãy thử một lần lắng nghe, ta sẽ cảm nhận được những âm thanh vi diệu cứ rung ngân trong từng thời khắc; những chùm móc đơn móc kép thật đẹp bay lên quấn quýt không gian.

"Từng giọt sương rơi
từng giọt nắng của trời
của kim cương, cầm đi cô Bé
cài lên tóc nha cho mù sương bay theo..."
(Cảm Ơn Hoa Cho Tôi Nhìn Thấy)

"Tôi nhìn nước mênh mông. Tôi nhìn trời bát ngát. Tôi muốn nghe ai hát bài Tình Xa. Tình Xa...

Em ơi em dễ thương, bài Tình Xa cứ hát... Tôi thèm cơn gió tạt áo dài em mênh mông!"
(Tình Xa)

Hơn một lần, tôi đã hỏi ông: *"Trong suốt một thời gian dài, anh chỉ "hát" duy nhất bản "Tình Xa" của Nhạc Sĩ Trịnh Công Sơn? Anh có những kỷ niệm đẹp gắn liền với bài hát này phải không ạ?"*

Ông thường thả một "icon" nụ cười (chắc do câu hỏi ngây ngô) và trả lời xa xa gần gần...

Ước chi nghe tiếng hát
bài Tình Xa Tình Xa
Ước chi buồn nở hoa
trong lòng mình một đóa!
(Sáng Dậy Mở Cửa Thấy)

Ô kìa sao em khóc?
Mình không có Tương Lai?
Ai biểu em hát hoài
bài Tình Xa chi vậy?
(Tại Em Chớ Bộ)

Người đàn ông cô độc đó, ngồi hát một mình, độc thoại và dệt thơ tình bằng những sợi nắng, hạt mưa hay chút gió trời mong manh, chắc chắn không chỉ vì mối tình đã lỡ thuở đôi mươi trong khung trời Dalat thơ mộng hay những cuộc tình đi qua *"như những dòng sông nhỏ"* ... Đó còn là tiếng lòng ngậm ngùi hướng về Quê Hương, Tổ Quốc từng ngày, từng giờ...

"... Còn gì đâu nữa với ta? Những tin báo nói quê nhà nước dâng...

Mình yêu biết mấy Đà Rằng, yêu cây cầu thuở miền Nam tự hào... Sử vàng một giấc chiêm bao. Sử hồng máu lệ đã trào tiếp theo..."

(Dẫn Nhau Đi Tới Đỉnh Ngàn)

*

Tập "THƠ" này gồm những bài Thi Sĩ Trần Vấn Lệ mới sáng tác từ mùa Đông năm 2021 đến đầu mùa Xuân năm 2022. Trong cái lạnh da diết của khung cảnh, của lòng người cứ mãi hoài đeo bám thì những nụ hôn đọng lại thật ấm áp, thật tình.

Nụ hôn trân trọng, ấm áp nhất ông dành cho Thơ. Hy vọng khi đọc, mọi người cũng cảm nhận được dư vị yêu thương:

"Tôi đã in thơ ngàn cuốn sách
Tôi đã hôn thơ không một lần
Nào ai nâng cuốn thơ lên đọc
Ai thấy môi mình âm ấm không?"

(Bạn Có Bao Giờ Nhặt Nắng Chưa)

Nhiều khi là những nụ hôn thoáng chút ngại ngần, mòn mỏi:

"Một chữ Hôn thôi, không dám viết
sợ mình hôn... thiệt, dịch làm sao?
... Mẹ sẽ hôn con, không ái ngại,
mình hôn ai đó, chỉ hôn hờ!
Đường xa mỏi cánh mây tan hợp
mình vẫn xa người... tuyệt vọng Thơ!"

(Đường Xa Chi Mấy)

Nụ hôn càng cuống quýt, nồng nàn theo cơn bão ngoài trời rồi lại trở về thầm lặng. Vì em chỉ trở về trong nỗi nhớ, trong giấc mơ thật hiền:

"Anh hôn em thầm lặng như anh từng đã hôn
Em, những lúc vui buồn... những khi anh mơ mộng!"
(Cơn Bão Ngày Thứ Hai)

"Vuốt em từng sợi tóc! Tóc dài bao nhiêu năm?
Em ơi anh hỏi thăm gió từng chiều từng sáng...
Anh hôn em trên trán, anh hôn em bàn tay,
Anh hôn em chỗ này, anh hôn em chỗ nọ..."
(Ba Bông Margueritte)

Sang Xuân trời ấm dần, những bông hoa hé nở. Ông ra ngắm giọt sương rơi, ngó từng chùm hoa nắng và lòng vơi đi sự trống vắng. Tiếng lòng ông rộn ràng, ước chi đang ở Đà Lạt, được nghe ai hát "Ai Lên Xứ Hoa Đào..." và nghĩ tới những điều tốt đẹp hơn.

"Hai tuần nữa Tết tới, anh hôn em bao nhiêu?
Mình tính sổ buổi chiều... ít, anh hôn em tiếp!
Thế giới thờ cái đẹp! Em, là một tượng Thần,
nụ hôn để dưới chân cũng là để trên tóc..."
(Sắp Tết Trời Ấm Dần)

Ông cứ đứng ngẩn ngơ bên con đường kỷ niệm. Ông tỉ tê kể về những ngày đã qua mà như đang hôm nay bằng những ngôn từ thật gần gũi, dễ thương và cũng ẩn chứa nhiều cay đắng. Người nghe nghe hoài chuyện cũ kể thành thơ mà không hề thấy cũ. Đó là những vần thơ thật đẹp ghép từ sương chiều phố núi, lãng đãng mây ngàn, chút mơn man của nắng, chút gió như lời yêu mơ hồ thoảng qua. Tôi thấy cả thoáng bâng khuâng tiếc nuối và thật nhiều nhớ thương ông gửi về những ngày xưa thân ái...

"Ngày tháng nào đã ra đi khi ta còn ngồi lại..." (*)

Ngồi lại để nghe day dứt, nhớ thương không nguôi.

Ai cũng có một thời để yêu và một thời để nhớ. Dù biết rằng "nói ra nhiều cũng vậy thôi..", nhưng cứ để nỗi nhớ chìm sâu, khắc khoải thì tim ta sẽ đau hơn. Thi Sĩ Trần Vấn Lệ đã trăm ngàn lần cho nỗi nhớ bật lên thành thơ để tan vào không gian mênh mông; nằm soài trên cát vẽ nỗi nhớ chờ sóng xô bờ rồi cuốn trôi vào biển khơi thăm thẳm, hay cứ lang thang trong nỗi nhớ bằng đôi chân trần để nghe dễ thương lắm một chút gì xa xăm... Và rồi, ông vẫn cứ buồn, nỗi buồn buốt giá.

"Không có con sông nào đã cạn,
Thơ tôi rồi sẽ cạn nhân tình!
Buồn tay ghi lại dòng năm tháng
Buồn miệng ngâm hoài nghe lạnh tanh !"
(Buồn Tay Ghi Lại Dòng Năm Tháng)

Ông Phạm Tương Như, người bạn tri âm của Thi Sĩ đã từng viết:

"Thơ Vấn Lệ nên ngàn thơ lận đận/ Nhìn cái gì cũng thờ thẫn nhớ nhà/ Thấy dáng dễ thương cứ nhớ bóng người xa/ Ngắm cánh hoa nhớ môi cười năm cũ.

Thơ là Lệ nên làm sao cho đủ/ Người ly hương nhớ nước thương nòi/ Bà Mẹ quê, thiếu phụ bất phùng thời/ Trai thời loạn đời già theo năm tháng..."

Tôi hiểu, không thể đọc lướt qua một vài bài thơ của Thi Sĩ Trần Vấn Lệ mà có thể cảm được nhận được hết cái đẹp, cái tình trong thơ. Có lẽ chiều dài của Thời Gian, chiều sâu của Không Gian ở trong thơ ông luôn khiến tôi choáng ngợp và thấy mình nhỏ bé.

Thôi thì hãy để cho những ngôn từ đẹp; những mưa, nắng, mây, sương, con sông, dòng suối, ngọn đồi, ... của Thi Sĩ Trần Vấn Lệ tự dịch lấy bức thông điệp của mình.

Dalat, tháng 3/2022
Nguyễn Thiên Nga

(*) Ca từ trong bài "Tình Xa" của NS Trịnh Công Sơn

BÀI 4: CŨNG ĐÀNH GIÓ LẠC MÙI HƯƠNG

Một ngày có nắng mảnh như tơ sau những ngày dài mưa tầm tã, tôi lại nhẹ đưa bước chân vào vườn thơ quen thuộc của thi sĩ Trần Vấn Lệ theo mùi hương la đà, quyến rũ.

Cả vườn thơ của ông cứ ngào ngạt hương thơm của nắng gió ân cần; cả ngàn thông đang ngân reo bài hát muôn đời cùng mùi hương đặc biệt của nhựa, của lá non, của phấn vàng rắc đầy nỗi nhớ. Trong rừng xa, sườn đồi hay ven dốc mòn đỏ màu đất bazan, hoa dại muôn màu và những thảm cỏ nằm ngoan dưới chân cứ ngan ngát hương dịu dàng, tinh khiết...

Theo bước vui, chợt gặp: *"Nàng Tiên đi bộ, đi thong thả, cả một vườn hoa nở đón nàng."*

và lời tác giả dịu dàng: *"Anh sẽ đón em bằng nhạc nhẹ, bằng lời thơ nhé, rất là thơm!"* (Ngày Mai)

Tôi cảm thấy hồn bâng khuâng.

Đúng là Thi sĩ Trần Vấn Lệ đã đón bạn bè yêu thơ vào khu vườn của mình bằng những câu thơ rất thơm, một mùi thơm rất Đà Lạt.

Đầu tiên, tôi nghe gió đưa đến hương của phấn thông thơm nhẹ nhàng, trong suốt. Tôi nghĩ, không phải ai cũng có thể cảm nhận được mùi hương này bằng khứu giác. Phải yêu Đà Lạt, yêu ngàn thông xanh ngát bốn mùa lắm ta mới cảm được mùi hương tinh khiết này đang mơn man trên làn da, mái tóc; mới thấm được vào lòng và thốt lên như tác giả:

> *"Nếu mà mình Thi Nhân, tập thơ mình... một Chữ, giống như Nguyễn Công Trứ... thả lòng thơm phấn thông...*
> (Một Chữ Tình)

Một chữ Tình vương phấn thông thơm ngát.

Cả bài thơ Tình cũng thơm ngát phấn thông:

> *"Ôi rừng thông thơm ngo có bao giờ, bao giờ tôi nhặt từng*

chiếc lá kết dài đường muôn phương?"
(Bài Thơ Tình Đẹp Nhất)

"Phấn thông vàng thơm ngát/ gió bay, áo, tóc bay.../ Em rất thơm mùi cỏ... cỏ hồng ở Thái Phiên! Em là ngọn Lâm Viên / đời đời anh hướng tới..."
(Áo Trắng Quần Đen)

Quê Hương đã cách xa nghìn trùng mà sao mãi hoài ngát thơm trong tâm tưởng tác giả cái mùi hương phấn thông gần gũi mà vô cùng quyến rũ ấy.

Bao nhiêu hoàng hôn đã buông, bao nhiêu rèm chiều đã kéo, bước chân lang thang ông bỗng dừng lại khi ngắm trăng non nơi đầu non mà ngẩn ngơ, mà bồi hồi bởi mùi hương phấn thông lạc về theo cơn gió lạ...

Đầy lòng tôi tiếng quê. Quê Hương tôi, Đà Lạt, có ngàn thông xanh ngát, phấn thông vàng nắng Xuân!
(Phấn Thông Vàng Đà Lạt Ơi)

Anh ra sân khép lại cánh cổng rào
Có con bướm trắng đậu trên hoa vàng em ạ!
Lát nữa mưa, ai che giùm nó, há?
Phấn bướm bay vàng như phấn thông không?
(Một Cánh Thư Không Dán Tem)

Thật ra, mùi Đà Lạt trong thơ của Trần Vấn Lệ còn là sự tổng hòa hương thơm của nhựa thông, lá thông quyện nhẹ với chút ẩm ướt của sương mù, cây cỏ buổi sớm se se lạnh. Buổi chiều, khi những làn gió lững thững đi ngang những khu rừng, những sườn đồi, vòng tay ôm hết hương hoa dại hồn nhiên nở bốn mùa; gió lại về bên Em – nàng Thơ cổ tích, ướp tất cả mùi hương nhẹ nhàng dễ thương ấy lên mái tóc đang bay tung theo mây trời lãng đãng.

Thi nhân ai mà không ước ao nương náu mái tóc thơm hương ấy. Niềm ước ao gửi trọn vào câu thật đẹp và thật thơm:

"Ngày của Tình Yêu qua mau. Ôm chặt, thời gian vẫn mất. May ghê còn hương tóc mật! May ghê còn bờ vai thon...

Vẫn là suối tóc thơm hương, vẫn là bờ vai muốn cắn. Thời gian là mưa là nắng, mất còn một thoáng mà thôi!

Người yêu tôi ngước mặt lên, tóc thơm, thơm lừng gió Tết..."
(Cuối Ngày Valentine)

Bất cứ lúc nào, từ thuở thanh xuân cho tới khi thời gian rắc phấn lên mái đầu, vẫn cứ dịu dàng những khoảnh khắc thơm hương:

"Nhớ chứ chiều xưa trường Thủ Đức, vơi đầy con mắt mặt hồ Thu, em chờ tôi áo còn in nếp, còn cả mùi thơm của giấc mơ..."
(Trời Trở Gió Rồi Thu Đã Sang)

"Bởi tóc em thơm lừng gió. Em ơi có biết gì không? Anh ôm trọn mặt trời hồng đặt lên má em và ngắm."
(Mở Đầu Dòng Thơ Lãng Mạn)

Và cứ thế, *"anh vuốt tay em, ngón nào không mướt? Anh vuốt tóc em có sợi nào không thơm?"*

Nét đẹp của hoa dại kín đáo, tinh tế như thiếu nữ Đà Lạt; thật nhạy cảm lắm mới nhận ra mùi hương thầm của từng loài hoa nở ven suối vắng hay trên vách đá cheo leo kia. Chút hương nhẹ nhàng thoáng bay theo làn tóc người em phố núi mù sương để lòng ai mãi hoài nhớ thương:

"Anh yêu em, yêu với một lòng lãng mạn, anh làm thơ cho Đà Lạt dễ thương, làm thơ cho em dù anh biết anh không còn / cô bé học trò tóc thề thơm gió núi...

... không dừng lại bờ môi em chút! Người ta sống ở đời, người ta mơ Hạnh Phúc. Anh cảm ơn em, Đà Lạt thơm

tho, từng sợi tóc em anh nhớ tự bao giờ, em Đà Lạt mà lòng em rất Huế!"
(Ai Biểu Em Là Vầng Trăng Trước Ngõ)

Hương ấy, sắc ấy chính là linh hồn của Đà Lạt. Mỗi ngày qua đi, linh hồn thầm thì những lời yêu thương bất tận, rất thẳm sâu và rất chân thành.

"Hoa đào rụng trắng bàn tay tôi phấn/ Hoa đào thơm lừng má tiểu thơ/

Tôi nhớ sao Đà Lạt sương mờ/ Hai cây đào trước ngõ nhà em tôi đi qua đi lại."
(Mùa Hoa Đào)

"Nụ hoa quỳ đầu mùa của tháng Mười Đà Lạt tỏa hương thơm bát ngát, tôi hái tặng cho nàng..."
(Bài Thơ Này Chừng Đó)

"Trong một tháng Giêng thôi/ Ba lần hoa đào nở/ Trời thơm mùi nhung nhớ/ Đất thơm mùi chân sen..."
(Hai Bờ Đường Xanh Cỏ)

Có những mùi hương rất quen mà cũng rất lạ theo gió lạc về khiến tôi rưng rưng xúc động. Tôi gọi tên là mùi Quê Hương

Đó là chén cơm thơm mùi gạo mới:

"Buổi chiều. Mới đã hoàng hôn. Những con quạ đậu hoảng hồn bay đi. Chúng ta vừa nói chuyện gì? Hình như không có chuyện chi để buồn? Khói chiều thơm ngát chén cơm."
(Buổi Chiều)

Hay là một món ăn thật quen thuộc:

"Khi bạn vào nhà, ôi quá thơm? Cái gì em nhỉ, chẳng là cơm, anh nghe ngào ngạt hương Đà Nẵng, nghe có cái gì thương quá thương!

Vợ dắt chồng đi vào bếp, ngó: Một nồi mì Quảng, chịu chưa chàng? Khói bay thơm phức mùi tôm ruộng và thúng mì tươi vàng rất vàng."
(Mì Quảng Hàm Thụ)

Buồn dâng nhè nhẹ với chút hương cà phê hòa chung mùi thơm khói thuốc đang được thả từng vòng tròn vào khoảng không vô định:

"Ngồi một mình với ly cà phê. Mùi thơm của khói thuốc không dè hòa chung với khói cà phê bốc thơm suốt hành lang một vỉa hè..."
(Mỗi Một Người Đã Có Một Bơ Vơ)

Bằng giác quan nào đây, để tôi có thể cảm nhận đầy đủ nhất, tinh tế nhất về các mùi hương trong im lặng và để thấy hồn mình cũng ngát thơm, một mùi thơm thật gần gũi và đầy thương yêu:

"Nhớ quá cái mùi mồ hôi của cha vương vương nếp áo. Nhớ quá mẹ chao cái chảo chiên con một cái hột gà...
(Lật Trang Cổ Tích)

hay: *"Một thoáng cái hơi người lính cũ/ Còn thơm lên cả chiếc béret"* (Tàu Cau Gió Thổi)

Cả niềm bâng khuâng khi *"Nghe mùi cỏ, mùi hoa, mùi lá, nhớ làm sao mùi ngõ tre làng..."*

*

Nhà Văn Hồ Đình Nghiêm đã nhận định như sau:

"Giản dị trong phân trần, mộc mạc trong lý giải, dịu dàng trong phân bua. Đặc điểm thơ của Trần Vấn Lệ đều vậy cả... Em là nguyên cớ để lời thơ tìm đến, không đổi, dù Em có khi là một địa danh, một bến đò, một hàng cây, một khung cảnh, một chốn cũ. Và dĩ nhiên, Em còn đó là nàng thơ, là người tình duy nhất, một và chỉ một mà thôi."

Vâng, "Em" hay đơn giản hơn chỉ viết "M", thi sĩ cũng chỉ có một, để ông viết tặng những câu thơ dịu êm mà nồng nàn.

Câu cuối cùng trong bài "Những Bài Thơ Của Lệ", được ông viết vào tháng 8. 2022 khiến người đọc bâng khuâng.

"Anh tặng em Tình Yêu, dang tay ra, ôm nhé. Những bài thơ của Lệ một câu này, rất thơm..."

"Em" trong thơ ông đặc biệt luôn thánh thiện, dễ thương và có lòng bao dung. Có lẽ vì vậy, chữ "Tình Yêu" ông đặc biệt viết hoa và cứ lan tỏa một mùi hương thơm ngát.

"Em ơi mùa thơm hương phấn. Em phấn hương mùa Thơ anh! Anh xin làm chiếc lá xanh, em trăm năm là hoa nở.

Em ơi mùa thơm hơi thở, em kề bên anh phải không? Anh hỏi, hỏi trời mênh mông. Anh hỏi, lòng anh xúc động!

Em là hương hoa đời sống, anh còn sống được bao lâu? Quê người cỏ lợt vì sao? Đường xa chưa ngừng bước tới.

Phấn hương này không phải mới, từ ngàn kiếp trước có em, từ những bài Thơ rất duyên / anh làm cho người yêu quý."
(Em Ơi Mùa Thơm Em Thơm)

Đúng vậy, phấn hương này không phải mới, mà đã có từ ngàn kiếp trước. Vì vậy mà từ những bài Thơ rất duyên cứ ngào ngạt thơm mùi tóc cũ, ngọt ngào thơm mùi cánh đồng lúa quê nhà, dạt dào thơm mùi gió mùi nắng... Hương thơm cứ tỏa lan, tỏa lan vào tâm hồn mỗi người yêu quý và đến với Thơ Trần Vấn Lệ.

Tôi biết, tôi tin ông có nhiều tri âm. Bởi Thơ ông dễ đọc, dễ thấm và dễ thương. Khi đã thương Thơ, người ta sẽ tìm thấy sự đồng điệu. Khi đã có sự rung động tinh tế, chân thành và trong sáng, người ta còn có thể lắng nghe trái tim mình nói – nói những lời thơm tho, đẹp đẽ.

Dalat, 10/2022
Nguyễn Thiên Nga

BÀI 5: MỖI NGÀY MÂY VẪN BAY QUA ĐÂY

"Đường đi qua một mùa Xuân, không ai muốn xóa dấu chân của mình. Hoa vàng và đám cỏ xanh, đàn bươm bướm trắng bay quanh bước người..."

Đường đi qua mùa xuân ấy là con đường Thơ. Như mọi lần, tôi bước thong dong theo chân ông – thi sĩ Trần Vấn Lệ trên con đường ấy với cảm xúc dành cho thơ vẹn nguyên như ngày đầu và cũng không muốn xóa dấu chân của mình.

Con đường Thơ ấy có nhiều khi ấy bình yên. Nắng thơm, hoa thơm, cỏ thơm, đất trời thơm. Gió mơn man đùa trên từng tán thông già. Chim ríu rít hát ca.

Có đôi khi con đường ấy mưa bão đi qua. Trời phong ba, đất phong ba, đời cũng phong ba. Mây xám giăng đầy, từng sợi buồn rơi rơi theo triền con dốc nhớ.

Vậy là đã hết mùa xuân, một mùa xuân như mọi mùa xuân, có nắng thật đầy và gió cũng thật nhiều. Con đường Thơ thì vẫn dài; sẽ đi qua Hạ đỏ, Thu vàng, Đông xám; sẽ đi qua bao năm tháng nhớ nhung, chờ đợi và mây vẫn cứ bay qua mỗi ngày.

*

Mỗi ngày thi sĩ đã có ít nhất một bài thơ.

Mỗi ngày, tôi – một người bạn nhỏ theo chân ông bước trên *"con đường đi giữa đời vui"* với *"những câu triết lý mây trôi lững lờ..."*

Mỗi bài thơ như áng mây bay qua trong trời với đủ màu sắc, đủ kiểu *"mây mỏng, mây dày, nhẹ, nặng"* và kể cả gió, *"gió có màu là cái màu mây trắng..."*

Không thể phủ nhận rằng, hình ảnh đẹp và xuất hiện nhiều nhất trong thơ Trần Vấn Lệ là mái tóc dài của một người con gái tuổi mười bảy năm xưa, mái tóc thường được ví như mây trời.

"Dù ai chưa tới mà tôi ngỡ... mây trước mặt tôi, suối tóc người!"

"Thơ tôi buổi sáng thơm lừng tóc,
đa tạ ai kìa bước nhỏ qua đây!
Nếu mà tôi ví mây là tóc
thì tóc của nàng... một áng mây!"

Để rồi ẩn hiện dưới mái tóc mềm đẹp như mây ấy, ta vỡ òa trong vần thơ thật lạ:

"Vầng trán em mây xòa ngũ sắc
Ánh hào quang sáng rực muôn hoa..."

Hình ảnh đẹp ngời ngời. Thi sĩ đã thì thầm cùng thơ bằng ngôn ngữ rất riêng. Tôi không hình dung được hết "mây xòa ngũ sắc" trên vầng trán – vầng thơ kia nhưng tôi mong, nếu có sợi mây xám buồn nào còn vương vất xin hãy để ngủ vùi trong dĩ vãng.

*

Mỗi ngày thi sĩ có ít nhất một bài thơ.

Mỗi ngày mây vẫn bay trong trời, thả trên con đường Thơ những bóng nắng xoe tròn đôi mắt phố, lấp ló khóe môi xinh. *"Mây trên đầu và trái tim trên môi."*

Mỗi ngày mây vẫn bay qua thềm, thềm nhà có hoa, rưng rưng nhớ những chiều xưa xa...

Mỗi ngày mây vẫn bay quanh thuyền, mây êm đềm, mây là buồm căng gió tình yêu ra khơi mênh mông. *"Con thuyền mây trôi giạt... con thuyền mây trôi giạt... gió giạt con thuyền mây!"*

Mỗi ngày mây vẫn bay, bay ngoài cửa lớp. Tà áo nữ sinh trắng rợp sân trường. Ai nhớ ai mà mắt cứ rưng rưng, từng giọt lệ tái tê lăn tròn về bến cũ. Trang giấy trắng ngả vàng còn đôi dòng mực tím. Em sang sông hôm ấy gió tơi bời...

Mỗi ngày mây vẫn bay, mây mang mưa qua đây. Mái hiên gầy run trong niềm nhớ dâng đầy, Quê Hương và Gia Đình, mưa đâu yên lành.

Mùa xuân dịu dàng, mỗi ngày mây vẫn bay. Mùa xuân nồng

nàn, dù mắt ai vẫn cay. Mùa xuân gặp người trong mơ, bao đắm say...

"Mây trên đầu và trái tim trên môi
Với em như thế, nhé muôn đời
với em, duy nhất người yêu quý
mây bềnh bồng trái tim thắm tươi..."

Và như thế, mỗi ngày mây vẫn bay.

Dalat, tháng 4/2023
Nguyễn Thiên Nga

---

* Chú thích: Những câu thơ nằm trong ngoặc kép là của nhà thơ Trần Vấn Lệ.

BÀI 6: TỪ KHI EM LÀ NGUYỆT NGHÌN ĐÓA BÌNH MINH MỘT NHỚ THƯƠNG!

Hơn một lần, tôi đối diện với Thi Sĩ Trần Vấn Lệ trong Vườn Thơ để lắng nghe ông kể, ông tỉ tê về mưa nắng, trăng sao và đặc biệt là về Đà Lạt, quê hương yêu dấu; hay nghe ông nhẹ nhàng kể về những nỗi buồn đau da diết cùng nỗi nhớ thật đầy, thật dài về một mái ấm gia đình thân yêu với dáng Mẹ, dáng Cha, dáng ngoại lom khom trong vườn cau Nam Phổ. Đặc biệt, ông chẳng bao giờ quên dáng người xưa với tà áo dài, áo bà ba, mái tóc thề bay bay trong gió...

Cũng nhiều lần, tôi bước vào Vườn Thơ của ông để thưởng thức hương thơm của nắng gió ân cần, cả mùi hương đặc biệt của nhựa thông, của lá non, của phấn vàng rắc đầy nỗi nhớ. Hồn bâng khuâng cùng những đóa hoa dại muôn màu và những thảm cỏ nằm ngoan dưới chân đồi cũng ngan ngát hương dịu dàng, tinh khiết...

Vườn Thơ của ông – thi sĩ Trần Vấn Lệ, vương vương mây bay. Tôi vô tư ngắm mây bay trong khoảng trời mộng ảo đang thả trên con đường Thơ những bóng nắng xoe tròn. Tôi ngắm mây bay qua thềm, thềm nhà có hoa, rưng rưng nhớ những chiều xưa xa... Rồi một chiều rưng rưng theo bao áng mây bay ngoài cửa lớp – tà áo nữ sinh trắng rợp sân trường và nhớ tới một bài thơ cũ:

Nhìn các em ngồi đó
Một góc sân trường xưa
Thương quá thời nắng gió
Nhớ quá chiều, sáng mưa...

Đà Lạt, các em ở.
Đà Lạt, Thầy bỏ đi.
Các em thì vẫn nhỏ
Như vầng trăng núi kia...

Đà Lạt các em ở
Xanh biếc nhé bầu trời
Ngước lên nhìn nỗi nhớ
Thấy là áng mây trôi...
(Nhớ Đà Lạt – Trần Vấn Lệ)

Vườn Thơ Trần Vấn Lệ còn có những Nụ Hôn thật ấm áp, thật tình.

Màu Mưa trong thơ ông cũng khác, trong veo mà lung linh.

Mái Tóc người con gái trong thơ ông đã chiếm vị trí "độc quyền", tôi nghĩ vậy. Tóc – Mây quyện hòa, huyền hoặc dưới ánh trăng mơ màng. Ánh trăng ấy, màu trăng ấy, và cả người mang tên trăng ấy đã đẹp hơn rất nhiều, màu nhiệm hơn rất nhiều trong Vườn Thơ đầy hoài niệm này.

Tôi yêu ánh trăng trong Vườn Thơ Trần Vấn Lệ, từ vầng trăng hao khuyết đến trăng tròn vành vạnh hay thậm chí trăng mang hình trái tim; từ trăng non đến trăng già thấy rõ chú Cuội ngồi gốc cây đa mơ thấy nàng Hằng Nga; từ ánh trăng xanh hồn nhiên, ánh trăng vàng ấm áp đến bóng trăng lạnh tháng Mười Hai buốt giá...

Tuy nhiên, tôi thấy mình không đủ sức, không đủ vốn từ để diễn đạt được hết cảm xúc của mình về Trăng trong thơ của ông. Trăng khiêm nhường mà bàng bạc không gian. Trong cái bàng bạc, mênh mông ấy, tôi thấy mình quá nhỏ bé. Mà không nhỏ bé sao được, khi mỗi ngôn từ thi sĩ viết ra đã có âm thanh mê hoặc, vẻ đẹp rất riêng. Từng dòng thơ kết nối nhuần nhuyễn, mạch suy tưởng nhẹ nhàng.

Tôi sợ sự rườm rà khi đi phân tích ý nghĩa từng con chữ, lắng nghe âm thanh của từng chiếc vỏ ngôn ngữ. Tôi càng không dám so sánh Trăng trong thơ Trần Vấn Lệ với Trăng của những thi sĩ đi trước đã để lại quá nhiều ấn tượng. Ánh trăng đã là nguồn cảm hứng bất tận trong nghệ thuật và mỗi người đều có cách biểu đạt của riêng mình. Dĩ nhiên, tôi cũng sợ mình đi lạc trên Đường Trăng ấy.

Tôi đi làm công việc thường ngày của một người bạn nhỏ.

Vào Vườn Thơ riêng ông, cần mẫn và hết sức nhẹ nhàng, tôi gom từng ánh trăng đêm hay trăng buổi mai. Bâng khuâng, mơ màng và tôi tưởng như đang nghe thấy tiếng thở đều đều bình an của một người bạn lớn sống bằng Thơ, sống nhờ có Thơ đang ở bên kia đại dương.

Khi viết những dòng này, tôi đã có hẳn một "góc vườn" lấp lánh ánh trăng.

Đường Trăng mong không hiu quạnh.

Vườn Trăng mong luôn thơm ngát hương đêm.

Tháng 7/2023

Nguyễn Thiên Nga

Phạm Hiền Mây

Trần Vấn Lệ –
Sáng Như Xuân Muộn,
Chiều Thu Nhạt Nhòa!

I/ TÁC GIẢ

1.

Trần Vấn Lệ sinh năm một ngàn chín trăm bốn mươi hai. Năm nay, hai ngàn không trăm hai mươi tư, nghĩa là, ông đã tròn tám mươi hai tuổi.

Quê hương ông ở Phan Thiết nhưng dạy học thì ở Đà Lạt. Năm một ngàn chín trăm tám mươi chín, ông định cư tại Hoa Kỳ.

Ngày nào, ông cũng làm thơ. Theo như thư ông viết cho tôi, số lượng thơ của ông, kể cả trước và sau một ngàn chín trăm bảy mươi lăm, tạm tính cho đến nay, khoảng, mười ba ngàn bài.

Tôi xin ngưng ở đây một chút, vì tôi e rằng, bạn đọc đến chỗ này, sẽ ngạc nhiên và hoài nghi, có thiệt là nhiều như vậy không, và nhiều như vậy thì thơ có hay không.

Nếu một ngày, làm một bài thơ, thì mười năm, sẽ có khoảng ba ngàn sáu trăm năm mươi bài, bốn mươi năm làm thơ, thì con số mà ông cho tôi biết ở trên, mười ba ngàn bài, con số ấy hoàn toàn hợp lý.

Và, bài nào cũng hay. Ấy là đối với tôi. Chớ chuyện thơ thẩn, mỗi người mỗi cảm nhận, mỗi người mỗi thẩm định, mỗi người mỗi nhận xét và đánh giá. Những món ăn tinh thần, những khẩu vị tâm hồn, thì khó mà áp đặt lắm.

Còn về con số tác phẩm đã xuất bản, tôi chưa hỏi lại ông, nhưng đồ chừng, không thể dưới ba mươi đầu sách.

***

2.

Tôi biết Trần Vấn Lệ, chắc cũng đã hơn hai mươi năm có. Ngày chưa có facebook, tôi sinh hoạt ở nhóm Hùng Vương – Đà Lạt, anh Đỗ Nguyên Thắng (đã mất mấy năm nay), chính là người đưa thơ ông vào giới thiệu cho nhóm.

Đọc thơ ông, ngày ấy, tôi kinh ngạc vô cùng. Kinh ngạc vì lần đầu tiên, có một thứ thơ, được viết như một bài văn xuôi.

Đọc kỹ lại, tôi mới à lên một tiếng. Thì ra, nó là thể thơ vần, với những loại thơ bốn chữ, thơ năm chữ, thơ sáu chữ, thơ bảy chữ, thơ tám chữ, thơ lục bát, và được trình bày như một bài văn xuôi.

Tôi vô trang của anh, và chọn ra ở dưới đây, một ít bài, những bài được viết rất gần đây. Giới thiệu tác giả, không gì bằng lấy chính tác phẩm của họ, để mời bạn đọc cùng cảm. Tác phẩm, sẽ là lời khẳng định đáng tin cậy nhứt về tài năng của tác giả.

***

II/

1.

Bài này được đưa lên trang, mới hôm 01.06.24 vừa rồi. Tôi sẽ giữ y nguyên lối trình bày của tác giả. Các bạn hãy đọc nó theo thể thơ bốn chữ.

NGÀY ĐẦU THÁNG SÁU

Sinh Nhật qua rồi... Hôm nay tháng Sáu, đầu mùa nắng ráo chưa ráo lòng thôi!

Vẫn là xa xôi Nước Non ngàn dặm! Vẫn là buồn lắm giống như buồn hơn...

Không có Quê Hương thì tha hương mãi. Không nói trái, phải vì không ai nghe...

Mỗi ngày ngó xe trên đường qua lại. Bạn bè trai gái không còn hỏi han...

Bạn mất, mình thăm. Mình còn, không bạn. Đến chim buổi sáng không nán công viên...

Nhiều chuyện mình quên mà không quên tội! Biết đường là lối – lối nào cỏ hoa?

Bụi khói chan hòa xót xa từng chặng. Bụi khói, bụi phấn. Bụi bờ. Bụi tro...

Các em tuổi thơ, mắt tròn viên đạn, chớp mắt nhìn nắng, chớp mắt nhìn mưa...

Nửa Thế Kỷ qua. Hôm nay tháng Sáu! Con đường rào rạo, tiếng sỏi cũng xưa...

Tôi làm bài thơ này sao khô khốc? Có ai vuốt tóc chải được thời gian?

Không ai vuốt tóc chải được thời gian!

***

Thơ Trần Vấn Lệ là thơ tình. Khoan khoan đã bạn ơi, không phải thơ tình yêu đâu, mà là tình quê nhà, tình thương về cố xứ.

Ở xứ người, có chi vui. Nên, đến ngày sinh của mình, ông cũng chỉ cảm thán chuyện xa xôi, cảm thán chuyện nước non ngàn dặm. Nên, tháng sáu, mùa thì nắng ráo đấy, chỉ mỗi lòng ông, là còn ướt mà thôi. Nên, vẫn là buồn, như chẳng gì có thể buồn hơn.

Rồi ông than, không có Quê Hương, thì tha hương mãi. Chữ Quê Hương ông nắn nót viết hoa, như tên riêng Cha Mẹ. Ông chỉ có thể nói trong thơ, nói với lòng ông thôi, chớ nói ra với người, thì giờ đây, có ai mà thèm nghe.

Mỗi ngày như vậy, ông chỉ có thể ngó xe, trên đường qua lại. Chớ bạn bè xưa, còn ai để hỏi để han. Bạn qua đời thì ông đi thăm, chớ ông sống đây, mà nào có bạn. Đến con chim buổi sáng, hót xong, nó cũng chẳng nán lại công viên.

Bây giờ, cũng có nhiều chuyện nhớ nhớ quên. Biết đường còn gọi là lối, nhưng nếu hỏi, lối nào mới có cỏ hoa, thì ông chịu. Ông chỉ biết đời ông, từng chặng đời, xa xót; từng chặng đời, cát bụi, bụi khói, bụi phấn, bụi bờ, bụi tro.

Ông chỉ nhớ trẻ thơ Việt Nam, mắt tròn xoe viên đạn, chúng chớp mắt nhìn nắng, chúng chớp mắt nhìn mưa. Ông xa quê hương, cũng đã nửa thế kỷ rồi, tháng sáu đến, ông chợt nhớ con đường xưa, và tiếng sỏi.

Rồi ông buồn, ông tự vấn, bài thơ hôm nay, sao mà khô khốc? Có ai vuốt tóc, chải được thời gian không? Rồi tự ông trả lời, không thể.

***

2.

Đây là một bài thơ năm chữ, Trần Vấn Lệ vừa viết trong những ngày đầu tháng sáu vừa rồi.

THÁNG SÁU CHÂM ĐIẾU THUỐC TREO BUỒN LÊN NHÁNH CÂY

Tháng sáu ngày mồng bốn, mà buồn giống ba mươi. Còn hăm sáu ngày thôi, nửa năm đầu chấm dứt.

Marathon cán mức, sẽ cán mức bình thường. Hay là rất dễ thương, ai cũng mặt nhẽ nhại.

Tưởng tượng người con gái, chạm sợi dây cuối cùng. Hai má của nàng hồng, ai để lòng thương quá.

Không có ai đâu cả. Một cuộc đua trong mơ. Tháng sáu ngày thứ tư. Mai thứ năm, thứ sáu.

Đường nào cũng là đạo. Khoảnh khắc đều thời gian. Số mệnh người giàu sang. Giống như người nghèo khổ.

Vẫn sinh lão bệnh tử. Vẫn nam mô a di đà. Vẫn những gì nói ra. Bắt đầu từ im lặng.

Ông Khổng Tử đi vắng, nhiều nhà dựng cho ông. Đặt tên hay vô cùng: viện nghiên cứu Khổng Học.

"Về đâu hạt bụi vàng, thao thức theo bánh xe, lăn vòng khát khao". Huy Cận, lòng nao nao. Tham sân si tiếp diễn.

Thích Minh Tuệ mất biến, trăng đầu tháng vừa tà. Xé mù sương tiếng gà, vang vang nghe rờn rợn.

Ai nhỏ rồi cũng lớn, đường sá rộng thênh thang. Đời là cánh đồng vàng, lúa trĩu hạt cúi xuống.

Con người thì tùy chọn, khiêm tốn hay kiêu căng. Thành hay bại đều mang, cái ý nghĩa kết cuộc.

Tháng sáu, châm điếu thuốc, treo buồn lên nhánh cây!

***

Tháng sáu ngày mồng bốn là ngày sinh nhật của ông, mà ông thấy, sao mà nó buồn giống ngày ba mươi tết. Ngày ba mươi tết ở xứ người, thì buồn là phải rồi, ông Lệ ơi. Rồi ông lẩm nhẩm tình, còn hăm sáu ngày nữa thôi, là nửa năm đầu chấm dứt.

Cuộc chạy đua trong đời sống này của mỗi người, sẽ cán mức bình thường, hay là sẽ nhễ nhại mồ hôi. Rồi ông tưởng tượng ra hình ảnh người con gái, chạm sợi dây cuối cùng là lên xe hoa, nhìn hai má của nàng hồng, mà ông chợt nghe lòng thương quá.

Tất cả những cuộc đua ấy, đều trong mơ thôi. Thời gian thì cứ dần trôi như thế, hết thứ tư, là thứ năm, thứ sáu. Đường nào cũng là đạo thôi, mà khoảnh khắc chính là thời gian, mà số mệnh, hoặc giàu sang, hoặc nghèo khổ.

Thì cũng đều sinh lão bệnh tử. Thì cũng vẫn nam mô a di đà. Thì cũng là những gì nói ra, bắt đầu như ông bây giờ, im lặng. Ông Khổng Tử ổng còn đâu, mà dựng nhiều nhà cho ổng vậy. Lại đặt những cái tên hào nhoáng, rỗng tuếch: viện nghiên cứu Khổng Học.

"Về đâu hạt bụi vàng, thao thức theo bánh xe, lăn vòng khát khao", là Huy Cận, lòng nao nao; là tham sân si, vẫn còn đang tiếp diễn. Thích Minh Tuệ mất biến, trăng khi ấy cũng vừa tà, xé mù sương tiếng gà, vang vang nghe rờn rợn.

Ai nhỏ rồi cũng lớn, đường sá rộng thênh thang, đời là cánh đồng vàng, con người thì tùy chọn, khiêm tốn hay kiêu căng, thành hay bại đều như nhau, cuối cùng là chấm hết. Tháng Sáu, châm điếu thuốc, treo buồn lên nhánh cây!

Ông Lệ ơi, câu cuối cùng này hay quá!

***

3.

Bài thơ sáu chữ này, Trần Vấn Lệ viết vào ngày 12.05.24

HÔM NAY NGÀY CỦA MẸ

Phi trường một ngày rộn rịp
Mà không chỉ một phi trường
Con cái tứ xứ tứ phương
Trở về kịp ngày của Mẹ

Không phải là một ngày lễ
Chỉ là tục lệ mà thôi
Ngoài những ngày lễ biết rồi
Người ta bày thêm sự kiện

Người đi, chỗ đi quyến luyến
Người về, chỗ về luyến lưu
Cảnh mẹ và con hôn nhau
Cha đứng cạnh nhìn lau mắt

Cha còn một tháng lâu thật
Bây giờ thì cứ vui thôi

Một bó hoa hồng thật tươi
Nằm ngoan trong lòng của Mẹ

Trưa nay, rồi trưa, rồi xế
Nhà hàng chật ních cho coi
Người ta hát toàn bài vui
Mẹ con kể toàn chuyện nhớ

Tất cả các con đều nhỏ
Mẹ Cha là núi là sông
Cháu nội, cháu ngoại má hồng
Vui, mừng không toan không tính
Thương nhất những con đang lính
Chân mây, cuối biển không về
Có đây, thương người không có
Bao nhiêu cũng đã gia đình

Một ngày Chúa Nhật, một năm
Có thể kéo dài hai bữa
Lâu hơn thì cũng có thể
Đừng lâu quá mất việc làm.

***

Thơ Trần Vấn Lệ đơn giản thế thôi, là ghi chép lại những chuyện hàng ngày, không điều chi to tát. Ngày của Mẹ, phi trường nào cũng đông, phi trường nào cũng rộn rịp. Bởi vì con cái ở tứ xứ, tứ phương, ai cũng mau mau để trở về cho kịp.

Trong cách nhìn của tác giả, thì ngày của Mẹ là tục lệ hàng năm, hay nói đúng hơn, đó là sự kiện, mà cả lúc về thăm, lẫn lúc ra đi, đều gây niềm lưu luyến. Nhất là lúc chia tay, cảnh mẹ và con hôn nhau làm cha đứng cạnh bên, chỉ nhìn thôi, mà cũng rơi nước mắt.

Ngày của Cha thì còn một tháng nữa lận. Lâu gì mà lâu ghê. Nhưng thôi, bây giờ thì cứ vui thôi, kìa bó hoa hồng thật tươi đương nằm ngoan trong lòng của Mẹ. Cả ngày hôm nay, sáng trưa chiều gì, cũng nhà hàng chật ních. Người ta hát toàn bài vui và mẹ con thì kể toàn chuyện nhớ.

Tất cả các con, dù có lớn đến đâu, thì trong mắt mẹ cha, cũng đều là nhỏ nhít. Thấy cháu nội, cháu ngoại là bồng, lòng không bao giờ toan tính. Thương nhất trong nhà, là những đứa con đang còn quân ngũ. Hoặc chân mây, hoặc cuối biển, sao về? Thôi thì, có bao nhiêu đây, cũng đã đủ lắm, một gia đình.

Ngày của Mẹ, rơi vào ngày Chúa Nhật, mỗi năm một lần. Có kéo dài thêm mấy, thì các con cũng phải về thôi. Lâu quá, mất việc, các con à.

Thơ Trần Vấn Lệ, kiểu gì, thì cũng phải có chút ngậm ngùi, chút bùi ngùi của gặp gỡ rồi chia xa, của tụ rồi tan, của đông vui rồi ngay đó liền – trống vắng!

***

4.

Đây là một bài thơ bảy chữ, được trình bày theo dạng văn xuôi. Khi đọc, cứ sau bảy chữ thì các bạn ngắt thành một câu.

MẤY DÒNG KỂ CHUYỆN HÔM NAY

Hôm nay khác hẳn sáng hôm qua. Mới sáu giờ hơn, nắng chói lòa. Tin báo, Cali trời nóng lắm. Kim hàn thử biểu chắc bung ra.

Khi lạnh, than van, trời quá lạnh. Rồi bây giờ nóng, hết kêu chăng? Nghe ngoài Hà Nội mưa và sét. Sáng rực bầu trời, cõi tối tăm.

Vua mới nước ta vừa dính ghế. Thì non thì nước thế hay sao? Mỗi ngày tin tức xem mà nhức. Nửa thế kỷ rồi, như chiêm bao.

Vẫn biết có mơ là có mộng. Chiêm bao không phải ước mơ đâu. Nhà tan, cửa nát, người câm họng. Mấy triệu người đi đã tới đâu?

Cáo phó mỗi ngày trên báo đó. Nghẹn ngào người sống lúc thăm quê. Mồ cha mộ mẹ người bang hết. Đi, bởi vì đi, để trở về?

Nóng quá, nắng lên, trời đã nóng. Vài ngày suốt tháng, cứ đinh ninh. Ai giàu sang ở nhà cao, rộng. Mình chẳng ra chi, có phận mình.

Tôi muốn thơ tôi ngày mới đẹp. Tôi nhìn mấy đoạn, vẫn tâm tư. Mình là lính chiến, từ tan cuộc. Bốn chín năm, chưa thoát kiếp tù.

Tổ Quốc, hỡi ơi là Tổ Quốc. Quê người, lạc chợ với trôi sông. Em nghèo, thư viết xin vài chục. Ráng nhịn cho em, lệ mấy dòng.

Tha thứ cho tôi, người lính bại. Tha thứ cho tôi, thầy tháo giày. Hãy đứng cho tôi còn chỗ tựa. Hãy ngồi, tôi kể chuyện hôm nay.

***

Thế hệ của nhà thơ Trần Vấn Lệ, sống một quãng thời gian dài hai mươi năm tại miền Nam trước đây, vui rồi buồn, đoàn tụ rồi chia ly, hạnh phúc rồi khổ đau; dù họ có muốn buông bỏ tới đâu, dù họ có muốn ngừng nhớ, ráng quên tới đâu, thì kiểu gì, lâu lâu cũng cứ vòng về nhức nhối chuyện xưa.

Trời thì nóng. Người thì nực. Cả nước ngoài lẫn nước trong, nước nào cũng khổ. Chuyện chính trị thì rối ren. Chuyện kinh tế thì tuột dốc. Chuyện xã hội thì nhức nhối, đau lòng.

Cuộc đời thì như thể chiêm bao. Đi, có phải bởi vì đi là để trở về? Thơ muốn viết cho đẹp mà không sao đẹp được. Bài thơ đoạn nào đoạn nấy, vẫn tâm tư. Chợt ông nhớ đời ông từng lính chiến. Từ tan cuộc đến nay, vẫn ám ảnh kiếp tù.

Rồi tác giả buột kêu lên, Tổ Quốc, hỡi ơi là Tổ Quốc. Trôi nổi ở quê người, lạc chợ với trôi sông. Đứa em nghèo, thư viết xin vài chục. Ráng nhịn dành cho em, mà lệ mãi mấy dòng. Làm người lính thì là lính bại. Làm thầy giáo thì tháo giầy. Với lòng buồn, chỉ mong có người, nghe ông kể chuyện hôm nay!

***

5.

Đây là một bài thơ lục bát, mà tác giả Trần Vấn Lệ trình bày như một bài văn xuôi và có một nhan đề khá dài, được viết vào ngày 15.05.24

BỨC TRANH KHÔNG CÓ KHUÔN TRANH TỰA ANH TỰA VÀO THƠ THƯƠNG NHỚ EM

Trời không nắng, trời không mưa. Trời âm u, sáng tới trưa còn buồn. Cái buồn như nhện vương vương, mành tơ gió động giọt sương vướng vào. Cái buồn như nhánh lá chao, êm ru không tiếng động nào buông ra.
Buồn gần mà cũng buồn xa, vô duyên hay có duyên là thế thôi. Nhiều khi chữ chẳng có lời, câu thơ chép đó ngó trời thinh không.

Hôm nay viết được mấy dòng, ngó trang giấy thấy phượng rồng múa may. Tôi về lại tuổi thơ ngây, hay tôi chẳng có chi tay để cầm. Một ngày một tháng một năm, một thời gian cũng xa xăm tuyệt vời. Nước non tôi biết đổi dời. Kệ đi mình chẳng còn người Việt Nam. Bốn phương trời một không gian. Một Thiên Thu tựa như làn mây bay.

Em à
Anh nói với ai? Với em, không có, chỉ ngày âm u. Tháng Năm, năm bữa trời mù. Sáng như xuân muộn, chiều thu nhạt nhòa.

Sáng như xuân muộn
Chiều Thu nhạt nhòa
Tóc thề em suối nở hoa, ánh trăng Đà Lạt đêm ngà ngọc ơi.

***

Lục bát, làm khéo tay một chút, là như nước chảy mây trôi. Vì vậy, người ta hay nghĩ, lục bát dễ làm.

Lục bát, dễ thì có dễ đó, nhưng khó, thì cũng khó trần ai. Viết sao cho như nước chảy mây trôi, là một chuyện. Mà viết sao cho bài thơ có ý, có nội dung hoàn chỉnh; viết sao cho bài thơ có tứ, tứ độc đáo, tứ lạ, tứ nên thơ, lại là một chuyện hoàn toàn khác nữa.

Nội dung của bài thơ sáu tám này là viết về nỗi buồn man mác của người làm thơ, những nỗi buồn không rõ, những nỗi buồn khó thể gọi tên.

Nỗi buồn được mô tả như nhện vương vương, như tơ gió động giọt sương vướng vào. Nỗi buồn được tả như nhánh lá chao, êm ru không tiếng động nào buông ra.

Nỗi buồn ấy vừa gần vừa cả xa xôi. Như chữ mà chẳng có lời. Như câu thơ chép ngó trời thinh không.

Tác giả lại cũng hồ nghi, hay đây là nỗi buồn khi nhớ tuổi thơ ngây, vì chẳng có chi để cầm trên tay, nên buồn? Hay buồn vì bốn phương trời, làn mây bay đó chính là thiên thu? Hay buồn vì đến tháng Năm, sáng như xuân muộn, chiều thu nhạt nhòa?

Và tứ thơ nằm ở chính câu thơ tả tháng Năm ở Cali: sáng như xuân muộn, chiều thu nhạt nhòa. Không gian như thơ ấy đã khiến tác giả, nhớ quá, ngày xưa, tóc thề em suối nở hoa, dưới trăng Đà Lạt, đêm ngà ngọc ơi!

***

III/ KẾT

1.

Cái gốc người Việt Nam mình ấy mà, từ tổ tiên, từ ông bà, ông vải, hở chút, là nói thơ; hở chút, là làm thơ; hở chút, là họa thơ; hở chút, là ngâm thơ. Từ người sang đến kẻ hèn, mở miệng ra, là đọc thơ. Ngâm ngợi thơ mình sáng tác, cũng có; mà nghêu ngao thơ của những thi sĩ mình yêu thích, cũng có luôn.

Thế nên, bây giờ, người ta hay đùa, buổi sáng, mở cửa ra, là đã gặp nhà thơ.

Vào facebook cũng vậy, trang nào cũng đầy thơ. Ai cũng có thể nhận mình là nhà thơ. Riết rồi đâm ra sợ hãi thơ, rẻ rúng thơ. Thơ trở thành một đề tài bỡn cợt, kiểu như, tặng gì thì nhận, tặng thơ thì xin miễn, xin thôi, xin kiếu.

Nằm ngoài sự khinh thị, xem thường ấy, những nhà thơ như Bùi Giáng, như Luân Hoán, như Trần Vấn Lệ, họ thực sự là những người, nói gì cũng thành thơ. Ăn cũng ra thơ, ngủ cũng ra thơ, đứng cũng ra thơ, ngồi cũng ra thơ, đi cũng ra thơ. Thơ bốn mùa. Thơ mỗi ngày.

Và, thơ họ, rất thơ!

***

2.

Trần Vấn Lệ có nhiều bút danh lắm, Trần Tú Uyên, Lê Phụng An, Lê Nhiên Hạo, Lê Nguyên Khai, Lê Thành Khuyên, Trương Nghĩa Kỳ, Nguyễn Tân Trãi, nhưng sử dụng nhiều nhứt vẫn là Trần Trung Tá, Trần Trung Thuần và Trần Vấn Lệ.

Nếu đời người được tính bằng con số một trăm năm, thì cho đến nay, tính ra, số năm tháng anh làm thơ, đã hơn nửa đời người có.

Thơ Trần Vấn Lệ là nhật ký cuộc đời của ông. Thơ là những ghi chép, từ mắt ông nhìn được, từ tai ông nghe rõ. Và nếu có ai hỏi tôi, nhận ra được điều gì đặc biệt từ Trần Vấn Lệ và thơ của ông, thì tôi sẽ chẳng phải mất thời gian suy nghĩ gì, mà vẫn có thể nói ngay, đặc biệt ấy chính là sự bất tận, sự không ngừng, kiểu như, nếu tác giả còn thở, thì chắc chắn, thơ còn.

Như con chim Cuốc, kêu Quốc Quốc đến tàn hơi, Trần Vấn Lệ cũng vậy, thơ ông là thơ của nỗi niềm ly hương, hoài trông về cố xứ. Một ngụm khói cũng làm đau đáu. Một cụm mây cũng làm bâng khuâng. Một bóng chim qua cũng làm thương nhớ.

Nhất là những lúc trời Cali vào tháng Năm, cái tháng rất là:

SÁNG NHƯ XUÂN MUỘN, CHIỀU THU NHẠT NHÒA!

Sài Gòn 07.06.2024

TM

PHẠM MAI HƯƠNG
THẦY TRẦN VẤN LỆ: MẤT NGƯỜI NGÀY XƯA

(Anh em chúng con trân quý tình cảm của thầy dành cho ba con. Chúng con chân thành cám ơn.)

Tháng 6 năm 2010. Ba tôi dường như biết mình sắp ra đi. Ba không bồn chồn lo sợ, ba từ tốn làm mọi việc nhưng không dặn dò điều gì bởi ba nghĩ lối sống dung dị của ba là tài sản lớn nhất để các con gìn giữ noi theo.

Ba thắp nhang bàn thờ tổ tiên khấn: ôn mệ về rước ba đi. Ba dặn mạ trả tiền còn thiếu cho anh xe thồ chở ba đi ăn đám cưới. Ba túc tắc lên chùa Linh Sơn chào từ biệt thầy Minh An, thầy Viên Như để lại câu thơ *Khi còn sống đất xem mình ruột thịt. Vĩnh biệt đời đất ôm ấp như con.* (Việt Trang)

Ba khiến các con đêm hôm vào thăm lần cuối rồi khuya đó, trong giấc ngủ ba lặng lẽ về cõi tịnh.

Đám tang của ba hội đủ bạn bè thơ văn. Nhóm Trà Sơn tổ chức một đêm thơ Nguyên Tiêu trước lễ Tịch Điện. Mọi người ngâm thơ của ba và những bài thơ điếu tang; trong đó có một bức thư của thầy Trần Vấn Lệ gởi riêng cho ba từ phương xa đã lấy của chúng tôi nhiều nước mắt:

THƯ RIÊNG

Bác đi trong lúc tuổi già
Cũng vui Bác nhỉ! Coi là cũng vui

Nói chao ôi! Khóc hay cười?
Còn chung trà cũ, mất người ngày xưa...
(Trần Vấn Lệ)

Ba và thầy Trần Vấn Lệ có nhiều mối nhân duyên.

Thầy Trần Vấn Lệ, dáng người cao lớn, da ngăm, đặc điểm của người xứ biển Phan Thiết. Thầy là giáo sư của trường trung học Bùi Thị Xuân, ngôi trường nữ sinh duy nhất ở cao nguyên Trung Phần nằm trên ngọn đồi cao với tường quét vôi hồng, ngói đỏ. Ba làm Chi Hội Trưởng Hội Phụ Huynh Học Sinh của trường trên mười năm

Thầy ở đường Yagut, song song với đường Trần Nhật Duật. Ngôi nhà gỗ sơn xanh nhạt của thầy nằm cạnh trường tiểu học Trần Bình Trọng, cô Liên, vợ thầy, dạy ở đó. Đứng trên bậc cấp cao gần cổng phụ vào trường, thầy có thể nhìn thấy với ba đứng trước sân. *Rằng biết nhà mình ở cạnh bên. Thì chi đường dốc ngược đi lên. Nhìn qua chợt thấy lòng nguôi nhớ. Ngoảnh lại sao nghe ý đậm tình.* (Việt Trang)

Ba và thầy, một già một trẻ nhưng chung tâm hồn mơ mộng, lãng mạn của người yêu thơ và biết làm thơ.

Ngày xưa Đà Lạt trời mưa
Bác mời tôi đọc bài thơ mới làm
Tôi khen, Bác mặt rỡ ràng
Tay nâng quản bút ký ngang một đường
(Trần Vấn Lệ)

Ba nháp thơ trên tờ lịch, cuốn sổ dở dang; làm xong ba trang trọng chép vào tờ giấy trắng. Thầy tặng lại ba bài thơ viết trên trang giấy học trò với ngòi bút lá tre chấm mực tím; chữ thầy đẹp, bay bướm.

Trời Dalat mưa phùn lất phất, khi trên căn gác Duyệt Ứng Hiên của chú Lan Hinh ở dốc Nhà Làng, lúc ở ngôi nhà 12 Trần Nhật Duật... nhóm thơ Trà Sơn chia sẻ bài thơ mới viết. Ba như cậu thanh niên mới lớn, vui mừng khi được khen, ba đặt bút ký tặng bạn bài thơ đắc ý.

"Tôi làm thơ tặng người thương
Anh trong tiếng gọi từ hồn tôi vang
Ngày xưa Giả Đảo lỡ làng
Nay tôi có bạn ngồi chung một bàn!"
(Trần Vấn Lệ)

Năm 1975, thầy vốn là sĩ quan biệt phái nên phải đi học tập cải tạo để lại quê nhà người vợ trẻ và hai cô con gái nhỏ chưa qua bậc tiểu học.

Người đi tù chịu nhiều khốn khó. người vợ ở nhà gian nan không kém. Trường Trần Bình Trọng trở thành trại gia binh của vợ những người đi học tập cải tạo. Trường có vài chục giáo viên mà hơn nửa là giáo viên ở Nghệ An, Hà Tĩnh vào, từ rừng ra; còn lại là vợ lính Việt Nam Cộng Hòa, một mình chăm con và thăm nuôi chồng như cô Liên, chị Tươi, chị Xuân, chị Mượng, chị Thảo, cô Giỏi, chị Mai, chị Hòa, chị Tín Hương...

Tiền lương được trả bằng tem phiếu: gạo (hay bo bo, bột mì) chừng 18 ký, 1/2ký đường, 250gam thịt... có những thứ không nằm trong tem phiếu mà mua chung rồi về chia lại như mì chính (bột ngọt), tiêu... mua xong về văn phòng của trường rồi cân đo đong đếm. Đôi khi trường có việc, phải gởi nhờ nhà cô Liên ở gần đó.

Người giáo viên bấy giờ khá bận rộn: sáng lên lớp, chiều soạn bài hay hội họp, tối dạy xóa nạn mù chữ. Tâm trạng người vợ lính bất an bởi có thể tinh giản biên chế do lí lịch của chồng và nếu mất việc là đồng nghĩa với việc đi kinh tế mới. Cuộc sống khó khăn nên tài sản trong nhà dần dần ra đi.

Cứ vài tháng, các chị hẹn nhau cùng đi thăm chồng trong trại. Phần gởi lớp nhờ người dạy, phần lo bới xách. Tem phiếu để dành mua ít thịt làm ruốc sả, bánh mì sấy khô... *Thương nhớ trôi qua rừng Trại Mát. Buồn trông đọng lại trảng Lương Sơn. Chiếc chăn đủ ấm lòng hiu quạnh. Khoai sắn vừa no dạ héo hon.* (Việt Trang)

Một ngày, vợ thầy vui khoe bài thơ: Khi Anh Về ...bài thơ rất dễ thương; chị em trong trường chuyền nhau chép. Đó là lúc thầy Trần Vấn Lệ được trả về nhà.

Ngày xưa, Giả Đảo vì không hanh thông trên đường hoạn lộ nên *đọc thơ của Giả Đảo như ăn dưa muối lạnh, mùi vị chẳng những không hợp khẩu mà có khi lưỡi bị chua, răng bị tê nữa.* (Dịch Quân Tả). Nay, thầy bị ràng buộc vì quản chế, không công ăn việc làm, bất lực nhìn vợ chạy vạy mưu sinh nhưng thơ của thầy vẫn mượt mà, ba khen: nghe như tiếng suối chảy

Ba mươi năm trước, mịt mùng
Ba mươi năm, nhớ, tôi rùng mình, đau
Bác đi rồi? Bác đi sao?
Tôi không tin, lệ cứ trào, tự nhiên!
(Trần Vấn Lệ)

Trời thương nên thời gian sau, thầy được định cư ở xứ người. Cuộc sống kinh tế chắc chắn phải hơn nhiều so với Việt Nam nhưng sao thơ của thầy lại buồn, ba bảo: *Thơ em viết sao nhạt nhoà nước mắt. Và thở than phiền muộn bủa vây quanh.* (Việt Trang)

Vậy mà thấm thoát đã hơn 30 năm, ở phương xa, thầy vẫn luôn khắc khoải: *Ơi Việt Trang ơi nhớ lắm mà. Sao người không nhắc chẳng thăm ta?* (Trần Vấn Lệ). Bên này, ba cũng ngậm ngùi *"Ơi Trần Vấn Lệ vẫn thương mà. Biết lắm phương trời bạn nhớ ta"*.

Ba ngồi trước hiên nhà nhìn vọng qua trường Trần Bình Trọng, tìm ngôi nhà gỗ màu xanh. Dần dà tầm nhìn của ba bị che khuất bởi những tòa nhà cao tầng và bậc cấp dài đi vào trường đến nhà thầy cũng nhỏ lại. Dalat đổi thay nhưng với ba vẫn *Một ngày vẫn đợi ngàn năm vẫn chờ* (Việt Trang) mong ngày thầy về thăm *Ơi gian nhà cũ tận bên kia. Ngóng một người thân hẹn trở về.* (Việt Trang)

Bác Triếp à, Bác hãy quên
Tôi đi xa lắm, còn trên xứ người

Bác đi, nhang đốt cho trời
Tôi tay bụm mặt, nhớ rồi... có quên?
(Trần Vấn Lệ)

Nhớ về bạn là nhớ về quá khứ hãi hùng, tối tăm: thời gian học tập gian khó nơi rừng thiêng nước độc; thời kỳ bao cấp trói buộc con người vào miếng cơm manh áo bằng chế độ tem phiếu, thời gian quản chế ăn cơm nhà vác tù và làm mương rãnh thủy lợi....

Bởi vậy nên thấy nhớ rồi lại cố quên. Quên rồi lại nhớ. Nhớ hình ảnh người bạn già cố tri điềm đạm, cân nhắc dùng từ thật tinh tế trong từng câu thơ. Người bạn cười vô ưu, cầm bút ký ngang bài thơ. Giờ bạn không còn. Đau lòng. Đành thôi.

Viết cho người bức thư riêng
Gửi đi, ai nhận, tôi bèn xé thôi!
Còn nhau, cuối biển đầu trời
Mất nhau trong cái tuyệt vời Âm Dương
(Trần Vấn Lệ)

Thư của thầy chắc ba đã nhận. Ba cười hiền hòa với chiếc răng cời: *Xin chào tất cả tôi đi. Nghĩ mình thân phận chim di một đời. Mây trời như sóng nổi trôi. Gió tha thiết mãi như lời từ ly.* (Việt Trang).

Và ba nhắn với thầy:

Dẫu mai này trời đất có làm thinh
Thì em vẫn làm thơ cho người đọc
(Việt Trang)

Dalat, 24.12.2017

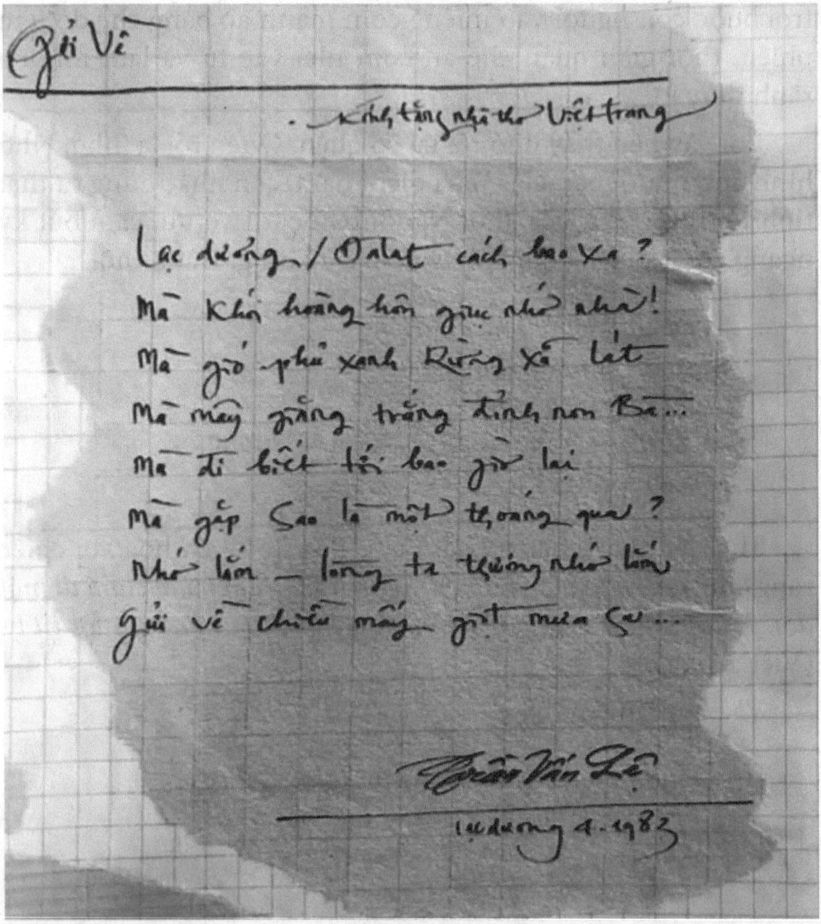

Gửi Về

— Kính tặng nhà thơ Việt Trang

Lạc dương / Đalat cách bao xa?
Mà khói hoàng hôn giục nhớ nhà!
Mà gió phủ xanh Rừng Xố Lát
Mà mây giăng trắng đỉnh non Bà...
Mà đi biết tới bao giờ lại
Mà gặp sao là một thoáng qua?
Nhớ lắm — lòng ta thương nhớ lắm
Gửi về chiều mấy giọt mưa sa...

Trần Vấn Lệ

Lạc dương 4-1983

Một trong nhiều bài thơ chép tay giữa Trần Vấn Lệ và bạn thơ Việt Trang.
Ảnh do gia đình cung cấp.

Phạm Tương Như

Kính Tặng Thầy Trần Vấn Lệ

Trần đời nào không vương Vấn Lệ/ Thi sĩ, nhà giáo, nhà binh làm thơ nhiều vô số kể/ Chữ khóc thương để nước mắt mưa tuôn/ Chắc hồn Thi sĩ buồn nên nguồn thơ sướt mướt...

Ông Bùi Giáng khi trước để mực chảy thành thơ/ Ông Vấn Lệ bây giờ thổi hồn vào mọi thứ/ Mọi thứ mọi thời thả hồn thành con chữ/ Lùa chữ gieo vần lạ lẫm câu thơ.

Lệ Vấn dương Trần từ thuở ngu ngơ/ Lệ rơi mơ thời còn sách tập/ Lãng mạn yêu đương Lệ bầm giập lúc làm Thầy/ Lệ đầy ngày tràn đêm khi giày Saut áo trận.

Thơ Vấn Lệ nên ngàn thơ lận đận/ Nhìn cái gì cũng thờ thẫn nhớ nhà/ Thấy dáng dễ thương cứ nhớ bóng người xa/ Ngắm cánh hoa nhớ môi cười năm cũ.

Thơ là Lệ nên làm sao cho đủ/ Người ly hương nhớ nước thương nòi/ Bà Mẹ quê, thiếu phụ bất phùng thời/ Trai thời loạn đời già theo năm tháng.

Mươi quyển sách, mươi văn đàn, trang mạng/ Dáng thơ Ông, văn học Việt chẳng ai trùng/ Đứng một mình nhưng rất mực tình chung/ Yêu nàng Thơ, yêu người, yêu cuộc sống.

02/01/2019

TM

PHAN BÁ THỤY DƯƠNG

TRẦN VẤN LỆ: NGƯỜI LY KHÁCH ÔM KỶ NIỆM VỚI NHỮNG VẦN THƠ MANG NẶNG NỖI HOÀI TÌNH

Trong nhiều ngày liên tiếp – người bạn thâm niên cùng trường, cùng lớp với tôi 55 năm trước tại trường công lập Phan Bội Châu, Phan Thiết khi chúng tôi vừa bước vào ngưỡng cửa trung học đã chuyển về Trang Thơ Cuối Tuần hơn 20 bài thơ mới với nhiều bút hiệu khác nhau mà anh đã xử dụng: Trần Vấn Lệ [TVL], Trần Trung Tá, Lê Phụng An, Lê Nhiên Hạo...

Trước khi Luật Báo Chí 72 ra đời, lúc tôi còn viết feuilleton và phụ trách vài trang VHNT, anh Tường Linh [TL] đã trao cho tôi đọc mấy bài thơ của Trần Vấn Lệ mà anh khen hay và cho biết người này gốc "xứ nước mắm, biển mặn" như tôi. Tôi hỏi anh TL có phải tác giả này là một bút hiệu khác của anh Thế Viên hay Kiều Thệ Thủy chăng. Hoặc giả là của Tôn Thất Trâm [Thi Thi Hùng Lân/Vũ Đài Sơn] vì trong lớp bấy giờ trong khi tôi, Trần Thiện Thanh [TTT], Lê Văn Nghê, Lê Văn Trung, Bùi Minh Ngọc, Lê Bá Hùng... chơi đàn dây, thổi sáo, tiêu, hoặc hát cho ban nhạc của vợ chồng "nhạc sĩ mù", trình diễn cuối tuần trong khu công viên chateau d'eau – giúp Ty Thanh Niên và gia đình Phật tử – thì vào năm đệ ngũ anh Tôn Thất Trâm và anh tôi là Phan Bá Thuần Hậu [Anh Thuần/Phóng Viên Kính Trắng] đã khởi sự "giở chứng" mần thơ "tán gái". Thơ của hai anh này thì luôn chứa chan khổ lụy, ướt đẫm tình sầu. Còn Bùi Thanh Minh, Bùi Nhật Huy, Nguyễn Thanh Liêm, Huỳnh Ngọc Hùng, Trần Thiện Trung, Phan Đổng

Lý ... thì y như bầy thú dữ luôn tìm cách vào sân banh nhà trường hay sân vận động Phan thành để phá phách, "đá cẳng" bạn bè. TVL thì luôn ngoan hiền và chỉ lặng lẽ theo dõi các cuộc vui.

Anh Tường Linh thì không rõ, anh cho biết anh chỉ nghe anh Tô Kiều Ngân – người thay thế cố thi sĩ Đinh Hùng chăm sóc chương trình thi ca Tao Đàn, nói như vậy khi giao bài để anh chọn, phổ biến. Hỏi thêm các anh Hoàng Trúc Ly, Nguyễn Thu Minh, Trần Tuấn Kiệt, Kiên Giang Hà Huy Hà, Hoài Thương, những người phụ trách việc tuyển chọn, giới thiệu thơ cho các báo lúc bấy giờ, thì cũng chẳng ai biết tên thật của Trần Vấn Lệ. Bởi lúc đó TVL đang ở Đà Lạt và tên anh còn hơi mới mẻ đối với giới văn nghệ, làm báo tại Sàigòn.

Bạn học cũ bấy giờ lưu lạc khắp nơi. Kẻ vào quân ngũ, người về dạy lại trường xưa.

Hỏi thăm vài bạn đồng môn đang làm việc tại Sàigòn thì cũng chẳng ai biết rằng anh học sinh chất phác, hiền hòa năm nào nay chẳng những đã làm thi sĩ mà còn dám gởi một tập bản thảo mỏng – bất hợp lệ – về dự thi giải sáng tác VHNT của Tổng Thống VNCH [Giải Văn Chương Toàn Quốc] để tranh tài với các "kiện tướng" đã có nhiều tác phẩm ấn hành như Trần Tuấn Kiệt, Trần Dạ Từ, Du Tử Lê...

Khi Luật Báo Chí ban hành, tôi ngưng viết hẳn, nên thắc mắc trên cũng lắng chìm. Mãi đến năm 2005 sau hơn 5 năm tự cho phép mình về hưu, trôi nổi đó đây, ngao du Âu Á, tôi "ngứa nghề" bỏ tiền ra hợp tác, cứu sống một tạp chí đang "ngất ngư" theo lời đề nghị, kêu gọi của một số thân hữu cũ ở VN và hải ngoại mà TVL thường xuyên gởi bài. Nhờ nguyên do này cùng sự xác nhận của Nguyễn Tân Dân, Bùi Thanh Minh tại San José và Bùi Nhật Huy ở Fall Church, tôi mới nhận ra người mà tôi tìm hỏi hơn 34 năm trước là người bạn ít năng động ngày xưa của xóm vắng Xuân Phong. Tôi chỉ còn biết tự trách trí nhớ kém cỏi của mình.

TVL sang Mỹ theo diện H.O và hiện cư ngụ tại Los Angeles. Mỗi cuối tuần đều chạy về quận Cam để hội ngộ, nhàn đàm cùng bằng hữu. Tính tình Lệ vẫn trầm mặc, ít nói như thủa nào.

Cho tới nay, TVL đã có hơn 30 thi phẩm ấn hành. Một số do anh xuất bản, một số do những người ái mộ thực hiện mà anh còn nhớ được:

BAY VỀ ĐÂU ĐÓ Ở QUÊ HƯƠNG * HỒN TAN TRONG THƠ * NẮNG RỚT VƯỜN XUÂN * GỬI EM MỘT ĐÓA HOA HỒNG * TA NHỚ NGƯỜI XA CÁCH NÚI SÔNG * TRĂM NĂM ĐỂ LẠI * NẾU BƯỚC CHÂN NGÀ CÓ MỎI * TỪ LÚC ĐƯA EM VỀ LÀ BIẾT XA NGHÌN TRÙNG * MAY MÀ CÓ EM ĐỜI CÒN DỄ THƯƠNG * MẤY AI BIẾT MÌNH SỐNG * MỘT THỜI TRONG TRANG THƠ * NÓI THẦM VỚI THƠ * ÁO DÀI EM TRẮNG BAY TRONG GIÓ NÓN LÁ BÀI THƠ CHUYỆN CỦA CHÀNG * CON TRAO TRẢO BỜ AO BAY ĐI BUỒN LẮNG LẶNG * HÌNH NHƯ TỪ TRONG CHIÊM BAO * CHIỀU BÊN SÔNG ĐỨNG TRÔNG LÀN KHÓI...

Tháng vừa rồi anh lại cho ra đời thêm một ấn phẩm thi ca mới: Trưa Buồn Bát Ngát Con Sông do họa sĩ Dương Ngọc Sum tại Westminster vẽ bìa.

Thơ Trần Vấn Lệ, vì thường viết liên tục nên có nhiều bài mới nhìn qua, người không rành chia nhịp, ngắt câu, có thể ngỡ anh làm thơ biền ngẫu, văn xuôi [poèm en prose]. Thí dụ một số bài tiêu biểu: Tùy Bút: ngũ ngôn, Đói Lòng Ăn Nửa Chén Cơm: lục bát, Mãi Mãi Sông Hương Nước Một Dòng: thất ngôn, Cúi Lạy Trời Cao, Gieo Gió: bát ngôn... thỉnh thoảng phá thể – chứ không phải hợp thể, một đôi câu thêm bớt chữ cho câu tròn ý hoặc để nhấn mạnh, truyền đạt nguồn cảm xúc. (*)

Thơ anh nhẹ nhàng, rất nhẹ nhàng như hơi thở liên tục, như những sợi nắng chiều buông lơi trên kẽ lá, cành sen, phảng phất màu sắc hoài niệm, hoài tình. Đó là những tiếng lòng chân ái, và tha thiết. Đó cũng là những dấu ấn kỷ niệm, những lời kể lể, tự sự ngọt ngào hoặc đôi khi bỡn cợt thân thiết với người tình hay bằng hữu cùng những hệ lụy, vấn nạn nhân sinh, thời thế... vương mang nỗi niềm hoài nhớ quê hương, tình yêu cũ.

Thơ TVL cấu trúc chặt chẽ, âm vận chuẩn mực, êm đềm và đầy nhạc tính và biết khéo léo tận dụng để lồng hay đặt "deep images" vào những chỗ đắc địa để làm nổi bật những hình ảnh vấn vương trong tâm tư anh. Lời thơ có lúc thánh thoát, chập chờn, réo rắc như tiếng hạ uy cầm, hay tiếng sáo chiều trên các cánh đồng mênh mông... có lúc trôi nổi, trầm buồn, nhàn nhã như những phím dương cầm được trình tấu bằng những ngón tay điêu luyện trong các thính đường ấm cúng.

Dù được ký dưới bút hiệu nào, dù được trình bày dưới thể loại nào tựu trung những vần thơ đó vẫn đồng qui, mang một tính chất dịu ngọt, êm đềm, vẫn cùng một thi pháp vững vàng cùng các thi ngữ, thi ảnh phổ quát bình dị, gần gũi. Không có sự gọt giũa, sáng tạo trong ngôn ngữ thi ca nhưng dưới ngòi bút đầy tình của Lệ những hình ảnh thông thường kia như được tiếp hơi trở nên sinh động, đáng yêu và nên thơ. Và thơ của Trần Vấn Lệ mãi mãi là của riêng TVL: chuyên biệt, lôi cuốn, không bị ràng buộc hay chịu ảnh hưởng của bất cứ người làm thơ nào dù họ đi trước hay đang cùng đi trên con đường thi-ca-viễn-mộng như anh.

Trong những cuộc điện đàm, gặp gỡ mới đây, con người trầm mặc, nhiều tư duy, dường như mang chút ít bất mãn thời thế ấy thường nhắc nhở với tôi về thời thiếu niên, về bằng hữu xưa, ngôi trường cũ... với giọng bùi ngùi, đầy xúc động, chân tình. Một trong những điện thư anh tâm sự: "*Tôi làm thơ...vì không có công việc nào để làm dài hạn! Thơ trở thành hơi thở. Hết thơ... là chết.*"

Trong số anh em thân thiết của tôi – những người đã từng viết văn làm thơ trước 75 đến nay nhiều người sau khi định cư an vui cuộc sống mới đã gác bút. Một số ít thì chỉ sáng tác cầm chừng hay làm chủ nhật báo, tuần báo, tạp chí... Riêng Lệ, Trần Vấn Lệ thì hầu như vẫn miệt mài làm thơ mỗi ngày. Quả đúng như lời anh đã tâm sự với tôi. TVL vẫn yêu thơ vì thơ là linh hồn, là nhịp sống là hơi thở của anh. Ngày nào máu vẫn luân lưu trong tim, trong cơ thể, TVL vẫn còn miệt mài sáng tác, và con tằm sinh trưởng ở vùng ngoại ô Phan Thiết ấy vẫn còn tiếp tục nhả tơ cho đời và có thể để giải trừ giải tỏa phần nào niềm u hoài, khắc khoải trong anh.

2009

T

PHAN ĐỒNG LÝ

BẠN TÔI: TRẦN VẤN LỆ

(Năm mươi mốt năm sau, ta lại gặp nhau 1958-2009)

Ngày xưa tóc biếc, tung đường gió
Nay bạc tóc đầu, mi với tao...

Trần Vấn Lệ

Sự đời lắm chuyện bất ngờ
Lại thêm một gã lơ ngơ khật khờ
Mới ngày nào lất phất lơ phơ
Nay hực hở một trời thơ diễm lệ

Nhớ xưa ấm ớ hội tề
Bước cao bước thấp chân quê nhập trường
Bao năm chung mái học đường
Lời xiên tiếng xỏ há nhường cho nhau

Thanh bình bỗng dậy binh đao
Con đường hoạn lộ băng sau quân trường
Gió mây biến ảo khôn lường
Giang sơn một giải, bốn phương mịt mờ

Máu đào nhuộm đỏ màu cờ
Một thân tù tội vật vờ thâu canh
Ngẩng đầu chẳng thẹn trời xanh
Dõi trông vận nước, đỏ vành con ngươi

Giờ đây phiêu bạt xứ người
Chiếc thân cô lữ, ta cười với ta
Bạc đầu gần đất trời xa
Lần tay đếm ngược trời xa cũng gần

Trước sau gì cũng một lần
Vướng thêm một chút bụi trần đã sao?
Chợ đời là chốn tiêu dao
Mượn thơ, sớm lựu tối đào, mua vui

Đêm nằm nhắm mắt ngủ vùi
Tìm về cố quận, ngậm ngùi tử sinh
Đâu ngoại ngồi tắm nắng bình minh
Mẹ hiền tất tưởi bát canh chén trà

Đâu cánh diều gió dật chiều tà
Em thơ dõi mắt hi ha tiếng cười
Dâu, cà ai tưới mà tươi!
Người xưa nay với biển trời lênh đênh

Đường về cố quận buồn tênh!!!

08/2012

Phương Điền Nguyên

Đọc Thơ Trần Vấn Lệ

Theo năm tháng u-hoài, trải dài lên tâm tư của người lưu lạc – là sự hồi tưởng các giá trị văn hóa cũ bị biến đổi cái tốt vào quên lãng. Với thi tập *May Mà Có Em Đời Còn Dễ Thương* – trái tim bi thương đong đầy kỷ niệm đó của Trần Vấn Lệ đang khơi dậy hình bóng cũ... làm người đọc càng thương cuộc đời đầy phiền muộn hơn vui của ông đã qua. Sự buồn rầu trong ông không lẻ loi, đơn phương – nó đang lan vào tâm tư bao kẻ ly hương.

Lòng hối hận, luyến tiếc đó trong ông – thí dụ, như "người sinh viên thi hỏng" – trong cô đơn, tìm nơi thanh vắng, ôn lại dĩ vãng; thấy mình đã phung phí/tắc trách trong thời gian qua, đã gây sự thất bại cho cả năm:

"Tất cả chỉ là hơi rượu cay!
Sáng nay tôi uống một mình. Say
Khi tôi còn nói điều tôi biết
Là một mình tôi không với ai!
Ai nhỉ? Là Em? Không phải bạn?
Những thằng Lính gục xuống bờ đê
Cả Y Uyên cũng nằm trong máu
Cuộc chiến tranh như một gánh hề
(Ba Mươi Tháng Tư Hai Ngàn)

Với Trần Vấn Lệ mang tâm sự "của người sinh viên thi rớt

kia" – thì lại càng giống một trong những "lính cựu 'chưa tốt nghiệp' trong đời binh nghiệp!" Nên sự hối hận dâng tâm tư, càng làm ông chua xót/phiền muộn... Và việc hồi tưởng có tính cách bi-hùng này, khiến Trần Vấn Lệ nói lên tâm sự mình bằng cách "làm thơ như thể một trò chơi," hay nói cách khác – như hơi thở dài của lớp người có tuổi.

"... *Tôi lang thang gặp... tôi bình tĩnh*
Ôi dễ gì trong buổi sáng nay!
Hỡi bạn hỡi bè chưa Giải Ngũ
Sao là bầy sáo xổ lồng bay?"
(Ba Mươi Tháng Tư Hai Ngàn)

Ông ân hận hay hối hận? Biết đâu! Nếu người sinh viên trên cố công đèn sách thì tự mình quyết định được cuộc đời của mình. Nhưng, với tay súng của một lính chiến, chỉ biết phục tùng và thi hành. Ông buồn rầu nhìn họ bơ vơ, để rồi tự quyết đời mình trong lúc tan hàng!

Lại biết đâu nữa sau này – như Nguyễn Du đã viết trước: "Bất tri tam bách dư niên hậu. Thiên hạ hà nhân khấp Tố Như!" Con cháu ba thế kỷ sau thương khóc Tố Như tiên sinh; thì những tập thơ đã in, hay vừa mới ấn hành đây của Trần Vấn Lệ đã xuất bản, nói về tâm sự cựu lính bi thương cố quốc, sẽ nằm tại các thư viện quốc ngoại. Thì cũng biết đâu, "Ba trăm năm sau, thiên hạ lại khóc Trần Vấn Lệ" – vì ông sống lúc giao điểm đổi đời đầy nghẹn ngào/uất ức!

Đọc cuốn *May Mà Có Em Đời Còn Dễ Thương* hay những tập thơ nào trước đó, chúng ta luôn luôn bắt gặp hình ảnh một "giai nhân" muôn thuở như "Chị Ba" hay "Em..." cứ bám víu tâm tư mãi đời ông là ai?

Nếu "tình yêu trai gái" đó có – cũng chỉ là sự thăng hoa tình thương "Tổ Quốc" mà thôi.

(Ta đang nhìn thật gần. *Cặp nhân tình hân hoan, vui sướng nắm tay nhau. Cả hai người cùng nhìn về một hướng. Có buổi chiều buồn thu, trời mây bảng lảng. Anh thì thầm khẽ nói*):

"... Em hãy nhìn kia, mây viễn phương
chiều Thu đang lạnh hóa mù sương
con sông như thể chiều lên khói
lá rụng, buồn ơi! Phải nói buồn!

Phải nói là cảnh quá hắt hiu, xâm chiếm lòng người thêm bơ-vơ!

(Và... hình ảnh đó kết nối như một liên khúc nhạc tình xót xa dở dang, không đứt đoạn giữa hiện tại và quá khứ. Cả bầu trời, vẫn vầng trăng muôn năm đó có chú cuội già. Nhưng khác nhau chỗ đứng, người nhìn – để cùng liên tưởng, nhờ ánh trăng này mang hình một người cô đơn xa, mong được rọi sáng về nửa quả địa cầu quê nhà. Hồn anh theo vầng trăng soi rạng cầu ao, cho "Em" giặt áo. "Em" có thấy bóng anh đang hiển hiện trên mặt nước ao Thu? Nhưng, mặt nước vẫn lao chao, bóng anh vẫn tơi tả, đưa về một cõi xa xăm! Nên suốt đời anh vẫn mỏi mòn trong hôn mê để nhớ "Em," là cố quận! Anh vẫn nghĩ, đời ta mang bao éo-le hợp-tan lúc cuối đời):

... Em hãy nhìn kia, anh của em
bóng trăng ngả với bóng trăng thềm
và em cũng ngả, trăng lồng bóng
thôi nhé, ta chờ lá phủ lên..."

(Mùa Thu Thứ Mười Trên Nước Mỹ) – Ông như thốt lời trối trăn, vĩnh biệt!

Hay:

"Em xòe một lúc hai tay
Mà hoa me cứ rụng bay đầy người!
Sài Gòn ơi! Sài Gòn ơi!
Hăm lăm năm trước em cười thật duyên...
Thôi mình ra với bờ sông
Thả mơ ước cũ cho dòng nước trôi
Sài Gòn ơi! Sài Gòn ơi!
Cái tên thắm thiết một thời, quên đi!"
(Hai Mươi Lăm Năm Trở Bước Về)

Là những lần nhớ "cảnh cũ người xưa," hay tâm hồn ông thường quay về cuộc sống trong tiềm thức đó! Nhưng rồi, giấc mơ cũng bị cuốn vào dòng nước xoáy chìm nhanh!

Thường, với tâm trạng chán chường, xót xa của người tha hương tưởng quê mẹ lãng quên mình; nhưng, với trái tim ăm ắp hình ảnh đầu đời, dù kết trái oan khiên, lòng vẫn chín muồi thương yêu cố quận – Trần Vấn Lệ như bao người, không thể tách rời lòng mình, dễ dàng chấp nhận "mẹ ghẻ... xứ lạ." Chỉ giận đời mà thôi – như đứa con làm nũng Mẹ! *Để rồi một ngày nào đó, Trần Vấn Lệ lại ngậm ngùi nhớ, cầm lon bia lên, ực cho trôi cái chán chường đang nổi phong ba trong hồn. Lại nhớ MẸ RUỘT! Con mắt hấp-háy buồn tình, ông lau lại kính, gắn lên mũi ngó xa xăm qua chỗ dung thân – giọng "lầu bầu," rầu rĩ... van xin* ***Mẹ Ruột***:

"... Tôi nhìn phố Mỹ, Xứ người dưng
Tôi nhớ, em ơi, những cánh đồng
Tôi nhớ, em ơi, từng buổi phép
Tôi về, em đẹp tựa Non Sông!..."
(Ba Mươi Tháng Tư Hai Ngàn)

Hình ảnh và kỷ niệm tích lũy thật sống động của người nặng kiếp phong trần thuở thanh xuân, nay quá xa. Thương là thương lòng trung hậu của ông chỗ đó!

Nói đến Trần Vấn Lệ là khơi lại bao hoài vọng, tiếc nhớ mông lung. Ông "vật lộn" hằng ngày với sự thiết tha nỗi niềm quê. Trần Vấn Lệ vẫn ăn, vẫn ngủ, vẫn sinh hoạt... viết báo làm thơ, nhưng đời ông lúc nào cũng đắm chìm sự thổn thức – nhớ "cái thuở ban đầu lưu luyến ấy (LTL?)" – mà thời gian xưa vẫn lưu niệm trong ông bao đau-khổ-vui-buồn-hợp-tan...!

Đến đây, bài viết không thể viết những lời có tính cách tổng quát của nguyên tập *May Mà Có Em Đời Còn Dễ Thương*. Người viết chỉ ghi lại cảm tưởng một bài, trong số những bài mình thích nhất: *Lăn Qua Không Thấy Người Yêu Dấu Lăn Lại Còn Đâu Nữa Núi Sông*.

Thời Gian, đối với TVL vẫn theo kim đồng hồ xê dịch tới –

tự nó không thể trở ngược, hay vẽ vời tương lai ngày mai. Như có ai được tắm hai lần trong một dòng sông! Chỉ có người phải trực diện hiện tại, giải quyết những cái đang có, để ký thác cuộc đời mình theo dòng nhân sinh.

Tỷ như đời muốn nhận thức giá trị của một Tháng, thì người mẹ sinh thiếu tháng đứa con so, sức khỏe èo uột thì bà rất buồn lòng.

Nếu muốn biết giá trị của một Tuần, thì mời người đi hỏi người chủ bút của một tuần san.

Và nếu muốn biết giá trị của một Giờ, xin hỏi thời gian khắc khoải của đôi tình nhân lúc chờ đợi nhau!

Lại muốn biết giá trị của một Phút, xin cứ hỏi người tới chậm, trễ chuyến tàu tốc hành.

Hoặc, khi muốn biết giá trị của một Giây, xin hỏi kẻ vừa thoát khỏi tai nạn thảm khốc trong đường tơ kẽ tóc.

Để sau cùng, muốn biết giá trị của Phần Triệu Giây, thì người lực sĩ biết mình sai lầm chỗ nào nên không được huy chương vàng...

Tất cả là một "sát na" không đảo ngược, chỉ được hồi tưởng – như một tờ flyer mà người viết đã đọc được đâu đó để khuyên người đời nhận ra chân dung đã qua của mình! Tự lừa, thì người khác dễ quên – nhưng, với Trần Vấn Lệ, bao sát na đó luôn nằm sâu trong tâm khảm chực chờ trỗi dậy!

Không/thời gian vô thủy vô chung, chúng cứ tiếp nối và tồn đọng – để lòng ai kia tự cảm thấy tâm tư mình trĩu nặng thành tự trách/ân hận – Trần Vấn Lệ như *Người Con Có Hiếu* vì lý do nào đó *Bỏ Mẹ Ra Đi* nay *Cảm Thấy Mình Muốn Quay Về Tạ Tội* mà không được! Ông không là "Đứa Con Phung Phá (L'Enfant Prodigue)" của André Gide, muốn trở về mái nhà xưa vì một thuở hoang tàng.

Chúng ta hãy đọc thử bài *Lăn Qua Không Thấy Người Yêu Dấu Lăn Lại Còn Đâu Nữa Núi Sông*:

"*Tôi ngả mình trên lớp cỏ êm, lăn qua không thấy cánh*

tay em, thì thôi lăn lại, nhìn sông núi, rồi ngủ; bơ vơ dưới ánh đèn...

Chiều đã tắt rồi, đêm sáng trưng. Tôi, hai mắt nhắm thấy chi hồng, chi xanh, chi đỏ, chi vàng nữa, chỉ hạt sỏi tròn đau sống lưng!

Ôi một điều nghe tự giác buồn! Lấy thơ tôi gói mảnh Quê Hương, gói tôi... Không phải bằng chăn ấm, mà vẫn là em – nỗi Nhớ Thương!

Tôi, nửa đêm Đông, bật dậy, ngồi. Lạnh từ trong đất, lạnh ra khơi. ViệtNam mình đã qua thời loạn, sao nhớ thương, tìm, cứ lạc thôi?

Tôi nhớ em, tìm, lạc đến đây. Tưởng như mình đã lạc trong mây. Hồn trai mà lạc theo gươm súng, chắc ngựa không đau thuở lạc bầy?

Em ơi! Tôi hóa người Homeless, thèm một bàn tay, miếng bánh mì, thèm thấy em ngồi bên cửa sổ mơ màng mắt lạc bóng Xuân Phi..."

Có những ngày nào đó, chán bước lãng du. Chiều tắt để bắt đầu bóng tối. Ta ngủ bơ-vơ dưới bao ánh đèn. Hạt sỏi là sự thực – làm giấc mộng tàn phai. Ta lạnh không vì mền không ấm. Mà nỗi lạnh toát từ tim – vì đời ta xa chỗ đứng quê hương. Tình cảnh, quê người mường tượng chỉ "Gợi Giấc Mơ Xưa!(LHL?)" Cuộc đời này chỉ là cơn mộng ảo, đuổi theo mãi vẫn lạc dấu yêu. "Em," rồi cũng thật xa! Đời ta khác nào kẻ vô gia đình; và "Em" lạc quá non Đoài. Nhưng, nếu ta như người homeless, lại không có quyền ao ước: *may mà có em đời còn dễ thương.*

Sau những ngày 14/12/'00, tuyết loang lổ dưới đất, cành-lá tụ giọt tuyết-đá long lanh tia nắng rơi. Nhớ "Nắng Thủy Tinh" của Trịnh Công Sơn! Lại bầu trời lũng thấp mù sương – gió buốt dặm dài. Mình ta co ro tạm ấm với điếu thuốc vơi dần, tàn lả tả bay vào không gian, đuổi theo hoa tuyết. Rồi bạch tuyết cũng nhẹ nhàng... vương khỏi mắt ta, mang chút hững hờ lạnh băng...

và... cũng biến đi!

Bài nhạc phổ thơ của Vũ Hữu Định "Còn Chút Gì Để Nhớ" nghe thật trữ tình, cứ quấn quít rơi vào mông mênh, đưa vào cõi nhớ, tô đậm chút ký ức thuở xưa: *"Có người lính thú tìm sự quân bình tâm hồn để có chỗ đi-về, cho trái tim biết nơi nhớ nhung – bằng mái tóc thề, để may mà có em đời còn dễ thương!"*

> *"Phố núi cao... phố núi đầy sương. Phố núi cây xanh... trời thấp thật buồn. Anh khách lạ... đi lên đi xuống. May mà có em... đời còn dễ thương! Em Pleiku... má đỏ môi hồng. Ở đây buổi chiều... quanh năm mùa Đông. Nên tóc em ướt... và mắt em ướt! Nên em mềm như... mây chiều trông! Phố núi cao... phố núi trời dâng. Phố xá không xa... nên phố tình thân. Đi dăm phút... đã về chốn cũ. Một buổi chiều nao... lòng bỗng bâng khuâng. Xin cảm ơn... thành phố có em! Xin cảm ơn... một mái tóc mềm. Mai xa lắc... trên đồn biên giới. Còn một chút gì... để nhớ để quên... Còn một chút gì... để nhớ để quên..."*

Thơ/nhạc/nhạc/thơ lúc nào cũng gần như cặp tình nhân. Chúng quyện vào nhau như món quà của mai-dong. Xin cứ ngồi đây, nhấp chút cà phê thưởng thức những câu thơ thất ngôn của Trần Vấn Lệ diễn tả tâm tình mình như lối văn-vần mới, mà hiện nay – nhiều người đã viết theo thể cách này.

Chẳng hạn như Trần Tú Uyên trong bài *Sáng Mù Sương Từng Giọt Chia Ly*:

> *"Con đường dốc sáng nay không nắng. Mù sương bay. Rừng trắng mù sương. Ơi ly khách, gọi thôi cho có bạn, tiếng vang về trong những hồi chuông... Cây Thánh Giá trơ vơ, tội nghiệp. Con quạ đen đứng ngó hoa vàng. Hoa mấy nụ và thời gian mấy thuở, sẽ tàn phai khi quạ lang thang...?"*

4/ 2001

Thái Lý

Em Một Mình Thơm Bao Ý Thơ

Là tên tập thơ mới của Thi Sĩ Trần Vấn Lệ, là tập thứ bao nhiêu trong tủ thơ đã xuất bản của Ông, tôi không thể biết, chỉ biết chắc chắn một điều: đây là tập thứ Hai của năm 2024 và cũng do Nguyễn Thiên Nga, biên tập viên xuất sắc, đa tài vẫn thường là cộng tác viên đắc lực trong thời gian gần đây! Và tôi rất vui khi nhận món quà tặng quý giá này, một đứa con tinh thần đầy tâm huyết của cả tác giả và người lưu giữ, biên tập. Nghĩa Lý xin chân thành cám ơn nhị vị!

Thật không dễ gì để nói hết những cảm nhận của mình với dung lượng vô cùng lớn: 144 bài thơ/267 trang. Ôi mênh mông và mênh mông! Nó càng mênh mông hơn bởi vì đọc hết tập thơ, những cảm nhận cứ tràn về, người đọc khó vô cùng khi phân định những tâm tình mà tác giả muốn trao gửi trong từng bài. Tôi xin mượn hai khổ thơ trong *"Bài Thơ Chiều Nay"* – Trang 9 để dẫn nhập:

"Bàn tay có yêu em không?", bàn tay em không bối rối. Năm ngón tay em cào bấu ngực anh thôi. Đó là câu trả lời: "Tình Yêu Không Cần Tiếng Nói!".

Bài thơ chiều nay anh làm hình như có vội. Em nhìn kìa nắng xuống, hoàng hôn. Có một vì sao mới mọc đứng dòm: Anh hôn em nhiều hơn chiều bữa trước..."

Chợt nghĩ: Tình Yêu Không Cần Tiếng Nói, vậy nó cần gì ngoài những bài thơ? Và cho dẫu bài thơ có vội, cũng bởi vì "nắng xuống, sắp hoàng hôn. Có sao đâu, vì còn ánh sao Hôm, đang làm chứng "Anh hôn em nhiều hơn chiều bữa trước...". Vậy nên: kệ đi quên nhớ thời gian, tình vẫn ấm vẫn nồng say như đã... Đã một lần CŨNG ĐÀNH GIÓ LẠC MÙI HƯƠNG (của chính tác giả, xuất bản năm 2023), như một sự tiếc nuối không thể níu giữ thì năm nay, tháng 5.2024, may mắn thay Hương lại ngạt ngào với thi tập EM MỘT MÌNH THƠM BAO Ý THƠ; một Tình Yêu sống lại, một sự hồi sinh chăng? Có lẽ chỉ Thi Sĩ mới có câu trả lời thoả đáng. Còn tôi, vai trò của một khách thơ thì liệu nói được gì?

Có điều, đọc thơ Ông tôi có cảm nhận: Ông rất giàu kiến thức, kinh nghiệm sống, phong phú về ngôn từ, kỹ năng gieo vần dùng từ rất tuyệt vời, tuy giàu ngôn từ nhưng không có ý khoe khoang, từ Ông dùng luôn chuẩn xác và hầu như "không thể thiếu" cũng "chẳng hề dư", tạo cho câu thơ, bài thơ thêm hay, ý thơ càng sâu lắng. Chẳng những vậy, chừng như thấy chưa đủ thoả mãn tâm tình nên trong nhiều bài thơ Ông còn dẫn cả Thơ của người đi trước như: Nguyễn Du, Nguyễn Trãi, Nguyễn Khuyến, Bà Huyện Thanh Quan, Hàn Mạc Tử, Kiều Thệ Thuỷ... và nhiều nhà thơ khác nữa. Tầm hiểu biết, nhớ thơ, vận dụng thơ của Ông thật sự đáng nể phục, đôi bài Ông dẫn cả ca dao vào thơ, khi ấy ta sẽ được đọc những bài lục bát tuyệt vời, và cũng từ đó ý thơ càng sâu sắc, một sự hoà quyện tuyệt vời giữa "lời xưa – ý nay" càng khiến người đọc thêm rung cảm như hoà cùng nhịp thơ... Những điều đó, thật sự đã dẫn tôi vào thơ một cách tự nhiên. Và với tâm nguyện "Mỗi Ngày Một Bài Thơ" của chính tác giả, thử làm một bài tính nhẩm: gần nửa thế kỷ trôi qua, gia tài thơ của Ông không dễ gì mà đếm!

Trong cõi mênh mông của thơ, nổi bật nhất là nỗi hoài vọng Cố Hương, Cố Hương là tiếng nói chung, trong khối lượng thơ ấy thật khó mà lọc lựa đâu là tình quê, đâu là tình bạn, đâu là tình yêu, tình yêu không chỉ là tình yêu trai gái mà hoà quyện trong đó là tấm lòng yêu từng tấc đất, từng ngọn cỏ, từng lớp sóng xô vào biển cát, từng ngọn gió hiu hiu rung động mặt sông, sông Cà Ty quê hương yếu dấu của Ông, cả bà Ngoại trong ánh nắng chiều giữa vườn cau xôn xao và cô em mười bảy đã để sầu cho tác giả, để rồi chợt nhận ra: trên tất cả là tình yêu Đà Lạt, nơi đã là quê hương thứ hai của Ông, nơi đã cho Ông nhiều kỷ niệm, không thể nói vui hay buồn, mà đó là những gì luôn lưu dấu trong tâm hồn, trong trái tim người Thi Sĩ, dễ cũng gần cả đời người. Trong chừng mực cho phép tôi xin trích dẫn vài bài thơ nói về Đà Lạt của tác giả và xin đính kèm những comment vui vui, hình như để "phá" là chính. Phá chẳng vì ác ý mà chỉ để giảm buồn, để Thi Sĩ đỡ nặng lòng, vơi đi ít nhiều tâm sự... Còn thật sự kết quả hay hậu quả thế nào... tôi cũng đâu thể biết!

Sau đây, tôi xin trích dẫn một số bài gồm thơ và cả bình luận. Trong số này đương nhiên sẽ có bài được dùng làm tựa sách, tôi xin đặt ở cuối bài viết. Tôi chịu khó đăng và xin gửi lời mời, nếu thích, các bạn chịu khó đọc; bởi vì không phải ai cũng có sẵn tập thơ trong tay. Mất công xíu cũng không sao! Mong tất cả cùng vui.

BỐN MƯƠI CHÍN NĂM TÔI XA ĐÀ LẠT – *Trang 194.*

Bốn mươi chín năm, từng đêm, giấc ngủ, tôi chiêm bao, Đà Lạt tôi về... Hơn nửa đời người mãi mãi một quê, tôi còn sống để nói còn yêu quý!

Tôi gặp bạn bè biết bao điều thủ thỉ: Đà Lạt dễ thương nhờ con dốc Nhà Làng! Con đường lát đá thôi, người xưa mở đi ngang/ cái lưng núi và leo lên ngọn núi... lên khu Hoà Bình nhìn sương mù trôi nổi/ từ Lang Biang về tới Cam Ly...

Đà Lạt ít chỗ bằng để đậu cái xe... nên xe đậu cứ gối đầu sườn núi, yên tâm nằm ngàn năm không có bụi/ chỉ phấn thông vàng thơm ngát bay bay...

Đà Lạt có vườn Bích Câu, có rừng Bồng Lai, có thác Gougah, có thác Pongour, có thác Ankroet...có Suối Vàng... có Lạc Dương... dễ thương từng tên gọi, cái nghĩa của từng địa danh không trong sách vở!

Thí dụ Suối Vàng... bạn đi tới đó, bạn đãi được vàng chớ chẳng phải chết nha! Rồi bạn lên Lạc Dương đứng lại ngà ngà, bạn hít thở khí trời thơm ngát...

Nhiều người nói Đà Lạt xưa là Xã Lát/ điểm khởi đầu của một bản Tình Ca có một người đàn ông từ bé đến già yêu chỉ một người Tiên trong giấc mộng...

Người con gái đó, nàng Tiên, còn sống trong thơ tôi mỗi tối hiện thành hoa... Cẩm Tú Cầu người ta trồng ở Ga/ cùng hoa huệ mượt mà ấp Hồng Lạc!

Mình đi xuống Datanla ngồi bên bờ thác, bạn với tôi, mình thắp nhé lò hương, gọi tên Ông Nguyễn Du bày tỏ nhớ thương, vẩy lửa cũ và tôi nghe bạn hát...

Bài Tình Xa... bạn tiễn tôi đi! Bốn mươi chín năm tôi vẫn nhớ về/ tóc của bạn tóc thề tóc nguyện/ sóng lòng tôi đầy biển bọc năm Châu...

– Lời rằng:

Bốn Mươi Chín Năm đi xa Đà Lạt, mà tình yêu, nỗi nhớ vẫn đong đầy! Từng tên quen của suối của rừng, của tất thảy những gì Đà Lạt...

Tất cả những gì thơ mộng, những yêu thương lắng đọng đến vô cùng... Trời Đà Lạt, phấn thông vàng quyến rũ... mây lưng chừng núi để ấp yêu.

Chuyện tình xưa, Xã Lát chốn khởi đầu... bản Tình Ca rồi

lại thành thơ, để mỗi tối lại là hoa Cẩm Tú... mà Đà Lạt, trời hoa bát ngát thơ tha hồ thành mộng thành mơ:

"Mình đi xuống Datanla ngồi bên bờ thác, bạn với tôi, mình thắp nhé lò hương, gọi tên ông Nguyễn Du bày tỏ nhớ thương, vầy lửa cũ và tôi nghe bạn hát...

Bài Tình Xa...bạn tiễn tôi đi! Bốn mươi chín năm tôi vẫn nhớ về / tóc của bạn tóc thề tóc nguyện / sóng lòng tôi đầy biển bọc năm Châu..."

Giấc mơ đẹp... và mãi vẫn là mơ!

Thử làm một chuyến đi về, dám không?

CẢM ƠN ĐÀ LẠT *– Trang 246.*

Cảm ơn Đà Lạt còn hoa nở! Em là người yêu anh nhớ thương... Rừng, núi, suối, khe Trời đã định, Lâm Viên mãi mãi một khu vườn...

Anh là bươm bướm, em hoa nhé! Bươm bướm tìm hoa, mấy độ rồi? Có lúc em như nhành liễu biếc, nhiều khi em đó, đóa hồng ơi!

Anh hôn em nhé, hoa là Tết, là Hạ vàng, Thu xám rất thơ. Em mùa Đông với khăn choàng tím, em biết mà anh đã ngẩn ngơ...

Không lẽ Bồng Lai ngang dốc đá? Không lẽ Thiên Thai là Prenn? Em kìa, có nụ Tầm Xuân biếc nở ở Tuyền Lâm ngỡ dáng Tiên!

Em hiền như Ma Soeur nha em! Em hiền như con gà đứng yên, mỗi mai nó gáy bình minh dậy, chuông Giáo Đường ngân vang Lâm Viên...

Em là người Thượng đi lên dốc, anh là người Kinh dưới lũng nhìn, hai đứa như nai về lối thuộc, đường quen, mình quen... anh hôn em!

Nâng nụ hoa vàng, anh nín thở: Em mùa Xuân thắm cả rừng hoa! Quê Hương mình đẹp: Yêu Đà Lạt! Quê Hương mình xanh: trời bao la...

Và em là chim hót tiếng lòng, anh là sương mờ giăng con sông... Anh dìu em tới thăm Tùng Nghĩa, thăm Đại Ninh, thăm đèo Mang Yang...

– Lời rằng:

Cám ơn Thi Sĩ bài thơ đẹp, đẹp cả sắc hoa đẹp núi rừng. Và rồi hình ảnh nên thơ quá, hay đây khúc thơ đẹp tự lòng!

Em là hoa đẹp của Lâm Viên..., muôn muôn màu sắc không chỉ tím mà cả hồng xanh... bướm lửng lơ, là nụ Tầm Xuân anh ngẩn ngơ...

Chạy đâu cho khỏi anh luôn hẹn:

"Em là người Thượng đi lên dốc, anh là người Kinh dưới lũng nhìn, hai đứa như nai về lối thuộc, đường quen, mình quen... anh hôn em!"

Cái tình Đà Lạt mênh mông quá, chưa đủ cho anh trải nỗi lòng. Vậy là mơ nữa anh mơ tiếp, cả khúc thơ sau chữa trọn tình:

"Nâng nụ hoa vàng, anh nín thở: Em mùa Xuân thắm cả rừng hoa! Quê Hương mình đẹp: Yêu Đà Lạt! Quê Hương mình xanh: trời bao la...

Và em là chim hót tiếng lòng, anh là sương mờ giăng con sông... Anh dìu em tới thăm Tùng Nghĩa, thăm Đại Ninh, thăm đèo Mang Yang..."

Tuyệt lắm Thi Sĩ à!

***HÔM NAY TRỜI XANH BIẾC NGÀY ĐẸP TUYỆT THƠ DUYÊN** – Trang 207.*

Hôm nay trời khô ráo, diện mạo của mùa Xuân: cây, lá xanh. Hoa, hồng / vàng, trắng, đỏ... rực rỡ!

Sáng, người ta đi bộ, áo ấm choàng nhẹ tơn. Tất cả như

bình thường, mỗi ngày, chào vui vẻ...

Câu mở lời: Mạnh khỏe? Câu đáp lời: O K. Người ta nói để nghe... lại câu mình vừa nói.

Chẳng có chi mà vội. Đời bình yên thế này. Mỹ không Tao, không Mày, chỉ You, Me... là đủ!

Đời là chỗ tạm trú. Hiện tại không tương lai, dĩ vãng như mây bay... đã bay rồi phiền muộn!

Người ta như không lớn giống như mặt con đường: đông xe thì rộn ràng, ít, thênh thang thoải mái...

Đẹp nhất là con gái, quần ngắn khoe chân dài, áo không tay khoe vai mượt mà làn tóc xõa...

Thơ năm chữ... nhiều quá! Chỉ một chữ là Thương... Tự Do là Quê Hương? Bình Yên là Lý Tưởng?

Đời dù có trăm hướng, lòng chỉ một hướng thôi: sống làm việc – vui, chơi; thác thì chào từ biệt...

Hôm nay trời xanh biếc... Ngày đẹp, tuyệt! Thơ, duyên!

– Lời chân thành muốn hỏi:

Ngày đầu của tháng ba, Cali mới là Tết:

"Hôm nay trời khô ráo, diện mạo của mùa Xuân"!

Chúc mừng ngày Xuân muộn! Có vẫn còn hơn không, nếu mưa hoài không dứt, nhưng còn chút phân vân:

"Đời là chỗ tạm trú. Hiện tại không tương lai, dĩ vãng như mây bay... đã bay rồi phiền muộn!"

Có thật phiền muộn bay, như mây vẫn cứ bay, dĩ vãng có như mây, khi đã bay là mất?

Có thể là chỉ tạm, quên đi nỗi muộn phiền khi ngắm nhìn thiếu nữ, đã đẹp chân lại dài:

"Đẹp nhất là con gái, quần ngắn khoe chân dài, áo không tay khoe vai mượt mà làn tóc xõa..."

May, vẫn không lạc lối, nên lòng tự nhủ lòng, chỉ giữ mỗi chữ Thương, kệ bài thơ năm chữ.

"Đời dù có trăm hướng, lòng chỉ một hướng thôi: sống làm việc – vui, chơi; thác thì chào từ biệt..."

Cuối cùng:

"Hôm nay trời xanh biếc... Ngày đẹp, tuyệt! Thơ, duyên!"

Vậy là Thương hay Duyên? Trời ơi, lộn xộn quá!

MMMMMMưa – *Trang 186.*

Trời bắt đầu mưa lúc nửa đêm.
Mưa vang tí tách ở ngoài hiên.
Mưa không có gió. Mưa êm ả.
Mưa nhẹ như bài nhạc trỗi lên...

Lúc bắt đầu mưa, tôi chửa ngủ
Rồi... sau đó, quả chẳng nghe gì
Mưa rơi, mặc kệ, mưa ngoài cửa
Tôi ở trong nhà, một giấc say...

Sáng dậy, nhìn không thấy mặt trời
Vén màn cửa sổ: Mưa rơi rơi
Mưa không nặng hạt. Mưa đều hạt
Từng tiếng mưa như một tiếng cười...

Có lẽ hôm nay tôi hết bệnh?
Tôi nhìn trời đất, nói êm ru:
"Chào em buổi sáng dù không nắng
Em vẫn bình minh mỗi ý thơ!"

Tôi chợt cười tôi: Mình lãng mạn
Không thì cũng kẻ rất vô duyên
Lấy mưa làm cớ bài thơ mới
Rồi để vào thơ một chữ... M!

Ờ nhỉ có ai ngăn cấm được
Người thơ nói chuyện nắng và mưa?

Nắng từng duyên cớ vào tâm sự
Mưa cũng đôi lần khiến ngẩn ngơ!

Nắng thơm, nhớ nắng trên Đà Lạt
Mưa dịu dàng mưa, nhớ Huế hoài...
Những lúc ngả người bên dốc núi
Như chừ thức dậy thấy mưa đây...

Em ơi em thấy anh chung thủy
Em hãy cười cho mưa dễ thương...
Mỗi chiếc răng em là hạt ngọc
Mỗi dòng mưa một chuỗi kim cương!

– Vui thật tình:

Tỷ năm có lẻ, mới thấy bài thơ đẹp từ đầu đến cuối nha Thi Sĩ! Dễ thương nữa chớ; tâm trạng cũng rất vui. Tuy rằng cũng nhớ, nhưng không bi lụy, kiểu nhớ của thi nhân:

Nhớ mà không nhớ hơi lở dở

Trời đang chẳng nắng cũng không mưa

Âm u rất dễ nhức đầu:

"Tôi chợt cười tôi: Mình lãng mạn Không thì cũng kẻ rất vô duyên. Lấy mưa làm cớ bài thơ mới Rồi để vào thơ một chữ... M!"

Đâu phải chỉ một chữ M rồi tự mãn: rằng "anh chung thuỷ" với chung tình:

"Nắng thơm, nhớ nắng trên Đà Lạt Mưa dịu dàng mưa, nhớ Huế hoài..."

Lòng để hai nơi mưa và nắng

Em hay là M, em là ai?

Thế nên anh vẫn ỡm ờ:

"Chào em buổi sáng dù không nắng
Em vẫn bình minh mỗi ý thơ!"

Hay nha Thi Sĩ!

ĐÃ BAO NHIÊU NĂM HOA VÀNG TÓC BIẾC

– Trang 182.

Sáng nay còn mưa... như mưa còn sót! Mưa từng giọt không nhặt mà thưa...

Có thể tới trưa mưa còn như thế? Có thể tới xế, mưa còn tới đêm?

Muốn nói nhớ em, để đó mưa đếm! Sửa lại chăn nệm rồi ngó mưa rơi...

Gần hay xa xôi chỉ là trước mặt! Lòng không ai cắt buồn từng mảnh thơ...

*

Giấy trải một tờ. Vẫn là tờ giấy! Cây bút quên đậy, viết chữ không ra...

Bài thơ xé ba ngồi gắn nó lại. Không biết mình phải làm sao nó lành?

Thơ như tuổi xanh của mình đã rách! Thơ như mương, rạch, thời mình bâng khuâng...

Đi nữa là rừng. Đi lên là núi. Đi đâu cũng núi. Đi đâu cũng rừng.

Đi để rồi dừng... mưa rơi từng giọt! Tay em trắng muốt cây lược thời gian...

Đã bao nhiêu năm hoa vàng tóc biếc? Em là tha thiết Quê Hương Quê Hương...

– Lời rằng:

"Bài thơ xé ba ngồi gắn nó lại. Không biết mình phải làm sao cho lành?"

Bài thơ làm xong, ai biểu đem xé? Xé hai đã khó, xé ba làm sao dán lại bây giờ... Để rồi ngẩn ngơ, "thơ buồn từng mảnh"?

"Gần hay xa xôi chỉ là trước mặt! Lòng không ai cắt buồn từng mảnh thơ...

Thơ như tuổi xanh của mình đã rách!

Đi nữa là rừng. Đi lên là núi. Đi đâu cũng núi. Đi đâu cũng rừng. Đi để rồi dừng... mưa rơi từng giọt!

Đã bao nhiêu năm hoa vàng tóc biếc? Em là tha thiết Quê Hương Quê Hương... "

Tâm trạng quá Thi Sĩ à!

EM ƠI MƯA THÌ BUỒN *– Trang 101.*

Mưa đúng như dự báo... Cả California mưa! Mưa chỗ nhặt chỗ thưa, mà chỗ nào cũng lạnh!

Sau năm giờ mưa tạnh thì bóng tối trùm lên! Hay nhất: ai cũng quên những ngày nắng rực rỡ!

Đèn đường như sáng tỏ nhờ mưa rửa bụi rồi. Mưa, không người đi chơi, phố không còn mở cửa...

Vẫn hoài một cửa nhớ... lòng ai nhớ thương ai!

*

Anh cứ nhớ em hoài, tại sao anh không biết! Mưa đến rồi giã biệt, em ở lại hoài nha!

Mai, anh hái nụ hoa tặng em – người yêu quý! Một vài giọt mưa Mỹ lóng lánh như mắt em!

Mười năm tưởng không thêm. Bao nhiêu mùa mưa đã? Bao nhiêu mùa thay lá, mưa tầm tã bao cơn?

Em ơi mưa thì buồn... Câu văn học trò viết. Không bao giờ dễ ghét... mưa mờ sân trường xưa!

– Lời rằng:

Tại Thi Sĩ buồn đó thôi! Muốn mưa, giờ mưa cũng không vui là sao chớ?

Buồn là "buồn muôn thuở" rồi! Nhớ là nhớ "muôn năm" mà! Không nhớ chuyện này, cũng nhớ chuyện khác. Không nhớ nàng A cũng nhớ nàng B à! Mà đã nhớ học trò thì kể sao cho hết? Cứ thấp thoáng "tung bay, tà áo tung bay..." là bạt ngàn luôn á! Có khi nào:

Nhớ là cánh cửa thời gian, mở hoài không đóng nỗi buồn mênh mang!

Nhớ như cơn gió lang thang, vòng từ Đà Lạt chợt tràn Cali?

Câu thơ cuối cùng đã tỏ tường:

"Em ơi mưa thì buồn...Câu văn học trò viết. Không bao giờ dễ ghét... mưa mờ sân trường xưa!"

EM MỘT MÌNH THƠM BAO Ý THƠ – *Trang 219.*

Chúa Nhật này vui không có mưa!
Em đi Lễ nhé, Chúa mong chờ
thấy em, Chúa bảo chuông ngưng đổ
Thánh Giá – Con gà gáy ó o...

Đà Lạt của mình, Nhà Thờ đẹp!
Nhà Thờ cao và em cũng cao
bằng cây thông nhỉ, bên Bưu Điện
có nắng vàng mơ phớt má đào...

Anh muốn nhìn em đi một mình
thấy em lồng lộng giữa trời xanh.
Bài thơ anh có em trong đó,
có chữ nào em chớp mắt nhanh?

Có chữ nào em yêu quá đỗi
Quê Hương mình, không lẽ nói hơn?
Em tung tăng giống như con bướm:
Vạt Áo Hồng Yêu Quý Nhớ Thương!
*
Chúa Nhật này không mưa không mưa
Có mây bay gió hiu hiu đùa
Guốc cao áo mỏng thềm hoa nở
Em một mình thơm bao ý thơ!

– ***Lời rằng:***

Đọc "Em Một Mình Thơm Bao Ý Thơ" tôi chợt nghĩ: đây không đơn thuần chỉ là bài thơ mỗi ngày để Thi Sĩ thực hiện lời hứa tự lòng: mỗi ngày viết một bài thơ; từ đó Thơ là hơi thở, Thơ là sự sống... "! Bài thơ hôm nay còn là tiếng lòng, là lời tỏ tình mượt êm và tha thiết, trong đó có kèm "chiến thuật": Thi Sĩ tỏ tình và cũng mong chờ, hối thúc một cách thật thơ, thật tinh tế: muốn nhận ngay kết quả: Thơ có làm đối tượng động lòng chăng? Tức muốn "tình tỏ" ngay thôi! Vậy nên tôi xin có lời rằng:

Em đã được đặt lên cao vợi,
Chúa cũng mong chờ, ngưng tiếng chuông
Con Gà theo lệ, ngân tiếng gáy
Cất tiếng ó o... chắc mừng em!

Thi Sĩ mộng mơ hồn lung lạc
Khi nói "nhà thờ cao, em cũng cao
thêm "nắng vàng mơ phớt má đào..."
Là Tình thật sự đã lên ngôi!

Hai khúc thơ sau tình tỏ tình, mong có ngay sự hồi đáp mà tinh tế biết bao:

"Anh muốn nhìn em đi một mình
thấy em lồng lộng giữa trời xanh.
Bài thơ anh có em trong đó,
có chữ nào em chớp mắt nhanh?
Có chữ nào em yêu quá đỗi
Quê Hương mình, không lẽ nói hơn?
Em tung tăng giống như con bướm:
Vạt Áo Hồng Yêu Quý Nhớ Thương!"

Vậy nên:

Đâu chỉ là "Thơm Bao Ý Thơ"
Hình ảnh em đẹp đến không ngờ

Tình yêu thì rộng bao la rộng
Bao ý thơ hay trải hết lòng:

"Chúa Nhật này không mưa không mưa
Có mây bay gió hiu hiu đùa
Guốc cao áo mỏng thềm hoa nở
Em một mình thơm bao ý thơ!"

Tâm tình người ta đã tỏ, đã quá rõ ràng nếu không nói "thẳng như ruột ngựa", chẳng chút mơ hồ, nhưng "Em" thì sao? Câu:

"Quê Hương mình, không lẽ nói hơn?"

đã thấy sự hết lòng, ruột gan đà phơi trải nên phải hiểu rằng:

Là thương hết nấc, nên dò ý
Em trả lời đi Thi Sĩ vui:
Là yêu quá đỗi, yêu từng chữ
Mà hễ cứ Yêu mắt chớp nhanh!

Nói đi Em khó khăn gì, chỉ là nói rõ chữ "em yêu", chỉ là nói giúp "có chữ nào em chớp mắt nhanh?"; nói đi một chữ là anh hiểu bởi Bài-Thơ-Anh-Đã-Có-Em.

Nói nhanh đi chứ, người ta đợi, không khéo con gà lại gáy thêm! Nhìn xem cái cổ cao ba ngấn, tiếng gáy sẽ dài... ôi chữ Y...

Thấy rằng bài viết đã khá dài, tôi xin phép được dừng nơi đây. Một lần nữa Nghĩa Lý kính gửi lời cám ơn và chúc sức khoẻ đến Thi Sĩ Trần Vấn Lệ và Nguyễn Thiên Nga. Mong rằng hành trình sưu tập – in thơ vẫn sẽ tiếp tục như đã từng. Tôi cũng gửi lời cám ơn và chúc sức khoẻ đến các bạn đã dành thời gian theo dõi bài viết khá dài này! Trân trọng kính chào.

7/2024

TỊNH THỦY
EM ĐÓ, LÀ QUÊ HƯƠNG

Có khi ta bắt gặp trong một chiều thu, đóa hoa nở len lén trộm nhìn chàng trai năm ấy đang ngồi trong góc phòng, chờ đợi. Và khi chàng mở bừng mắt:

Ôi, em mùa xuân tràn ngập ở quanh mình!

Dù mùa đông lạnh lẽo khiến thi sĩ kéo chăn phủ đến ngón chân cuối mà vẫn lạnh, thì lòng chàng vẫn còn nguyên đóa hoa Xuân. Rồi chàng cất tiếng ca:

> *"Mai đây nụ hồng trắng chắc chẳng nở vì em"*
> (Nửa Đêm Trăng và Thơ)

A, chỉ có mưa mùa hạ, mới tách nụ hoa hồng.

Tôi đọc bài Nửa đêm Trăng và Thơ trong tập thi ca này của thi sĩ Trần Vấn Lệ. Nụ cười thi sĩ lấp Lánh dưới ánh Trăng khuya trôi đài trên dòng sông sao bất tận, dù thế nào, ông cũng đã đạt đến tình yêu vĩnh cửu của đời mình: Một nụ hoa trắng đã nở nơi trái tim thi sĩ, vẫn ngát hương ở khắp cõi nhân gian này. Cả trong những ngày đau thương hay hạnh phúc, chàng vẫn tận hưởng một đóa hoa trắng nơi cõi lòng, đã "chắc chắn nở vì em".

"Em" ở nơi đâu, em đang đi trên xứ nào, em ở chốn cư lưu tuyệt mật như em ở trong tim tôi. Em là bất tử. Em là quê hương.

Nhà thơ Trần Vấn Lệ vốn là thầy giáo từng sống và dạy ở

những xứ sở thơ mộng nhất miền Nam xưa: Đơn Dương, Đà Lạt, Nha Trang, Phan Thiết... Thi sĩ giữ lại những ký ức mộng ảo về cõi hoang dại của miền sơn cước hay những lúc đông cảm với dã tràng se cát, đôi khi ông kéo từng lớp thời gian trên mặt mình, nhìn vào thi ca và thấy lại chàng trai với tuổi thanh xuân rực rỡ, bước trên con đường se se lạnh và chờ gió đưa sương mù mịt để thu mình trong không gian nguyên sơ ấy. Nhưng rồi, đến một ngày, khi lựa chọn rời xa quê hương, ông gói ghém mọi thứ, cả nỗi hoảng sợ tật cùng, giữ chặt trên chuyến phi cơ đưa ông đến với cuộc đời lưu vong ở tuổi bốn mươi với những tháng năm thanh xuân tưởng chừng như đã là cuối cùng.

Một chữ Tàn thôi, tôi tạ lỗi
những người thương mến đã xa xăm.
ôi không là bụi bay theo để, nên biển sông đây hóa chỗ nằm...
(Nghe Tiếng Gà Trưa)

Lòng thi sĩ sẽ chết nếu không còn tình yêu. Thi ca cũng chỉ như hạt bụi nếu không phải là em nhặt lấy trao lại cho thi sĩ. Ở một thời điểm nào đó, kẻ thi sĩ vong thân thấy mình như một hạt bụi và bỗng dưng một bàn tay nhỏ chạm vào trái tim chàng, nơi đó, chứa cái hộp Pandora. Và bất chợt, chàng cảm thấy mọi thứ trở nên sáng rõ, thì ra, chiếc hộp tối đen ấy, khi bàn tay nhỏ ấy mở ra, tưởng là bi kịch, hóa thi ca.

Sẽ đến một lúc, ai trong chúng ta, nếu tiếp tục nuôi dưỡng ý thức về sự chết, sẽ nhận ra ý nghĩa của sự sống, trong từng khoảnh khắc. Tình yêu chính là khát vọng thẳm sâu mà mạnh mẽ nhất của những con người mỗi ngày nhận chân nó bằng nỗi khắc khoải, thế nên, để có thể viết được những câu thơ giản dị mà như chân lý của cuộc đời, thi sĩ đã nghiệm được hai chữ "vô thường" của một kiếp người trải dài những đau thương và mất mát, giờ mỗi ngày được chăm sóc đóa hoa bên mình, thi sĩ hát lời thơ:

"Một thoáng gió thôi, làn gió thoảng
Bay qua em, thổi

Tóc em bay...
Em bay theo gió
Anh theo tóc
Để nhớ thương em trọn một ngày...
(Một Thoáng Gió Thôi)

Nếu có nhớ về một kiếp nhân sinh, thì chúng ta thường nghĩ đến nỗi buồn. Niềm vui luôn đến trong thoáng chốc. Ai cũng nói vậy. Và, nghiệt thay, cuộc đời đúng là vậy.

"Ta có ai cười
mai mốt nhỉ
Hay thơ vẫn ướt
tự trang đâu?
Lệ ai đã rót
cùng ta để,

Một giọt nằm trong
Hố mắt sâu!"
(Tháng Chín Mùa Thu)

Có một chuyện thật từng xảy ra, có một chàng trai đứng trước bức tranh vẽ một người đàn bà mới thức giấc buổi sáng, nàng đang vươn vai trong dáng vẻ rất gợi tình. Họa sĩ thấy chàng đứng nhìn mãi bèn lại gần hỏi: "'Anh thích gì ở bức tranh đó vậy?" – "Chính là một chút ghèn có dính ngay trong hốc mắt bên phải của nàng, nó thật kích thích". Người họa sĩ đó đã tặng anh ta bức tranh tức thì, và nói:

> *"Nơi đó, chính là ta muốn che lại những giọt nước mắt, ta không muốn thấy nó chảy nữa, vậy mà anh cũng muốn chạm vào. Nàng là của anh đấy!".*

Vâng, dù chỉ còn "một giọt nằm trong.... hố mắt sâu!" thì mãi khi nào mới rót hết lệ này trước tiếng cười của nhân gian, nếu không phải là một tâm hồn đồng điệu?

Vậy nên, thi sĩ phải tìm về với quê hương mình, nơi đó hàng

ngày có tiếng nói thì thầm kể chuyện mỗi buổi sáng, chạng vạng đến đêm khuya, cả tiếng khóc vì bao phận người... khiến trỗi dậy một niềm xao xuyến khôn tả, khiến lòng ta tràn ngập tiếng của thi ca. Vậy nên đã bao nhiêu lần ta muốn chối bỏ quê hương, thì dường như ở đó, vẫn nở một nụ hoa trong tâm tưởng.

> *"Tôi nghĩ người xa xứ ai làm thơ cũng buồn. Ngộ nhỉ, chữ Quê Hương xé hoài mà không rách. Tôi nhìn lên phía Bắc, mây mù, liệu mưa không? Trời, vẫn trời mênh mông, gió buổi trưa lồng lộng..."*

Một chữ "Em", hai chữ "quê hương", ba chữ "trời mênh mông", "trưa lông lộng", bốn chữ "xé hoài không rách", năm chữ "Mẹ già và lũy tre".

Mỗi chữ nặng ân tình, nặng hai vai so lại giữa trời đông xứ người, nhưng chữ nào cũng khiến cho thi sĩ không muốn buông, vì chẳng bao giờ có thể buông được nữa.

Vậy nên, ngàn chữ rải trên từng trang sách nhỏ này, cuối cùng đã được gom lại thành một dòng: Em là quê hương.

Vài chữ ngắn mà như thốt lên với đây ân nặng tình sâu.

Em Là Quê Hương – tập thơ chất chứa bao niềm vui và nỗi buồn mà thi sĩ thổ lộ vào mỗi sớm mai được cất tiếng, cho thỏa lòng mong đợi, cho thắm lại màu hường đang rơi loang vào nắng. Mỗi một bài thơ là một tiếng tình. Trần Vấn Lệ không hề khóc than, thi sĩ, trái lại, là người gảy những thanh âm quen thuộc đưa chúng ta quay về với tình yêu trần thế, hoan lạc và bi thương, trên những nốt trầm của cuộc tình với quê hương yêu dấu, với một niềm xác tín vô bờ: chính là đóa hồng trắng đã nở vì em.

8/2020

Trần Hoài Thư

Trần Hoài Thư Gởi Trần Vấn Lệ

Ngày thứ bảy, chao ơi ngày thứ bảy. Mấy thằng làm thơ sao cứ chọn thứ bảy mà vui. Cứ lấy Factory làm chỗ để mọc mời. Làm ta ngứa đôi chân muốn bay về nơi ấy. Ta với bạn đều là dân bay nhảy. Khi ra trường gặp cái Tết Mậu Thân. Ta mang về thành mười mấy thằng con. Để chứng tỏ về một tay trói gà không chặt. Bạn yên chí những thằng làm thơ có sao chiếu mạng. Ông Trời cho cái số sống lâu. Bởi không có mình hoa chẳng mùi đâu. Con gái cũng trở thành một loài có vú... Những thằng làm thơ thắp đời muôn vàn tinh tú... Con gái đàn bà được dịp đăng quang!

Bạn mừng ta, ta xin gởi lời cảm ơn. Thứ bảy ở đây trời 8 độ dưới (-8 độ C, 17 độ F). Trận bão thổi qua tuyết thành đá cục. Buồn làm sao, mà chẳng biết làm sao. Ta lên trời, tìm Blog Nguyệt Mai. Đọc thơ bạn mà lòng vô cùng cảm kích! Ta cũng biết mỗi người có riêng số kiếp. Trời bốc số nào thì chấp nhận. Phải không?

Thứ bảy này ta có niềm vui... Bà xã chịu ăn món đồ ta nấu. Món đồ biển tạp pí lù với nấm mèo, tofu, mì gói. Ta bảo bà đầu bếp ở Cali... Tội cho bà, bả có biết những gì. Ta nói láo mà bà vẫn tin vanh vách. Trên đầu bả vòng kim cô tai ách... Mà cái tay và đôi đũa còn run... Và những đồ ăn tiếp tục vãi vung... Trên chiếc yếm như một thời con nít... Bà hả miệng chịu ta cầm muỗng đút. Mắt sáng ngời, như thứ bảy hôm nay!

Trần Minh Hiền
Viết Về Trần Vấn Lệ

BÀI 1: ĐỌC BA THI TẬP CỦA THI SĨ TRẦN VẤN LỆ

Mở gói thư ra, nâng niu 3 thi tập được thi sĩ Trần Vấn Lệ gởi tặng tôi đọc liền một mạch: *Ngày Xuân Không Nắng*, *Dã Quỳ Thương Nhớ* và tập mới nhất *Quán Cóc Bên Đường*.

1/ *Ngày Xuân Không Nắng* là tập thơ xuất bản 2012 gồm 108 bài thơ để tưởng nhớ Bác Sĩ Hoàng Văn Đức (1926-2012) một người bạn thân của tác giả Trần Vấn Lệ. 108 bài thơ, bài nào cũng hay, cũng có nét riêng, một phong cách rất Trần Vấn Lệ với lối kể chuyện bằng thi ca, và thơ-giống-như là bài văn, bài tùy bút đoản văn nhưng lại vần điệu nhịp nhàng và đọc lên, ngâm lên thì "hết sẩy".

Hãy đọc từ đầu tập với tâm tình với người thiên cổ *Mưa Gió Miên Man*. *Rồi Bóng Chiều Gần Nắng Xa Xôi*, *Vực Sâu Nước Mắt* để dừng lại cuối cùng với bài 108 *Gửi Bạn Mình Phan Bá Thuỵ Dương*... Trong số 108 bài thơ độc đáo của thi tập này có 3 bài tôi thích nhất:

Bài *Độc Thoại* trang 118 (bài số 63), bài *Đi Ăn Phở* trang 151, 152 (bài số 81) và bài *Một Ngày Bao La* trang 153 (bài số 82). Dĩ nhiên là tôi (TMH) không dám nói là 3 bài này hay hơn những bài còn lại mà chỉ dám nói là 3 bài tôi thích nhất. Tôi thích bài *Độc Thoại* vì "hai cánh cổng nghĩa trang hấp hối. Nắng chiều tà trôi nổi thời gian. Tôi đứng dậy đi. Đi nhẹ. Đi nhàng. Tôi muốn lắm, gởi hồn mình ở lại. Em ơi em, đêm nay trăng tái, ai vì em đốt cháy một bình minh?" Câu hỏi kết thúc bài thơ nhưng mở ra cả một chân trời tưởng tượng cho độc giả. Cái độc đáo của thi ca Trần Vấn Lệ là ở đó. Tôi thích bài *"Đi Ăn Phở"* vì tác giả kể về câu chuyện rất tầm thường của ba người bạn già, đi ăn phở, cũng chuyện rất tầm thường và rất dễ bị hiểu méo mó vì chuyện cơm và phở, phở và cơm của người đời, đôi khi tiếu lâm cười cợt, đôi khi đau khổ tột cùng, đôi khi cay đắng vô biên... Cái hay của thi sĩ là ông lấy cái chuyện tầm thường đó để nói về cái khác thường, lạ thường, và bất thường. Tôi thích vì *"Người bạn đưa bàn tay. Chùi hai hàng nước mắt. Uống bia lòng ngầy ngật. Phở cơm, đâu Quê hương?"* Cũng một câu hỏi kết thúc bài thơ nhưng mở ra trăm ngàn hệ lụy, trăm nỗi ưu tư của kẻ lưu vong xa xứ. Tôi thích bài *Một Ngày Bao La* vì thi sĩ TVL nói về cây cổ thụ và liên tưởng tới tất cả mọi điều và tâm tình với "em" của thi sĩ. Tôi thích vì *"Anh thật tình không ngờ em bao giờ cũng đẹp... Má ngày xưa tha thiết, em bây giờ muôn năm!"* Bao nhiêu người tung hô "em" nhưng chắc chỉ có nhà thơ TVL mới dám nói rằng "em bây giờ muôn năm!"

2/ *Dã Quỳ Thương Nhớ* xuất bản 2015 là tập hợp của 38 bài thơ viết về Đà Lạt, về Đơn Dương, và hoa dã quỳ vàng trong trí nhớ của tác giả vì ông đã sống ở rất lâu từ năm 1958-1989 (31 năm trời) đi học và dạy học, sống và kiếm sống. Nhưng cũng có những bài thơ về Pleiku, về Dran... 38 bài thơ dễ thương, cũng là phong cách rất riêng của Trần Vấn Lệ. Bài nào cũng là một bức tranh tuyệt đẹp về dã quỳ, về Đà Lạt, về Việt Nam ngàn dặm xa xôi cách trở. Bài nào cũng là một bài nhạc tuyệt vời réo rắt của nỗi nhớ quê hương cồn cào trong ký ức, chông chênh giữa quá khứ và hiện tại, chập chùng những cung bậc của thi ca và ngôn từ đẹp đẽ. Đọc thi tập này tôi ước sao mình cũng có thể "bắt chước" thi sĩ Trần Vấn Lệ làm một thi tập cho Nha Trang, Khánh Hòa quê hương tôi.

3/ *Quán Cóc Bên Đường* (QCBĐ) xuất bản 2016 là thi tập mới nhất của thi sĩ Trần Vấn Lệ. Hãy bắt đầu với bài đầu tiên Quán Cóc Bên Đường để kết thúc với bài cuối cùng *Nhớ Em Ngón Chân Út*. Thơ Trần Vấn Lệ vẫn tự làm mới mình từ ngôn ngữ, cách diễn đạt, ý tứ và ý tại ngôn ngoại, tất cả quyện vào nhau thành một sự thay mới từng ngày. Hàng ngày ông vẫn làm thơ, âm thầm và không cần bon chen với những cuộc vui phù phiếm của cuộc đời. Sinh năm 1942, thi sĩ TVL đã là một thi sĩ thành danh nhưng ông vẫn đam mê thi ca như những ngày mới lớn, vẫn viết với tất cả trái tim của chàng trai trẻ mang đầy nhiệt huyết và tình yêu. Thi sĩ Trần Vấn Lệ đã có một con đường thi ca riêng biệt, một thế giới thơ đặc biệt của riêng ông, một phong cách thơ khác mọi người: những bài thơ mới nhìn về hình thức tưởng chừng là văn xuôi, là những đoản văn nhưng đọc kỹ thì mới biết là thi ca đích thực, vần điệu du dương, âm trầm nốt bổng. Mỗi bài thơ của TVL là một tác phẩm hoàn toàn mới, vừa là một bài thơ, vừa là một câu chuyện, vừa là một bức tranh, một bức ảnh, một bản nhạc có lời vừa là một bài nhạc hòa tấu không lời dặt dìu réo rắt. Đọc suốt thi tập QCBĐ độc giả gặp đi gặp lại những ray rứt về Trăng, về ngón chân út, về dã quỳ, về Đơn Dương, về bạn bè người còn kẻ mất, về tình yêu, về sự nhớ thương và ao ước...

Tôi thích nhất là bài *Cảm Ơn Đà Lạt Cho Tôi Thương Nhớ Gởi Về* ở trang 87 đến 93. Có một bài thơ khác mà chúng tôi (TMH) cũng rất thích đó là bài *Hoa Quỳ Đơn Dương* ở trang 19 đến 21. Tác giả đối thoại với "Em" người hỏi vì sao "Anh" cứ nhắc Đơn Dương hoài. Và "Anh" đã trả lời, vì đó là quê hương, là ký ức, là máu thịt, và tôi thích nhất 4 câu chót:

"Con đò ngang qua sông rồi trở về
Người con gái đi qua sông không trở lại
Khi thành đàn bà người ta không còn con gái
Anh vẫn làm thơ nên mãi mãi còn em!"

Cảm ơn thơ ca, cảm ơn thi nhân đã làm cho "Em" vẫn tồn tại muôn đời và muôn đời xinh đẹp.

Xin tặng thi sĩ Trần Vấn Lệ một bài thơ:

THI SĨ TRẦN VẤN LỆ
(Kính tặng thi sĩ Trần Vấn Lệ)

Thơ Trần Vấn Lệ có vầng trăng
Đà Lạt quỳ vàng khó cách ngăn
"Quán Cóc Bên Đường" cùng khắc khoải [(1)]
"Ngày Xuân Không Nắng" với băn khoăn [(2)]
Bề ngoài độc đáo không câu nệ
Phong cách rất riêng chẳng khó khăn
Tuyệt diệu thi ca như bức họa
Bài ca cuộc sống có hay chăng?

Orlando ngày 19 tháng 11 năm 2016

---

(1) Quán Cóc Bên Đường thi tập của TVL xb 2016.
(2) Ngày Xuân Không Nắng thi tập của nhà thơ TVL xb 2012.

BÀI 2: ĐỌC TRẦN VẤN LỆ

Tôi (Trần Minh Hiền) rất thích đọc thơ Trần Vấn Lệ vì thơ của ông có một nét rất riêng, rất Trần Vấn Lệ, không lẫn lộn với ai khác, vì nghệ thuật dùng từ ngữ rất độc đáo và cách diễn đạt cũng lạ. Thơ ông như là những đoản văn có vần điệu, đọc lên nghe như nhạc, như tranh, như ảnh như bài kinh ... Và cao hơn tất cả, sâu hơn tất cả là tình yêu tha thiết, da diết với đời, với người dù đôi khi dường như là thứ tình yêu đơn phương và tuyệt vọng. Chẳng hề chi, chẳng can chi. Thi sĩ vẫn viết, trải lòng mình ra với trang giấy, với bàn phím và màn hình computer. Vẫn có rất nhiều người âm thầm đọc thơ TVL và mê. Tôi thích nhất bài thơ sau đây:

NAM MÔ A DI ĐÀ PHẬT

Có con ngựa tía chạy muôn dặm ngàn mỏi chân dừng lại thấy mình trống không!

Có con ngựa hồng chạy qua đồng cỏ gặp một bầy thỏ đứng lại hí vang...

Ông mặt trời vàng leo lên kim mã vượt bao núi cả vượt khắp đại dương...

Mặt trời xót thương những con thuyền gỗ nghe lòng xấu hổ sao người vượt biên?

Có người hữu duyên gặp người hữu phận sao còn lấn cấn: vì sao lưu vong?

Tiếng con ngựa hồng hí trên đồng cỏ. Gió theo đường gió. Mây theo đường mây!

Từ Đông sang Tây, tôi, con ngựa lạc, đứng nhìn ngơ ngác em à em ơi...

Con chim chích cười trên cành xanh biếc. Ngày nào tôi chết ngậm cười tiếng chim?

Tôi đứng lặng im như con ngựa tía. Dặm ngàn vô nghĩa, dặm lòng vô biên!

Em à em em, cho tôi nhắm mắt. Em là Đức Phật. Em là Khoan Dung!"

Em của nhà thơ Trần Vấn Lệ có thể là một người con gái nào đó trong tâm hồn ông nhưng cũng có thể là những người con gái Việt Nam hay là bất cứ người đẹp nào. Và luôn thánh thiện, khoan dung và là Đức Phật.

Có một bài khác tôi thích vô cùng:

HỎI CHO HOA MỈM CƯỜI

Hồi nửa đêm, còn viết vài dòng nhật ký chơi. Rồi ngủ như ngậm cười, sáng hồn nhiên thức dậy. Mình còn sống, còn thấy... những gì đang rạng đông, thấy núi và thấy sông, thấy mênh mông trời đất.

Trời không mưa, nắng mật, ngọt ngào con chim bay. Trời không mưa, nắng say, con bướm chao đôi cánh. Nhưng có chút lành lạnh, gió chưa tới mặt trời? Có một chút ngậm ngùi, lá vàng trên sân gạch...

Nhiều câu thơ thật nhạt, viết cho có một ngày. Từng câu thơ kết bầy cho chim bay tứ xứ...

Khói thuốc và hơi thở, thơm chăng vườn hoa tôi? Hỏi cho hoa mỉm cười. Hỏi và không nghe đáp. Coi như thơ còn nháp. Coi như ngày chưa qua. Nhưng ở xa, ở xa, đầu đường ai áo đỏ? Nếu bây giờ còn nhỏ, tôi tưởng con diều bay...

Nắng đã lên ngọn cây. Ngọn cây mừng ánh nắng. Vài giọt sương trăng trắng trên lưới nhện giăng giăng. Trên chiếc võng thời gian có con ruồi đang ngủ. Cuộc sống nó đã đủ cho một đời lầm than? Tôi, bỗng dưng mơ màng, một ngày nào buông hết.

Có sinh thì có chết. Có hợp thì có tan. Thương quá cỏ nghĩa trang sắp vàng mùa Thu mới...Một bài thơ không đợi cũng đã thành bài thơ!"

Một bài thơ thật là, lạ từ đầu đề cho đến toàn bài, lạ từ cách diễn đạt đến từ ngữ, ý tứ, ẩn dụ và phúng dụ... Thơ của thi sĩ TVL đôi khi là cho tất cả mọi người đọc nhưng đôi khi chỉ cho một người. Đôi khi rất dễ hiểu, đôi lúc lại rất kén độc giả, khó hiểu. Nhưng có lẽ nhà thơ không cố ý làm điều đó. Ông chỉ viết và viết. Tôi yêu thơ của Trần Vấn Lệ ở chỗ đó.

(...)

Thơ của thi sĩ Trần Vấn Lệ chạm đến tận cùng của tâm tư người viết và người đọc, và những vần thơ nhạy cảm, mẫn cảm vô cùng. Cám ơn thi nhân đã dâng hiến cho đời những tâm huyết của mình.

Orlando November 16, 2015

T

TÚY HÀ

VẤN LỆ TRĂM NĂM

Gởi người vấn lệ trăm năm

Người ngồi vấn lệ ngoài biên tái
có ngời nắng gió tháp Chàm xa
có nghe tiếng hát hờn Chiêm nữ
từ chế lan viên mắt mù lòa
trên những điêu tàn (*) thành quách cũ
thấp thoáng ma hời bóng vờn qua
còn nhớ hay quên phan rang gió
xát muối lòng đau rát thịt da
dấu chân bãi vắng ngày xưa ấy
bao đợt triều cương đã xóa nhòa

Người đi mang cả lời tình tự
trĩu nặng hai vai một gánh đời
vẫn nhớ em xưa xanh mắt biếc
như nước biển nhà yêu thuyền thôi
chao ôi nhớ mãi mùa sóng lớn
đã đẩy đời ta ra biển khơi
làm sao dịu lại lòng muối mặn
chà xát hồn đau khách xa nhà

Đã bao năm cũ qua rồi nhỉ
gối đầu thế kỷ hững hờ trôi
vẫn còn ngồi đó như tượng đá
tự hối lòng mình vấn lệ thôi
chỉ hiểu một điều luôn còn tiếc
quê hương đã mất có phan rang
vẫn đầy gió muối khô khốc thổi
suốt cả sống lưng rát xuân thì

Vẫn là vấn lệ vấn không thôi
trần ai bạc tóc đã cuối đời
sao còn nhưng nhức lòng vọng tưởng
chiêm nữ ngàn xưa nguyệt bạch hề [**]
xin chào gió cát ngàn xưa cũ
thổi suốt hoang vu một phận người
dù xa phế tích thành quách cũ
vẫn khó lòng quên những điêu tàn

Vẫn ngoài biên tái – ngoài biên tái
vấn lệ trăm năm giọt vắn dài.

---

[*] Chế Lan Viên (Điêu Tàn)
[**] Ý thơ Trần Vấn Lệ

Uyên Nguyên

Viết về Trần Vấn Lệ

BÀI 1: THƠ TRẦN VẤN LỆ, NỖI NHỚ KHÔN NGUÔI

Thơ anh dập dồn những hoài cố *"cảm khái từ lòng hoang liêu"*. Những bóng hình dĩ vãng cứ mãi dậy lên trong trí tưởng anh mọi nhung nhớ day dứt, cứ mãi phập phồng trong trái tim anh bao nồng nàn thương cảm.

Những chặng đời anh là những cuộc lỡ làng, những lần mất mát, những bất toại đớn đau bởi thời cuộc đổi dời và trở thành định mệnh: quê hương chiến cuộc, lưu cư quê người. Và vì thế thơ anh buồn. Anh thú nhận *"có ai từng làm thơ không hề ứa lệ"*. Làm thơ, anh muốn cứu rỗi lại những hồi ức thân thương, đầm ấm khỏi bị phủ mờ bởi tro bụi thời gian; khắc chạm lại những kỷ niệm luyến lưu, gắn bó thành những tượng hình lóng lánh hoài vọng, mộng mơ; tô vẽ lại những vùng đất trời thân thiết xa xưa thành những bức tranh đằm đằm sắc màu tinh khôi nguyên vẹn. Dù rằng làm thơ là *"anh đi tìm nước mắt của anh tuôn"*, nhưng thơ anh không những làm nên cuộc phục sinh, mà còn giữ cho đời, cho người thành bất tuyệt, *"anh vẫn làm thơ nên mãi mãi còn em"*.

Vâng, hãy tin rằng những người, những cảnh, những tình anh ôm ấp, diễn đạt trong thơ sẽ miên viễn trường tồn, bởi *"thơ thì không bao giờ chết"*, như anh một lần xác quyết.

BÀI 2: TRẦN VẤN LỆ, THƠ THỞ TỪNG NGÀY

Chân dung Trần Vấn Lệ

Trời không rót hạt, lòng buồn buốt
Lạnh chẳng lẽ từ mưa Cố Hương
(Trần Vấn Lệ)

Ông hoạ sĩ Nguyễn Đình Thuần đi vắng, giao nhà cho Lệ trông coi cả tháng. Đứng ở trên tầng hai, từ cửa sổ nhà tôi nhìn qua con kênh cạn dòng mùa này, nơi Lệ đang ở chỉ cách chừng mươi thước đường chim bay. Sau lần gặp gỡ trò chuyện có đông anh em văn nghệ như họa sĩ Dương Ngọc Sum, anh Trần Ngọc, và thỉnh thoảng trong một ngày vài người bạn ghé vội rồi đi, và một lần khác có Nguyễn Lương Vỵ, thì mỗi ngày Lệ vẫn gởi tôi một email chào và chúc lành buổi sáng. Lệ dễ thương ở chỗ đó, ngồi một mình vẫn nghĩ đến bạn bè gần xa. Kèm theo những lời chúc lành, mỗi ngày Lệ gởi một bài thơ. Thơ Lệ, như Ôn Mãn Giác lúc còn sống nói: "*Thơ Lệ lúc nào cũng buồn!*", dù trong lời thưa của tập thơ mới nhất *Mờ Trong Bóng Chiều*, Lệ vẫn một mực khăng khăng thơ mình "không buồn, không vui. Chỉ lặng lẽ như một ngày trôi qua"

"Ngày hôm nay không mưa. Ngày hôm nay không nắng. Trời hình như rất nặng, chân mây về rất gần. Ngày hôm nay, mùa Xuân mà sao buồn chi lạ, còn hai tháng nữa Hạ, còn năm tháng nữa Thu. Gió nhè nhẹ, vi vu. Lộc non từ từ nở. Trời hình như không nhớ bây giờ đã quá Giêng?

Có những mối tình riêng nhân ngày buồn thỏ thẻ. Tiếng những con chim sẻ nhỏ hơn tiếng gió bay... Ôi một ngày một ngày. Hai bàn tay nắm chặt, tôi sợ mình rơi mất những ngày Tết dễ thương. Tôi thấy hình như sương vừa sa sa ngoài ngõ. Tôi ngó ra bờ cỏ, cỏ cúi đầu chào ai?

Ngày hôm nay bay bay bài thơ tôi nước mắt, nuốt đi em vị ngọt, vuốt giùm tôi xót xa... Ngày hôm nay sẽ qua. Sẽ qua hay sẽ vậy? Ai về đây nhìn thấy, nói giùm tôi thời gian..."
(Ôi Một Ngày Một Ngày – Trần Vấn Lệ)

Một ngày của Lệ, là một đời Thơ trùm kín sương khói quê nhà, thơ vì thế như chai rượu cổ tuổi đã gần trăm năm "bật nút", trào ực tâm sự:

Không phải khi không Thơ bật nút
Mà vì tâm sự khó bao che
Thương nhà, nhớ nước, ai không vậy?
Muôn dặm đường đi, một chỗ về
(Trần Vấn Lệ)

Nỗi nhớ Đà Lạt, một cõi quê nhà sương khói loáng thoáng cuối chân mây, nơi ấp ủ hình bóng của đàn em thơ học trò áo trắng, bây giờ đã qua mấy bận đời dâu biển, tự vấn Thầy còn gì và các em còn lại gì?

"Nhìn các em ngồi đó, một góc sân trường xưa, thương quá thời nắng gió, nhớ quá chiều, sáng mưa... Đà Lạt, các em ở. Đà Lạt, Thầy bỏ đi. Các em thì vẫn nhỏ như vầng trăng núi kia... Đà Lạt các em ở, xanh biếc nhé bầu trời, ngước lên nhìn nỗi nhớ" Thầy là áng mây trôi...
(Trần Vấn Lệ)

Mây trôi, Thầy về đâu, nếu không phải giờ này Lệ đang cô độc lầm lũi trên *"Những con đường thăm thẳm xé rách từng trang thơ. Những tình sâu nghĩa nặng lắng xuống dùm, giọt mưa!"*. Trong trường hợp này, thơ Lệ không là lời bội bạc, bỗng cho ta hình dung ra những tiếng thét gào cay đắng, nghẹn ngào, "giọt mưa" tượng hình nước mắt:

"Tôi làm thơ, một cách buồn, tôi nói, có bài nào mưa gió chẳng lê thê?"
(Mờ Trong Bóng Chiều – Trần Vấn Lệ)

Hay:

"Đôi lúc làm thơ mà muốn khóc. Ném vào chữ nghĩa trái tim đau..."
(Tiền Đình Tạc Dạ – Trần Vấn Lệ)

Thơ của Lệ cũng là thơ cho những tình nhân không biết, dung nhan tình yêu trong thơ Lệ chỉ là hương sắc hoa, nhụy, ong, bướm lang thang tình cờ bay vào đậu trong tâm hồn, rồi bất chợt tạo thành những âm vang cung bậc ngân nga với trời đất. Người con gái nhân tình của Lệ bao giờ cũng đến muộn, sau tất cả:

Lại một mùa Xuân nữa đến rồi, ngoài sân hoa nở, nắng thơm ơi! Chưa ai xông đất nhưng bầy bướm, không hẹn mà về vui quá vui!

Đến muộn, nghĩa là không đến, hay cũng có thể là đã ngầm ngự trị trong tâm hồn người thơ. Đối tượng tình yêu và người yêu trong thơ Lệ là hình ảnh luôn bàng bạc có, bởi hình như trong tất cả ngàn bài, Lệ đều nhắc đến một nhân tình với tên gọi thiết tha, gần gần, xa xa: "Em!", và chỉ có "Em" thôi! Bởi một ngày còn yêu, Lệ còn làm thơ, những câu thơ dễ thương như "tình vừa mới cắn" trên môi:

"Tàn nhang. Rụng. Rã. Rời. Gió bay vào tim phổi. Tôi nói như tôi trối: yêu Em và yêu Em!"
(Mưa Mùa Đông – Trần Vấn Lệ)

Buổi sáng hôm nay ngồi nhâm nhi tách cà phê lạt và đọc thơ Lệ gởi, thơ từng ngày kéo tôi mải miết theo, rong ruổi trên những con đường xa tất tận nơi góc khuất quê nhà bất giác, lung linh hiện rực rỡ một vùng ký ức hình ảnh của mái trường rêu phong, những mái tóc mượt con gái hồn nhiên sân trường áo trắng tinh khôi, tuổi hò hẹn của tình yêu ban đầu và tuổi xa người:

"Từ đó, em ơi, anh đã khóc. Chia tay như vậy buồn ơi buồn. Mình mong có buổi tay cầm chặt, mà kể từ nay, thôi Cố Hương!" (Mùa Thu Mùa Sương – Trần Vấn Lệ)

Song, thấp thoáng ở cõi tình riêng thơ mộng nào nếu có trong thơ của Lệ, của đời biển dâu, của buổi tha hương đất lạ, vẫn hiển bày một nỗi NHỚ tận cùng, linh lung giữa niềm cô độc vô biên. Nỗi nhớ QUÊ NHÀ:

Nửa thế kỷ rồi đó!
Dài ơi câu Tang Thương!
Người ta mất Quê Hương
Ăn muối nghe chăng ngọt.
(Một Ngày Của Tôi)

Thơ từng ngày của Lệ, dù có hương sắc hoa bướm bay vào ngự, vẫn là tiếng thở dài não nùng:

"Có đêm tôi gặp người thiên cổ
Hỏi "chớ sao người như khói sương?"
Người ấy đáp tôi qua nước mắt
"Ta mong về, thấy lại Quê Hương"
(Người Thiên Cổ – Trần Vấn Lệ)

Thơ từng ngày của Lệ, dù tân toan đem hoa bướm chao lượn về, làm dáng, vẫn là tiếng lòng buồn rượi một nỗi nhớ nhung, như Ôn Mãn Giác nói: "thơ Trần Vấn Lệ là nước mắt!"

Thôi thì khóc được, khóc cho vơi
một gánh quan san xa mất rồi
một chút tình mọn Em đi biệt
còn lại thơ tôi khóc với đời

Uyên Nguyên

www.ingramcontent.com/pod-product-compliance
Lightning Source LLC
LaVergne TN
LVHW032021041026
849517LV00008B/2691
9798330348404